*तुफान वेगवान घटना, अद्ययावत युद्धसामग्रीबद्दल खात्रीलायक तपशील - आणि तुम्ही ज्याची बाजू घ्याल असा नायक.*

**- शिकागो ट्रिब्यून**

*राजकीय पार्श्वभूमीवर साहसकथा लिहिणारा सर्वोत्कृष्ट लेखक.*

**- सस्पेन्स मॅगझीन**

*अनेक देश, अनेक शहरे यांचा संबंध येणाऱ्या आणि जग हादरवून सोडणाऱ्या वेगवान घटनांबद्दलच्या कथा जर आवडत असतील, तर हे पुस्तक तुमच्यासाठीच आहे.*

**- ब्लॉगक्रिटिक्स ऑर्ग.**

*या एकाच पुस्तकात इतक्या वेगवान घटना आणि साहसे यांचे अभूतपूर्व मिश्रण आहे की, त्यात अनेक पुस्तके लिहिता आली असती- अत्यंत स्फोटक आणि हिंसक असे कटकारस्थान - फुल ब्लॅक वाचायलाच पाहिजे; चुकवून चालणार नाही.*

**- बुकरिपोर्टर.कॉम**

## अभिप्राय

ब्रॅड थॉर यांनी लिहिलेली ही साहसकथा. नेव्ही सील टीम सहाचा सदस्य स्कॉट हॅर्वाथ अमेरिकेचा संपूर्ण विनाश घडवण्यासाठी दहशतवाद्यांनी रचलेला एक कट कसा उधळून लावतो, त्याची ही कहाणी आहे. उत्कृष्ट तऱ्हेनं गुंफलेल्या वेगवान घटना या कादंबरीत एकामागोमाग घडत जातात आणि एखाद्या थ्रिलर चित्रपटासारखी कादंबरी उलगडत जाते.

**दैनिक सकाळ १५-१२-२०१८**

# फुल ब्लॅक

अमेरिकेच्या संपूर्ण विनाशाचा कट उधळून लावणारा स्कॉट हॉर्वाथ.

**ब्रॅड थॉर**

अनुवाद

**बाळ भागवत**

**मेहता पब्लिशिंग हाऊस**

Email : production@mehtapublishinghouse.com
Website : www.mehtapublishinghouse.com

**FULL BLACK** by BRAD THOR

Copyright © 2011 by Brad Thor

Translated into Marathi Language by Bal Bhagwat

**फुल ब्लॅक** / अनुवादित कादंबरी

**TBC-28 Book No. 1**

अनुवाद : बाळ भागवत

Email : author@mehtapublishinghouse.com

मराठी अनुवादाचे व प्रकाशनाचे हक्क मेहता पब्लिशिंग हाऊस, पुणे

प्रकाशक : सुनील अनिल मेहता, मेहता पब्लिशिंग हाऊस,
१९४१, सदाशिव पेठ, माडीवाले कॉलनी, पुणे ३०

अक्षरजुळणी : 'संवाद', ८ ओंकार सोसायटी, दत्तवाडी, पुणे ३०

मुखपृष्ठ : चंद्रमोहन कुलकर्णी

प्रथमावृत्ती : नोव्हेंबर, २०१८

P Book ISBN 9789353171551
E Book ISBN 9789353171568
E Books available on : play.google.com/store/books
www.amazon.in/b?node=15513892031

राजकारणातील भिन्नभिन्न विचारप्रणालींच्या
देशभक्तांना,
स्वातंत्र्य आणि लोकशाहीच्या पुरस्कर्त्यांना...

गुप्तहेरांच्या जगातही फारच लपूनछपून हाती घेतल्या जाणाऱ्या संवेदनशील कामगिऱ्यांना *ब्लॅक ऑपरेशन्स* म्हणतात.

पण अशा तऱ्हेच्या कामगिऱ्यांना खरोखर एक काळी बाजूही असते. त्यांचा जन्म अंधाऱ्या जगात झालेला असतो आणि अधिकृतपणे त्यांचे अस्तित्वच कोणी मान्य करत नाही.

त्या *'फुल ब्लॅक'* असतात.

अमेरिकेचा सर्वनाश करण्याचा हेतू बाळगूनच मदत आणि प्रोत्साहन देणारे डावपेच आणि हल्ले या कादंबरीत रचलेले आहेत. 'अनियंत्रित सर्वकष युद्ध' या नावाचा हा आराखडा खरा आहे.

अमेरिकेला हानी पोहोचविण्याची इच्छा बाळगणाऱ्यांना मदत होऊ नये म्हणून, कथा कल्पित असली तरी काही भागांमध्ये निश्चित मिळालेल्या माहितीतही फेरफार केला आहे.

कच्चे दुवे दर्शविणाऱ्या ज्या अनेक बाबींचे वर्णन केलेले आहे, त्या आजही तशाच अस्तित्वात आहेत.

'फ्रॉम द शॅडो' मधील एक्स उम्ब्रास

# १

स्वीडन शहराबाहेरचा भूभाग
उपसालाजवळ
शुक्रवार

**त्या**ने वेळ अगदी अचूक साधली होती. शेवटच्या क्षणी आपली गाडी खाडकन रस्त्यावर वळवून, त्याने मागून येणारी वाहतूक दाखविणाऱ्या आरशात नजर टाकली. मागे असलेली स्कोडा रस्ता सोडून दाणकन एका मोठ्या झाडावर आदळत होती.

त्याने ब्रेक लावून गाडी रस्त्याच्या कडेला उभी केली आणि गाडीतून बाहेर पाऊल टाकले. फरच्या झाडांचा आणि रस्त्यावर सांडलेल्या पेट्रोलचा वास हवेत दरवळत होता. गाडीत त्याच्या शेजारी बसलेली स्त्रीही त्याच्याजवळ येऊन उभी राहिली. त्यांना घाईच करावी लागणार होती.

त्यांचे अर्धे काम झालेच होते. स्कोडामध्ये ड्रायव्हरशेजारी बसलेल्या दहशतवाद्याने आपला पट्टा बांधला नव्हता. तो मेलाच होता.

ड्रायव्हर आपल्या पट्ट्याचे बक्कल सोडवायच्या प्रयत्नात असताना स्कॉट हॉर्वाथ त्याच्या खिडकीपाशी पोचला. ड्रायव्हर गाडीमधूनच अरेबिकमध्ये शिवीगाळ करत होता. हॉर्वाथने आपल्या खिशातून *घेटो ग्लासब्रेकर* म्हणून ओळखला जाणारा स्पार्क प्लग बाहेर काढून खिडकीची काच फोडली.

दहशतवाद्याचे डोके हातात पकडून आणि झटक्यात पिरगाळून हॉर्वाथने त्याची मान मोडली. हळुवारपणे त्याची हनुवटी त्याच्या छातीच्या दिशेने वळवली.

मागच्या बाजूला बसलेला शेवटचा प्रवासी किंचाळत होता. तो एक तरुण मुस्लीम होता. रायली टर्नरने दार उघडले आणि तिच्या लक्षात आले की, त्याची पँट ओली झाली आहे.

हातामधला टेझर तिने त्याच्या छातीवर रोखला आणि गोल फिरवत चाप खेचला.

प्रचंड दाबाखाली असणाऱ्या नायट्रोजनचा वापर करून मारा करणाऱ्या त्या शस्त्रामधून तारा जोडलेले दोन काटेरी खिळे निघाले आणि त्या तरुणाच्या शरीरात घुसले. त्यामधून गेलेल्या विजेच्या प्रवाहाने त्याला जबर धक्का बसला आणि त्याच्या शरीराची सर्व हालचालच थंडावली.

हॉर्वाथने दुसऱ्या बाजूचा दरवाजा उघडला. त्या माणसाच्या शरीरात घुसलेल्या काट्यासारख्या खिळ्यांपासून काळजीपूर्वक दूर राहून त्याला बाहेर खेचले आणि जमिनीवर झोपवले. त्याचे हात पाठीशी फ्लेक्सकफ्सनी-प्लॅस्टिकच्या, एकदा वापरून फेकून देण्याच्या, लवचीक पट्ट्यांनी बांधून त्याच्या तोंडावरही एक चिकटपट्टी लावून टाकली. पकड घेऊन त्याच्या शरीरात घुसलेले खिळे खेचून बाहेर काढताच त्याच्या अंगावर शहारा उमटला आणि तोंड बंद असतानाही तोंडातून कण्हल्यासारखा आवाज आला. हॉर्वाथने मान वर केली आणि त्याला जवळ येणारी, ओळखीची मोतिया रंगाची, ओपेल मिनी व्हॅन दिसली.

अपघाताच्या ठिकाणी झाडावर आदळलेल्या गाडीला समांतर उभी राहून व्हॅन थांबली. सरकता दरवाजा उघडून विशीमधल्या एका तरुणाने, हातात मोठी पिशवी घेऊन, रेडिएटरमधून गळालेल्या पाणी थंड करणाऱ्या द्रावणात आणि काचेच्या तुकड्यांमध्ये पाऊल टाकले.

त्याचे नाव होते शॉन चेस. त्यातल्या त्यात गाडीमधून बाहेर काढलेल्या तरुणासारखा दिसणारा माणूस. त्यांच्याकडे तसा दुसरा कुणीच नव्हता.

चेसचे वडील अमेरिकन होते आणि आई इजिप्शिअन. त्याच्याकडे बघितल्यावर अरबांना तो अरबच वाटे आणि पाश्चिमात्यांना तो त्यांच्यापैकी एक आहे, असे वाटे. प्रश्न होता की, उपसाला सेलच्या-गटाचे सदस्य त्याला स्वीकारतील का?

स्कोडाच्या मागच्या बाजूला बसलेल्या मन्सूर अलीमची जागा घेऊन तो उपसाला सेलमध्ये घुसणार होता आणि हॉर्वाथसाठी सर्वकाही ऐकून माहिती काढणार होता.

अमेरिकेत आणि युरोपमध्येही अमेरिकन नागरिकांवर सातत्याने होत असणाऱ्या दहशतवादी हल्ल्यांच्या संदर्भात मन्सूर आणि उपसाला गट हा अमेरिकेच्या हाती लागलेला एकमेव दुवा होता. त्यांना मिळालेल्या माहितीप्रमाणे रक्तपात घडवून आणणारे हे हल्ले फारच छोटे ठरावेत, अशा अत्यंत मोठ्या घातपाती योजना आखल्या जात होत्या.

मन्सूरच्या जागी चेसला पाठविण्याची कल्पना अत्यंत खडतर आणि धोक्याची ठरू शकणारी होती. त्यांना एवढेच कळले होते की, उपसाला गटाचे फक्त दोन सदस्य यापूर्वी मन्सूरला भेटले होते आणि तो कसा दिसतो, हे फक्त त्यांना ठाऊक होते. दहशतवाद्यांचा कमांडर असणारा मन्सूरचा काका आझीम अलीम याचे ते दोघे

दोस्त होते.

स्टॉकहोममधल्या आर्लान्डा विमानतळापासून उत्तरेला दोन तासांच्या अंतरावर असणाऱ्या उपसाला गटाच्या सुरक्षित घरामध्ये मन्सूरला पोहोचविण्यासाठी त्या दोघांची नेमणूक झाली होती आणि हॉर्वाथने त्याच दोघांचा काटा काढला होता.

ते विमानतळावर आल्यापासूनच हॉर्वाथच्या टीमच्या नजरेखाली होते. मन्सूरला बरोबर घेऊन ते विमानतळावरून निघाल्यानंतर ड्रायव्हरने फक्त एक फोन केला होता. हॉर्वाथची खात्री होती की, मन्सूरला घेऊन निघाल्याची सूचना उपसाला गटाला देण्यापुरताच तो फोन केला गेला होता.

हॉर्वाथने त्या मुस्लीम तरुणाला गाडीला टेकवून उभे केले. आपले ग्लॉक पिस्तूल त्याच्या हनुवटीखाली टेकवून त्याच्या तोंडावरची चिकटपट्टी काढली.

"मी तुझ्या मित्रांचे काय केले आहे, ते बघितलेस ना तू?"

मन्सूर अलीम थरथरत होता. त्याने हळूच मान डोलवली.

मन्सूर अलीमचा काका आणि स्कोडामध्ये मरून पडलेले दोघे जण वाईट माणसेच होती. मन्सूर जिहादच्या सायबर क्षेत्रातला माणूस. त्याला कधी हिंसा अनुभवावी लागली नव्हती की मृतदेह बघायला लागले नव्हते; पण म्हणून काही तो गोळ्या झाडणाऱ्या, बॉम्ब फेकणाऱ्या, स्वत:लाच स्फोटकांबरोबर उडवून घेणाऱ्या कट्टर जिहादीपेक्षा कमी अपराधी होता, असा अर्थ नव्हताच. तो त्यांच्याइतकाच अपराधी होता. त्याच्या काकाची इंटरनेटवरची अनेक कामे केल्याने त्याच्याकडे माहितीचा प्रचंड खजिना असणार होता आणि अमेरिका ती माहिती काढून घेणार, याबद्दल शंकाच नव्हती.

पण प्रथम तो चेसला एखाद्या सापळ्यातच पाठवत नाही ना, याची हॉर्वाथला खात्री करून घ्यायची होती.

"आम्हाला त्या उपसाला गटाबद्दल सर्व माहिती आहे," हॉर्वाथ म्हणाला. "तू आम्हाला त्यांच्याकडे घेऊन जा."

मन्सूर बोलताना चाचरायला लागला. त्याच्या तोंडातून शब्द फुटेना. "मी... मी... नाही घेऊन जाऊ शकत."

"नाही? नाही म्हणजे काय?"

"मी ओळखत नाही त्यांना."

हॉर्वाथने पिस्तुलाची नळी त्याच्या हनुवटीत घुसवली. मन्सूरच्या डोळ्यांतून पाणी वाहायला लागले.

"मूर्खासारखी बडबड करू नकोस मन्सूर. तुमचे काय उद्योग चालले आहेत ते आम्हाला पूर्ण माहिती आहे."

"पण मला काहीही माहिती नाही," तो स्पष्टपणे म्हणाला. "अगदी खरं. मी

फक्त त्या विमानाने यायचे होते. बास. म्हणून तर ते मला विमानतळावर घ्यायला आले होते. ते मला कुठे घेऊन जाणार होते, ते मला ठाऊक नाही.''

हॉर्वाथने त्याच्या चेहऱ्याकडे निरखून बघितले. खोटे बोलत असताना किंवा एखादी वावगी कृती करत असताना कुणाच्याही मनावर ताण येतो आणि चेहऱ्यावर काहीतरी सूक्ष्म भावना उमटतातच.

पण तो खोटे बोलतो आहे, असे हॉर्वाथला वाटेना. ''मला गटातल्या सर्व माणसांची यादी हवी आहे. आत्ताच्या आत्ता.''

''तू कुणाबद्दल बोलतो आहेस ते माहीत नाही मला.''

हॉर्वाथने पिस्तूल हनुवटीच्या इतके आत घुसविले की, मन्सूरला वेदना व्हायला लागल्या.

''मी गाडीत असणाऱ्या दोन माणसांनाच फक्त ओळखत होतो,'' तो कसाबसा उद्गारला. त्याची नजर विध्वंस झालेल्या गाडीकडे वळली होती.

''खोटं बोलतो आहेस तू,'' हॉर्वाथ म्हणाला.

''मी तुझ्याशी खोटं बोलत नाही.''

''गटातल्या इतर सदस्यांबद्दल सांग मला. ते कोणत्या वयाचे आहेत, त्यांची पार्श्वभूमी काय आहे, सर्व काही.''

''मला माहीत नाही,'' मन्सूर पुन्हा म्हणाला. ''मला उत्तरे देता येणे शक्य नाही, असेच प्रश्न तू विचारत आहेस. या सबंध देशात मी ज्यांना ओळखत होतो, अशी दोनच माणसे होती आणि तू त्यांनाच ठार मारले आहेस.''

याहून जास्त काही करायला हॉर्वाथकडे वेळ नव्हता. त्याने मन्सूरला चाचपत त्याचे पाकीट शोधले आणि ते चेसच्या दिशेने उडवले. त्याचे खिसे तपासून सर्व गोष्टी बाहेर काढल्या.

चेसकडे त्याचा स्वतःचा फोटो आणि मन्सूरचे नाव असणारा इंग्लंडचा पासपोर्ट होता. वाहन चालविण्याचा परवाना, ए.टी.एम. कार्ड, दोन क्रेडिट कार्ड्स आणि सर्वसाधारणपणे प्रत्येकाच्या पाकिटात असतात तशा इतरही गोष्टी होत्या.

हॉर्वाथने आपल्या कैद्याकडून मिळविलेल्या वस्तू बघत चेसने एक बोर्डिंग पास, लंडन ट्यूब रेल्वेचे एक कार्ड, मन्सूरच्या घराच्या किल्ल्या उचलल्या आणि आपल्या खिशात टाकल्या.

स्कोडाची डिकी उघडून या तरुण हेराने मन्सूरची सूटकेस उघडली आणि तिच्यामधल्या वस्तू बघितल्या. मन्सूरचे कपडे काढून आपले कपडे भरले. या सायबर जिहादीने आपल्या सूटकेसमध्ये भरलेल्या वस्तूंवरून, तो ज्याची जागा घेणार होता त्या माणसाच्या व्यक्तिमत्त्वाबद्दल त्याला अंदाज येणार होता.

त्याने त्याची सूटकेस पुन्हा बंद केली आणि डिकीमधून बाहेर काढून डिकी बंद

केली. मग रायली टर्नरकडे बघितले. ''सुरू करू या सर्व'', तो म्हणाला.

टर्नरने जवळ येऊन एक छोटी बॅग उघडली. ती तीसएक वर्षांची होती. उंच, धडधाकट आणि मोहकही. डोळे निळ्या रंगाचे. तिच्या तपकिरी केसात लाल छटा होती आणि ते मागे घेऊन तिने केसांचा पोनीटेल बांधला होता. इंजेक्शनची सुई काढून तिने भूल द्यायचे औषध बनवायला सुरुवात केली.

चेसने नकारार्थी मान हलवली. ''विचार चांगला असला तरी बोटोक्स नको मला.''

''जशी तुझी इच्छा,'' गाडीमध्ये मागच्या बाजूला बसायची खूण करत ती म्हणाली. ''पण मग चांगलेच दुखणार आहे.''

''मी सहन करेन,'' त्या तरुणाने खात्री दिली.

तिने त्याचे काळे केस मागे सारून कपाळावर खरखरीत सँडपेपरने घासायला सुरुवात केली. कपाळ खरचटण्याचे दुःख तो निर्विकारपणे सहन करत होता; पण हा तर सोपा भाग होता.

नंतर तिने शल्यचिकित्सक वापरतात तसा छोटा चाकू बाहेर काढला आणि त्याच्या डोक्यावर एक वेडीवाकडी जखम केली.

जखमेतून वाहणारे रक्त त्याच्या कपाळावरून डोक्यापर्यंत ओघळत असताना दातावर दात आवळून तो वेदना सहन करत होता.

टर्नरने एक रुमाल त्याच्या हातात ठेवला.

''अरे देवा! काय दुखते आहे,'' तो म्हणाला.

''मी तुला आधीच धोक्याची सूचना दिली होती.''

मन्सूरला व्हॅनमध्ये डांबून ठेवून हॉर्वाथ तिच्याजवळ पोहोचला. त्याने काचांचे तुकडे गोळा करून टर्नरच्या हातात दिले. तिने ते चेसच्या केसात, कपड्यांत टाकले.

मृत माणसांचे खिसे तपासून हॉर्वाथने त्यांचे सेल फोन्स बाहेर काढले. त्यातील सिम कार्ड्स बाहेर काढून तशीच्या तशी दुसरी सिम कार्ड्स बनवली. ड्रायव्हरचा फोन जुळवून चेसकडे टाकला आणि म्हणाला, ''शो-टाइम! सुरू करा नाटक.''

# २

मुस्तफा करामी कुठलाही फोन येण्याची अपेक्षा करत नव्हता. वकारकडून तर अजिबात नाही. तो गाडी चालवत असायला हवा होता. उपसालाजवळ पोहोचल्यावर नफीस टेक्स्ट मेसेज पाठविणार होता. काहीतरी गोंधळ झाला असणार. त्याने थोडे घाबरूनच फोन उचलला.

"कृपा करून मला मदत करा," अत्यंत अस्वस्थपणे कुणीतरी फोनवर म्हणाले.

"कोण बोलते आहे?"

"मन्सूर."

"तू या नंबरवरून का फोन करतो आहेस?"

"अपघात झाला आहे. काय करायचे ते कळत नाही मला."

करामी मध्यम वयाचा गृहस्थ होता. पांढऱ्या दाढीच्या टोकाच्या केसांना पीळ दिलेला. लहानपणी येमेनमध्ये असताना नेहमी आजारी असे. मरतामरता वाचला होता; पण आजारपणामुळे त्याची वाढ खुंटली होती. वयाच्या मानाने वृद्ध आणि अशक्तही भासे.

प्रकृती यथातथा असली, तरी त्याचे डोके तल्लख होते. त्याच्या नजरेतून काही निसटत नसे. त्याची नजर आणि त्याची बुद्धिमत्ता यांच्यामुळे त्याच्यावर सोपविलेली जबाबदारी तो यशस्वीपणे पार पाडू शकला असता.

तरुणपणी येमेनच्या सरकारकडून त्याचा फार क्रूरपणे छळ झाला होता. तेव्हापासून कोणत्याही कामगिरीच्या सुरक्षिततेवर भर द्यायचा त्याने धडा घेतला होता. सेलफोन्सवर बोलणे त्याला अजिबात आवडायचे नाही.

"तुझ्याबरोबर प्रवास करणारे सहप्रवासी कुठे आहेत?" त्याने विचारले.

"मला वाटते, ते मेले आहेत."

"काय?" करामीने चमकूनच विचारले.

"एक गाडी अचानक वळली आणि आमची गाडी झाडावर आदळली."

"कुठल्या तऱ्हेची गाडी होती?"

"माहीत नाही आणि कुठल्या तऱ्हेची गाडी होती याच्याशी काय करायचे आहे? वकार आणि नफीस दोघेही मरण पावले आहेत."

भीतीनेच मन्सूरचा स्वत:च्या मनावरचा ताबा उडत चालल्याची लक्षणे करामीला दिसायला लागली. त्याने त्याला शांत करायचा प्रयत्न केला.

"तू जखमी झाला आहेस का?" करामीने हळुवार स्वरात विचारले.

"नाही. म्हणजे माहीत नाही. माझे डोके आपटले होते. रक्त दिसते आहे."

त्याला घेऊन येण्याची गरज होती.

"गाडी चालवता येण्यासारखी आहे?" करामीने विचारले.

"नाही."

"अपघात बघणारे कुणी साक्षीदार होते? पोलिसांना बोलावले आहे?"

"माहीत नाही."

"तू कुठे आहेस?"

"माहीत नाही. काय करायचे मी? तू येऊन मला घेऊन जाणार आहेस की नाही?"

बोलणे थोडे उद्धटपणाचे वाटले, तरी करामीने ते मनावर घेतले नाही. तो पोरगा घाबरला होता आणि त्याला बहुधा मोठा मानसिक धक्काही बसला होता.

"तुला आसपास काय दिसते आहे ते सांग मला. म्हणजे तू कुठे आहेस याचा मला अंदाज येईल."

चेसने भराभरा जवळपास काय दिसते आहे, ते सांगितले.

"ठीक आहे," करामी आपल्या टेबलाच्या ड्रॉवरमधून एक नकाशा काढत म्हणाला. "मला वाटते तू कुठे आहेस, ते लक्षात येते आहे माझ्या. तुला घेऊन येण्यासाठी मी आपल्या दोघा बंधूंना पाठवतो. तू आता आहेस तिथून पुढे तीन किलोमीटर अंतरावर एक खेडेगाव आहे. तू त्या खेडेगावात शिरलास की, डाव्या बाजूला तुला एक ग्रोसरी मार्केट दिसेल. त्यानंतर एक सॉकरचे मैदान आहे. तिथेच थांब. ते तुला न्यायला येतील."

"अल्लाचीच कृपा!" चेस म्हणाला.

निघण्यापूर्वी काय काय करायचे, याबद्दल सविस्तरपणे सूचना देऊन करामीने फोन ठेवून दिला.

आपल्या दोन माणसांना करामीने काय घडले आहे, याची कल्पना दिली आणि संगणक तज्ज्ञाला घेऊन येण्यासाठी पाठवून दिले.

ते निघाल्यावर करामी आपल्या निष्ठावंत चेल्याकडे वळला. अत्यंत दणकट

आणि युद्धाचा अनुभव असणारा साबा पॅलेस्टिनिअन होता. मुजाहिदीन बनण्यापूर्वी तो वेस्ट बँकमधील रामल्ला या शहरामधला एक लाचखोर पोलीस अधिकारी होता.

"हा अपघात कुठे घडला ते शोधून काढ साबा आणि तो निश्चितपणे अपघातच होता का, याची खात्री करून घे. लक्षात आले ना मला काय म्हणायचे आहे?"

साबाने मान डोलवली.

"ठीक आहे तर," करामी म्हणाला. "जे कळेल ते दुसऱ्या कुणाशी बोलायचे नाही; फक्त मलाच सांगायचे. आले लक्षात?"

साबाने पुन्हा एकदा मान डोलवली.

"असले अपघात आपल्याला चालणार नाहीत. जे काही घडते आहे, ते लक्षात घेता अजिबातच नाही. आपण फक्त एकमेकांवर विश्वास ठेवू शकतो. दुसऱ्या कुणावरही नाही." त्याने हातानेच इशारा करत आज्ञा दिली, "जा तू आता!"

करामी अत्यंत संशयी बनला होता. त्याला तशीच कारणेही होती म्हणा. त्यांच्या अनेक योजना फसल्या होत्या. आता त्याला प्रत्येक गोष्टीबद्दल आणि प्रत्येक माणसाबद्दल संशय यायला लागला होता.

साबा या घटनेचा पूर्ण थांगपत्ता लावेल, अशी त्याला आशा होती. शेवटी शहराबाहेरचा छोटा आणि विशेष वाहतूक नसणारा रस्ताच होता तो. करामीने स्वत: आखून दिलेला मार्ग. अपघाताच्या जागी दुसरे कुणी पोहोचले नसेल, तर साबाने नक्की काय घडले याचा छडा लावला असता. त्याच्या आधीच पोलीस आणि इतर बघे पोहोचले असतील, तर तो काही करू शकणार नव्हता.

तसे झाले तर करामीला स्वत:च चौकशी करणे भाग पडले असते. ती मन्सूर अलीमपासूनच सुरू झाली असती. त्याचे समाधान होईस्तोवर महान आझीम अलीमच्या पुतण्यावरही विश्वास ठेवण्याचा धोका तो पत्करणार नव्हता. कुणालाही पैसे चारता येतात. धमक्याही देता येतात.

करामीने शपथ घेतली होती आणि तो ती पाळणार होता; कुणाचाही मुलाहिजा न ठेवता आणि कोणत्याही परिस्थितीत हाती घेतलेले काम तडीस नेणार होता.

मन्सूरला सुरक्षित घरामध्ये आणण्याची कल्पना तरी योग्य आहे की नाही, यावर तो विचार करायला लागला. त्याची इतरत्र कुठे तात्पुरती व्यवस्था करावी का, असा विचार त्याच्या मनात डोकावत असतानाच त्याच्या लॅपटॉप स्काइपचे चिन्ह हलायला लागले.

तो ज्याची चाकरी करत होता, त्या माणसाकडूनच संदेश आला होता... कतारमधला शेख.

*सर्व तयारी व्यवस्थित झाली आहे?* शेखने विचारले.

*झाली आहे, करामीने टाइप केले.*

*तयार राहा तर, शेखने उत्तर दिले.*

*अल्लाची इच्छा असेल तर तुला पुढची हालचाल करण्याच्या सूचना मिळतील.*

एवढेच सांगून शेख नाहीसा झाला. करामी पुन्हा मन्सूरचा विचार करायला लागला. सध्यातरी त्याची दुसरीकडेच सोय करायला हवी. सुरक्षित घर आणि गटातल्या व्यक्तींपासून दूर. फारच मोठ्या योजनेचे भवितव्य या क्षणी त्याच्यावर अवलंबून होते. कुठलाही धोका स्वीकारायची त्याची तयारी नव्हती.

स्वत:ला कतारमधला शेख म्हणवणाऱ्या माणसाने आपला लॅपटॉप बंद केला. यकृताच्या दोषांमुळे त्याच्या हातांवर पुरळ उठलेले दिसत होते. आपल्या विशाल अपार्टमेंटच्या खिडकीमधून त्याने बाहेर नजर टाकली. मॅनहॅटन स्कायलाइनचे क्षितिजाच्या पार्श्वभूमीवरील उंचच उंच इमारतींचे दृश्य थक्क करणारे होते. याच दृश्यासाठी तर त्याने तीस मिलियन डॉलर्स मोजले होते. आता कुठे पहाट होत असली, तरी दृश्य अप्रतिमच होते.

स्टॉक मार्केट्स सुरू होण्यापूर्वीच तयार होऊन बसणे त्याला आवडत असे. वय वाढत चालले तशी त्याला झोपेची आवश्यकता कमीच भासायला लागली होती, जास्त नाही. शक्तीसाठी तो गुप्तपणे वेगवेगळ्या व्हिटॅमिन्सच्या गोळ्या खात असे. त्वचा चांगली राहावी, अवयव धडधाकट राहावेत म्हणून हार्मोन्सची आणि स्टेम सेल्सची, वेगळ्याच देशांमधील इंजेक्शन्स घेत असे; पण लोकांशी बोलताना सांगे की, बालपणापासूनच त्याच्याकडे उत्साह आणि शक्ती यांचा अंतर्गत स्रोत आहे, ही प्रकृती त्याला वारसाहक्काने मिळालेली देणगी आहे.

जेम्स स्टॅंडिंगच्या व्यक्तिमत्त्वात फार परस्परविरोधी छटांचे मिश्रण होते खरेच. जेम्स स्टॅंडिंग नावही खोटेच होते.

ज्यू आई-वडिलांपासून जन्म झालेला तो रुमानिअन मुलगा होता. लेव ब्रॉन्स्टिन. दुसरे महायुद्ध सुरू झाल्यावर त्याच्या आई-वडिलांनी त्याला अर्जेंटिनामधील नातेवाइकांकडे पाठवले. परिस्थिती सुधारेल या आशेवर स्वत: मागे राहून आपला व्यवसाय सांभाळत राहिले आणि छळछावण्यांतून जिवंत बाहेर पडलेच नाहीत.

तेराव्या वर्षी तो अर्जेंटिनामधल्या नातलगांच्या घरामधून पळाला. जुडाइझमचा त्याग करून त्याने आपले नावही बदलले - होसे बेलमोन्टे. होसे गोमेस ओर्टेगा आणि हुआन बेलमोन्टे गार्सिया या त्या वेळच्या दोन जगप्रसिद्ध बुलफायटर्सच्या - मॅटडोर्सच्या नावांपासून त्याने आपले नाव बनवले होते.

हा नवा बेलमोन्टे ब्यूनोस आयरीसला पोहोचला आणि एका मोठ्या हॉटेलमध्ये बेलबॉय म्हणून कामाला लागला. तो उत्साहाने काम करे आणि वेगवेगळ्या भाषा बोलू शकत असे. तेव्हा रात्री टेलिफोनचा स्विचबोर्ड सांभाळायचे कामही मधूनमधून

करताकरता त्याची त्याच कामावर नेमणूक झाली आणि त्याचे नशीब पालटायला लागले.

बेलमोन्टे किंवा ब्रॉन्स्टिन - चक्क हॉटेलच्या पाहुण्यांचे, मुख्यत: श्रीमंत पाहुण्यांचे, टेलिफोनवरचे संभाषण ऐकत असे. पंधराव्या वर्षी तो स्टॉक मार्केटमध्ये उलाढाली करायला लागला. अठराव्या वर्षी इंग्लिशमध्ये उत्कृष्ट बोलायला लागला आणि विसाव्या वर्षी पुन्हा एकदा नाव बदलून अमेरिकेमध्ये पोहोचला.

स्टँडिंग हे हॉटेलमधील एका अमेरिकन पाहुण्याचे नाव होते. दर हिवाळ्यात तो ब्यूनोस आयरीस येथील हॉटेलमध्ये राहायला येत असे. बरोबर त्याची पत्नीही असे. गोरी, गुटगुटीत, भपकेबाज कपडे घालणारी. बेलमोन्टेच्या दृष्टीने ते सिनेस्टार्सच होते. तो स्वत:ही जगाने तशीच वागणूक देण्याच्या लायकीचा माणूस होता, याची त्याला पूर्ण खात्री होती. त्याचा एक आवडता अमेरिकन लेखक होता. जेम्स फेनिमोर कूपर. त्याचे पहिले नाव आणि स्टँडिंग हे आडनाव घेऊन जेम्स स्टँडिंग जन्माला आला.

तो अमेरिकेला आला. त्याला स्टॉक मार्केट खेळायची आवड होती. आतल्या बातम्यांचा वापर करून त्याने त्याची शिल्लक... तशी बरीच रक्कम होती... गुंतवायला सुरुवात केली आणि आर्थिक साम्राज्यच स्थापन केले.

आता खूप उंचीवरच्या आपल्या फ्लॅटमधून जगाच्या आर्थिक साम्राज्याच्या राजधानीवर नजर टाकत, दररोज सकाळी तो जेव्हा सर्व वृत्तपत्रे वाचून काढत असे, तेव्हा इतर लोक जागेही झालेले नसत.

आजतर तो कुठल्याही परिस्थितीत लवकर उठणारच होता. खरेतर आदल्या रात्री त्याला धड झोपही लागली नव्हती. तो अत्यंत महत्त्वाचा असा एक फोन येण्याची वाट बघत होता.

कुणीतरी चुकीच्या माणसाच्या पायावर पाय टाकला होता. तो चुकीचा माणूस होता जेम्स स्टँडिंग. आता त्याला कायमची आठवण राहील, असा यातनामय धडा शिकवला जाणार होता.

त्यामुळे काही माणसांच्या आड आल्यास किती भयंकर परिणाम होऊ शकतात, याचीही त्याच्या शत्रूंना जाणीव होणार होती. अर्थात, यात कुठेही जेम्स स्टँडिंगचा संबंध आलेला दिसला नसता. तसा तो येऊ देणारच नव्हता. तो मूर्खपणा ठरला असता. लोकांनी काहीही समजूत करून घेतली असती, तरी चालले असते. त्याचा संबंध होता की नव्हता, हे गूढ न उकलल्याने त्याची ताकद वाढणारच होती.

तो कायद्याने वागतो असे भासवत असला, तरी सर्व नियम पायदळी तुडवूनच त्याने आजचे स्थान गाठले होते. आणखी थोडासाच काळ त्याला तसे वागणे भाग होते.

मग एका नियंत्रित स्फोटाद्वारे लॉस एंजेलिसमधील एक हॉटेल जसे उद्ध्वस्त करून टाकले होते, तशीच अमेरिका उद्ध्वस्त होणार होती. एकदा तसे घडले की, जेम्स स्टँडिंगला कोणतेच नियम लागू ठरणार नव्हते.

# ३

## कोल्डवॉटर कॅनिअन,
## लॉस एंजेलिस, कॅलिफोर्निया

नदीमधल्या दगडधोंड्यांनी बनविलेल्या ड्राइव्ह-वेच्या शेवटी येऊन लाल रंगाची पोर्शे ९११ जीटी ३ गाडी उभी राहिली.

"तू ठीक राहशील ना?"

ड्रायव्हरशेजारी बसलेल्या माणसाने काहीच उत्तर दिले नाही. मोटरकोर्टच्या मध्यावर कारंजे होते. हिरवा गंज चढलेला पोसेइडॉन शिंपले घेऊन जाणाऱ्या छोट्या मुलींकडे बघत होता. एका शिंपल्यामधून दुसऱ्या शिंपल्यात कोसळणाऱ्या पाण्याचा आवाज पोर्शेच्या उघड्या खिडकीमधून आत शिरत होता.

दोघेही काही न बोलता थोडा वेळ तसेच बसून होते. किनाऱ्यावरून येणाऱ्या वाऱ्यामुळे रात्रीची हवा दमट होती. ओक आणि पाइनचे वृक्ष झोपलेल्या घोड्यांप्रमाणे कुरणात डुलत होते.

एकामागोमाग एक असलेल्या निकेल आणि स्टेनलेस स्टीलमिश्रित ब्रश्ड ॲल्युमिनिअमच्या गराजच्या दरवाजांमागे कोट्यवधी डॉलर्स किमतीच्या उंची, आरामदायक मोटरगाड्या ठेवलेल्या होत्या. शेजारच्या काच आणि पोलाद वापरलेल्या घरामध्ये किंमतही करता न येणाऱ्या कलाकृतींचा अमूल्य खजिना होता. अत्याधुनिक तंत्रज्ञानाने बनविलेली इतरही अनेक खेळणी-साधने होती. घरामागे हातांनी बसविलेल्या रंगीबेरंगी दगडांच्या नक्षीने सजविलेला पोहण्याचा तलाव होता. तीन होल्सचे गोल्फ कोर्स होते. वेगवेगळ्या देशांतील चित्रविचित्र झाडेझुडपे असणाऱ्या बागांनी प्राचीन बॅबिलोनची आश्चर्ये समजल्या जाणाऱ्या बागांशीसुद्धा स्पर्धा केली असती. बाहेरच्या कोणत्याही माणसाने म्हटले असते की, ड्रायव्हरच्या शेजारच्या सीटवर बसलेल्या माणसाकडे जगामधल्या हव्याहव्याशा वाटणाऱ्या गोष्टी तर होत्याच; पण त्यापेक्षाही जास्त काहीतरी होते.

ज्यांची आठवण धड नव्हती किंवा ज्यांना त्याने या जागी पोहोचण्यासाठी किती

अफाट परिश्रम केले होते याकडे दुर्लक्षच करायचे होते, त्यांनी म्हटले असते की, लॅरी सालोमन, बावन्न वर्षांचा सिनेनिर्माता, मिडास या ग्रीक राजासारखा होता. तो हात लावेल त्या गोष्टीचे सोने होत असणार.

राजकारणी लोकांसाठी पैसा उभा करण्यासाठी त्याने सुरुवातीला स्वत:च्या घरीच कार्यक्रम आयोजित केले होते. नंतर त्याने ते थांबवले; पण तेच राजकारणी त्याला सर्वकाही फार सहजपणे मिळाले होते, असे आता हसून म्हणत. *वॉशिंग्टनच्या राजकारणातील जंगलाशी तुलना करताना हॉलिवुड म्हणजे प्राणिसंग्रहालय आहे, अशी तुलना ते करत.*

ते काय बडबडत होते, याचा खरा अर्थ त्यांनाही कळत नव्हताच. हॉलिवुड चार्ल्स डिकन्सच्या कादंबऱ्यांप्रमाणे आहे. हॉलिवुडसारखी उत्कृष्ट जागा नाही आणि त्याहून निकृष्ट जागाही नाही. मॅकिआवेली, दान्ते, शेक्सपिअर... मजेत राहिले असते इथे. म्यूझिक व्हिडिओज, फ्लॅट टी.व्ही. स्क्रीन्स, बर्गर्स आणि हॉट डॉग्ज खायला घालणारी डायनर्स... टिन्सेल टाउन फार विविध तऱ्हेच्या उद्योगांनी गजबजलेले होते.

ते एक आधुनिक झांजिबार होते. विकले जाणारे गुलाम क्षणाक्षणाला आपला आत्माच गमावून बसत होते. ते विकले जात होते, चोरले जात होते; पण तरीही हॉलिवुड म्हणजे अलौकिक बुद्धिमत्ता आणि अपूर्व सौंदर्याची खाण होती, जिथे अजूनही स्वप्ने प्रत्यक्षात येत होती.

सर्वसामान्य माणसांना प्रिय असणाऱ्या प्रेमकथा हॉलिवुडमध्ये सांगितल्या जात होत्या. पुन:पुन्हा सांगितल्या जात होत्या. त्या उद्योगाचा जगभर पसरलेला आवाका एकाच वेळी मनात धडकी निर्माण करणारा होता, तसाच नवनवीन कलाकृतींच्या निर्मितीला प्रेरणा देणारा होता.

हॉलिवुड ही अशी एक जागा आहे की, जिथे एखादा सर्जनशील मनाचा माणूस इतरांना साथीला घेऊन अत्यंत कौशल्याने लाखो लोकांच्या आयुष्यात बदल घडवू शकणाऱ्या कलाकृतीला जन्म देऊ शकत होता. बहुतेक सर्व लोकांच्या दृष्टीने हॉलिवुड म्हणजे एक जादूनगरी होती. दुर्दैवाने आणि खूप यशस्वी असूनही लॅरी सालोमनचा या जादूवर विश्वास नव्हता.

जादूवर विश्वास म्हणजे फारच भाबडेपणा आहे, असा तो विचार करे आणि *त्यानंतर त्यांनी कायम सुखासमाधानाने जीवन घालवले* ही फक्त परीकथाच असू शकते किंवा परीकथांचा आजचा अवतार असणारे चित्रपट. मनाला उभारी देणारा फसवाफसवीचा सुरेख खेळ. लॅरी सालोमनला या सगळ्याची पूर्ण जाणीव होती.

चित्रपटनिर्मात्याला गाडी चालवत घरी घेऊन येणारा माणूस पुन्हा म्हणाला, ''लॅरी, मला खात्री करून घ्यायची आहे की, तू ठीक राहशील म्हणून.''

“फार आठवण येते रे तिची!” सालोमन म्हणाला.

ल्यूक रॅल्स्टनने पोर्शे न्यूट्रल गिअरमध्ये आणली. पार्किंग ब्रेक लावला. सालोमनच्या गेल्या सहा चित्रपटांसाठी त्याने त्याच्याबरोबर काम केले होते. त्यांची दाट मैत्री झाली होती. त्याच्या अधूनमधून लंगडण्याकडे दुर्लक्ष करता आले असते तर उंच, दणकट, पांढरेशुभ्र दात असणारा रॅल्स्टन त्या चित्रपटांमधील नायकच शोभला असता.

पण तो नट नव्हता. हॉलिवुडमध्ये प्रचलित असणाऱ्या भाषेत तो *तांत्रिक सल्लागार* होता. रॅल्स्टनला लष्करी पार्श्वभूमी होती. तो पूर्वी डेल्टा फोर्समध्ये होता. ज्या सीन्समध्ये बंदुका, पिस्तुले यांचा वापर, हातघाईची लढाई, वेगाने गाड्या चालवणे किंवा इतर संबंधित कसब दाखवायचे असे, तिथे ते नक्की काय करत आहेत याची सालोमनच्या नायक-नायिकांना जाणीव आहे, याची काळजी तो चित्रीकरणाच्या वेळी घेत असे.

अवकाशात कुठेतरी नजर लावून सालोमन म्हणाला, “प्रत्येकजण म्हणतो की, काही काळानंतर ते सोपे जाईल. तू फक्त खंबीर राहा. काहीही सोपे वगैरे होत नाही.”

विंडशील्डवर धुके पसरायला लागले. तापमान खाली घसरत होते.

गाडीच्या खिडक्या उघडाव्यात असा क्षणभर मनात आलेला विचार रॅल्स्टनने झटकून टाकला. गाडीमध्ये मन:स्थिती बिघडली असती, तर त्यांनी लवकरच एकमेकांचा निरोप घेतला असता आणि ते आपापल्या मार्गाला लागले असते. सालोमनला मनामधल्या विचारांना वाट करून द्यायची होती. तेव्हा रॅल्स्टन बसून ऐकत राहणार होता. जितका वेळ गरज असेल तितका वेळ.

मग बराच वेळ शांतता होती. जीटी ३ च्या इंजिनाची अस्पष्ट धडधड आणि कारंजाचे पाणी यांचाच काय तो आवाज ऐकू येत होता. शेवटी सालोमन म्हणाला, “मला वाटते, मी आत जावे आता.”

“मी थोडा वेळ आत यावे, अशी इच्छा आहे का तुझी?”

वयाने मोठ्या असणाऱ्या सालोमनने नकारार्थी मान हलवली. सीटचा बांधलेला पट्टा काढून तो दाराचे हॅन्डल शोधायला लागला.

रॅल्स्टनने हळूच आपल्या मित्राच्या दंडावर हात ठेवला. “आता झोपण्यापूर्वी शेवटचा पेग नको घेऊस लॅरी, ठीक आहे?” या चित्रपटनिर्मात्याने आधीच भरपूर दारू ढोसली होती.

“तू म्हणशील तसे,” त्याने उत्तर दिले. “आणि तुला हवे असेल तर गेस्ट हाउस रिकामेच आहे.”

तरुण माणसाने आपल्या घड्याळाकडे नजर टाकली. सालोमन गाडी चालविण्याच्या

स्थितीत नाही हे लक्षात आल्यावर त्यांनी सालोमनची गाडी रेस्टॉरंटजवळ तशीच ठेवून दिली होती. "मला सकाळीच मित्रांना भेटायचे आहे," रॅल्स्टन म्हणाला. "मग मी तुला फोन करतो आणि तुझी गाडी कशी आणायची, ते ठरवू आपण."

निर्मात्याने हँडल पकडले आणि दार उघडले. "ती काळजी सोड. मी बघतो काय करायचे ते," गाडीतून बाहेर पडत असताना तो उद्‌गारला.

सालोमनच्या आवाजात फरक पडला होता. त्याच्या मनाची स्थिती आता बदलायला लागली होती. दुःखाऐवजी स्वरात राग उमटायला लागला होता. दारूचाच परिणाम!

रॅल्स्टनने मान हलवली. त्याने आपल्या मित्राला इतकी दारू पिण्यापासून थांबवायला हवे होते; पण दिवसाच्या अखेरीस दारूतच तर दुःख बुडवायचे असते.

गाडीचे दार बंद करून निर्माता घराच्या दिशेने चालायला लागला असताना रॅल्स्टनने विचारले, "ठीक राहशील ना तू?"

सालोमन वळलाही नाही. त्याने नुसता हात वर केला आणि आपल्या घराच्या पायऱ्या चढायला सुरुवात केली.

रॅल्स्टन त्याला चांगला ओळखत होता. तो नक्की आत जाऊन पुन्हा पीत बसणार होता. तो त्या बाबतीत विशेष काही करूही शकणार नव्हता. शेवटची पायरी चढून तो काचेचा दरवाजा उघडत असताना रॅल्स्टन म्हणाला, "थोडी झोप घ्यायचा प्रयत्न कर तू."

आपला मित्र व्यवस्थितपणे घरात शिरेपर्यंत रॅल्स्टन थांबून बघत होता. मग त्याने पोर्शेचा गिअर टाकला आणि तो मोटर कोर्टवरून बाहेर निघाला.

वळतवळत जाणाऱ्या ड्राइव्ह-वेवरून गाडी निघाली असतानाही त्याच्या मनात परत फिरायचा विचार डोकावत होता. वर्षामधल्या सर्व रात्रींमध्ये आजची रात्र सालोमनच्या दृष्टीने कठीणच होती.

तीन वर्षांपूर्वी तिचा खून झाला नसता तर त्याच्या मुलीचा - राचेलचा - आज एकविसावा वाढदिवस असता. तिचा खून पडला आणि वर्षभराच्या आत लॅरीचे लग्नही संपुष्टात आले.

कोणत्याही आई-वडिलांच्या वाट्याला आपले मूल गमावण्याचे दुःख येऊ नये आणि त्याच काळात पत्नी सोडून जाणे हे तर सहन करण्याच्या पलीकडचेच असते.

त्याची पत्नी त्याला सोडून परत पूर्व किनाऱ्याला गेल्यावर मात्र लॅरी आपल्या दुःखातून कधी सावरलाच नाही. अनेक सुप्रसिद्ध नायिका स्वतःहून त्याच्या मागे लागल्या असतानाही तो दुसऱ्या कुठल्याही स्त्रीबरोबर पुन्हा राहिला नाही. त्याची ती इच्छाच नाहीशी झाली होती. काम - केवळ कामामध्ये स्वतःला झोकून देऊन तो जगत होता.

*आता या वेळी तो भलताच मूर्खपणा करून बसला तर?* दारू आणि औदासिन्य हे फार धोकादायक मिश्रण असते.

गेटवर पोहोचेपर्यंत त्याच्या मनात हाच विचार घोळत होता. एखाद्या वेळी स्वत:च्या घरी जाईपर्यंतही या विचाराने त्याची पाठ सोडली नसती; पण अचानक त्याचे लक्ष दुसऱ्याच गोष्टीकडे वेधले. *टायरच्या खुणा.*

*त्याच्या गाडीच्या खुणांवर दुसऱ्या गाडीच्या खुणा आल्याच कशा?* रॅल्स्टनने गाडीचा वेग कमी केला. त्याच्या पोर्शेच्या खुणांपेक्षा त्या वेगळ्याच होत्या आणि डाव्या बाजूला, इस्टेटीच्या मागच्या बाजूला नेणाऱ्या सर्व्हिस ड्राइव्हकडे वळलेल्या दिसत होत्या.

हॉलिवुडमधले फार कमी श्रीमंत चोवीस तास नोकर बाळगत नसत; सालोमन हा त्यांच्यापैकीच एक होता. आता मध्यरात्र उलटून गेल्याने सकाळच झाली म्हणायचे झाले तरी, सालोमनकडे लँडस्केपर्स किंवा दुसरे कुणीही कामाला यायला अजून खूप अवकाश होता. ते गेटमधून आत शिरल्यानंतर त्यांच्या मागोमाग कुणीतरी आत आले होते. रॅल्स्टनने शोध घ्यायचे ठरवले.

गाडी मागे घेऊन त्याने गाडीचे दिवे बंद केले आणि तो सर्व्हिस ड्राइव्हवर वळला. लॉस एंजेलिससारख्या शहरात तुम्ही कुठे राहता, हे तुमच्या गाडीवरून ठरते. लाल रंगाची ९११ या ठिकाणी योग्यच होती; पण तिच्या इंजिनचा वेगळा आवाज येत नाही. अजिबात आवाज न करता चालणारी गाडी तो चालवत असता तर बरे झाले असते, असा विचार रॅल्स्टनच्या मनात प्रथमच येऊन गेला.

झाडाझुडपांनी शोभिवंत बनविलेल्या इस्टेटीच्या वळणावळणाच्या ड्राइव्हवेपेक्षा सर्व्हिस रोड साधाच होता. डांबर टाकलेला 'दोन वळणे असणारा' रोलर कोस्टरसारखा रस्ता.

दुसऱ्या वळणानंतर सालोमनच्या घराचा मागचा भाग दूरवर नजरेत आला. इस्टेटीवरच्या इतर घरांच्या बाह्याकृतीही.

पोर्शेचे मागचे दिवे - टेल लाइट्स - लागू नयेत म्हणून त्याने पार्किंग ब्रेक लावून गाडी उभी केली आणि बघायला सुरुवात केली. एक फोर्ड इकोनोलाइन व्हॅन वळत पुन्हा आलेल्या मार्गाकडेच सर्व्हिस रोडच्या दिशेने तोंड करून उभी राहत होती.

व्हॅनच्या ड्रायव्हरने हेडलाइट्स बंद केले, पण मार्कर लाइट्स चालूच ठेवले. रॅल्स्टन थांबला; पण नंतर काहीच घडले नाही. व्हॅनमधून कुणी बाहेर पडले नाही की कुणी आतही शिरले नाही.

पळ काढण्याच्या दृष्टीने सज्ज ठेवलेली गाडी तर नाही ना, असा विचार त्याच्या मनात आपोआपच आला. *लॅरी सालोमनच्या घरावर दरोडा तर पडत नव्हता ना?*

थोडा वेळ तसाच गेल्यावर त्याला नुसते थांबायचाही कंटाळा आला. सेलफोन काढून त्याने सालोमनला फोन करायचे ठरविले. या सर्व प्रकाराचे दुसरेही काही स्पष्टीकरण असू शकले असते.

सालोमनच्या फोनसाठी त्याने स्पीड डायलचे बटण दाबले. फोन लागला नाही. स्क्रोल करून नंबर शोधून तो लावला तरी फोन लागेना. त्याला सिग्नलचे बारही फोनवर दिसेनात. पूर्वी कधीच त्याला फोन लागायला त्रास झाला नव्हता.

त्याचा निर्णय झाला. योगायोगांवर विश्वास न ठेवण्याची तालीम त्याला मिळाली होती. त्याने ब्रेक सोडला, गाडी गिअरमध्ये टाकली. *काहीतरी वाईट घडते आहे,* अशी भावना त्याच्या मनात प्रबळ व्हायला लागली.

# ४

अशा वेळीच, स्वसंरक्षणार्थ पिस्तूल बाळगण्यासाठी अजिबात सहकार्य न देणाऱ्या कॅलिफोर्निया राज्याचा गळा दाबावा, अशी ऊर्मी ल्यूक रॅल्स्टनच्या मनात निर्माण होई. आत्ता मध्यरात्र होती, फाटक लावून बंद केलेल्या खासगी इस्टेटीत एक व्हॅन त्याच्या गाडीमागोमाग आत घुसली होती आणि त्याच्याकडे शस्त्रही नव्हते. व्हॅन आणि तिचा ड्रायव्हर या क्षणी इथे असण्याचे पटेल असे कारण असू शकले असते; पण त्याला त्या बाबतीत शंकाच होती. एखादे शस्त्र जवळ असते, तर त्याला खूप बरे वाटले असते.

व्हॅन घेऊन ड्रायव्हर जर चांगल्या हेतूने आला नसेल, तर त्याच्याकडे शस्त्र असण्याची बरीच शक्यता दिसत होती, हे ध्यानात ठेवूनच रॅल्स्टनने हालचालीला सुरुवात केली.

त्याच्या लष्करी कारकिर्दीने *वेग, अनपेक्षित धक्का आणि जबरदस्त हिंसक अशी प्रतिक्रिया* या गोष्टी त्याच्या नसानसांत भिनवलेल्या होत्या. व्हॅन आणि ड्रायव्हरवर आधी हल्ला करणे शक्य झाले नसते तरी वेग आणि अनपेक्षित धक्का यांच्या बळावर तो परिस्थितीवर नियंत्रण ठेवू शकला असता.

त्याने गाडीचे हेडलाइट्स आणि प्रखर दिवे लावून ती दणक्यात व्हॅनच्या दिशेने न्यायला सुरुवात केली.

तत्काळ व्हॅनमधून ड्रायव्हरने खाली उडी मारली. त्याच्या हातात शॉटगन आहे असे वाटल्यावर रॅल्स्टनने पाय ॲक्सिलरेटरवर दाबला.

मोठा आवाज करत एक गोळी सुटली आणि रॅल्स्टनच्या पोर्शेच्या पुढल्या भागावर आदळली. गोळी झाडणारा माणूस हेडलाइट्स उडवायचा प्रयत्न करत असावा. फार मोठी चूक.

रॅल्स्टनची गाडी वेगात निघाली होती. तो गाडी सरळ ड्रायव्हरच्या दिशेनेच नेत होता. त्या माणसाने दुसरी गोळी बंदुकीच्या चेंबरमध्ये घातली असेल आणि

रॅल्स्टनने दिवे बंद केले. त्या माणसाला क्षणभर काहीही दिसेनासे झाले.

गाडीच्या आवाजाच्या दिशेने नेम धरण्याशिवाय तो काहीच करू शकत नव्हता आणि गाडी भर वेगात त्याच्याचकडे निघाली होती.

व्हॅनचा ड्रायव्हर खरोखर नेमबाज होता की नशीबवान, याची रॅल्स्टनला कल्पना नव्हती; पण दुसरी गोळी तसाच आवाज करत विंडशील्डला भोक पाडून आत घुसली. बकशॉट्स -छर्रे - असते तर ते काचेवरून तसेच उडाले असते. जो कोणी त्याच्यावर गोळीबार करत होता, तो स्लग्ज - वजनदार आणि टोकदार खिळ्यांसारख्या गोळ्या वापरत असणार. त्याच्या शेजारच्या सीटच्या चिंध्या उडाल्या असणार हे कळण्यासाठी रॅल्स्टनला वळून बघण्याची गरज नव्हती. गोळी जर काही इंच डावीकडे बसली असती तर त्याची तीच गत झाली असती.

आता ९११ च्या इंजिनाची धडधड ऐकवेनाशी झाली. पुढे जे घडणार होते त्यासाठी रॅल्स्टन तयार झाला.

पुन्हा एकदा गाडीचे हेडलाइट्स आणि प्रखर दिवे लावताच गोळ्या झाडणाऱ्या माणसाचे डोळे दिपले. प्रचंड दणका उडवत शॉटगनमधून गोळी सुटली, पण त्या माणसाने केलेली ती शेवटचीच गोष्ट होती. रॅल्स्टनच्या गाडीच्या पुढल्या उजव्या बाजूने त्या माणसाला जोरदार धडक दिली.

पण फेकला जाण्याऐवजी तो धिप्पाड माणूस अर्धा गाडीखालीच आला. रॅल्स्टनने गाडीवर ताबा ठेवायचा प्रयत्न केला; पण अदृश्य अशा शक्तीने जणू काही गाडीला उचलून तिच्या सस्पेन्शनखालून त्या माणसाला खेचायचा प्रयत्न केला. पोर्शे उजव्या बाजूला कलंडायला लागली. ती नक्की आडवी होणार असे वाटत असतानाच दाणकन जमिनीवर आदळली.

रॅल्स्टनने गाडीचे चाक घट्ट धरून ती ताब्यात ठेवण्याचा प्रयत्न केला. शेवटी ओल्या गवतावर गर्रकन फिरत तिची बाजू शेजारच्या इमारतीवर आदळली आणि ती थांबली. एक भयानक क्षण संपला आणि पुढचा सुरू झाला.

बांधलेला पट्टा सोडून रॅल्स्टनने गाडीबाहेर पडायची धडपड सुरू केली. गाडीची पार वाताहत झाली होती. घाबरल्यामुळेच त्याच्या शरीराची थरथर झाली.

घरामध्ये गोळी झाडल्याचा एक दबका आवाज आला आणि तो भानावर आला. अजून धोका होताच.

ड्रायव्हरची शॉटगन शोधण्यासाठी वेळ दवडण्यात अर्थ नव्हता. फ्लॅशलाइटशिवाय ती पटकन सापडण्याची शक्यता फार कमी होती. व्हॅनमध्ये दुसरी कुठली बंदूक असली, तर तीही शोधता आली नसती. रॅल्स्टनने घराच्या दिशेने धाव घेतली. घरामध्ये शिरून सालोमनचा जीव वाचवायला हवा होता.

जो कुणी आत असेल त्याने सर्व्हिस रोडवरच्या गोळीबाराचे आवाज ऐकले

असणारच. कॅनिअनच्या या एकाकी जागेत एखाद्या शेजाऱ्याने शॉटगनच्या दणक्यांचे आवाज ऐकल्यावर पोलिसांना बोलावले असले, तरी काही फरक पडणार नव्हता. पोलीस येईपर्यंत इथे जे काही घडत होते, ते सर्व संपणार होते. सालोमन आतमध्ये अजूनही जिवंत असेल तर हल्लेखोर निर्धाराने हल्ला चढवून आपले काम संपवून जाणार होते. रॅल्स्टनला घाई करणे भाग होते.

अशा घरफोड्यांत बहुधा नेहमीच *आतल्या कुणाचातरी* हात असतो. हल्लेखोरांना घराच्या अंतर्भागाचा संपूर्ण आराखडा माहीत असतो. घरातील प्रत्येक वस्तू आणि प्रत्येक माणूस कुठे असणार, हे कळलेले असते. या घरफोड्यांना त्यांची रॅल्स्टनशी गाठ पडणार आहे, याचीच फक्त कल्पना नव्हती आणि रॅल्स्टनलाही घराच्या अंतर्भागाची रचना ठाऊक होती.

व्हॅन ज्या ठिकाणी वळली होती ती जागा लक्षात घेता आत गेलेल्या घुसखोराला घराच्या सर्व्हिस एन्ट्रन्सपाशी - नोकरचाकर वापरतात त्या प्रवेशद्वाराजवळ किंवा त्या प्रवेशद्वाराशीच - सोडले होते. *नक्कीच आतला कुणीतरी माणूस त्यांना फितूर झालेला असणार.* तो दाराजवळ आला. ते टेकू देऊन उघडे ठेवले होते. आत जाण्यासाठीच नव्हे तर बाहेर पडण्यासाठीही याच दाराचा वापर होणार होता.

टेकू लावून दार उघडून ठेवल्याचा एक फायदा रॅल्स्टनला होणार होता. सालोमन सुरक्षा यंत्रणा पुन्हा सुरू करायची तसदी कधीच घेत नसे. तीन वेळा धोक्याचा इशारा होऊन गेला असणार. रॅल्स्टन आत शिरल्याचे कुणाच्या लक्षात आले नाही.

सर्व्हिस एन्ट्रन्सजवळ युटिलिटी रूम होती. दररोज लागणारे सामानसुमान ठेवायची जागा. ती एक कुटुंब राहू शकेल अशा छोट्या अपार्टमेंटएवढी मोठी होती. त्या खोलीत इतर वस्तूंबरोबर इलेक्ट्रिक सर्किट ब्रेकर्सचे आठ पॅनेल्स होते.

रॅल्स्टनने वीजपुरवठा तोडला आणि घरात अंधार पसरला. अंधाराला डोळे सरावल्यावर तो शस्त्र शोधायला लागला. कुठलेही शस्त्र.

तो गोल्फ क्लब वापरू शकला असता; पण हाताळायचा सराव असणारी वस्तू त्याला हवी होती. ती त्याला किचनमध्ये सापडली. त्याला गरज होती तीच. योग्य शस्त्र. खूप मोठे नाही की खूप लहान नाही. चाकू-सुऱ्या ठेवण्याच्या ठोकळ्यामधून त्याने अत्यंत धारदार असा सात इंच लांबीचा मासे कापण्याचा सुरा उचलला.

तो पुढे सरकला. बाहेर असताना त्याने घरामध्ये गोळी झाडल्याचा दबका आवाज ऐकला होता. त्या गोळीचा बळी त्याला आढळला. तो सालोमन नव्हता, हे बघून त्याला समाधान वाटले.

जीन्स, टी-शर्ट, चक टेलर्स या स्टोअरमधून विकत घेतलेले शूज घातलेला एक विशीतला तरुण. कॉलेजमधला पोरगाच वाटत होता. रॅल्स्टनने यापूर्वी त्याला

कधीही बघितले नव्हते. *हा होता तरी कोण? तो विचार करायला लागला. मित्र? भेटायला आलेला नातेवाईक? की कामाला ठेवलेला माणूस?*

त्याच्या दोन डोळ्यांच्या बरोबर मध्ये गोळी मारली होती. तो बहुधा एका वाटीत दूध घातलेले सीरिअल - गहू, बार्ली, मका, ओट वगैरे कशाचे तरी पोहे खात होता. वाटी उपडी पडली होती आणि जमिनीवर दूध आणि रक्त यांचे थारोळे साठले होते. तो मेला आहे याची खात्री होती तरी रॅल्स्टनने नाडीचे ठोके लागत नाहीत ना, याची खात्री करून घेतली. शरीर अजूनही गरम होते.

त्याने घाईघाईने किचन ओलांडले आणि तो अंधाऱ्या डायनिंग रूममध्ये - जेवणाच्या खोलीत शिरला. सर्व काही जागच्या जागी वाटत होते. मौल्यवान कलाकृती भिंतीवर टांगलेल्या होत्या. चांदीच्या प्राचीन वस्तूंची पेटीही कपाटावर तशीच होती. या गोष्टी आणि ज्या तऱ्हेने किचनमधल्या तरुणावर गोळी मारली होती ते लक्षात घेता, हा चोरी-दरोड्याचा प्रकार नाही तर व्यावसायिक माणसांनी केलेला खुनी हल्ला आहे, याबद्दल त्याची खात्री पटत चालली होती.

हा विचार त्याच्या मनात बळावत असतानाच, जी एक खराब झालेली लाकडाची फळी सालोमनने बदलण्याचे कष्ट घेतले नव्हते, तिच्यावर कुणीतरी पाऊल ठेवल्याचा आवाज आला.

# ५

रॅल्स्टनने श्वासही रोखून धरला. डायनिंग रूममधल्या फर्निचरला धडक देण्याने आपली जागा कुणाला कळणार नाही याची खात्री करत त्याने झपाट्याने ती खोली पार केली आणि पलीकडल्या दाराच्या जवळ जाऊन उभा राहिला. भिंतीला टेकून, सुरा हातात घट्ट धरून तो वाट बघत थांबला.

त्याला जास्त वेळ वाट बघावी लागली नाही. हॉलमधून त्याला एका माणसाच्या बोलण्याचा आवाज आला. कुजबुजल्यासारखा आवाज; पण परकीय भाषेतला. रॅल्स्टनला ती पूर्व युरोपमधील एखादी भाषा असावी, असे वाटले. रशियनही असू शकली असती; पण त्याला खात्री नव्हती.

तो माणूस पुन्हा काहीतरी बोलला आणि रॅल्स्टनच्या लक्षात आले की, तो रेडिओवर बोलतो आहे. *बाहेरच्या ड्रायव्हरशी संपर्क साधायचा प्रयत्न करत होता? की घरातच आणखी माणसे होती?*

काहीही असले तरी वाईटच होते. रॅल्स्टनला सालोमनकडे पोहोचायचे होते. हॉलमधल्या लाकडी फळ्यांवरचे पावलांचे आवाज जवळ जवळ यायला लागले.

रॅल्स्टन दोनपैकी एक पर्याय निवडू शकत होता. त्या माणसाशी समोरून दोन हात करायचे किंवा त्याला पुढे जाऊ द्यायचे आणि नंतर मागून हल्ला करायचा. गोळ्या झाडल्याचे आवाज आले होते. घरामधला एक माणूस निश्चित मरण पावला होता आणि त्याने पिस्तुलाशी लढण्यासाठी सुरा आणला होता. तेव्हा त्याने दुसरा पर्याय स्वीकारला. बूट काढून ठेवले. तीन मिनिटांनी एक माणूस डायनिंग रूमच्या दरवाजाशेजारून पुढे सरकला.

कसला धिप्पाड माणूस होता. बाहेरच्या माणसासारखाच. निदान सहा फूट तीन इंच उंच - २५० पौंडांहून जास्तच. आडवे खांदे - घरातल्या अर्धवट प्रकाशातसुद्धा ओळखता येण्यासारखा स्वस्तातला सूट - पायात पुढे चौकोनी आकाराचे शूज - युरोपिअन्सना आवडणारे. त्याने एका हातात रेडिओ पकडला होता आणि दुसऱ्या

हातात सायलेन्सर लावलेले पिस्तूल.

केस खूप कमी कापलेले. डोक्याच्या मागच्या भागावरून रशियन असावा. मानेच्या खालपासून डोक्याच्या वरपर्यंतचा भाग फळीसारखा सपाट. बहुतेक सर्व रशियन पुरुषांची डोकी तशीच असतात. लहानपणी घट्ट कपड्यात गुंडाळून आया त्यांना खाली ठेवतात. क्वचितच उचलून घेतात.

रशियन पुढे गेल्यावर रॅल्स्टन त्याच्या मागोमाग हॉलवेमध्ये शिरला. त्या घुसखोराला त्याच्यामागे कुणीतरी आहे असे कळेपर्यंत फार उशीर झाला होता.

एका झटक्यात त्याने त्याचे डोके डावीकडे फिरवले आणि उजव्या हातामधील सुऱ्याने मानेच्या वरच्या भागावर वार केला. त्या भागातील मोठी रक्तवाहिनी आणि श्वासनलिका कापल्या गेल्या व टायरमधून हवा निघावी तसा बारीकसा हिस्स असा आवाज आला.

आयुष्याच्या शेवटच्या क्षणी तो कुठलाही प्रतिकार करणार नाही, याची सर्व जोर लावून रॅल्स्टनने काळजी घेतली होती. त्याच्याकडून धोका नाही याची खात्री झाल्यावर त्याने त्याला खेचत एका कपाटाशेजारी नेऊन झोपवले. सगळा रक्तस्राव तिथेच झाला असता.

दुसऱ्याचा जीव घेणे हीदेखील एक कला आहे. एक कृष्णकौशल्य. रॅल्स्टन त्या कलेत तरबेज होता.

सुरा टाकून त्याने त्या माणसाचे वॉल्थर पी ९९ पिस्तूल उचलले आणि तपासले. चेंबरमध्ये गोळी आहे, याची खात्री करून घेतली. शस्त्र झाडायला सिद्ध होते. त्याने रेडिओचा आवाज कमी करून तो मागच्या खिशात टाकला. मगच तो सालोमनच्या शोधात निघाला.

त्याला दोन प्रश्न पडले होते. घरामध्ये आणखी कुणी घुसले आहे का आणि सालोमनला शोधायला कुठून सुरुवात करायची? त्याने निर्मात्याच्या कार्यालयापासून सुरुवात करायचे ठरविले.

त्यासाठी हॉलमधल्या रुंद पायऱ्यांच्या जिन्यावरून जाणे आवश्यक होते. कुठलाही आडोसा नव्हता; पण अंधार आणि सावल्यांचा जास्तीतजास्त चांगल्या तऱ्हेने वापर करून तो पुढे बैठकीच्या खोलीत आला. त्या खोलीला छतापासून जमिनीपर्यंत काचा बसविलेल्या होत्या. बाहेरचा चंद्रप्रकाश आत येत होता; पण कोणत्याही अडथळ्याशिवाय त्याने दोन्ही खोल्या ओलांडल्या.

बैठकीच्या खोलीच्या पुढेही एक छोटासा हॉल होता आणि तिथूनच लॅरी सालोमनच्या कार्यालयात शिरायचे दार होते. तो दारात पोहोचण्याच्या आधीच त्याच्या मानेवरचे केस ताठ उभे राहिले.

पिस्तुलाच्या चापावर हात ठेवूनच तो आत घुसला आणि त्याने क्षणात सर्वत्र

नजर फिरवली. कार्यालयाचे स्वरूपच पालटले होते. ती एखादे युद्ध चालविण्याची खोली - वॉर रूम - बनली होती. पांढरे बोर्ड, बुलेटिन बोर्ड भिंतीला टेकवले होते. एका बाजूला गुंडाळण्यासारखा फळा होता. सालोमनच्या काच आणि पोलादाच्या मोठ्या टेबलाला दोन छोटी टेबले टेकवून ठेवली होती. त्यांवर अत्याधुनिक संगणक यंत्रणा होती. एडिटिंगची साधनेही रॅल्स्टनने ओळखली. पुठ्ठ्यांच्या अनेक खोक्यांत खच्चून कागदपत्रे भरलेली होती.

तीन-तीन फूट उंचीचे पुस्तकांचे गठ्ठे होते. टेबलांवर अनेक चिठ्ठ्या डकवल्या होत्या.

एक प्रेतही होते.

चाळीस-पंचेचाळीस वयाचा दणकट माणूस होता. काळे-पांढरे केस, तशीच दाढी. जीन्स, सँडल्स आणि ऑक्सफर्ड शर्ट. मृत्युदंडाची शिक्षा द्यावी त्याप्रमाणे डोक्यात मागच्या बाजूने गोळी घातलेली. रॅल्स्टनने तो कोण आहे हे बघण्यासाठी त्याला उलटे केले. किचनमधल्या माणसाप्रमाणेच हा माणूस अनोळखीच होता.

कार्यालयातून बाहेर येऊन, हॉलमधून तो मागच्या जिन्याकडे वळला. आजपर्यंत डझनावारी वेळा कठीण प्रसंगांत काय करायचे याचा सालोमनला दिलेला सल्ला त्याने ऐकला असेल, तर तो जिन्याने सरळ वर गेला असणार. गोळ्यांचे आवाज त्याच्या कानांवर पडले असतील तर नक्कीच. काय घडते आहे याचा अंदाजही त्याला आलेला असणार.

शेवटच्या पायरीवर दरवाजाच्या चौकटीवर दबून बसून त्याने हॉलवेवर नजर टाकली. तो रिकामा होता.

हॉलमध्ये पाऊल टाकून तो घाईघाईने सालोमनच्या झोपण्याच्या खोलीच्या दिशेने निघाला. मध्येच आजूबाजूला उघडे दरवाजे दिसले तर आतून काही धोका नाही ना, याची खात्री करण्यासाठी क्षणभर वेळ घालवला असेल तेवढाच!

तो मास्टर बेडरूमपासून पंधरा फुटांवर असतानाच हॉलमध्ये पाऊल टाकत एका व्यक्तीने त्याच्या दिशेने गोळी झाडली.

गोळी रॅल्स्टनच्या डोक्यापासून इतक्या जवळून सणसणत गेली की, त्याचा उजवा कान झणझणायला लागला. स्पेशल ऑपरेशन्समध्ये असताना त्याने हजारो गोळ्या झाडल्या होत्या. आपल्या पिस्तुलामधून खाडखाड दोन गोळ्या झाडण्यापूर्वी त्याला विचारही करावा लागला नाही. गोळी झाडणारी व्यक्ती हॉलमधल्या गालिच्यावर कोसळली.

रॅल्स्टनने पुढे होऊन प्रथम त्याच्या हातामधले पिस्तूल लाथेने दूर उडवले आणि मगच त्याच्याकडे लक्ष दिले. एक गोळी नाकाखालून घुसली होती आणि दुसरी घशातून. खालच्या मजल्यावरच्या त्याच्या साथीदारांसारखाच दणकट आणि

स्वस्त किमतीचा सूट चढविलेला. डोकेही मागच्या बाजूने सपाट. *काय चालले होते तरी काय? कोण होती ही माणसे? या घरात रशियन्स का घुसले होते?*

सालोमनच्या बेडरूममधून मोठा आवाज कानावर पडताच त्याच्या मनातले प्रश्न थांबले. अंतर्गत सजावट करताना लावलेले प्लास्टर, प्लायवुड फोडावे तसा तो आवाज होता.

निदान दोन गोष्टी त्याच्या ध्यानात आल्या. सालोमन अजून जिवंत होता आणि त्याच्या आयुष्याचे काही सेकंदच बाकी होते.

# ६

सालोमनची अपेक्षा होती की, सराईत घरफोडे बहुधा प्रथम आपल्या घरच्या टेलिफोनची वायर तोडून टाकतील तेव्हा धोकादायक परिस्थितीत आसरा घेण्याच्या आपल्या खोलीत - पॅनिक रूममध्ये - तो एक पूर्ण चार्ज केलेला सेलफोन ठेवत असे. त्यावरून संपर्क साधण्यात कुठलीही अडचण येऊ नये म्हणून बाहेरच्या बाजूला एक ॲन्टिनादेखील बसवली होती. पोलिसांशी संपर्क साधण्यासाठी कितीतरी वेळा त्याने ९११ वर फोन केला होता; पण आता तो फोनही लागत नाही म्हटल्यावर तो खरोखर खूपच घाबरला.

चित्रपटांच्या सेट्सवर त्याचा अनेक तऱ्हेच्या शस्त्रास्त्रांशी संबंध आला होता. चित्रीकरणाच्या वेळी खोट्या गोळ्याच वापरल्या जात असल्या, तरी खऱ्या गोळ्या झाडल्यावर येणारे आवाज त्याला ओळखता येत होते. बऱ्याच जणांची कल्पना असते, त्याप्रमाणे पिस्तुलांना सायलेन्सर लावून गोळ्या झाडल्या तर आवाज येणारच नाही, असा गोळीबार होत नसतो. ते शॉट्स ऐकू येतातच.

कपडे बदलून एक शेवटचे ड्रिंक घेण्यासाठी म्हणून बेडरूममधून बाहेर पडून मागच्या बाजूचा जिना उतरत असताना त्याने पहिला शॉट ऐकला होता. आपण खरोखर गोळी झाडल्याचाच आवाज ऐकला आहे यावर विश्वास न बसून तो क्षणभर जमिनीला खिळून उभा राहिला. मग दुसऱ्यांदा तोच आवाज ऐकल्यावर त्याचा संशय दूर झाला.

तो मागे वळून मास्टर बेडरूमच्या दिशेने पळत सुटला. कुणी आपल्या मागे धावत येत नाही ना, हे बघण्यासाठीही एक क्षण दवडण्याची त्याची तयारी नव्हती. गरजही नव्हती. जीव बचावण्यासाठी पळ काढताना लक्षातच येते की, मागून कुणीतरी येते आहे. झाडल्या गेलेल्या दोन गोळ्यांचा अर्थही त्याच्या ध्यानात आला होता. घरी राहत असणारे दोन पाहुणे मेले होते.

एखाद्या कोठीच्या खोलीप्रमाणे भासणाऱ्या आपल्या पॅनिक रूममध्ये घुसून

त्याने पोलादी दणकट दार लावून कड्या घातल्या. धोक्याची यंत्रणा सुरू करण्यासाठी पॅनिक बटण दाबल्यावर कर्कश आवाज सुरू होणार, अशी त्याची खात्री होती. तसा कुठलाही आवाज सुरू झाला नाही. त्याची भीती वाढायला लागली.

बेडरूममध्ये एक छुपा कॅमेरा बसवलेला होता. त्याने पॅनिक रूममध्ये बसविलेल्या मॉनिटरवर, त्याच्या मागोमाग एक धिप्पाड माणूस, हातात पिस्तूल घेऊनच बेडरूममध्ये शिरल्याचे बघितले. त्याने पुन्हा पॅनिक बटण दाबले. धोक्याचा इशारा वाजला नाही. पोलिसांना फोन करायचा प्रयत्न केला. घरात बसविलेला फोन चालत नव्हता आणि सेलफोनही!

त्याच्या मागे धावणाऱ्या माणसाने कोठीच्या खोलीच्या दारावर लाथा हाणून ते तोडायचा प्रयत्न केला; पण पोलादाने कणखर बनविलेल्या दाराने दाद दिली नाही. तो माणूस वळून मागे गेला आणि पडद्यावरून दिसेनासा झाला. *त्याने नाद सोडला होता की काय?*

क्षणभराने तो माणूस पुन्हा पडद्याच्या खालच्या बाजूने, भिंतीत बसविलेल्या शेकोटीमधले काहीतरी आयुध घेऊन जाताना दिसला आणि सालोमनला त्याच्या प्रश्नाचे उत्तर मिळाले. तो पुन्हा दिसेनासा झाला.

तो काय करतो आहे, हे बघण्यासाठी निर्माता वाकून बघत होता; पण कॅमेऱ्यातून विशेष काही दिसत नव्हते. पॅनिक रूमप्रमाणे, धोक्याचा इशारा देणारी यंत्रणाही घराच्या आधीच्या मालकाने बसविलेली होती. सालोमनने आजपर्यंत त्याकडे लक्षही दिले नव्हते. एकाच ठिकाणचे दृश्य दाखविणाऱ्या स्थिर कॅमेऱ्याऐवजी पॅन-ॲन्ड-टिल्ट कॅमेरा बसवला असता तर खूप जास्त उपयोग झाला असता, हे आता प्रथमच सालोमनच्या ध्यानात आले.

आणि त्या क्षणी सर्व वीजपुरवठा बंद झाला. फोन कापलेला होता. सेलफोनचा सिग्नलच मिळणार नाही, अशा तऱ्हेने तो जाम केला होता; त्यामुळे आपत्कालीन जनरेटरही सुरू न झाल्याचे सालोमनला आश्चर्य वाटले नाही. त्याची सर्व हालचालच थंडावली. आंधळा झाला होता तो.

पण तो काही बहिरा झाला नव्हता. तो घुसखोर कुठे आहे आणि शेकोटीमधला पोकर - टोकदार लोखंडी कांब - घेऊन काय करतो आहे, ते ध्यानात येताच त्याचे प्राण कंठाशी आले.

पहिला आवाज नक्की कुठून आला, हे कळायला त्याला वेळ लागला; पण दुसरा आवाज कानावर आल्यावर त्याच्या मनात काही शंकाच उरली नाही.

आवाज खोलीच्या दुसऱ्या टोकाकडून येत होता. त्या बाजूला मास्टर बाथरूम होती आणि शेकोटीमधल्या टोकदार लोखंडी कांबीने तो माणूस भिंतीचे प्लास्टर उखडून टाकत होता. पॅनिक रूमही अभेद्य स्थान नव्हतेच. ती एक कोठीची खोलीच

ठरली होती. फक्त दारच पोलादाने दणकट बनवले होते.

खूप विचार न करता तयार केलेल्या या खोलीने सुरक्षेचा खोटा आभास निर्माण केला होता. काहीही करून हल्ला चढविण्याच्या विचाराने भारलेल्या माणसाला खोलीत घुसायला थोडा जास्त वेळ लागला असता एवढेच! पण त्याला थांबवता येणार नव्हते. तो किती भीषण परिस्थितीत अडकला आहे, याची सालोमनला जाणीव झाली. तो सापळ्यात अडकला होता.

त्याला हल्लेखोर दिसत नव्हता; पण भिंतीच्या पलीकडे, बाथरूमच्या बाजूने भिंतीची मोठमोठी ढेकळे पडत असल्याचे आवाज त्याच्या कानांवर पडत होते. कोणत्याही क्षणी तो खोलीत घुसेल अशी सालोमनला भीती वाटायला लागली. सालोमनकडे एक शेवटचा उपाय राहिला होता.

त्याचा एक मित्र न्यू यॉर्कला स्थलांतर करणार होता. त्याच्याकडे एक मॉसबर्ग टॅक्टिकल शॉटगन होती. ही शॉटगन नेताना शस्त्रास्त्रे बाळगण्याच्या कुठल्या तरी कायद्याचा भंग होण्याच्या भीतीने, त्याने ती सालोमनला भेट देऊन टाकली. ती पिस्तुलासारखी पकडता येत असे, तिची नळी छोटी केली होती आणि गोळी मारल्यावर आवाज मोठा येत असला, तरी दणका कमी बसत असे. त्या मित्राला ती वापरायची भीती का वाटली होती, ते सालोमनच्या बरोबर लक्षात आले होते. लागली गरज तर असावी जवळ म्हणून त्याने ती ठेवली होती. ती जवळ बाळगल्याचा ठपका कधी आलाच तर त्याचे वकील बघून घेतील काय ते, असा विचार त्याने केला होता. 'त्याच्या एका फिल्मसेटवरून एक आठवण म्हणून त्याने ती उचलली होती; ती खरी आहे याची त्याला कल्पनाच नव्हती' असा बचाव करण्याचे त्यांनी ठरवून टाकले असते.

आणि त्या शॉटगनमध्ये गोळ्याही भरलेल्या असतील हा विचार तर त्याच्या मनात कधी आलाच नव्हता, असे सांगणेही त्याला भाग पडणार होते म्हणा. या क्षणी अर्थातच कोर्टकचेऱ्यांचा वगैरे विचार त्याच्या मनात येणे शक्यच नव्हते. जिवंत कसे राहायचे, हीच काळजी त्याच्या मनात होती. शॉटगनचा सेफ्टी कॅच सरकवून तो सिद्ध झाला.


बेडरूममध्ये घुसताघुसताच शॉटगनचा दणका ऐकू आला आणि रॅल्स्टनचे हृदयच जणू बंद पडले.

मास्टर बाथरूमच्या दरवाजाजवळ येताच त्याला आतमध्ये रक्त आणि मांसाचा सडा दिसला. त्याने नीट बघण्यासाठी आत पाऊल टाकले. जमिनीवर एक माणूस पडला होता. पलीकडल्या भिंतीमधून सालोमनच्या शॉटगनची नळी बाहेर आली

होती. तिच्यामधून पुन्हा एक गोळी झाडली जात असतानाच त्याने बाथरूमच्या दाराबाहेर उडी घेतली. क्षणापूर्वी तो ज्या ठिकाणी उभा होता तिथल्या संगमरवरी लादीचे तुकडे तुकडे उडाले.

''गोळीबार थांबव, लॅरी! मी आहे! ल्यूक!'' रॅल्स्टन मोठ्याने ओरडला.

त्याच्या कानांवर आता इतके आवाज पडत होते की, आपल्याला पूर्वीसारखे ऐकायला तरी येणार आहे की नाही, याची त्याला काळजी वाटू लागली. ''बाथरूममध्ये जाऊन तो मेला आहे ना याची मला खात्री करायची आहे. माझ्यावरच गोळी झाडू नको,'' त्याने ओरडूनच सांगितले. ''ठीक आहे?''

सालोमनकडून एक दबका होकार आला. आता शॉटगनच्या दणक्याने त्याला नीट ऐकू येत नव्हते की तो भिंतीपलीकडून बोलत होता म्हणून आवाज लहान येत होता, याची रॅल्स्टनला खात्री नव्हती. हळूच वाकून तो बाथरूममध्ये बघत असतानाच प्लास्टर फोडलेल्या भिंतीच्या भागामधून शॉटगनची नळी मागे घेतली गेली.

रॅल्स्टनने दोन टॉवेल्स खेचून जमिनीवर फेकले. फक्त मोजे घातलेल्या पावलांनी त्याला रक्ताळलेल्या जमिनीवरून चालत जायचे नव्हते.

शॉटगन झाडली गेली तेव्हा घुसखोर फारच जवळ असावा, कारण त्याच्या छातीमध्ये केवढे तरी मोठे भोक पडले होते. त्याच्याकडे कुठले शस्त्र आहे का बघताना, पावडर वगैरे ठेवल्या जाणाऱ्या छोट्या व्हॅनिटी बॅगशेजारी त्याला आणखी एक सायलेन्सर लावलेले पिस्तूल आढळले. सालोमनजवळ पोहोचण्यासाठी तिथेच तो माणूस भिंत फोडत होता.

अंगात चढविलेल्या स्वस्त सूटाच्या आणि त्याच्या आत घातलेल्या शर्टाच्या कापडाचे तुकडे उडालेले होते. तो माणूस जिवंत नाही याची खात्री पटवून घेऊन रॅल्स्टनने त्याच्या काखेमधले कापड फाडायला सुरुवात केली. खोलीचे दार उघडल्याचा आवाज आला आणि सालोमन त्याच्यामागे येऊन उभा राहिला.

''आहेत तरी कोण ते?'' त्याने विचारले.

''स्पेट्झनॅझ,'' रॅल्स्टनने उत्तर दिले. ''रशियन स्पेशल फोर्सेस मला वाटते.''

''तुला कसे कळले?''

रॅल्स्टनने प्रेताचा दंड उचलून खाली असलेला काळा-निळा अक्षरे असणारा टॅटू दाखवला. ''त्यांच्या रक्ताचा गट ते असा दाखवतात.''

''पण ते इथे काय करत आहेत? रशियन स्पेशल फोर्सेसचे सैनिक कशासाठी माझा जीव घ्यायला टपले आहेत?''

''ते फक्त तुझ्याच मागे नव्हते.''

''अरे देवा! चिप आणि जेरेमी. ते खाली होते. मी दोन शॉट्स ऐकले होते.'' त्याचा आवाज खालावत गेला.

"ते दोघेही मेले आहेत. ते इथे काय करत होते? आणि तुझ्या कार्यालयात चालले होते तरी काय?"

"आम्ही एका फिल्मवर काम करत होतो. डॉक्युमेन्टरी," सालोमन म्हणाला. आणि त्याने विषय बदलला. "आपण पोलिसांना बोलवायला हवे."

"नाही. आपल्याला कुठेतरी सुरक्षित ठिकाणी जायला हवे," रॅल्स्टनने उत्तर दिले. "विचार करायला पाहिजे."

"विचार? या माणसाने चिप आणि जेरेमीला तर ठार मारलेच आणि तो मलाही ठार करायच्या प्रयत्नात होता. एखादा पिसाळलेला खुनी असेल तो. आपण पोलिसांनाच बोलवायला हवे."

रॅल्स्टन ताठ उभा राहिला. "हा व्यावसायिक खुनी टोळीने चढविलेला हल्ला आहे. *रशियन टोळी.*"

*"टोळी?"*

"बाहेर एक ड्रायव्हर आहे. घरात आणखी दोघे आहेत."

"तू तिघांना ठार मारले आहेस?" सालोमनने विचारले. तो या सर्व प्रकाराचा अर्थ समजून घेण्याचा प्रयत्न करत होता.

रॅल्स्टनने मान डोलवली.

"तुला कसे कळले?"

"सर्व्हिस रोडवर वळलेल्या टायरच्या खुणा मी बघितल्या. तुला फोन करायचा प्रयत्न केला. सिग्नलच मिळू शकला नाही."

"माझा सेलफोनही काम करत नाही," सालोमन म्हणाला.

"त्यांच्याकडे कुठलातरी जामर असणार. मी आधीच सांगितल्याप्रमाणे ही तरबेज माणसे आहेत." रॅल्स्टन टॉवेल्सवर पाय टाकत बाथरूमबाहेर पडला. त्याने शॉटगनकडे बोट दाखवत म्हटले, "आणखीही माणसे असू शकतील. आपल्याला निघायला हवे."

निर्मात्याने नकारार्थी मान हलवली. "अशा वेळी काय घडते ते माहीत आहे मला. आपण पोलिसांची वाट बघत थांबलो नाही, तर आपल्यावरच संशय येईल."

"आणि पोलिसांची वाट बघत थांबलो तर आपला जीव जाईल. मी तसे घडू देणार नाही. देशामधल्या अनेक पोलीस खात्यांत रशियन्सनी शिरकाव करून घेतला आहे."

"तू गंभीरपणे बोलतो आहेस ना?"

"फारच गंभीरपणे," रॅल्स्टन म्हणाला. "या क्षणी आपण कुणावरही विश्वास ठेवू शकत नाही. या माणसांकडून काही कळले नाही तर ज्याने यांना पाठविले होते, तो आणखी माणसे पाठवील. ते त्यांच्या हाताशी असलेल्या प्रत्येक माणसाचा

आणि प्रत्येक साधनाचा उपयोग केल्याशिवाय राहणार नाहीत. आपल्याला इथून नाहीसे व्हायला हवे.''

सालोमन विरोध करायच्या बेतात असताना रॅल्स्टन बेडरूममधून पुढे निघालाही होता. सायलेन्सर लावलेले पिस्तूल आपल्या मित्राच्या हातात ठेवत रॅल्स्टनने विचारले, ''वापरता येईल ना हे?''

''मला शॉटगनच पसंत आहे.''

रॅल्स्टनने मान डोलवली आणि शॉटगन त्याच्या हातात ठेवली. पिस्तूल सज्ज करत तो हॉलच्या दिशेने निघाला. ''माझ्या जवळपास राहा. कुठेही, काहीही हालचाल भासली तर चाप खेच. लक्षात आले ना? नेमसुद्धा धरू नकोस.''

सालोमनने मान डोलवली. ते हॉलमधून मागच्या पायऱ्या उतरले. रॅल्स्टनचे शूज घेण्यापुरतेच ते डायनिंग रूममध्ये थांबले. काही फूट अंतरावर पडलेल्या सुऱ्यावरचे आपल्या बोटांचे ठसे पुसून टाकायचा विचार रॅल्स्टनच्या मनात येत होता; पण तेवढा वेळ घालवण्यातही त्याला अर्थ दिसला नाही. त्याने तो विचार डोक्यातून काढून टाकला. लवकरात लवकर इथून बाहेर पडायला हवे होते. त्याची उद्ध्वस्त झालेली पोर्शे तो इथे आला होता, हे जगाला सांगणारच होती.

गराजमध्ये रॅल्स्टनने फ्लॅशलाइट घेतला आणि तो किल्ल्या ठेवण्याच्या पेटीजवळ गेला. सालोमनच्या सर्व उंची, आरामदायक गाड्यांकडे दुर्लक्ष करत त्याने जुन्या, निळ्या रंगाच्या वॅगनीरच्या किल्ल्या उचलल्या.

गराजचे दार वर करत त्याने सालोमनला ट्रकमध्ये चढायला सांगितले. त्याच्या शेजारी बसून इंजिन सुरू करून तो मोटर कोर्टमध्ये आला.

ड्राइव्हच्या शेवटी असणाऱ्या फाटकाचे दरवाजे घरापेक्षा वेगळ्या इलेक्ट्रिक सर्किटवर काम करत होते. प्रेशर प्लेट्सवरून वॅगनीर पुढे येताच फाटकाची दारे आपोआप उघडली. बाहेर आत्तापर्यंत भयंकर धुके पसरले होते. त्यांच्या दृष्टीने चांगलीच गोष्ट होती. रॅल्स्टनने कुठे जायचे, ते ठरवून टाकले.

रस्त्यावर वळताना सालोमन म्हणाला, ''रक्त येते आहे तुझ्या डोक्यातून.''

रॅल्स्टनने डोक्याला हात लावत बोटांकडे बघितले. जी गोळी त्याच्या डोक्याजवळून सणसणत निघून गेली होती असे त्याला वाटले होते, ती खरेतर त्याच्या कानाला चाटूनच गेली होती. ''त्याची काळजी करू नकोस,'' तो उत्तरला.

पण सालोमन काळजी करत होता. तो आता प्रत्येक गोष्टीची काळजी करत होता. रॅल्स्टनने सांगितले ते बरोबरच होते. *आणखी माणसे त्याच्या मागे येणारच होती.*

*त्याने सत्य काय ते शोधून काढले होते आणि त्याचे अस्तित्व धोकादायक ठरले होते.*

*त्याचा काटा काढणे आवश्यक ठरले होते.*

## ७

## स्वीडन

सुरक्षित घर म्हणून हॉर्वाथने उपसालाच्या हद्दीबाहेरचे एक फार्म हाउसच भाड्याने घेतले होते. शेजारी म्हणता येतील अशी घरे खूप दूरदूर असल्याने तिथे ते आपल्या कैद्याची चौकशी करू शकले असते. कुणाचेही लक्ष वेधले न जाता कधीही जाऊ-येऊ शकले असते.

आणि खुद्द उपसालामध्ये एक अपार्टमेंट भाड्याने घेऊन हल्ला करण्यासाठी एक टीम तिथे गोळा केली होती. सर्वांनी स्वीडिश सिक्युरिटी सर्व्हिसचे गणवेश चढविले असले, तरी अमेरिकन्स कुठल्या कामगिरीत गुंतले आहेत याची स्वीडिश सरकारला अजिबात कल्पना नव्हती. सध्यातरी त्या सरकारला मुद्दामच अंधारात ठेवण्यात आले होते. हेरखात्यामधूनच माहिती बाहेर फुटल्यानेच अमेरिकेने पकडलेला एक फार मोठा दहशतवादी आझीम अलीम याचा खून झाला होता. माहिती कशी फुटली, कुणी फोडली हे अजूनही कळले नव्हते.

अंधाऱ्या खोलीमध्ये बसलेल्या स्कॉट हॉर्वाथने सर्व घटनाक्रमांची आपल्या मनातल्या मनात पुन्हा उजळणी केली. सर्व दृश्ये अगदी स्पष्टपणे त्याच्या डोळ्यांसमोरून तरळून गेली. रॉकेट प्रॉपेल्ड ग्रेनेड त्याच्या लॉन्चरवरून सुटल्याचा दणका, त्याच्या लक्ष्याच्या दिशेने तो झेपावत असताना हुऽऽश करून येणारा आवाज आणि त्याच्या गाडीच्या पेट्रोलच्या टाकीवर तो आदळल्यावर झालेला कानठळ्या बसविणारा स्फोटाचा आवाज आणि ज्वाळांनी वेढली गेलेली गाडी.

येमेनमधल्या त्याच्या अत्यंत यशस्वी ठरलेल्या कामगिरीचा असा एका निमिषार्धात फज्जा उडाला होता. गाडीच्या ट्रन्कमध्ये ठेवलेल्या आझीममुळे सी.आय.ए.कडे त्यांची पत वाढली असती. स्कॉटच्या टीमला त्यांच्या पाठिंब्याची नितांत आवश्यकता होती.

खिडकीच्या काचेमधून बाहेर नजर टाकत असताना त्याला स्वत:चे प्रतिबिंब दिसले. तो चाळिशीचा असला, तरी दहा वर्षे तरुणच दिसत होता. तपकिरी केसांत

एकही पांढरा केस डोकावत नव्हता की हिरव्या डोळ्यांच्या देखण्या चेहऱ्यावर एक सुरकुती पडलेली नव्हती. पाच फूट दहा इंच उंचीचा देह त्याच्या अर्ध्या वयाच्या तरुणांपेक्षा बळकट होता. काळाने केलेला परिणाम लक्षात येण्यासाठी इतरत्र बघावे लागले असते.

हॉर्वाथची कारकीर्द यशस्वीच होती. मार्क ट्वेनने अजरामर केलेल्या शब्दांप्रमाणे, त्याने पत्करलेल्या आवडत्या पेशामधले त्याचे काम हाच त्याच्या आयुष्यातला विरंगुळा होता. त्याच्याकडे खास असे कसब होते आणि ते वापरून तो त्याच्या कारकिर्दीतल्या अत्युच्च शिखरावर पोहोचला होता; पण त्यासाठी त्याच्या खासगी आयुष्यात त्याला फार मोठी किंमत मोजावी लागली होती, जिचा विचारही त्याला करायचा नसे.

पण येमेनमधल्या काळापासून आपल्या इतरांशी असलेल्या संबंधांचा विचार फार वेळा त्याच्या मनात येत असे आणि त्यात तो फक्त प्रेमसंबंधांचा विचार करत नव्हता. त्याच्या संघटनेची संपूर्ण माहिती असणाऱ्या कुणीतरी त्याचा विश्वासघात केला होता. *अगदी जवळच्याच कुणीतरी.*

याच कारणामुळे ही कामगिरी स्वत:ला मिळावी अशी हॉर्वाथने विनंती केली होती. फितुरीचा शोध लागेपर्यंत तो विश्वास ठेवू शकेल, अशा व्यक्तींची यादी फारच छोटी असणार होती.

त्या यादीत सर्वांत पहिले नाव होते तीस वर्षे सी.आय.ए.चा अनुभव गाठीशी असलेला रीड कार्लटन. जगातल्या या उत्कृष्ट इन्टेलिजन्स एजन्सीची नोकरशहांनी आणि नादान उच्चपदस्थांनी पार वाताहत उडवली होती. प्रत्येकजण फक्त बढतीच्या आणि स्वत:ची कातडी वाचविण्याच्या मागे होता. कार्लटनला भविष्यकाळ स्पष्ट दिसायला लागला होता. १९९०च्या आसपास सी.आय.ए.ने माहिती मिळविण्यासाठी हेरगिरी करणे थांबविले, तेव्हा त्याला आश्चर्य वाटले नाही; पण तो निराश झाला.

लँग्लेमध्ये देशभक्त स्त्री-पुरुषांची संख्या काही कमी नव्हती; पण नोकरशहांनी त्यांना काम करणेच अशक्य करून टाकले. कोणताही धोका पत्करायची त्यांची तयारी नव्हती. त्यातही भर म्हणजे हेरगिरीचे खरे काम सी.आय.ए.ने इतर देशांतल्या हेरखात्यांवर सोपवून दिले. त्यासाठी हात सैल सोडला. सर्व धोका पत्करून मिळविलेली माहिती ते देश आपल्याला देतील, अशी सी.आय.ए.ची भ्रामक कल्पना झाली होती.

सी.आय.ए.च्या दृष्टीने ही अत्यंत अपमानास्पद गोष्ट होती.

सी.आय.ए. हेरगिरीच्या उद्योगातून बाहेर पडली आहे हे गुपित सर्वांना कळल्यावर आपणच आता काहीतरी करायला पाहिजे, असे कार्लटनला वाटले. त्याने सेंट्रल इन्टेलिजन्स एजन्सीचे आणि स्पेशल ऑपरेशन्सचे काहीजण गोळा करून कार्लटन

ग्रुप स्थापन केला. दुसऱ्या महायुद्धाच्या काळातल्या ओ.एस.एस.च्या ऑफिस ऑफ स्ट्रॅटेजिक सर्व्हिसेसच्या धर्तीवर त्याने आपल्या संघटनेची उभारणी केली. त्यामध्ये असणाऱ्या देशभक्तांना एकच गोष्ट हवी होती- अमेरिकन्स सुरक्षित ठेवायचे. त्यासाठी कोणतीही किंमत द्यायची त्यांची तयारी होती.

सी.आय.ए.ची कामच करायची तयारी नाही, असे दिसल्यावर निराश होऊन इराक आणि अफगाणिस्तानातील सत्य परिस्थिती जाणून घेण्यासाठी डिपार्टमेंट ऑफ डिफेन्स कार्लटनकडे वळले. त्यांच्या ऑपरेटिव्हजनी - हेरांनी - उत्कृष्ट माहिती तर पुरवलीच; पण दोन्ही देशांमध्ये आपल्या संघटनेचे जाळेही विणले. निरनिराळ्या दहशतवादी गटांमध्ये माणसे घुसविण्यात यशस्वी ठरून त्यांनी इतकी अमूल्य माहिती मिळवली की, अमेरिका आणि इतरही देशांच्या हजारो सैनिकांचे जीव वाचले आणि अमेरिकन फौजांनी दणदणीत विजय मिळवले.

या अभूतपूर्व यशानंतर संरक्षण खात्याच्या एका आतल्या गटाने कार्लटन ग्रुपला आपल्यातच सामावून घेतले आणि वॉशिंग्टनमधल्या तोंडाळ आणि फक्त स्वत:चे हित जपणाऱ्या राजकीय नेत्यांच्या मान्यतेशिवाय देता येणाऱ्या पैशांमधून त्यांना आर्थिक मदत पुरवायला सुरुवात केली. ९/११ च्या घटनेनंतरही सेंट्रल इन्टेलिजन्स एजन्सीच्या एकाही पुरुषाला किंवा स्त्रीला जबाबदार धरून कामावरून दूर केले नव्हते. पेन्टॅगॉनच्या नजरेमधून ही बाब सुटली नव्हती.

कार्लटन ग्रुप फक्त एकच ध्येय स्वच्छपणे समोर ठेवून काम करत होता. तीन जोरदार शब्दांत ते मांडता आले असते - शोधा, गाठा आणि ठार करा.

रीड कार्लटनकडे बुद्धी आणि कौशल्य हेरण्याची विलक्षण देणगी होती. हॉर्वाथला आपल्या गटात खेचण्यापूर्वी त्याने त्याच्यावर बराच काळ बारीक लक्ष ठेवले होते. त्याची पार्श्वभूमी आणि कसब, कार्लटनने जी खासगी इन्टेलिजन्स सर्व्हिस उभारायला सुरुवात केली तिच्यासाठी अगदी योग्य होते.

तो पूर्वी सील टीम-२ चा सदस्य होता. अनेक भाषांमधले त्याचे प्रावीण्य आणि खडतर कामगिऱ्या हातात घेण्याची त्याची तयारी बघून ज्या सील टीमबाबत दंतकथा प्रसिद्ध आहेत, अशा सील टीम-६ साठी त्याची निवड झाली. सीक्रेट सर्व्हिसचे त्याच्याकडे लक्ष गेले आणि व्हाइट हाउसमधल्या दहशतवादविरोधी पथकाच्या मदतीला त्याला बोलावणे गेले.

शत्रू काय करणार आहे याची वाट न बघता शत्रूवरच प्रथम जोरदार हल्ला चढविण्याची मानसिकता असणाऱ्या हॉर्वाथला सीक्रेट सर्व्हिसमधले, शत्रूचा हल्ला झाला तर संरक्षण करायचे काम जमणारे नव्हते. खुनी हल्ला होण्याची वाट बघत बसणे हा त्याचा पिंड नव्हता आणि राजकारण्यांबरोबर काम करण्यासाठी गरज असणारे दुसरे कसबही त्याच्याकडे नव्हते - व्यवहारचातुर्य; तेव्हा शक्तिशाली

राजकारण्यांसह अनेकांना त्याने आपोआपच दुखविले होते.

एकच माणूस त्याच्यामागे उभा राहिला. अमेरिकेचा अध्यक्ष जॅक रटलेज. कोणतेही नियम न पाळणाऱ्या कडव्या अतिरेक्यांशी अमेरिकेची गाठ आहे हे ध्यानात घेऊन, अमेरिकेला फायदेशीर ठरणारे पाऊलच त्याने उचलले. थोडक्यात, हॉर्वाथवर कुठलीच बंधने लादली नाहीत.

अध्यक्षांच्या निर्णयाला यश मिळाले. अमेरिकेच्या अनेक शत्रूंचा विनाश करण्यात त्याने हातभार लावला आणि रटलेज यांचा दुसरा कार्यकाल संपेपर्यंत हॉर्वाथ मुक्तपणे आपले काम करत राहिला. व्हाइट हाउसमध्ये आलेल्या नवीन अध्यक्षांचा अमेरिकेच्या शत्रूंशी लढण्याचा दृष्टिकोन वेगळा होता. बेधडक कृती, राजकीय परिभाषेत कोणत्याही मार्गाने शत्रूचा काटा काढणे याची जागा चर्चा करण्याने घेतली. हे तर सरळसरळ शरणागती पत्करण्यासारखे होते. हॉर्वाथचे कामच सुटले. त्याच्यासारखी पार्श्वभूमी असणाऱ्या अनेकजणांप्रमाणे तो खासगी क्षेत्रात शिरला. 'तो अजूनही देशाची सेवाच करतो आहे', अशी स्वत:च्या मनाची हॉर्वाथ समजूत घालत असला तरी फरक पडलाच होता. त्याच्या कौशल्यांचा पूर्ण उपयोग करून घेता येईल अशा तऱ्हेच्या कामांच्या संधीच उपलब्ध नव्हत्या. मनाच्या निराश अवस्थेत असतानाच त्याच्या आयुष्यात रीड कार्लटनचा प्रवेश झाला. त्याने पुढे ठेवलेला प्रस्ताव तो नाकारू शकतच नव्हता.

फक्त बारा महिन्यांच्या काळात त्या म्हातारबाबांनी - कार्लटनला हॉर्वाथ प्रेमाने म्हातारबाबा म्हणत असे - तीस वर्षे झगडून मिळविलेला हेरगिरीचा अनुभव आणि कामाच्या पद्धती त्याच्या गळी उतरवल्या. त्याच्या वागण्यातल्या खटकणाऱ्या गोष्टीही सहज दूर केल्या.

सील म्हणून आधीच त्याने नाना तऱ्हेची, इतरांना घातक अशी कौशल्ये आत्मसात केली होती. सीक्रेट सर्व्हिसमध्ये असाधारण, विलक्षण अशा गोष्टी तो शिकला होता आणि आता बारा महिने कार्लटनच्या हाताखाली प्रशिक्षण घेतल्यावर अनेकांची इच्छा असणाऱ्या; पण फारच थोड्यांना शक्य होणाऱ्या, पातळीवर तो पोहोचला होता. अत्युत्कृष्ट शिकारी बनला होता.

कार्लटनने हॉर्वाथला हवी ती सर्व साधनसामग्री उपलब्ध करून देऊन त्याच्यावर सोपविलेल्या कामगिऱ्या कोणत्याही तऱ्हेने पार पाडायची मुभा दिली. एकच मंत्र दिला- *शोधा, गाठा आणि ठार करा.*

दहशतवादी नेत्यांचा माग काढत त्यांना शोधायचे, एखाद्या ठिकाणी त्यांना गाठायचे आणि त्यांना पकडायचे किंवा ठार करायचे, हेच त्याचे काम होते. त्यांच्या चौकशीमधून मिळालेली माहिती वापरून पुढच्या योजना हातात घ्यायच्या, दहशतवाद्यांवर प्रचंड दडपण आणायचे आणि निष्ठूरपणे त्यांच्यावर असे हल्ले चढवत राहायचे

की, त्यांना मातीत मिळविणे शक्य झाले नाही, तरी स्वत:चा जीव वाचविण्यासाठी धावपळ करायला लावायचे.

याशिवाय दहशतवाद्यांच्या गटात शिरकाव करून त्यांच्यामध्ये एकमेकांबद्दल संशय, अविश्वास, भीती वाटेल असे वातावरण निर्माण करायचे. सर्वांची मानसिक स्थिती पार बिघडवून टाकायची. हे सर्व खरेतर अमेरिकन सरकारने करायला हवे होते; पण सरकार ते करत नव्हते. निदान कार्लटन ग्रुप त्यांच्या मदतीसाठी पुढे येईपर्यंत तरी!

हॉर्वाथने घड्याळाकडे नजर टाकली. मन्सूर अलीमला बराच काळ एकटे सोडले होते. आता त्याची कसून चौकशी करायची वेळ आली होती.

# ८

सर्व चौकशी अधिकाऱ्यांना माहीत असते की, त्यांच्या हातात असणारे सर्वांत परिणामकारक अस्त्र म्हणजे काळ असतो. कैद्याला बराच काळ एकटे सोडले तर त्याचे मनच चौकशी अधिकाऱ्याचे अर्ध्याहून अधिक काम करून टाकते. चौकशी अधिकाऱ्यांनी त्याचा छळ कसा करायचा ठरविले असले, तरी कैद्याच्या मनात त्याहून कितीतरी भीषण प्रकारांनी कसा छळ होऊ शकेल, याचेच विचार घोळायला लागतात; तेव्हा आपल्या कैद्यांना जास्तीतजास्त काळ एकटे ठेवण्याकडे हॉर्वाथचा कल असे.

कसून चौकशी करणे हीदेखील एक कला आहे. कैद्याकडून *तुम्हाला हवी ती माहिती मिळविणे* ही खरेतर यशाची गुरुकिल्ली आहे; *तुम्हाला जे ऐकावेसे वाटते* असे त्याला वाटते, ते त्याने बोलणे ही नव्हे. चांगला चौकशी अधिकारी एखाद्या शल्यविशारदासारखा असतो. तो हळुवारपणे चाकू चालवतो, मोठा सुरा नाही वापरत.

चौकशी करण्यात कुशल नसणारे किंवा घाईघाईने माहिती मिळवणे आवश्यक असणारेच यातनादायक छळाचा आसरा घेतात. वातानुकूलित यंत्रणा सर्वोच्च पातळीवर सुरू करणे, हातपाय ताणून बांधणे, शर्टाचा पुढला भाग धरून गदागदा हलविणे, कानाखाली आवाज काढणे हे छळ करायचे प्रकार नसतात; तर निष्ठुरपणे केलेली चौकशी असते. त्या यातना नाहीत. हॉर्वाथला या दोन्ही पद्धतींमधला फरक स्पष्ट ठाऊक होता. त्याने जशा निष्ठुरपणे चौकश्या केल्या होत्या, तशाच यातना देऊनही केल्या होत्या.

त्यात त्याला कधी आनंद लाभत नसला, तरी त्या वापरायला त्याचा नैतिक विरोध वगैरे नव्हता.

अगदी शेवटचा पर्याय म्हणून त्याने यातना दिल्या होत्या. जिनेवा आणि हेग करारांबद्दल टी.व्ही.वर पंडित ठोकत ती भाषणे ऐकायला त्याला आवडत. त्याला

खात्री असे की, बहुतेक पंडितांनी ते करार कधीही वाचलेले नसणार; पण ते एक महत्त्वाचे सत्य दृष्टिआड करत असतात- अमेरिकेविरुद्ध उभ्या ठाकलेल्या मुस्लीम अतिरेक्यांनी काही या करारांना मान्यता दिली नव्हती. करारानुसार शस्त्रास्त्रसज्ज असणाऱ्यांना लपूनछपून किंवा नि:शस्त्र नागरिकांच्या आडोशाने गोळीबार करायला परवानगी दिलेली नाही. रीतसर युद्धात भाग घेणाऱ्यांनी रणक्षेत्रावर कुठल्यातरी गणवेशातच हजर असायला पाहिजे किंवा दंडावर तशा तऱ्हेची पट्टी बांधून तरी ते सैनिक आहेत, हे ओळखता यायला पाहिजे. मोठमोठ्या दाढ्या आणि कमरेवर बांधलेल्या, घोट्यापर्यंत खोचलेल्या पॅन्ट्स यांचा समावेश गणवेशात होत नाही.

थोडक्यात, युद्धात भाग घेणाऱ्या एका पक्षाने कोणत्याही करारावर सही करायचे आणि नियमांचे पालन करायचे नाकारले, तर त्याच नियमांचा आधार घेऊन कोणत्याही तऱ्हेचे संरक्षणही तो पक्ष मागू शकत नाही. इस्लामी अतिरेक्यांना हेग आणि जिनेवा करारांमधील अटी आणि शर्तींप्रमाणे संरक्षण असावे अशी मागणी करणाऱ्यांना एकतर सत्य परिस्थितीची जाणीव नसते किंवा ते दहशतवाद्यांचे समर्थन करत असतात, अशी हॉर्वाथची धारणा होती. आपला देश हा सर्वसाधारणत: चांगल्या आणि समजूतदार माणसांचा आहे, हे लक्षात घेऊन दहशतवाद्यांचा कैवार घेणाऱ्यांना सत्य परिस्थितीबद्दल अज्ञान आहे, असा हॉर्वाथने निष्कर्ष काढला होता.

अमेरिकेच्या शत्रूंची ताकद आणि त्यांचा निर्धार हॉर्वाथ कधीच कमी लेखत नव्हता. इस्लामने पाठविलेल्या अत्यंत जहाल प्रवृत्तीच्या कडव्या योद्ध्यांच्या नजरेला नजर भिडवून हॉर्वाथने बघितले होते. त्यांची स्वत:च्या मतांवरची अपार श्रद्धा आणि पाश्चिमात्य देशांबद्दलचा अपरंपार द्वेष त्यांच्या डोळ्यांत त्याने बघितला होता. इस्लामबरोबर समझोता अशक्य होता. जगात सर्वत्र चांगले मुस्लीम असले, तरी त्यांची संख्या नगण्य होती आणि त्यांच्या नावाने चाललेल्या हिंसेला विरोध करण्यासाठी एकत्र येण्याची, हिंसेला प्रेरणा देणाऱ्या तत्त्वांमध्ये बदल करण्याची ताकद आणि इच्छाही त्यांच्यात नव्हती.

जग अशा तऱ्हेचे असावे, अशी काही हॉर्वाथची इच्छा नव्हती आणि त्याची इच्छा काय आहे, याची जगालाही पर्वा नव्हती. आपला देश स्वतंत्र आणि सुरक्षित राहावा यासाठी हॉर्वाथने स्वत:च्या खांद्यावर भलताच भार उचलला होता. अमेरिका स्वतंत्र ठेवण्याची जबाबदारी अनेकांवर असली तरीही अमेरिकेवर हल्ले होतच होते, याची हॉर्वाथला खंत होती.

अमेरिकन भूमीवर आणि परदेशांतही अमेरिकनांवर आणि अमेरिकेच्या हितसंबंधांवर वाढते हल्ले होत होते. एखादा कट उधळून लावला, एखादा दहशतवादी ठार मारला तर दहा, वीस, तीसजण त्यांची जागा घ्यायला पुढे येत होते. हल्ल्यांच्या इतक्या योजना आखल्या जात होत्या की, काही हल्ले तरी यशस्वी होत होते-

अगदी अमेरिकन भूमीवरसुद्धा! त्यातले काही हल्ले तरी उधळून टाकण्याची जबाबदारी हॉर्वाथवर होती आणि प्रत्येक वेळी तो ते थोपवू शकला नव्हता. हॉर्वाथ नसता तर त्यांची व्याप्ती मोठी ठरली असती हे खरे असले, तरी अनेकजण मृत्युमुखी पडले होते, ही गोष्टच हॉर्वाथला सातत्याने सलत होती.

जनावरांची शिकार करावी त्याप्रमाणे न थांबता दहशतवाद्यांच्या मागे लागणे, त्यांचा खातमा करणे हा एकच त्यांचा नायनाट करण्याचा आणि पुन्हा त्यांना हल्लेच करता येणार नाहीत इतके त्यांना मागे रेटण्याचा एकमेव मार्ग होता. दयामाया नाही. काही कामगिऱ्यांबाबत राजकारणी माणसांकडे वाच्यताही नाही. घराबाहेरच्या लांडग्यांना त्यांनी त्यांचा गळा पकडू दिला असता. अमेरिका सुरक्षित राहावी यासाठी अफाट श्रम करायची त्यांची तयारीच नव्हती.

नक्की कधी ही गोष्ट घडली ते हॉर्वाथला सांगता येत नव्हते; पण गेल्या सत्तरएक वर्षांत अमेरिकन राजकारणी सत्य परिस्थितीपासून दुरावले होते - अगदी दोन्ही पक्षांचे राजकारणी. अफाट खर्च होत होता; पण सी.आय.ए.चे किंवा लष्कराचे चौकशी अधिकारी निर्भयपणे आणि सुरक्षितपणे त्यांची चौकशी कशी करू शकतील याचा विचार न करता दहशतवाद्यांचे रक्षण कसे होईल, त्यांचे हक्क कसे अबाधित राहतील या गोष्टींवरच जास्त चर्चा चालू होती.

अमेरिकन चौकशी अधिकाऱ्यांच्या मनात त्यांच्यावरच खटले भरले जाण्याची इतकी दहशत बसली होती की, त्यांच्या चौकश्यांमुळेच अनेकांचे प्राण वाचले होते यानेही काही फरक पडत नव्हता.

वॉशिंग्टनमध्ये अत्यंत थोड्या राजकारण्यांना काय घडते आहे, ते कळत होते; काय करायला हवे, ते समजत होते आणि फक्त त्यांचाच पाठिंबा हॉर्वाथला मिळत होता. हॉर्वाथ काय करतो आहे याची पुसटशी जाणीव जरी इतर राजकारणी लोकांना झाली असती, तरी त्यांनी त्याची जाहीर मानखंडना करून प्रसारमाध्यमांसमोर त्याला कॅपिटॉल हिलच्या पायऱ्यांवरच उघडपणे फाशी दिले असते.

हॉर्वाथला त्याची पर्वा नव्हती. विशेष काळजीही नव्हती. प्रथम त्यांना त्याला पकडणे आवश्यक होते; मग त्याने काय केले ते सिद्ध करणे भाग होते. यांपैकी कुठलीच गोष्ट तो घडू देणार नव्हता.

कैद्याची चौकशी करण्यासाठी बार्नचे - धान्याच्या कोठाराचे - दरवाजे उघडून आत पाऊल टाकत असताना त्याला चौकशीच्या पद्धतीच्या परिणामांबद्दलची फिकीर नव्हती. तसले विचारही त्याच्या मनाला शिवले नव्हते.

# १

शेत तसे उजाडच असले, तरी बार्नमध्ये मातीचा आणि शेणाचा गंध दरवळत होता. मन्सूर अलीमसारख्या माणसाचे डोके फिरवून टाकेल असाच गंध.

आत शिरताना हॉर्वाथने मुद्दामच बार्नचा दरवाजा धाडकन उघडून आत पाऊल टाकले आणि पुन्हा तो तसाच बंद केला. फार्म हाउसच्या किचनमध्ये मिळालेल्या एका लाकडी खुर्चीत, बार्नच्या मध्यावरच या तरुण जिहादीला बांधून ठेवले होते. अपघात झालेल्या जागेवरून निघत असतानाच त्याच्या डोक्यावर, मानेपर्यंत येईल असा बुरखा चढविला होता.

आत्तापर्यंत मन्सूरचे नाव कधी ऐकले नव्हते, तरी त्याची माहिती काढणे कठीण नव्हते. पांढरीफटक पडलेली आजारी माणसासारखी कांती, थायरॉइडचा त्रास होत असावा असा संशय निर्माण करणारे बटबटीत डोळे. लक्ष वेधून घेण्यासारखे काहीच नाही. पुन्हा नजर टाकू नये असे वाटणाराच चेहरा. काटकुळाही होता. सायबर जिहादी किंवा हॅकर शोभणारा.

बाहेरच्या सर्वसाधारण जगात तो नगण्य असला, तरी संगणकासमोर बसला की वाघ होता. डॉन हुआनचा अवतार असल्याप्रमाणे स्त्रियांशी गप्पा मारत त्यांच्यामागे लागू शकला असता; पण त्याच्याजवळ कुठल्याही स्त्रीजवळ जाण्याचे धैर्य नव्हते. मन्सूरसारख्या सायबर विश्वातल्या जादूगारांना कंट्रोल्स आपल्या हातात ठेवायची इच्छा असते. त्यांची सर्व ताकद माहितीक्षेत्रात असते. ती ताब्यात ठेवण्यावर असते. खरेतर या एकाच गोष्टीवर त्यांची सत्ता चालू शकते. नाहीतर ते अगदी दुर्बल असतात, नामर्द असतात. ती सत्ता नसली, कंट्रोल्स ताब्यात नसले की, त्यांची मानसिक स्थिती पार बिघडते.

बघितल्याशिवाय त्यांना काहीच करता येत नाही आणि त्यांची तीच क्षमता नाहीशी केली की, त्यांची मन:स्थिती ढासळते. चौकशी करायची हीच योग्य वेळ असते.

अपघातानंतर त्याला आधीच मानसिक धक्का बसला होता. त्यानंतरची कैद आणि डोक्यावरून घातलेला बुरखा यांच्यामुळे तर तोच धक्का मोठ्या प्रमाणात त्याला जाणवत असणार, हे हॉर्वाथला कळत होते. त्याच्या अंगातले सर्व कपडे काढून फक्त एक चड्डी ठेवली होती. बार्नमधल्या रात्रीच्या गारठ्यात तो कुडकुडत होता.

हॉर्वाथ त्याच्या मागे जाऊन त्याच्या डाव्या खांद्याजवळ उभा राहिला. तो बार्नमध्ये शिरताना मन्सूरने ऐकले होते आणि तो मागे येऊन उभा राहिल्याची जाणीवही त्याला झाली असणार, याबाबत हॉर्वाथच्या मनात शंकाच नव्हती. घड्याळाकडे बघत त्याने बराच वेळ जाऊ दिला. मन्सूर आता खूपच अस्वस्थ बनत चालला होता.

आणि अचानक हॉर्वाथने त्याच्या कानाखाली खाडकन आवाज काढला. त्याच्या मनात प्रतिकार करण्याचा काही विचार येत असला किंवा शौर्य दाखवायची तयारी होत असली, तर ती दूर झाली. जिहादी मानसिकदृष्ट्या पार खच्ची झाला पाहिजे. आपण काहीही करू शकत नाही, हे त्याच्या ध्यानात यायला हवे.

पाऊल मागे टाकत हॉर्वाथ तीन मिनिटे थांबला आणि मगच त्याने बोलायला सुरुवात केली.

"आता काय घडते आहे ते मी नीट सांगतो तुला," हॉर्वाथ म्हणाला. "आत्तापर्यंत तू जिवंत राहण्याचे एकमेव कारण म्हणजे मी तुला जिवंत राहू दिले. तू मेलास तरी चालेल, हे मी कधीही ठरवू शकतो. तो निर्णय शंभर टक्के फक्त माझाच असणार आहे. मी ज्या लोकांबरोबर काम करतो त्यांना तू जगतोस की मरतोस, याची काडीमात्र पर्वा नाही. या क्षणापासून जे काही होईल, ते तुझ्या सहकार्यावर अवलंबून आहे. लक्षात आले ना?"

मन्सूरने मान डोलवली,

"छान!" हॉर्वाथ म्हणाला. "आणि लक्षात घे की, आम्हाला सर्व ठाऊक आहे. *अगदी सर्व काही.* तू कोण आहेस ते माहीत आहे, तू इथे का आलास ते माहीत आहे. तू माझ्याशी खोटे बोललास तर मी तुला ठार मारणार आहे. लक्षात येते आहे ना?"

पुन्हा एकदा मन्सूरने मान डोलवली.

हात पुढे करून हॉर्वाथने त्याच्या डोक्यावरून बुरखा ओढून काढला. त्याचे डोळे प्रकाशाला स्थिरावत असताना तोंडावरची चिकटपट्टीही खेचून काढली.

"सांग मला तू इथे का आला आहेस?" हॉर्वाथ म्हणाला.

"मला खूप थंडी वाजते आहे." तो कुडकुडत होता. त्याचे दातसुद्धा दातांवर वाजत होते.

“माझ्या प्रश्नाचे उत्तर दे. मग मी तुझ्यासाठी एखादे ब्लँकेट शोधू शकेन.”

मन्सूरने ओठांवरून जीभ फिरवायचा प्रयत्न केला; पण त्याचे तोंड ओले होईना. “मला काहीतरी प्यायला हवे आहे. पाणी मिळेल?”

“तू माझ्या प्रश्नांची उत्तरे देईपर्यंत तुला काहीही मिळणार नाही,” हॉर्वाथचा आवाज चढला होता. “का आला आहेस तू इथे?”

“मला माहीत नाही.”

हॉर्वाथने टेझर काढला. बटण दाबून त्याच्या दिशेने रोखला.

जिहादीने डोके वळवले. दुसऱ्यांदा विजेचा धक्का मिळणार याची त्याला भीती वाटत असावी. “मला माहीत नाही,” तो म्हणाला.

“तू खोटे बोलतो आहेस, मन्सूर,” हॉर्वाथ उद्गारला. आपले संगणकामधले कसब नाहीसे करू शकणाऱ्या प्रत्येक गोष्टीची संगणकतज्ज्ञांना धास्ती असते. अगदी जगभरच्या तज्ज्ञांना. त्यांचे डोळे, हात, बुद्धी यांना धोका निर्माण केला, तर त्यांना फारच भीती वाटते. “मला वाटते, मी तुला ठार करण्याऐवजी विजेचे असे झटके देतो की, तुझा तो चाळीस गिगचा मेंदू आहे ना, त्याची क्षमता फक्त दोन किलोबाइट एवढी खाली येईल. कशी वाटते कल्पना?”

“त्यांनी माझ्यासाठी तिकीट पाठवले. तेवढेच मला माहीत आहे.”

“त्यांनी म्हणजे कोणी?”

“माझ्या काकांचे मित्र.”

“आझीम?”

मन्सूरने मान डोलवली. नजर जमिनीकडे वळवली.

“त्यांनी का तिकीट पाठवले तुला?”

त्याने उत्तर दिले नाही, तेव्हा हॉर्वाथने लेझरचा ठिपका जमिनीकडे वळवला. मन्सूरला तो दिसल्याशिवाय राहिला नसता. मग पायांवरून त्याच्या चड्डीवर स्थिर धरला.

“कारण त्याला ठार मारले होते,” मन्सूरने नजर वर करून हॉर्वाथकडे बघितले. “माझ्या रक्षणासाठी त्यांनी मला इथे आणले.”

हॉर्वाथने लेझर बंद केला. कोटाच्या खिशात टाकून दिला. “त्यांनी तुझ्या संरक्षणासाठी तुला इथे बोलावलेले नाही, मन्सूर. तुला ठार करण्यासाठी बोलावले आहे. तुझ्या काकाला त्यांनी ठार केले होते त्याप्रमाणेच.”

त्या तरुणाला काहीच बोलायचे सुचले नाही. त्याला मोठाच धक्का बसला असावा. सबंध मिनिटभराच्या शांततेनंतर त्याच्या तोंडातून शब्द निघाले, “माझा नाही तुझ्या बोलण्यावर विश्वास बसत.”

“तुझा कशावर विश्वास आहे, याच्याशी काही कर्तव्य नाही मला. मी खरे

सांगतो आहे.'' हॉर्वाथ अर्थातच खरे बोलत नव्हता; पण त्यामुळे थोडाही फरक पडणार नव्हता. उपसाला सेलने त्याला ठार करण्यासाठीच इथे बोलावून घेतले आहे अशी त्याची खात्री पटवता आली, तर तो एखादे वेळी सहकार्य करायला तयार झाला असता.

''थोडा वेळ माझ्या बोलण्यावर विचार कर,'' असे म्हणत हॉर्वाथने पुन्हा त्याच्या डोक्यावर बुरखा घालायला सुरुवात केली.

''काय चालविले आहेस तू?'' जिहादीच्या आवाजात विनवणी होती. त्याचे दात वाजत होते. ओठ निळे पडायला लागले होते.

हॉर्वाथने उत्तर दिले नाही. बुरखा नीटपणे बसवून तो दाराजवळ गेला आणि बाहेर पडला.

# १०

## हर्मोसा बीच, कॅलिफोर्निया

लॅरी सालोमनने किचन काउंटरवरचा कॉर्डलेस फोन उचलल्यावर ल्यूक रॅल्स्टनने विचारले, "काय करतो आहेस तू?"

"माझ्या कार्यालयासाठी निरोप ठेवतो आहे."

रॅल्स्टनने नकारार्थी मान हलवली. "फोन करायचे नाहीत. ई-मेल्सही नाहीत," तो कॉफीचा मोठा कप भरत स्पष्टपणे म्हणाला. मित्राला बसायची खूण केली.

ते लॉस एंजेलिसच्या दक्षिणेला हर्मोसा बीच या किनारपट्टीवरच्या शांत भागात गाडी चालवत आले होते. वाहतुकीच्या रस्त्यांवर लावलेले कॅमेरे टाळण्यासाठी रॅल्स्टनने फ्रीवेज आणि प्रमुख रस्त्यांवरून गाडी चालविणे टाळले होते. तो कुठे निघाला आहे, ते सेलफोनच्या सिग्नलवरून कळू नये म्हणून त्याने सेलफोनचे सर्व भागही सुटे करून टाकले होते. सालोमनच्या सेलफोनची चिंता करण्याचे कारण नव्हते. तो त्यांनी कोल्ड वॉटर कॅनिअन येथील त्याच्या घरामध्येच ठेवला होता.

जिथे ते दडी मारून पुढे काय करायचे याचा विचार करू शकतील, अशा कुठल्या तरी सुरक्षित ठिकाणी जायला हवे हे रॅल्स्टनला कळत होते. रॅल्स्टनच्या अपार्टमेंटमध्ये जाण्याचा प्रश्नच नव्हता. थोड्याच काळात पोलीस तिथेही पोहोचलेच असते. पाम स्प्रिंग्ज किंवा सान्ता बार्बारा येथील सालोमनच्या मालकीच्या इस्टेटींवरही ते जाऊ शकत नव्हते. खरे पाहता ते कुणाच्या नजरेसच यायला नको होते. त्यांना त्यासाठी मदतीचीच गरज होती.

पहाटे तीन वाजता त्यांनी सागरापासून दोन ब्लॉक अंतरावर असलेल्या एका छोट्या, बाहेरच्या बाजूला वेगवेगळ्या रंगांचे प्लास्टर आणि स्पॅनिश टाइल्सचे छप्पर असणाऱ्या घराच्या - स्टक्को हाउसच्या - ड्राइव्हवेवर गाडी उभी केली. ते रॅल्स्टनच्या एका जुन्या मित्राच्या, हॅन्क मॅकब्राइडच्या, मालकीचे होते.

पूर्वी नेव्ही सीलमध्ये असलेला साठ वर्षांचा हॅन्क अनेक उद्योग करायचा. हॉलिवुडमध्ये तांत्रिक सल्लागार म्हणूनही काम करत असला, तरी सालोमनच्या

एकाही चित्रपटासाठी त्याने काम केले नव्हते. वयामध्ये फरक असला, तरी रॅल्स्टन आणि मॅक्ब्राइड यांची दोस्ती जुळली होती खरी. स्पेशल ऑपरेशन्समध्ये काम केलेल्यांची संख्या छोटी असली, तरी त्यांच्या सदस्यांमधील मैत्री घट्ट असते. दोघांचे समान मित्रही होते.

रॅल्स्टन सालोमनची वॅगनीर गराजमध्ये ठेवून, तिच्यावर ताडपत्रीचे आच्छादन घालून नुकताच परत आला असताना हॅन्कने विचारले, "बातम्यांमध्ये कधी दिसेल हे?" किचन टेबलाजवळचा टी.व्ही. त्याने लावून ठेवला असला, तरी त्याचा आवाज बंद केला होता.

"अजून काही तास नाही," त्याने उत्तर दिले. त्याच्या डोक्यावरच्या जखमेवर बॅन्ड-एड लावले होते. ती जख़म मृत्यू त्याच्या किती जवळ येऊन गेला, याची आठवण करून देत होती.

सालोमनने खाली बसून कॉफीचा कप स्वीकारला. "स्टुडिओच्या प्रसिद्धिप्रमुखाला यावर लिहायला सांगितले नाही, तर फार वाईट परिस्थिती होईल. मला फक्त एक फोन करू दे म्हणजे ती कामाला तरी लागेल."

रॅल्स्टनने पुन्हा नकारार्थी मान हलवली.

"लॅरी, हा प्रकार आधीच भयानक आहे. अगदी उच्च श्रेणीमध्ये बसणारा."

"माहीत आहे. माझ्या नावावर कायमचा डाग लागणार आहे. फिल स्पेक्टरच्या घरात फक्त एक प्रेत सापडले असताना काय गहजब झाला होता आठवते ना? आणि माझ्या घरात तर..." तो मनातल्या मनात मोजत असावा. "सहा प्रेते आहेत, म्हणजे घराबाहेरच्या एकाची अंगावर गाडी घालून तू जी काय अवस्था केली आहेस, तिला प्रेतच म्हणायचे झाले तर."

हॅन्कने हळूच शीळ घातली. "सहा? कमालच आहे."

"पण त्यातील फक्त चारच माणसे वाईट होती," रॅल्स्टनने स्पष्टीकरण दिले. "दुसरे दोघे लॅरीबरोबर काम करत होते. त्यावरून मला आठवण होते आहे की..."

सालोमनलाही त्याच क्षणी काहीतरी आठवले. "हार्ड ड्राइव्ह्ज. घरामधून त्या घेऊन यायला विसरलो आपण."

"कुठल्या हार्ड ड्राइव्ह्ज?"

"माझ्या कार्यालयातील संगणकांवरच्या."

सालोमनला जरा शांत करण्याची रॅल्स्टनला गरज दिसली. "सावकाश जरा. आपण एका वेळी एकाच गोष्टीचा विचार करू या का? ती मेलेली दोन माणसे कोण होती लॅरी? जेरेमी आणि ...?"

"चिप," सालोमन म्हणाला.

"कोण होते ते?"

"ते माझ्याबरोबर एका फिल्मवर काम करत होते."

"तू डॉक्युमेंटरी म्हणाला होतास ती?" रॅल्स्टनने विचारले.

चित्रपट निर्मात्याने मान डोलवली. जास्त स्पष्टीकरण दिले नाही.

"पण तू स्टुडिओत का काम करत नव्हतास? घरी का करत होतास?"

"जरा खासगी काम होते."

रॅल्स्टनच्या डोक्यातील ॲन्टिना उभी राहिली. *"खासगी?"*

"हो," निर्माता म्हणाला. तो कॉफीच्या कपाकडे बघत होता. त्याचे लक्ष भलतीकडेच असावे. "वैयक्तिक."

"लॅरी, आपण चांगले मित्र आहोत. तुलाही वाटते ना तसेच?"

सालोमनने मान डोलवली.

"तर मग तू कशात गुंतला आहेस, ते स्पष्टपणे का सांगत नाहीस? जेरेमी आणि चिपपासूनच सुरुवात कर."

निर्मात्याने कॉफीचा एक घोट घेतला. कप टेबलावर ठेवला. खूप अस्वस्थ वाटत होता. "ते माझे मित्र होते. चिप हा ब्लॉगर आहे. राजकारणात थोडीशी ढवळाढवळ करणारा आहे आणि जेरेमी... मला वाटते, होता असा शब्द वापरायला हवा आता. जेरेमी एक छोटी फिल्म बनविण्यासाठी चिपबरोबर काम करत होता."

"कोणत्या विषयावरची छोटी फिल्म?"

"इनडाउनमेंट्स - देणग्या."

आपण जे ऐकले तेच बरोबर आहे याची रॅल्स्टनला खात्री पटेना. "आर्थिक देणग्या? विद्यापीठात देतात तशा?"

सालोमनने मान डोलवली.

"तुझी प्रसिद्धी आहे तशी उन्हाळ्यात काढलेली, धंद्याचे उच्चांक स्थापन करणारी - ब्लॉकबस्टर - फिल्म दिसत नाही; पण हॉलिवुडमध्ये प्रत्येकाचाच एखादा आवडता विषय असतो म्हणा. तरीही एक गोष्ट मला खटकते आहेच. तू त्या फिल्मचे काम तुझ्या घरी का करत होतास?"

हॅन्क मॅक्ब्राइडने टी.व्ही.वरची नजर वळवून सालोमनकडे बघितले. *"अश्लील फिल्मसाठी तू 'छोटी फिल्म' असा शब्द वापरत नाहीस ना?"*

रॅल्स्टनने हात वर करून त्याला गप्प केले.

"मी विचारले फक्त," हॅन्कने उत्तर दिले आणि तो पुन्हा टी.व्ही. बघायला लागला."काहीतरी गडबड आहे. छोटी फिल्म बनवली जाते आहे म्हणून व्यावसायिक खुनी तुमच्या मागे लागत नाहीत."

"आणि अश्लील फिल्म्स बनवतात म्हणूनही नाही," रॅल्स्टन उद्गारला.

"रशियन्सचा संबंध असेल तर सर्व शक्य आहे," हॅन्कने उत्तर दिले.

मुद्दा बरोबर होता त्याचा. रॅल्स्टनने पुन्हा सालोमनकडे लक्ष वळवले. "थोडे मागे जाऊन विचार करू या का? तुला ठार मारायचे कुणाला काही कारण आहे?"

निर्मात्याने खांदे उडवले.

*"तू नाही असे म्हणाला नाहीस, लॅरी."*

"आम्ही जी फिल्म बनवतो आहोत, ती सर्वांना आवडेल अशी नाही," सालोमन म्हणाला.

"तुला ठार करण्याइतकी आवडणार नाही?"

*"शक्य आहे."*

रॅल्स्टनला खराखुरा धक्का बसला. "मला वाटते, आपल्याला प्रथमपासूनच सुरुवात करायला पाहिजे. फिल्मचे नाव काय आहे म्हणालास?"

सालोमनने पुटपुटल्यासारखे उत्तर दिले. रॅल्स्टनला पुन्हा तोच प्रश्न विचारावा लागला.

*"वेल इनडाउड,"* सालोमन म्हणाला.

"मी म्हणालो होतो तेच बरोबर होते," टी.व्ही.वरची नजर न काढता हॅन्क उद्गारला. "अश्लील फिल्म्सच."

"तू जरा गप्प बसशील का?" रॅल्स्टनने म्हटले.

हॅन्कने खांदे उडवून चॅनल्स बदलायला सुरुवात केली. कुठल्याही चॅनलवर निर्मात्याच्या घरामध्ये घडलेल्या घटनेबद्दल सांगत आहेत का, हे तो बघत होता. टी.व्ही.चा आवाज अजूनही बंदच होता.

रॅल्स्टनने आपले पूर्ण लक्ष सालोमनवर केंद्रित केले. "ही फिल्म - तुझीच कल्पना होती? की कुणी तो विषय घेऊन तुझ्याकडे आले होते?"

*"ती एक मोठी कथाच आहे."*

"थोडा काळ तरी तू कुठे जाऊ शकणार नाहीस," हॅन्क म्हणाला. चॅनल्स बदलता बदलता तो थांबला होता. एक हेलिकॉप्टर झाडेझुडपे असणाऱ्या एका टेकडीवर घिरट्या घालताना टी.व्ही.वर दिसत होते. "तुझे घर कोल्डवॉटर कॅनिअनमध्ये आहे असे म्हणाला होतास ना तू?"

*"हो."*

"तर मग तुझी कथा बातम्यांमध्ये कधी सांगितली जाईल, हा प्रश्न माझ्या मते संपला आहे."

# ११

**तो** पुन्हा झोपू शकणार नाही हे लक्षात आल्यावर हॅन्क मॅक्ब्राइड टी.व्ही. सोडून उठला आणि त्याने न्याहारी बनवायची तयारी दर्शवली. तो आपल्या दोन पाहुण्यांच्या बाबतीत *फरारी गुन्हेगार* हे शब्द पुन:पुन्हा वापरायला लागल्यावर मात्र रॅल्स्टनने त्याला झापले. रॅल्स्टन आणि सालोमन यांची चर्चा चालूच राहिली.

"हे सर्व फार गुंतागुंतीचे आहे," आपला कॉफीचा कप पुन्हा भरण्यासाठी रॅल्स्टनसमोर धरत सालोमन म्हणाला. "फाउंडेशनचे पैसे एखाद्या शेल गेमप्रमाणे हलविण्यात येतात. जेरेमी आणि चिप यांनी सुरुवात करताना *शेल गेम* हेच नाव सुचविले होते. *वेल इनडाउड* हे जरा जिज्ञासा उत्पन्न करणारे आणि चिथावणीखोर नाव ठरेल, त्या नावाने फिल्मकडे इतरांचे लक्ष वेधले जाईल, ही कल्पना माझी होती."

जाहिरात क्षेत्रातील एका जुन्या म्हणीची रॅल्स्टनला आठवण झाली. "मांस कसे आहे यापेक्षा त्यावर चरचरणाऱ्या तेलाकडेच प्रथम लक्ष जाते," तो म्हणाला.

"बरोबर. डॉक्युमेंटरी फिल्म विकणे कठीणच असते आणि त्यात देणग्यांबद्दलची डॉक्युमेंटरी? विचारच सोड. निदान नाव तरी लक्षवेधक असल्याशिवाय जनता या फिल्ममध्ये रसच दाखवणार नाही."

रॅल्स्टनला वाटत होते की, वेगवेगळ्या अर्थांचे छोटे-छोटे शब्द वापरून विशेष काहीच फरक पडणार नाही; पण फिल्म्सच्या बाबतीत कोण काय सांगू शकणार? काहीही घडते. "तर मग चिप आणि जेरेमीकडे कसे काय तुझे लक्ष वेधले गेले? एखाद्या फिल्मी महोत्सवाच्या वेळी? त्यांच्यापैकी एकजण तुझ्या आवडीच्या रेस्टॉरंटमध्ये वेटर होता?"

सालोमनचा चेहरा थकल्यासारखा वाटत होता. नट, नट्या, लेखक, दिग्दर्शक बनण्याची इच्छा बाळगणाऱ्यांची हॉलिवुडमध्ये गर्दीच असते. एखादा माणूस त्याच्याकडे फिल्म बनवायची ताकद आहे असा फसवा देखावा निर्माण करू शकला तरी, त्या

उद्योगात घुसण्याची इच्छा बाळगणारे त्याच्यावर हल्लाच चढवितात. निर्मात्यांकडे तर, तो दंतविशारदाच्या खुर्चीत बसलेला असताना तिथे घुसून कुणीतरी त्याला मस्का लावायला सुरुवात केली होती, अशा तऱ्हेच्या भयकथा असतात. सर्वत्र मिटक्या मारत सांगितली जाणारी कथा एका निर्मातीबद्दलची आहे. ती प्रसूती विभागातल्या शल्यविशारदाकडे असताना म्हणे कुणीतरी तिला आपली कथा सांगायला सुरुवात केली होती.

"त्यामुळे काय फरक पडतो?"

सालोमन पुन्हा उत्तर द्यायला टाळाटाळ करतो आहे असे वाटायला लागल्यावर रॅल्स्टनने जरा दमातच विचारले, "तू माझ्यापासून काय लपवितो आहेस?"

कॉफीच्या कपावरून नजर उचलत निर्माता म्हणाला, "तसे काहीच नाही."

"पण तू माझ्या प्रश्नांची सरळ उत्तरे देत नाहीस. मला तर वाटायला लागले आहे की, हॅन्क खरेच बोलत होता. तू अश्लील फिल्म बनवत होतास, रशियन्सचा बराच पैसा थकविलास आणि तो वसूल करायला ते तुझ्या घरी आले."

"मी अश्लील फिल्म बनवत नाही," सालोमन ठामपणे म्हणाला. "तू ओळखतोस मला. मादक द्रव्यांनाही मी आयुष्यात स्पर्श केलेला नाही."

रॅल्स्टन आपल्या मित्राला ओळखत होता. त्याला क्षणभरही वाटले नव्हते की, तो अश्लील फिल्म बनवतो आहे किंवा त्याचा मादक द्रव्यांशी संबंध आहे; पण आपल्या प्रश्नांना तो सरळ उत्तरे देत नाही, हे त्याला आवडत नव्हते.

"मला वाटते लॅरी, की तुझी *सध्याची लक्षणे...*"

"सध्याची लक्षणे? कशाबद्दल बोलतो आहेस तू?"

रॅल्स्टनने हात वर करून त्याला थांबविले. "आज रात्री जे काही घडले त्याचा कुणालाही धक्का बसला असता आणि त्यात आज राचेलचा वाढदिवस असता."

"आज आहेच तिचा वाढदिवस."

"नाही. तिचा वाढदिवस नाही. आज तिची *पुण्यतिथी* आहे. ती गेली आहे, लॅरी."

सालोमनचे डोके फिरले. "तू मला तिची आठवण अशा तऱ्हेने करून द्यायची गरज आहे असे वाटते तुला? तुला काय वाटते, याची मला अजिबात पर्वा नाही. ती तुझी मुलगी नव्हती, ल्यूक. कधीही विसरू नकोस हे."

तो इतका खवळला होता की, अंड्यांची बुर्जी बनवत असलेला हॅन्कही थबकला.

रॅल्स्टनने त्याला फ्रीजमधील बुशमिल्सची - आयरिश व्हिस्कीची - बाटली काढायची खूण केली.

ती टेबलावर ठेवून हॅन्क पुन्हा आपल्या अंड्यांकडे वळला. रॅल्स्टनने बाटलीचे

बूच उघडले आणि कॉफीच्या कपांमध्ये भरपूर व्हिस्की ओतली. काल रात्रीपासून घडलेल्या घटनांचा परिणाम त्यालाही जाणवायला लागला होता. कशाचीतरी थोडीफार धुंदी दोघांना चढण्याची गरज होती.

सालोमनने आयरिश कॉफीचा एक मोठा घुटका घेऊन कप खाली ठेवला. तो काहीही बोलला नाही. निर्मात्याच्या ड्राइव्हवेवर काही तासांपूर्वी ते जसे गप्प बसले होते, तसे आत्ताही बसले. हॅन्कही न बोलता त्यांच्यापासून दूरदूर राहिला होता.

''मला खेद वाटतो,'' निर्माता म्हणाला.

रॅल्स्टनने हळूच आपल्या मित्राच्या खांद्यावर हात ठेवला. ''सांगण्याची काही गरज नाही.''

''जेरेमी आणि चिप चांगली माणसे होती. चांगल्या फिल्म्स बनवायचे. राचेलला ते दोघे आवडले असते. त्यांनाही ती आवडली असती.''

''ती खूप छान मुलगी होती, लॅरी. तुला खराखुरा अभिमान वाटावा अशीच!''

क्षणभर तरी आयुष्यातील आनंदाच्या क्षणांची आठवण होऊन निर्मात्याच्या चेहऱ्यावर हसू उमटले. मग तो पुन्हा गंभीर बनला.

''जेरेमी आणि चिप मला एका समारंभात भेटले होते.''

हॅन्कने तीन प्लेट्स भरून टेबलावर ठेवल्या. ''मी विचारलेले चालत असेल तर... राचेलला कसे गमावलेस तू?''

सालोमनला न आवडणाऱ्या घटनेची स्मृती नको म्हणून रॅल्स्टन म्हणाला, ''आत्ता नको तो विषय.''

''ठीक आहे रॅल्स्टन,'' निर्मात्याने मान उचलून हॅन्ककडे बघितले. ''तीन वर्षांपूर्वी इस्त्राईलला गेली होती, तेव्हा खून झाला तिचा.''

हॅन्क खुर्चीत बसला. ''ऐकून वाईट वाटते मला. खुन्यांना पकडून फासावर लटकवले असेल, अशी मला आशा आहे.''

''दुर्दैवाने त्यांचा शोध लागला नाही आणि तोच विचार मला असह्य होतो. आत्तासुद्धा ती व्यक्ती किंवा त्या व्यक्ती तसेच गुन्हे करत मोकाटपणे फिरत असतील, ही कल्पनाच सहन होत नाही मला. कसे आयुष्य सुरू ठेवायचे मग? ती जखम भरणार तरी कशी?''

सालोमन राचेलबद्दल बोलत बसला तर जास्तच उदास होत जाईल, हे रॅल्स्टनला माहीत होते. त्याने विषय बदलला, ''तर मग जेरेमी आणि चिप तुला एक समारंभात भेटले. बरोबर?''

''हो,'' निर्माता म्हणाला आणि त्याने अंड्याचे तुकडे काट्याने उचलले. ''त्यापूर्वी मला चिपची विशेष माहिती नव्हती. प्रसारमाध्यमांच्या काही लक्षात येण्यापूर्वी आपल्या ब्लॉग्जवरून त्याने काही भानगडी बाहेर काढल्या होत्या.''

"आणि जेरेमी?"

"तो चेला होता त्याचा. ब्लॉग्ज सोडून दुसरी कामे हातात घ्यायचा त्यांचा विचार चालू होता. काही तऱ्हेच्या डॉक्युमेंटरी बनवाव्यात, असे त्यांना वाटले होते. त्यांच्याकडे शेकडो कल्पना होत्या, चांगले विषय होते; पण प्रथम त्यांना एकच विषय निवडणे भाग होते.

"एक व्हिसल ब्लोअर - काही काळापूर्वी चिपच्या ब्लॉगसाठी एक कथा घेऊन आली होती. ती फोर्ड फाउंडेशनसाठी काम करत होती आणि काहीतरी भलतीच भानगड तिच्या ध्यानात आली होती. ती उघडकीला आणली जावी, अशी तिची इच्छा होती."

"कोणत्या तऱ्हेची भलतीच भानगड?" रॅल्स्टनने विचारले.

"आर्थिकच. पैसे कुठे जात होते, कशा तऱ्हेने वगैरे; पण ती भानगड प्रसिद्धीला देण्यापूर्वी ती स्त्रीच नाहीशी झाली. तिच्याकडून आली आहे असा समज करून देणारी चिठ्ठीही त्याला मिळाली. त्यात तिने म्हटले होते की, तिची कथा बनावट होती म्हणून."

"तिने असे का केले असेल?"

"कुणालाच माहीत नाही," मान हलवत सालोमन म्हणाला. "त्यांना वाटते की, कुणीतरी तिचा काटा काढला असावा."

"आणि मग?"

"चिप आणि जेरेमी शोध घेत राहिले. ते जितका शोध घेत होते, तितक्या नवनवीन भानगडी त्यांना दिसायला लागल्या होत्या. त्यांच्या मनात विचार यायला लागला की, ब्लॉगसाठी ही कथा फार मोठी आहे तेव्हा त्यांच्या मनात डॉक्युमेंटरी बनवावी अशी कल्पना आली. त्यांनी अगदी छोटे छोटे भाग बनवून इतरांना दाखवायला सुरुवात केली. त्यांची कल्पना होती की, फिल्म बनविण्यासाठी कुणीतरी मदतीचा हात पुढे करेल. मी योग्य ठिकाणी योग्य वेळी हजर होतो एवढेच!"

"पण तरीही तू त्या फिल्मवर काम करतो आहेस हे तुझ्या हॉलिवुडमधल्या दोस्तांना कळावे अशी तुझी इच्छा नव्हती आणि म्हणून तू सर्व काम घरीच करत होतास?" रॅल्स्टनने विचार करत म्हटले.

निर्मात्याने मान डोलवत बेकनचा - डुकराच्या खारवलेल्या मांसाचा - तुकडा तोडला. "आधुनिक तंत्रज्ञान लक्षात घेऊन ज्या डॉक्युमेंटरीसाठी स्पेशल इफेक्ट्सची गरज नाही त्यासाठी स्टुडिओमध्येच काम करण्याचीही आवश्यकता नाही. घरी काम करता येणार होते."-----

"या फिल्ममुळे काही जणांपुढे पेचप्रसंग निर्माण झाला असता, काही फाउंडेशन्स

कशात गुंतली आहेत हे उघडकीला आले असते, हे मला मान्य आहे; पण म्हणून सर्वांनी एकत्र येऊन तुझाच काटा काढण्याची सुपारी कुणाला दिली असेल, यावर माझा विश्वास बसत नाही,'' रॅल्स्टन म्हणाला. "पटत नाही हे.''

"तुला हे पटत नाही कारण यामध्ये किती प्रचंड प्रमाणात पैसा आहे आणि कितीजणांना धोका आहे याची तुला कल्पना करता येत नाही,'' सालोमनने उत्तर दिले. "शंभर वर्षांपूर्वी करमाफी असणारी फक्त अठरा अमेरिकन फाउंडेशन्स होती. आज सोळा हजारांहून जास्त आहेत.

"आज नफा हे उद्दिष्ट न ठेवता काम करणाऱ्या फाउंडेशन्सची उलाढाल म्हणजे सातव्या क्रमांकाची अर्थव्यवस्था आहे. फाउंडेशन्सकडे पाचशे बिलियन डॉलर्स एवढी कर आकारण्यात न येणारी गंगाजळी आहे. त्यांचा स्रोतही काही वेळा संशयास्पद असतो. काही देशांच्या जी.डी.पी. - ग्रॉस डोमेस्टिक प्रॉडक्ट - सकल राष्ट्रीय उत्पन्नापेक्षा जास्त रक्कम यातल्या काही फाउंडेशन्स एका वर्षात देत असतात. त्यातल्या काही संस्थांची आर्थिक ताकद मध्यवर्ती सरकारपेक्षा जास्त आहे किंवा रशिया, फ्रान्स, ग्रेट ब्रिटनपेक्षा. आमची फिल्म बरोबर याच ठिकाणी बोट ठेवणारी होती. पैसे आणि सत्ता कसे, कुठे आणि का वापरले जात होते.

"आम्ही सर्वसाधारण फाउंडेशन्सकडे बघत असताना लक्षात आले की, अनेक फाउंडेशन्सची राजकीय प्रणाली संशयास्पद होती. अत्यंत यशस्वी उद्योगांना प्रोत्साहन देणाऱ्या अनेक अमेरिकनांनी सुरू केलेली फाउंडेशन्स आता उद्योग-व्यवसायविरोधी आणि काही वेळा तर सरळसरळ अमेरिकाविरोधी बनली होती. पर्यावरणाशी संबंध असणाऱ्या संघटना त्यांच्या मूळ उद्देशाशी काहीही संबंध नसणाऱ्या बाबतीत वॉशिंग्टनशी का लढत होत्या? कामगार संघटनांच्या लढ्याचे प्रश्न कामगारांशी संबंधित कसे नाहीत? सोशलिस्ट आणि कम्युनिस्टधार्जिण्या राजकीय मतांचा प्रचार करणारी पाठ्यपुस्तके आणि धडे शिकवण्यासाठी पैसा का पुरवला जातो आहे? जनुकीय बदलाने मानववंशात सुधारणा सुचविणारी युजेनिक्स चळवळ आणि त्याच आनुवंशिकतेच्या अभ्यासाच्या नावाखाली भीषण प्रयोग करणारा ऑसविचचा कुप्रसिद्ध खुनी डॉ. मेन्गेल याला अचानक कसा काय पाठिंबा मिळायला लागला आहे? यादी न संपणारी दिसत होती. पैसा कुठून आणि कसा पुरवला जातो आहे, हे खरे गूढ होते आणि ते उकलण्याचा प्रयत्न केल्यावर आम्ही सशांच्या बिळांमधून जावे त्याप्रमाणे भलभलत्या ठिकाणी पोहोचायला लागलो.

"आम्हाला शोध लागला की, १९४०च्या सुरुवातीलाच अमेरिकेतील पुरोगामी शक्तींनी ओळखले होते की, मोठमोठी फाउंडेशन्स आणि इनडाउमेंटच्या तिजोऱ्यांत अमाप पैसा नुसता पडून आहे. कम्युनिस्ट, सोशलिस्ट वगैरेंच्या ध्यानात आले की, सत्तेच्या जागी, म्हणजे बोर्ड ऑफ डायरेक्टर्समध्ये पोहोचता आले तर तो पैसा

कसाही चोरता येईल आणि तो त्यांनी तसा चोरलाही.''

''तू म्हणतो आहेस की, त्यांनी तो पैसा दडपण आणण्यासाठी वापरला?'' रॅल्स्टनने विचारले.

''फक्त दडपण आणण्यासाठी नव्हे, तर त्यांचा कार्यक्रम पुढे रेटण्यासाठीही. त्यांच्या कार्यक्रमपत्रिकेविरुद्ध मते असणाऱ्या फाउंडेशन्सना कुठेही, कसलेच सहकार्य मिळू नये म्हणून त्यांनी आपले वजन वापरून त्यांच्या मार्गात जबरदस्त अडथळे निर्माण केले. राजकारण्यांना खूश राखण्यासाठी, लाच देण्यासाठी, आपली ध्येयधोरणे राबवण्यासाठी, स्वत:चे राजकारणी निवडून आणण्यासाठी त्यांनी तो पैसा वापरला.''

''पण कुणाच्याच काहीही कसे लक्षात आले नाही? विरोध कसा झाला नाही? सर्व गोष्टी उघडकीला कशा आल्या नाहीत?'' रॅल्स्टनने विचारले.

सालोमनने मान डोलवली. ''आपण दाबून ठेवलेल्या पैशांच्या राशींकडे बघत नाही तर पर्वतराजींकडे बघतो आहोत. अफाट ताकद आणि प्रचंड दडपण खूप शांतता राखू शकते.''

''आणि बोर्ड ऑफ डायरेक्टर्स ते जे काही करण्यात दंग होते, त्यावर काय फक्त आपला रबर स्टॅम्प उठवत होते?''

''त्यांच्या नजरेने जगाकडे बघणारे सदस्यच बोर्ड ऑफ डायरेक्टर्समध्ये असले तर रबर स्टॅम्पची काहीही गरज नाही,'' निर्माता म्हणाला. ''ही फाउंडेशन्स स्थापन करणारे आज जिवंत असते तर फाउंडेशन्सचा पैसा कशासाठी वापरला जातो आहे, ते बघून त्यांना धक्काच बसला असता.''

रॅल्स्टनला याबाबत शंका नव्हती. ''पण म्हणून काय होणार? तू जितका बोलतो आहेस ते ऐकून मला तरी या सर्वांचा तुझ्या डॉक्युमेंटरीशी संबंध आहे, असे वाटेनासे झाले आहे. मला वाटते की, दुसऱ्या काही शक्यता आहेत का, हे तपासून बघावे.''

''तुझी चूक होते आहे,'' निर्माता म्हणाला.

''माझी चूक?'' रॅल्स्टनने विचारले. ''मान्य आहे की, अनेक फाउंडेशन्स आणि इनडाउमेंट्स त्यांच्या मूळ उद्देशापासून ढळली आहेत. ठीक आहे. तुझ्या डॉक्युमेंटरीमुळे त्यांच्यामधल्या काही जणांकडे नको तितके लक्षही वेधले जाणार आहे; पण जोपर्यंत ते कुठल्याही कायद्यांचा भंग करत नाहीत, तोपर्यंत कोण कशाला पर्वा करेल?''

''चिप आणि जेरेमी यांनी काय खणून काढले आहे ते बघेपर्यंत माझीही तशीच समजूत होती.''

''काय होते ते?''

''फाउंडेशन्स आणि इनडाउमेंट्स यांना त्यांच्या मूळ रकमेवर पैसा मिळविणे

तर आवश्यकच असते; तेव्हा ते बऱ्याच वेळा हेज फंड्समध्ये पैसा गुंतवितात. अत्यंत अतिरेकी मतांच्या फाउंडेशन्सचा एक गट एकाच हेज फंडमध्ये पैसे गुंतवत होता. त्याचे नाव आहे स्टँडिंग फंड आणि त्याचा प्रवर्तक आहे जेम्स स्टँडिंग.''

''अब्जाधीश स्टँडिंग?''

''अमेरिकाविरोधी अब्जाधीश.''

''मग?''

''आमच्या लक्षात आले की, अत्यंत अतिरेकी मतांच्या फाउंडेशन्स आणि इनडाउमेंट्सलासुद्धा काही गोष्टींशी सरळ संबंध नको असतो. त्यांना भीती वाटते. त्यांनी त्यांच्या गुंतवणुकीचा काही भाग स्टँडिंगने घ्यायची परवानगी देऊन *प्रोजेक्ट ग्रीन रॅम्पसाठी* पैसे वापरले.''

''आणि *प्रोजेक्ट ग्रीन रॅम्प काय आहे?''*

सालोमनने रॅल्स्टनच्या नजरेशी नजर भिडवली. ''अमेरिकेचा विनाश घडवून आणण्यासाठी आखलेली एक अत्यंत गुंतागुंतीची योजना.''

# १२

## स्वीडन

**फा**र्म हाउसमधून ब्लँकेट आणि पाण्याची बाटली घेऊन हॉर्वाथ बाहेर पडत असताना त्याचा सेलफोन वाजला. हातातल्या वस्तू खाली ठेवत त्याने फोन घेतला.

''बोल.''

''फिनिक्स-३ ने अपघाताच्या जागेवरून उचललेला मोबाइल फोन कुठे आहे, याचा आम्ही शोध लावला आहे,'' रीड कार्लटन म्हणाला. या कामगिरीच्या बाबतीत फिनिक्स-३ हे शॉनचे टोपणनाव होते. हॉर्वाथचे टोपणनाव होते फिनिक्स-१ आणि रायली टर्नरचे फिनिक्स-२.

''आपल्याला पत्ता मिळाला आहे?''

''हो. *मागच्या मार्गाने* तो तुला पाठवतो.''

कार्लटन ग्रुप एकमेकांशी संपर्कात राहण्यासाठी आणि संदेशांची देवाणघेवाण करण्यासाठी एक सुरक्षित नेटवर्क वापरत असे. त्या नेटवर्कला त्यांनी *मागचा मार्ग* असे नाव दिले होते.

''ठीक आहे,'' हॉर्वाथ म्हणाला.

मन्सूरच्या नावाच्या आद्याक्षरांवरून त्याच्यासाठी बनवलेले सांकेतिक नाव वापरत रीड कार्लटनने विचारले, ''मॅसॅच्युसेट्सबद्दल काही प्रगती?''

''अजून नाही. मला वाटते की, त्याला आपल्याशी चर्चा करायला आवडेल.''

''माझी सूचना आहे की, काम आवरून प्रत्येकाने लवकरात लवकर तिथून निघावे. लक्षात आले?''

''बरं,'' हॉर्वाथ म्हणाला. उपसाला सेलवर हल्ला चढविण्यापूर्वी फिनिक्स-३ला किती वेळ द्यावा, या विषयावरही त्यांनी बराच खल केला. जितका काळ फिनिक्स-३ त्यांच्यामध्ये असेल, तितकी जास्त माहिती त्याला मिळू शकेल, हे दोघांनाही कळत होते; पण जितका जास्त काळ तो तिथे राहील, त्या प्रमाणात

त्याची खरी ओळख फुटण्याचा धोकाही वाढला असता आणि त्या परिस्थितीत त्याने तिथल्या तिथे आपला जीव गमावला असता.

फोन ठेवल्यावर ब्लँकेट आणि पाण्याची बाटली घेऊन तो पुन्हा फार्म हाउसवर निघाला.

"काय करतो आहे तो?" बार्नच्या बाहेर पहारा ठेवणाऱ्या आपल्या एजंटला त्याने विचारले. "प्रार्थना? रडारड? आणखी काही?" हॉर्वाथ निघाल्यानंतर त्याने कशा तऱ्हेने वेळ काढला होता यावर चौकशीची दिशा काय असावी, हे ठरवता आले असते.

"काही नाही," ॲन्डी बाखमनने उत्तर दिले. पूर्वीचा सी.आय.ए.चा एजंट. पन्नासएक वयाचा. एखाद्या ड्रिल इन्स्ट्रक्टरसारखा दणकट. लँग्लेच्या काळापासून रीड कार्लटन त्याला ओळखत होता. त्यानेच या कामगिरीसाठी त्याचा समावेश सुचविला होता, कारण पूर्वी बाखमनने स्वीडनमध्ये काम केले होते. "आवाज नाही."

हॉर्वाथच्या अपेक्षेपेक्षा मन्सूर अलीम कणखर दिसत होता. त्याने पुढे होऊन बार्नचे कुलूप काढले. दार खाटकन उघडले. थंडगार वारा आत घुसावा म्हणून दार उघडे ठेवून तो तसाच उभा राहिला. कैद्याने काहीच हालचाल केली नाही.

हॉर्वाथ तिथून निघाला तेव्हा मन्सूर थंडीने इतका कुडकुडत होता की, त्याला झोप लागणे शक्यच नव्हते. *तो बेशुद्ध तर पडला नव्हता?* जागतिक विक्रम ठरला असता तो. बेशुद्ध पडण्याइतका वेळ काही त्याने थंडीला तोंड दिले नव्हते.

क्षणभर तरी हॉर्वाथला वाटले की, तो त्यालाच बनवतो आहे म्हणून. त्याच्याजवळ जाऊन आणि त्याच्या डोक्यावरचा बुरखा खेचत तो म्हणाला, "उठायची वेळ झाली, मन्सूर." काही प्रतिक्रिया नव्हती.

त्याचे डोके पुढे कलले होते. हनुवटी छातीला टेकली होती. मुठीत त्याचे केस पकडूनच हॉर्वाथने त्याचे डोके मागे वळविले. चेहऱ्यावर नजर टाकली आणि गालावर थापटी मारली. तरीही हालचाल नाही. तो शुद्धीतच नव्हता.

हॉर्वाथने त्याच्या एका डोळ्याची पापणी वर केली. नजर हललीही नाही. मानेला रक्तपुरवठा करणाऱ्या मुख्य रक्तवाहिनीवर दोन बोटे ठेवून नाडी बघितली. पण... *काहीही नाही.*

एक शिवी हासडूनच हॉर्वाथने हाक मारली, "ॲन्डी! ॲन्डी!!"

कोटाखालून एम.पी. ७ पिस्तूल काढून आणि ते हातात पकडूनच बाखमनने धाडकन दरवाजा उघडला आणि तो आत शिरला. "काय झाले?" तो बार्नमध्ये सगळीकडे नजर फिरवत होता. काय घडले असावे याचा अंदाज घेत होता.

"रायलीला बोलाव," हॉर्वाथने आज्ञा दिली. "ताबडतोब! तिला म्हणावे मन्सूर बेशुद्ध झाला आहे."

वैद्यकीय शिक्षण घेत असताना आणि हिवाळी खेळात भाग घेणारी खेळाडू असतानाच संरक्षण खात्याने त्यांच्या गुप्त अशा *अथेना प्रोजेक्ट*साठी निवड केलेल्या पहिल्या सदस्यांपैकी रायली टर्नर एक होती. *अथेना प्रोजेक्ट*मागची कल्पना अशी होती की, डेल्टा फोर्सच्या एजंट्सना दिले जाणारे शिक्षणच तरुण स्त्रियांना द्यायचे आणि त्यांना एकएकटे, इतर स्त्रियांबरोबर किंवा हॉर्वाथने आत्ता जी कामगिरी हातात घेतली होती तशा तऱ्हेच्या कामांत इतर स्त्री-पुरुषांबरोबर कुठेही पाठवायचे. वाईट माणसांना त्यांच्या मागावरचे पुरुष ताबडतोब कळतात; पण स्त्रियांचा क्वचितच संशय येतो. आता ट्रॉमा सर्जन असणाऱ्या रायलीला या कामगिरीसाठी हॉर्वाथने मुद्दाम मागून घेतले होते. ती किती कार्यक्षम आहे, याची त्याला पूर्ण कल्पना होती. इतर काही वैयक्तिक कारणेही होती; पण या क्षणी त्याचे लक्ष दुसरीकडे होते.

बाखमन रायलीशी संपर्क साधण्यासाठी आपला रेडिओ काढत असताना हॉर्वाथने कैद्याला बांधलेल्या दोऱ्या सोडून त्याला जमिनीवर झोपवले. हॉर्वाथने आपल्या कारकिर्दीत अनेकांना ठार मारले होते. सर्व दुष्ट माणसेच होती आणि त्यांना योग्य अशीच शिक्षा त्याने दिली होती. मन्सूर अलीम वाईट माणूस असला तरी तो मरावा आणि त्यातही त्याच्या चुकीने मरावा, अशी त्याची अजिबात इच्छा नव्हती.

मन्सूरला आडवे झोपवून हॉर्वाथने त्याला कृत्रिम श्वासोच्छ्वास द्यायला सुरुवात केली. नवीन मार्गदर्शक तत्त्वांप्रमाणे श्वासोच्छ्वासाच्या मार्गामध्ये अति हवा जाऊ शकेल याचा विचार न करता छातीवरचा दाब दुप्पट करायची गरज होती. ''माझ्या ताब्यात असताना मरू नकोस मूर्खा,'' असे म्हणत त्याने भराभरा त्याची छाती दाबायला सुरुवात केली. ''मरू नकोस तू.''

''काय झाले?'' रायली ओरडली. बार्नमध्ये धावत शिरताना तिने हॉर्वाथला जमिनीवर झोपलेल्या माणसाला कृत्रिम श्वासोच्छ्वास देताना बघितले होते.

''काही कळत नाही,'' हॉर्वाथ म्हणाला. त्याचे सर्व लक्ष आपल्या कैद्यावर होते. ''मी परत आलो तर त्याच्या नाडीचे ठोके लागेनात.''

''काहीतरी बडबडू नकोस,'' त्याच्या शेजारी घाईघाईने येत ती म्हणाली. ''काय झाले कळल्याशिवाय मी त्याला मदत करू शकत नाही.''

''आत्ताच सांगितले तुला. काय झाले ते कळत नाही मला.''

''तू ठोकून काढलेस त्याला?''

''नाही. अजिबात नाही,'' हॉर्वाथ रागानेच म्हणाला.

''तू त्याला ठोकले असशील तर नक्की कुठे आणि किती ताकदीने ते मला कळायला हवे.''

''अरे देवा! रायली, मी अजून त्याला हातही लावला नव्हता.''

"ठीक आहे," मन्सूरची नाडी बघत ती म्हणाली, "छातीवर दाब देणे थांबव जरा."

हॉर्वाथ आपले काम थांबवून तिच्याकडे बघत बसला. "ठोके लागताहेत?"

रायलीने मान हलवली. तिने पुन्हा भराभरा त्याच्या छातीवर दाब द्यायला सुरुवात केली. "याला रुग्णालयात हलवण्याची गरज आहे."

"शक्यच नाही," हॉर्वाथ म्हणाला, "त्याला रुग्णालयात हलविले तर आंतरराष्ट्रीय संबंध बिघडवणारी घटना ठरेल ती."

दाब देतादेताच ती उद्गारली, "स्कॉट, तो मेला आहे."

"भयानक थंडीमुळे?"

"थंडी, हृदयविकाराचा झटका; काय फरक पडतो?"

हॉर्वाथ गप्प राहिला.

"शरीरच थंड पडले असेल, तर ते थोडेफार ठीक आहे; पण त्याला पुनरुज्जीवित करण्यासाठी माझ्याकडे योग्य ती साधनसामग्री नाही."

तिने येताना हातात धरलेल्या आणि जमिनीवर फेकलेल्या बॅगेकडे हॉर्वाथ बघत बसला. "अॅड्रेनलिन? तू इंजेक्शनच्या सुईने अॅड्रेनलिन सरळ हृदयात घालू शकशील?"

"इन्ट्राकार्डिअॅक इंजेक्शन?"

"तुम्ही काय म्हणत असाल ते. तू करू शकशील?" हॉर्वाथने विचारले.

"नक्की," तिने उत्तर दिले; "पण रुग्णाच्या हृदयाचे ठोके स्थिर करण्यासाठी त्याला डिफिब्रिलेट करावे लागेल. आपल्याकडे डिफिब्रिलेटर मशीन नाही."

"अॅड्रेनलिन तर तयार कर," हॉर्वाथ म्हणाला. त्याने हात वर करून बाखमनला जवळ बोलावले आणि रायलीच्या ऐवजी त्याला मन्सूरची छाती दाबत राहायला सांगितले.

"काय करायचा विचार आहे तुझा?" रायलीने विचारले.

"त्याची काळजी तू नको करू. ते इंजेक्शन बनवून दे म्हणजे झालं."

रायलीने बॅग उघडली. अॅड्रेनलिनने सिरिंज भरून दिली. हॉर्वाथने टेझरमधले काडतूस बाहेर काढले. "टेझर त्याला हवा तितका जबरदस्त धक्का देऊ शकणार नाही. ते तितके ताकदवान बनवलेले नसतात," ती म्हणाली.

हॉर्वाथला पर्वाच राहिली नव्हती. छातीवर दणके खाऊन हृदयक्रिया सुरू झालेली माणसे त्याने बघितली होती. मन्सूरच्या शरीराला विजेचा जबरदस्त झटका देऊन हालचाल निर्माण करता आली तर एखादे वेळी काम होऊ शकेलही. त्याने बाखमनच्या कमरेला लावलेला टेझर काढून त्यातले काडतूसही बाहेर काढले.

इंजेक्शन तयार केल्यावर रायलीने खूण केली. हॉर्वाथने बाखमनला छातीवर दाब देणे थांबवायला सांगितले. रायलीकडे बघत तो म्हणाला, "ते इंजेक्शन दे

आता त्याला.''

त्याच्या छातीवर अल्कोहोल वगैरे चोपडायला वेळच नव्हता. तिने बोटांनी चाचपडून चौथ्या बरगडीखालून सरळ इंजेक्शनची सुई त्याच्या हृदयात घुसवली आणि दट्ट्या दाबून सिरिंज रिकामी केली.

मग तिने सुई बाहेर काढली आणि ती मागे जाऊन उभी राहिली. ''त्याचा उपयोग नाही होणार,'' ती म्हणाली.

''व्हायलाच पाहिजे,'' मन्सूरच्या शेजारी गुडघ्यांवर बसत हॉर्वाथ म्हणाला. सर्वसाधारणपणे डिफिब्रिलेटर पॅड्स कुठे टेकवली जातात त्या जागा दाखवून रायली मागे झाली. ''करू या तर सुरुवात,'' हॉर्वाथ म्हणाला. तो तयार झाला होता.

रायलीने मान हलवताच हॉर्वाथने एक-दोन-तीन आकडे मोजले आणि दोन्ही टेझर्सचे चाप एकदम ओढले.

# १३

**त्या** तरुण मुस्लिमाचे शरीर ताठरले, पाठीला बाक येऊन ती जमिनीवरून उचलली गेली, डोके दोन्ही बाजूंना वळायला लागले.

हॉर्वाथने टेझर्स उचलताच मन्सूरचे शरीर बार्नमधल्या मातीच्या जमिनीवर दाणकन खाली आदळले. हॉर्वाथने मागे उडी घेतली. रायलीने मन्सूरच्या मानेवर दोन बोटे टेकवली. हाताला ठोके जाणवले नाहीत.

''काही लागते आहे हाताला?''

रायलीने मान हलवली. ''स्कॉट, याने काहीही होणार नाही.''

हॉर्वाथने तिच्या बोलण्याकडे लक्षच दिले नाही. ''मागे उभी राहा,'' तो म्हणाला.

''स्कॉट!''

''मागे उभी राहा,'' तो पुन्हा म्हणाला.

ती बाजूला सरकल्यावर हॉर्वाथने त्याच्या शरीरावर टेझर्स टेकवले. तो पुन्हा विजेचा धक्का देणार आहे हे सांगितले आणि चाप खेचले.

पुन्हा एकदा कैद्याचे शरीर ताठरले आणि धाडकन जमिनीवर आदळले.

''नाडी बघ त्याची,'' हॉर्वाथने आज्ञा दिली.

रायलीने, त्याने सांगितल्याप्रमाणे पुन्हा बोटे टेकवली, मान हलवली आणि ती मागे येऊन उभी राहिली.

एक शिवी हासडून हॉर्वाथ पुन्हा तयार झाला. ''मागे व्हा. मी पुन्हा एकदा त्याला धक्का देणार आहे.''

रायली आणि बाखमन मागे झाले. छातीच्या उजव्या-डाव्या बाजूंवर टेझर्स ठेवून हॉर्वाथने पुन्हा विजेचे धक्के दिले.

आधीच्या दोन वेळेप्रमाणेच मन्सूरचे शरीर ताठरले, पाठीला बाक येऊन उचलले गेले, जमिनीवर आपटले.

''मेला आहे तो,'' बाखमन म्हणाला.

''त्याने कधी मरायचे हे तो ठरवू शकत नाही,'' हॉर्वाथ रागाने ओरडला. ''मी अजून काहीही करू शकतो.''

या वेळी इतर दोघांना कुठलीही सूचना न देता त्याने टेझर्सचे चाप खेचले. मन्सूरचे शरीर पुन्हा वर उचलले गेले आणि खाली आदळले.

''पुन्हा बघ त्याच्याकडे,'' तो ओरडला.

रायली पुढे झाली आणि तिने आपली बोटे त्याच्या मानेवर टेकवली. ''काही नाही.''

संतापाने पुन्हा एक शिवी हासडतच हॉर्वाथने दोन्ही टेझर्स छातीच्या डाव्या-उजव्या बाजूंना टेकवण्याऐवजी सरळ हृदयावर टेकवून चाप खेचले. शरीर खाली आदळल्यावर दुसऱ्यांदा आणि मग तिसऱ्यांदाही.

''स्कॉट!'' बाखमन ओरडला. हॉर्वाथने त्याच्याकडे लक्षही दिले नाही. तो त्या कैद्यावर चिडला होता आणि स्वत:वर जास्तच चिडला होता. त्याने आणखी दोन वेळा चाप खेचले.

रायली काहीतरी सांगत होती तिकडेही त्याने लक्षच दिले नाही. तिने आपला हात त्याच्या खांद्यावर ठेवला तर त्याने तो झटकून टाकला. मग तिने त्याचा दंड इतका घट्ट पकडला की, तो जरा भानावर आला.

आपला संताप तिच्यावर काढत तो म्हणाला, ''तो हराम-''

''त्याने झटका दिला एक,'' ती हळूच म्हणाली.

''काय? काय केले त्याने?''

रायलीने त्याला बाजूला करून बोटे मन्सूरच्या मानेला रक्तपुरवठा करणाऱ्या मुख्य रक्तवाहिनीवर ठेवली, ''मला श्वास भासतो आहे.''

कैद्याचे डोके मागे वळवून तिने त्याचे नाक दाबले. त्याच्या तोंडावर जाळीदार कापड ठेवून कृत्रिम श्वासोच्छ्वास द्यायला सुरुवात केली. काही सेकंद थांबून पुन्हा दोन वेळा तेच केल्यावर तो स्वत:हून श्वास घ्यायला लागला.

''जिवंत आहे ना तो?'' हॉर्वाथने विचारले.

''धुगधुगी आहे फक्त,'' रायलीने उत्तर दिले. ''त्याच्या शरीराला ऊब देऊन शिरेमधून सलाइन द्यायला सुरुवात केली पाहिजे.''

हॉर्वाथने आणलेले ब्लँकेट मन्सूरभोवती गुंडाळून बाखमन आणखी ब्लँकेट्स आणायला फार्म हाउसवर गेला.

रायलीने सांगितलेल्या वस्तू हॉर्वाथने तिच्या बॅगेमधून काढून तिला दिल्या. सलाइन देण्यासाठी एक तात्पुरता स्टँड उभा केला.

त्या तरुण मुस्लिमाच्या दंडामधून सलाइन जायला लागल्यावर हॉर्वाथने विचारले,

''पुन्हा चौकशी सुरू करण्यासाठी किती वेळ जावा लागेल?''

रायलीने त्याच्याकडे बघितले. तिच्या नजरेत घृणा होती की कौतुक, हे त्याला नक्की कळले नाही. दोन्हीही भावना असतील म्हणा! ''तू एक फार नशीबवान माणूस आहेस; पण नशिबाची परीक्षा घेऊ नकोस म्हणजे झाले.''

चांगला माणूस असण्यापेक्षा सुदैवी असावा हा मनात आलेला विचार त्याने तिला ऐकवला नाही. ''मी पुन्हा प्रश्न विचारायला किती वेळानंतर सुरुवात करू शकेन, एवढेच मला कळायला हवे.''

रायलीने मान हलवली. ''प्रथम तो शुद्धीत यायला हवा.''

''किती वेळानंतर?'' हॉर्वाथला याच एका प्रश्नाचे उत्तर हवे होते.

''काहीही सांगता येत नाही. त्याला बहुतेक हृदयाचा विकारही असावा. म्हणूनच त्याची ही अवस्था झाली आहे. त्याच्या मेंदूला धक्का बसला असण्याचीही शक्यता आहे. काही चाचण्या घ्याव्या लागतील. आपण जिथे जाण्यासाठी निघालो आहोत, तिथे त्या घेता येणारच नाहीत. आपली मैत्री असणाऱ्या रुग्णालयातच त्याला भरती करायला पाहिजे.''

मैत्री असणारे रुग्णालय म्हणजे तिला काय सुचवायचे आहे, हे हॉर्वाथच्या तत्काळ ध्यानात आले. गाडीच्या अपघातात मन्सूर जखमी होण्याची शक्यता ध्यानात घेऊन त्यांनी तशी योजनाही आखली होती. तो जखमी झाला असता किंवा नसता, तरीही त्याला औषधे देऊन बेशुद्ध करून सेंटिनल मेडेव्हॅक जेटने स्वीडनबाहेर घेऊन जायचे. त्याच्यासाठी व्यवस्थित कागदपत्रे आणि खराखुरा पासपोर्ट बनविलेला होता. तो एका धनाढ्य अरबाचा मुलगा होता आणि त्याला हृदयविकाराचा झटका आल्याने युनायटेड अरब एमिरेट्सला तातडीने वैद्यकीय उपचार करण्यासाठी घेऊन जायचे आहे, अशा तऱ्हेचे चित्र ते उभे करणार होते. कसून तपासणी झाली असती, तरी कुणालाही रुग्ण आणि त्याच्याबरोबरचे लोक भलतेच कुणी आहेत, असा संशय येणार नव्हता.

मन्सूर औषधी द्रव्यांच्या अमलातून जागा होईपर्यंत जॉर्डनसाठीचा उड्डाण मार्ग - फ्लाइट प्लॅन - दिला गेला असता. अमेरिकन सरकार मोठमोठ्याने ओरडून अस्तित्वही नाकारत असले तरी लपूनछपून चौकशी करण्यासाठीच्या कोठड्या आजही कुठेकुठे होत्या.

त्या सायबर जिहादीला खऱ्याखुऱ्या वैद्यकीय मदतीची गरज होती. त्याला कोणत्या देशातल्या रुग्णालयात हलवायचे हा निर्णय शेवटी कार्लटन आणि संरक्षण खात्यानेच घ्यायचा होता.

उपसाला सेलच्या सदस्यांचा प्रश्न होताच; पण प्रथम हॉर्वाथला मन्सूर या देशामधून बाहेर पडलेला हवा होता. त्यांच्या सुरक्षित घरात दडलेल्या दहशतवाद्यांना

पकडून स्वीडनबाहेर नेण्यासाठी त्याच्याकडे दुसरी एक योजना तयार होती; पण दहशतवाद्यांची एकूण संख्याच त्याला अजून कळलेली नव्हती.

सर्वप्रथम मन्सूरला बाहेर काढायला हवे होते. मन्सूरकडे बोट दाखवत त्याने विचारले, ''त्याला घेऊन जाण्याची तयारी करायला अजून किती वेळ लागेल?''

रायलीने मन्सूरकडे बघत मान हलवली. ''या क्षणाला खरेतर त्याला फार्म हाउसमध्ये हलविण्याचा प्रयत्न करायचीही माझी तयारी नाही; पण शेवटी विमानातच त्याच्यावर उपचार करण्यासाठी आवश्यक अशी अनेक साधने आहेत; तेव्हा मला वाटते, लवकरात लवकर आपण त्याला हलवावे.''

मन्सूरला विमानतळावर घेऊन जाण्यासाठी त्याला उपसालापर्यंत नेण्याची तयारी असणारी एखादी रुग्णवाहिका हवी होती. जमिनीवर पडलेल्या माणसाकडे बघताना हा माणूस विमानतळावर पोहोचेपर्यंत तरी जिवंत राहील ना, असा विचार हॉर्वाथच्या मनात येत होता; पण ती काळजी त्याची नव्हती, रायलीची होती. त्याच्या डोक्याला इतर अनेक विचारांचा ताप होता.

सर्वांत मोठी चिंता म्हणजे शॉन चेसला तिथे किती काळ एकटे सोडायचे आणि उपसाला सेलवर कधी हल्ला करायचा. रायली मन्सूरकडे बघण्यात गुंतली होती. हॉर्वाथला कल्पना आवडत नसली तरी हॉर्वाथ आणि त्याच्या टीमला रायलीला एकटेच सोडावे लागणार होते.

सर्व परिस्थितीच हाताबाहेर चालली होती. अत्यंत धोकादायक बनत होती.

# १४

सॉकरच्या मैदानावरून चेसला घेऊन जाणाऱ्या दोन बंधूंनी तोंडातून एक चकार शब्द काढला नाही. त्याच्या प्रकृतीबद्दल तोंडदेखलीही चौकशी केली नाही. त्याला अन्नपाणी हवे का, असेही विचारले नाही. गाडीमधून उपसालाच्या सीमेवरील एका एकाकी गराजमध्ये आणून ते त्याच्यावर लक्ष ठेवत थांबले.

ते नक्की कशाची वाट बघत आहेत याची चेसला पूर्ण खात्री नसली, तरी थोडीफार कल्पना येत होती. तो ज्या माणसाशी फोनवर बोलला होता, तो बहुधा उपसाला गटाचा प्रमुख असावा. अपघाताबद्दल चेसने सांगितलेली माहिती ते पडताळून बघत असणार.

नमाज पढण्याची वेळ झाली. त्या दोघांनी त्याला आपल्याबरोबर नमाज पढताना बघितल्यावर विरोध दर्शवला नाही; पण त्याच्या डोक्यावरच्या जखमांतून पुन्हा रक्त वाहायला लागल्यावर तो थांबला.

अशा परिस्थितीत मन्सूर अलीम कसा वागेल, याबद्दल त्याला खात्री होती. त्याने त्या दोघांकडे खूप कटकट सुरू केली. इस्लामच्या शिकवणुकीप्रमाणे दोन्ही गार्ड्सनी त्याची काळजी घ्यायला हवी, यासाठी तो त्यांना सारखे उपदेशाचे डोस पाजत होता.

तो तावातावाने बडबडत असताना त्यांच्यातल्या एकाचे टाळके फिरले. त्याने त्याला सरळ जीव घेण्याचीच धमकी दिली; पण त्याच्या बडबडीला कंटाळूनच त्यांच्यापैकी एकजण चेसने सांगितलेल्या गोष्टी विकत घेण्यासाठी गेला.

वीस मिनिटांनी तो एनर्जी ड्रिंक्स, कॅन्डी बार्स आणि प्रथमोपचाराची साधने घेऊन आला. गराजमधल्या घाणेरड्या, दुर्गंधी येणाऱ्या बाथरूममध्ये स्वत:ला जरा स्वच्छ करायला आणि आपल्या जखमेवर औषध लावायलाही त्यांनी चेसला परवानगी दिली. बाहेर येऊन त्याने थोडे खाणेपिणे उरकले. त्याला एनर्जी ड्रिंक्स किंवा कॅन्डी बार्स आवडत नसत; पण तो संगणकतज्ज्ञ होता आणि शेवटपर्यंत

बारीकसारीक गोष्टी लक्षात ठेवून त्याप्रमाणे वागणे त्याला आवश्यक होते. अगदी छोटीशी चूकही त्याचे बिंग फोडू शकली असती.

मनात आणले तर चेस त्या दोघांचा कधीही निकाल लावू शकला असता. गराजमध्ये अनंत वस्तू पसरलेल्या होत्या. कुठल्याही वस्तूचा शस्त्र म्हणून उपयोग करता आला असता. बाथरूममध्ये त्याला लोखंडाची एक गंजलेली पण टोकदार पट्टी सापडली. वॉश बेसिनखालच्या पाइपजवळ त्याला नळदुरुस्ती वगैरे करणाऱ्या प्लंबर्सनी टाकलेली एक टेप सापडली. हातात धरायच्या मुठीजवळ त्याने ती गुंडाळली. ती पट्टी आता तो एखाद्या सुऱ्याप्रमाणे वापरू शकला असता.

त्या दोघांच्या प्रत्येक हालचालीवर त्याची बारीक नजर होती. शेवटी आपल्याला काय करणे भाग पडणार आहे, याची त्याला पूर्ण कल्पना असल्यानेच तो फार अस्वस्थ बनत होता; पण त्याने स्वत:वर ताबा ठेवला.

त्याने आरशात बघितले. एक मोठा श्वास घेतला. शांत हो, सर्व ठीक आहे, अशी स्वत:ची समजूत पटवली. तो हागाकुरेचा विद्यार्थी होता. युद्ध आणि अध्यात्म या दोन्ही विषयांचा त्याने खूप अभ्यास केला होता. मृत्यूबद्दलही खूप चिंतन केले होते. प्रत्येक कामगिरीच्या आधी करत असे त्याप्रमाणे या कामगिरीपूर्वीही त्याने खूप विचार केला होता. मृत्यू अटळ आहे, कोणत्याही दिवशी अत्यंत वाईट असे काहीही होऊ शकते; याची तो कल्पना करत असे. जे घडायचे असेल ते घडणारच होते. तरीही आपल्याबरोबर इतर जिहादींना ठार मारल्याशिवाय तो राहणार नव्हता.

मात्र, त्याने शस्त्र न बाळगायचे ठरविले. तो ते आपल्या खिशात दडवू शकला असता; पण सापडले असते तर नीट स्पष्टीकरण देऊ शकला नसता. संगणक तज्ज्ञाकडे स्वत:चा सुरा बनविण्याचे कसब असूच शकत नाही.

गराजच्या खूप उंच असणाऱ्या छतावरच्या चौकोनी काचेच्या घाणेरड्या झालेल्या खिडकीमधून येणाऱ्या प्रकाशामध्ये चेसने त्याच्यावर लक्ष ठेवण्याची जबाबदारी सोपविलेल्या दोघांवर नजर टाकली. गरज पडली तर तो दोघांचाही निकाल लावू शकला असता; पण कुठेतरी चुका होण्याचा खराखुरा धोका होता आणि तसे घडले तर एक क्षणही विचार न करता त्यांनी त्याला ठार केले असते, याबद्दलही त्याच्या मनात काडीमात्र शंका नव्हती.

दोघेही सर्वसाधारण उंचीचे होते. दणकट होते. काळे, गारगोट्यांसारखे कठोर डोळे. हिंसा अंगवळणी पडलेली माणसे. त्यांच्याबद्दल दुसऱ्या कुणी काहीही सांगायची गरज नव्हती.

आपण एक हॅकर असल्याचे नाटक त्या दांडगट माणसांसमोर त्याने चालूच ठेवले. गराजमधून निघून जाण्यासाठी अजून किती वेळ वाट बघायची, असे सारखे विचारून तो त्यांना भंडावून सोडत होता.

एका माणसाने गाडीमधून एक वर्तमानपत्र आणून त्याच्यासमोर टाकले. त्यावर नजर टाकून, ''मी स्वीडिश वाचतो की काय?'' असे अरेबिकमध्ये बडबडत त्याने ते परत त्याच्याकडे फेकले.

ते जितक्या लवकर त्याला सोडतील, तितक्या लवकर तेच मजेत राहायला लागले असते.

दोन तासांनी त्यातल्या एकाचा मोबाइल फोन वाजला. आधी ऐकून त्याने काही शब्द उच्चारले. आपल्या मित्राला गराजच्या एका कोपऱ्यात येण्याची खूण केली. त्याला एकट्याला सोडून थोडा वेळ त्यांचे आपापसात बोलणे चालू झाल्यावर चेसला ते अजिबात आवडले नाही. त्याला धास्तीच वाटू लागली.

ते परत आल्यावर त्याने काय फोन होता, याबद्दल चौकशी केली. त्यांनी उत्तर दिले नाही. सुरा उगीच बाथरूममध्ये सोडून आलो, असे त्याला वाटायला लागले. त्याने पुन्हा एकदा आसपास नजर फिरविली. त्याला शस्त्र जवळ असण्याची आवश्यकता दिसायला लागली होती.

काहीच करण्यासारखे नसल्याने त्याने आणखी एक एनर्जी ड्रिंक प्यायले. घोट घेत असताना आवश्यकता भासल्यास त्या दोघांपैकी प्रथम कुणाला आणि कशा तऱ्हेने उडवायचे, याचा विचार सुरू केला.

त्यांच्या प्रेतांची विल्हेवाट लावायची योजना डोक्यात आखत असताना बाहेर गाडीचा हॉर्न वाजला. एकजण गराजचे दार उघडायला गेला.

दार सताड उघडल्यावर एक जुनाट व्होल्वो आतमध्ये शिरली, थांबली आणि तिचे इंजिन बंद झाले. काही सेकंद गेले. ड्रायव्हर सेलफोनवर बोलतो आहे असे गाडीच्या पुढल्या काचेमधून दिसत होते. बोलणे संपले. ड्रायव्हरने फोन खाली घेतला. गाडीमधून बाहेर पाऊल टाकले.

त्याच्याबरोबरच्या इतर दोघांच्या वागणुकीत फरक पडलेला दिसला. त्यांच्या संघटनेमधला महत्त्वाचा असामी दिसत होता. त्याच्या एकूण हालचालींवरूनही तोच त्यांच्या गटाचा प्रमुख नसेल ना, असा विचार क्षणभर चेसच्या मनात येऊन गेला. धिप्पाड होता, दणकट होता; पण नंतर चेसला वाटले की, तो अधिकारपदावर असला तरी प्रमुख नसावा. दांडगट होता. सहजपणे इतरांमध्ये छपून गेला नसता; लक्षात राहिला असता. तो ज्या तऱ्हेने चालत पुढे आला, त्यावरून तो पूर्वी पोलिसात असावा, असेही चेसला वाटले.

अगदी अरबासारखा चेहरा. मोठे नाक. डोळ्यांभोवती वर्तुळे. मोठ्या पापण्यांखालून बघणारे डोळे. बारीक ओठ. उन्हामुळे रापलेली कातडी. चेसने आजपर्यंत बघितलेला सर्वांत धिप्पाड अरब.

चेसजवळ येऊन, ''सलाम आलेकुम'' म्हणत, त्याने त्याच्या दोन्ही गालांचे

मुके घेतले.

"आलेकुम सलाम," चेसनेही उत्तर दिले. हाताचे दोन मोठे पंजे चेसच्या खांद्यांवर पडले.

"अल्लाने आज आपल्या दोन बंधूंना आपल्यामधून नेले असले, तरी तुला सोडले आहे."

यावर काय उत्तर द्यावे, ते चेसला सुचेना. तो माणूस त्याची चेष्टा करत नव्हता ना? "अल्लाची माझ्यावर कृपा व्हावी इतकी माझी योग्यता नाही," तो म्हणाला.

दुसरा माणूस हसला. "काढू ते?" त्याने चेसच्या डोक्यावरच्या बॅन्डेजकडे बघत विचारले.

आणि परवानगीची वाट न बघता त्याने हात वर करत बॅन्डेज काढले. चेसच्या हनुवटीखाली हात ठेवत त्याचे डोके मागे वळवून जखम बघितली. इच्छा असती तरी चेस त्याला थांबवू शकला नसता. तो माणूस फारच दणकट होता.

त्याचे समाधान झालेले असावे. त्याने बॅन्डेज पुन्हा लावून टाकले.

"बस खाली," जवळच्या एका पुठ्ठ्याच्या खोक्याकडे हात दाखवत तो म्हणाला.

चेस खोक्यावर बसला. तो माणूस त्याच्याशी इंग्रजीमध्ये बोलत होता. उत्कृष्टपणे नसेल, पण चांगले बोलत होता. त्याने अरेबिकमध्ये त्या दुसऱ्या दोघांना बाहेर जाऊन थांबायला सांगितले.

ते गराजमधून बाहेर पडल्यावर पुन्हा चेसकडे वळून तो म्हणाला, "त्या अपघाताबद्दल सांग मला."

नक्कीच चेसची परीक्षा घेतली जात होती. "कुणीतरी आम्हाला रस्त्यावरून बाजूला ढकलले." बोलण्यात थोडीशी ब्रिटिश ढब येईल, याची चेस काळजी घेत होता.

"मुद्दामहून? जाणीवपूर्वक?"

चेसने खांदे उडविले.

"ती गाडी कशी दिसत होती?" त्या माणसाने विचारले.

"निळी असेल. नाहीतर करड्या रंगाची तरी."

"बघितली नाहीस?"

"फार उशीर होईपर्यंत नाही. नफीस आणि मी बोलत होतो."

त्या माणसाने एकदा त्याच्यावर नजर फिरवली.

"कशाबद्दल बोलत होता?"

चेस क्षणभर गप्प बसला. नंतर म्हणाला, "माझ्या काकांबद्दल."

"काकांच्या नक्की कुठल्या गोष्टींबद्दल बोलत होता?"

"त्यांचे काय झाले ते मला समजून घ्यायचे होते. त्यांना कशा तऱ्हेने मृत्यू आला याबद्दल. त्यांना कुणी ठार मारले आणि का, हे मला समजून घ्यायचे होते."

"मग नफीसने काय सांगितले तुला?"

"विमानतळावर सांगितले होते तेच. उपसाला येईपर्यंत धीर धर म्हणून. तिथे पोहोचल्यावर कळेल सर्व."

"आणि वकारने काय सांगितले?"

"विशेष काहीच नाही. म्हणाला की, मी फारच प्रश्न विचारतो."

आडदांड माणसाच्या चेहऱ्यावर हसू उमटले. तत्काळ नाहीसेही झाले. "ते कसे मेले?"

चेसला सर्वोत्कृष्ट माणसांनी तयार केले होते. तो माणूस त्याची चाचपणी करत होता. प्रत्येक हेराच्या मनावर एकच मंत्र बिंबवण्यात येतो. विचारलेल्या प्रत्येक प्रश्नाला नकार द्यायचा आणि उलटेच प्रश्न विचारायचे. त्या माणसाने स्पष्टपणे त्याच्यावर कुठलाही आरोप केला नसला, तरी प्रश्नांची दिशा त्याला कळत होती. त्याने उलट प्रश्न विचारायची वेळ झाली होती. "ते कसे मेले असे वाटते तुला? सांगितले की मी; गाडीला अपघात झाला होता. विश्वास नाही बसत माझ्या बोलण्यावर? मग स्वतःच जाऊन का नाही बघत? सर्वत्र रक्त पसरले होते. नफीस गाडीच्या पुढल्या काचेमधून अर्धा बाहेर फेकला गेला होता."

"पण वकारने पट्टा बांधला होता ना?"

"मग?"

त्या माणसाने काही न बोलता फक्त खांदे उडवले.

"मला तर तू कोण आहेस, तेही ठाऊक नाही," चेस म्हणाला.

"मी साबा."

"तुझे नाव मिकी माउसही असेल. तू पोलीस नाहीस हे तरी कसे कळणार मला?"

तो धिप्पाड माणूस पुन्हा हसला. "मी पोलीस अधिकारी नाही. निदान आता तरी नाही."

"तरीही खूप विश्वास वाटावा असे नाहीच. वकार आणि नफीस माझ्या काकांचे मित्र तरी होते. तुमच्यापैकी कुणाला मी ओळखतसुद्धा नाही."

"पण तरीही आम्ही सांगितल्यावर विमानाचे तिकीट स्वीकारून आलास तू."

"वकार आणि नफीसने सांगितले म्हणून आलो."

साबाने मान डोलवली. "ठीक आहे. आता मला एकच प्रश्न विचारायचा आहे."

"एकच?"

"दुसऱ्या गाडीचे काय झाले?"

"कुठली दुसरी गाडी?" चेसने वैतागलेल्या स्वरातच विचारले.

"ज्या गाडीने तुमच्या गाडीला रस्त्यावरून बाजूला ढकलले ती गाडी," साबा म्हणाला.

"मी मागच्या बाजूला बसलो होतो. मला माहीत नाही ती गाडी कुठे गेली."

"ती थांबली नाही? ड्रायव्हरने मदत नाही केली तुम्हाला?"

"मी सांगितले ना तुला; माझे डोके आपटले होते."

"तू मला तसे काहीही सांगितलेले नाहीस."

"वकारच्या फोनवरून बोलताना जो कोणी माझ्याशी बोलला, त्याला मी सांगितले होते."

"तर तू बेशुद्ध झाला होतास. जागा झालास तेव्हा ज्या गाडीने तुमच्या गाडीला धडक दिली होती, ती तिथे नव्हती. बरोबर आहे ना मी म्हणतो आहे ते?"

"तू जितका जास्त बोलतो आहेस तितकी माझी खात्री पटते आहे की, तू पोलीस आहेस म्हणून," चेस उद्गारला.

"तू माझ्या प्रश्नाचे उत्तर दिले नाहीस."

"माझी शुद्ध हरपली होती बहुधा. आमची गाडी झाडाच्या दिशेने निघालेली बघितल्याचे मला आठवते. नंतरची आठवण आहे ती माझ्या डोक्यामधून रक्त वाहत असण्याची आणि वकार आणि नफीस मेलेले आढळल्याची."

"वकारचा फोन घेऊन आम्हाला फोन करायचे बरे सुचले तुला," साबा म्हणाला.

"मी दुसऱ्या कुणाला फोन करणार होतो? या देशात मी कुणालाच ओळखत नाही."

"पण आमच्याशी बोलण्यासाठी वकारचा फोन वापरावा, हे कसे कळले तुला?"

"गंभीरपणे विचारतो आहेस ना तू?"

साबाने मान डोलवल्यावर चेसने कमाल करतो आहेस अशा थाटात डोळे फिरवले.

"मी विमानातून उतरल्यानंतर आम्ही त्याच्या गाडीकडे चालत निघालो असताना वकारने एक फोन केला होता. मी गृहीत धरले की, मी आलो आहे हे सांगण्यासाठी त्याने तुला फोन केला होता."

"आणि वकारच्या फोनवरून फोन केल्यानंतर त्या सेलफोनचे काय केलेस तू?"

"मला सांगितले होते तसेच केले," चेसने पायातला बूट काढला. दोन सिम

कार्ड्स बाहेर काढून साबाच्या हातात ठेवली. "सॉकरच्या मैदानाच्या आधी एक छोटे तळे होते. फोनचे भाग वेगवेगळे करून तळ्यात फेकून दिले. अजून काही विचारायचे राहिले आहे?"

साबाने आपला हात त्या तरुण माणसाच्या खांद्यावर ठेवला. "नाही. मला आणखी काही प्रश्न विचारायचे नाहीत. तू सुरक्षित आमच्यापर्यंत पोहोचलास ही अल्लाची मेहेरबानी आहे."

साबाने त्याच्या गाडीच्या दिशेने बोट दाखविले; पण त्याचा आपल्यावर विश्वास बसलेला नाही, याची चेसला स्पष्ट जाणीव होत होती. ती धारदार पट्टी मागे ठेवण्यात चूकच झाली होती.

# १५

## दक्षिण कॅलिफोर्निया

**अ**मेरिकेचा विनाश घडवून आणण्यासाठी आखलेल्या गुंतागुंतीच्या योजनेबद्दल रॅल्स्टनला सर्वकाही जाणून घ्यायचे होते. ''प्रोजेक्ट ग्रीन रॅम्पबद्दल नीट सांग मला,'' तो म्हणाला.

''ते कळण्यासाठी त्यामागचे तत्त्व समजून घ्यायला पाहिजे. मी तुला एक अगदी साधा प्रश्न विचारतो. आपण एकाच घरात राहतो आहोत आणि मला वाटले की, घराला आग लागली आहे. तुला तसे अजिबात वाटत नाही. तर मग तुला घराबाहेर काढण्यासाठी मी खोटे बोलणे किंवा त्यासाठी बळाचा वापर करणे योग्य ठरेल?''

''अजिबात नाही.''

''का?''

''तुझी समजूत चुकीची असली तर?''

सालोमन हसला. ''बिंगो!''

''आता बिंगो म्हणजे काय म्हणायचे आहे तुला?''

''बिंगो म्हणजे तू अगदी महत्त्वाच्या मुद्द्यावर बोट ठेवले आहेस. अमेरिकेत प्रत्येकाच्या रक्तातच स्वतंत्र व्यक्तिमत्त्वाचा पुरस्कार भिनलेला आहे. प्रत्येकाला स्वत:चे निर्णय स्वत:च घ्यायचे असतात. मग ते चूक असले तरी चालतील. आपण काय करावे हे इतरांनी सांगितलेले आपल्याला अजिबात आवडत नाही.

''पण असा एक गट आहे ज्याला वाटते की, तू आणि मी मूर्ख आहोत आणि आपण आपले निर्णय घेऊ नयेत; तर आपल्यासाठी त्यांनी ते घ्यावेत. जगाच्या इतिहासात चांगले घडवून आणण्यासाठी अमेरिकेसारखी ताकद नसली तरी त्या गटाला वाटते की, आपण फार दुष्ट आहोत, लोभी आहोत. गेली कित्येक दशके ते अमेरिकेच्या या ताकदीचा एक एक तुकडा उडवत आहेत आणि त्यांना ते काम पूर्ण करण्याची घाई झाली आहे. ते यशस्वी होतील याबद्दल त्यांच्या मनात काहीही

शंका नाही आणि त्यासाठी वाटेल ती किंमत मोजून कोणतेही मार्ग चोखाळण्याची त्यांची तयारी आहे.''

''ध्येय गाठण्यासाठी कोणताही मार्ग चांगलाच,'' रॅल्स्टन म्हणाला.

''बरोबर,'' सालोमनने संमती दर्शवली.

''आणि अमेरिकेचा विनाश हे त्यांचे ध्येय आहे?''

''सर्व जगामधील अस्थिरता संपवून नवीन व्यवस्था स्थापन करण्यामध्ये अमेरिका हा शेवटचा अडथळा आहे, असे जेम्स स्टँडिंगचे मत आहे.''

''हा तर शुद्ध वेडेपणा आहे,'' रॅल्स्टन डोके हलवत म्हणाला.

''फिल्म बनविणाऱ्या तिघांना ठार मारण्यासाठी रशियन खुनी पाठविणे हादेखील वेडेपणाच आहे. स्टँडिंग फारच विचित्र माणूस आहे. ज्यू म्हणून जन्माला आलेला, वाढलेला असूनही जेम्स स्टँडिंग ज्यूद्वेष्टा आहे. स्वत: अब्जाधीश असून तो भांडवलशाहीचा आणि भांडवलदारांचा अतोनात तिरस्कार करतो. प्रत्येक व्यक्तीचे स्वातंत्र्य अबाधित राखणाऱ्या अमेरिकेचा त्याने पूर्ण फायदा उठवला आहे आणि तरीही इतरांनी मिळविलेली संपत्ती वाटली जावी, असा त्याचा आग्रह आहे.

''त्याचे मी ऐकलेले उत्कृष्ट वर्णन म्हणजे तो स्वत:चा उदोउदो करून घेणारा एक अत्यंत घातकी असा मसीहा आहे. त्याला जर मोकळे सोडले तर तो हिटलर, स्टालिन, माओ किंवा पोल पॉट यांच्यापेक्षाही भीषण अत्याचार घडवून आणेल.''

''मग त्याच्यावर कुणाचा ताबा आहे?'' रॅल्स्टनने विचारले.

''कुणाचाच नाही.''

''ते शक्य नाही.''

सालोमनने आपला उजवा हात वर करत म्हटले, ''पैशामुळे आनंद विकत घेता येत नसेलही; पण बाकी जवळजवळ सर्व गोष्टी विकत घेता येतात. एक पूर्ण राजकीय शासनपद्धतीदेखील.''

रॅल्स्टनने अतिशय अविश्वासाने त्याच्याकडे बघितले. *''आता नक्की कोण वेडा आहे म्हणू मी?''*

''अलीकडेच एका विनोदी कलाकाराने एक छान मुद्दा मांडला होता. तो म्हणाला की, काँग्रेसच्या प्रत्येक सदस्याला नॅस्कारचा गणवेश घालायची सक्ती करावी. तुला कपड्यांवर शिवतात ते कापडाचे पॅचेस माहीत आहेत ना? ते लावलेले असले की, आपल्याला कळेल, प्रत्येक सदस्याचा पुरस्कर्ता कोण आहे ते. तो चेष्टा करत असेलही आणि आपण त्यांना ते घालण्याची सक्ती करूच शकणार नाही; पण कल्पना चांगली आहे. निदान या देशातले लोक खडबडून जागे होतील.''

''आणि स्टँडिंगच या भयानक कल्पनेचा सूत्रधार आहे? विश्वासच बसत नाही.''

"आपल्याला अमेरिकेत काय घडवून आणायचे आहे, याची स्टँडिंगला जाणीव आहे. त्याचे ध्येय त्याला सरळ आणि स्पष्ट दिसते आहे. त्यासाठी इतर काही महत्त्वाच्या फाउंडेशन्सच्या प्रमुखांना हाताशी धरून त्याने साधी योजना आखली आहे.

"आपली संस्कृती आणि जनमत यांच्यावर परिणाम घडवू शकणारी प्रत्येक शक्ती त्याने पैशाने विकत घ्यायला सुरुवात केली आहे. वर्तमानपत्रे, नट, पत्रकार, प्रकाशक, राजकारणी, उद्योगविश्वातल्या व्यक्ती, कामगार संघटना, तू म्हणशील ती अमेरिकन लोक विश्वास ठेवत असणारी सर्व माध्यमे आणि व्यक्ती आपल्या ताब्यात आणायच्या.

"अमेरिकन लोक स्वत:कडे ज्या नजरेने बघतात त्या मतांमध्येच बदल करायचा. प्रस्थापित अशा पायाभूत कल्पनांनाच सुरुंग लावायचा. कुणाच्या मनात नवीन विचार सहज बिंबवता येतील, अशी तुझी कल्पना आहे?"

"तरुणांच्या," रॅल्स्टन म्हणाला.

"अगदी बरोबर. म्हणूनच स्टँडिंग आणि त्याच्या विचारांशी सहमत असणारी फाउंडेशन्स शिक्षणासाठी अमाप देणग्या देत आहेत आणि ज्यांच्याकडे पैशांची थैली असते त्यांच्याचकडे अभ्यासक्रम ठरविण्याचे अधिकार असतात, हा तर नियमच असतो.

"पण ही नवीन विचारसरणी नुसती रुजवून चालणार नाही. ती कोणताही विरोध न होता झपाट्याने फोफावली पाहिजे. नागरिकशास्त्र हा विषय बाद झाला. साम्राज्यवाद्यांनी आणि युद्धखोरांनी लिहिलेला अमेरिकेचा इतिहास शिकवायला सुरुवात झाली. समाजशास्त्र हा विषय अशा तऱ्हेने मांडायला सुरुवात झाली की, अमेरिका हा फार वाईट देश आहे अशी कल्पना व्हावी."

"आणि हे किती काळ सुरू आहे?" रॅल्स्टनने मध्येच विचारले.

"अनेक दशके," सालोमनने उत्तर दिले. "स्टँडिंगच्या प्रचाराला बळी पडलेले विद्यार्थी आता मोठे झाले आहेत. उद्योगधंदे, प्रसारमाध्यमे, सरकार, शिक्षक - सगळीकडे तेच दिसतात. पुढल्या पिढ्यांना हेच शिक्षक शाळेत शिकवत आहेत."

"त्यांची मते पालटता नाही येणार? खूप कठीण काम असणार आहे ते..."

चित्रपटनिर्मात्याने नकारार्थी मान हलवली. "*खरे सत्य* काय ते पहिल्यापासून त्यांच्या मनावर अशा तऱ्हेने कोरले गेले आहे की, त्यापासून थोडीशी ढळणारी कल्पनाही त्यांचे मन स्वीकारू शकत नाही. जीवनाकडे बघण्याचा त्यांचा दृष्टिकोनच पार बदलला आहे. पूर्ण हुशारीने त्यांच्या मनावर केला गेलेला परिणाम अत्यंत भीतिदायक आहे. कोणी काही करू शकत नाही."

रॅल्स्टनने मान डोलवली. तो विचारच घाबरवून टाकणारा होता.

“मुलांना शिकवता शिकवता स्टँडिंगला जास्तीतजास्त जनता सरकारी अनुदानावर जगणारीच हवी आहे. मोठमोठी कॉर्पोरेशन्ससुद्धा! सरकारचे कायम अनुदान एखाद्या अफूच्या गोळीसारखे असते. आपण सर्वस्वी सरकारवरच अवलंबून आहोत याबद्दलची लोकांची जाणीवही नष्ट झाली आहे. कोणत्याही स्वरूपात मिळणारी भीक हा त्यांचा हक्कच आहे, अशी त्यांची धारणा बनत जाते.

“राजकारणी असेच असतात; पण त्यांना नशा चढते ती सत्तेची. सत्ता वाढवायची म्हणून पैसे वाटत बसायचे. मग तो भार सरकारी तिजोरीला सहन होत असो की नसो. सत्ता मिळविण्यासाठी कर्जे उभारून, नोटा छापून ते देशाची अर्थव्यवस्था पार ढासळून टाकत आहेत. स्वतःहून निर्माण केलेल्या या दुष्टचक्रामधून मग सुटकाच नाही.

“लोकशाहीच्या बाबतीत मी एक अगदी योग्य परीक्षण एकदा वाचले आहे. जोपर्यंत मतदार सरकारी खजिन्यामधून स्वतःसाठी देणग्या मिळवू शकतात, तोपर्यंत लोकशाही अस्तित्वात राहते. सरकारी खर्चाने जो उमेदवार मतदारांना नानाविध वस्तू पुरवतो, तोच उमेदवार निवडून येतो हा इतिहास आहे.

“आणि एकदा या रस्त्याने लोकशाही चालू लागली की, शेवट कधीही चांगला नसतो, हेदेखील इतिहासच सांगतो. अगदी प्रत्येक वेळेला लोकशाही राज्यपद्धती कोसळते. अर्थव्यवस्था ढासळते. हुकूमशाही येते आणि हुकूमशहा कोणती वचने देतो?”

“आदर्श राज्य?”

सालोमनने नकारार्थी मान हलवली. “लोकशाहीचे राज्य कोसळले की, भीती, हिंसा, अनिश्चितता निर्माण होते. अराजक माजते. भयभीत झालेली जनता कायदा आणि सुव्यवस्था नांदावी यासाठी कोणतीही किंमत द्यायला तयार होते. त्यांच्या हातात असणाऱ्या अत्यंत अनमोल गोष्टीचाही सौदा करायला तयार होते- त्यांचे स्वातंत्र्य; पण सुव्यवस्था स्थापन झाली तरी गमावलेले स्वातंत्र्य मात्र जनतेला कधीही परत मिळत नाही.”

“स्टँडिंगचे हे ध्येय आहे तर!” रॅल्स्टन उद्गारला. “पण तो ते साध्य कसे करणार? अमेरिकेला स्वतःचाच विनाश करायला कसे भाग पाडणार?”

“त्या बाबतीत थोडी समस्या उद्भवू शकते,” सालोमन म्हणाला. “पण लोकशाही राज्यव्यवस्था कोसळतात, कारण मुळातच त्या ठिसूळ पायावर उभ्या राहिलेल्या असतात; अमेरिकेसारख्याच आणि एखादी आपत्ती किंवा काही वेळा अनेक आपत्तींना एकाच वेळी तोंड द्यायची पाळी आली की, त्या उलथून पडतात. आणि संकटे कुठल्याही तऱ्हेची असू शकतात. एखादी *ब्लॅक स्वान* घटना - अत्यंत खळबळ उडवणारी अनपेक्षित घटना.”

''जपानला धरणीकंप आणि त्सुनामी यांनी लागोपाठ धडक दिली होती त्याप्रमाणे,'' रॅल्स्टन म्हणाला.

''अगदी योग्य उदाहरण. नऊ-अकराचे हल्ले तसेच. *ब्लॅक स्वान* घटनाच. म्हणजे कधीही घडण्याची शक्यता नाही अशी घटना खरोखर घडणे आणि त्या घटनेचे परिणाम अनपेक्षित आणि महाभयंकर असतात. नंतर विचार केला तर वाटते की, अशी घटना घडणार हे खरेतर आधीच लक्षात यायला हवे होते.''

''म्हणजे प्रोजेक्ट ग्रीन रॅम्प ही अशा तऱ्हेची घटना मुद्दाम घडवून आणण्याची योजना आहे तर!''

''आमची तशीच समजूत आहे,'' सालोमनने उत्तर दिले.

''अमेरिकन राज्यव्यवस्थेला कड्याच्या काठावर नेऊन ढकलून देण्याची योजना जर स्टँडिंग आखत असेल, तर त्याच्यावर देशद्रोहाचा खटलाच भरायला हवा.''

''तेव्हा ही फिल्म मला का बनवायची होती, हे तुझ्या लक्षात येईल. त्याचा मुखवटा फाडायला हवा.''

''त्याला फासावरच लटकवायला हवे खरेतर! देशद्रोहाचा गुन्हा आहे तो.''

''हल्ली नाही. आजच्या अमेरिकेत नाही. देशद्रोहाच्या आरोपाखाली आपण खटलेही भरत नाही आणि कुणाला फासावरही चढवत नाही. ती फार प्राचीन प्रथा समजायला लागले आहेत. साधा गुन्हा ठरतो आहे तो आणि देशद्रोह्यांना फासावर चढवायला लागलो तर आपण अनेक राजकारणी, उद्योजक, युनियन्सचे नेते यांना गमावून बसू. शिक्षकसुद्धा!''

गेल्या वीस वर्षांत अमेरिकेमध्ये ज्या तऱ्हेने खून पडले आहेत, ते लक्षात घेता अशा काही जणांना गमावण्याची कल्पना विशेष वाईट नाही, अशी रॅल्स्टनची समजूत व्हायला लागली होती. ''कोणत्या तऱ्हेची घटना घडवून आणण्याच्या ते मागे आहेत, याची काही कल्पना?''

''दुर्दैवाने नाही. ती काही वेबसाइटवर टाकण्यासारखी कल्पना नाही आणि तशी एकच घटना नाही, तर अनेक घटना असू शकतात.''

''पण ते बहुधा कोणतेतरी आर्थिक संकटही असू शकेल, बरोबर?''

निर्मात्याने खांदे उडवले. ''त्याची बुद्धिमत्ता बघता तोच एक अर्थ निघू शकतो; पण दुसऱ्या शक्यताही असू शकतात. सरकारवरचा विश्वास ढळवून त्याने इतर अनेक देशांमध्ये क्रांती घडवून आणली आहे. तो स्वत:च बोगस मतदान घडवून आणेल आणि नंतर निवडणुकीत बोगस मतदान झाले, असा डांगोराही पिटेल; पण अमेरिकेसाठी ही फार साधी गोष्ट ठरेल. त्याचा अमाप पैसा आणि विकृत मनोवृत्ती लक्षात घेता काहीही शक्य आहे.

''आणि लक्षात ठेव, स्टँडिंगचा विश्वास आहे की, काहीही झाले तरी ध्येय

गाठण्यासाठी कुठलाही मार्ग चांगलाच असतो.''

''पण त्याचे ध्येय तरी नक्की काय आहे, याचा तुला अंदाज आहे का? त्याच्या मनात आहे तरी काय? एक तऱ्हेचे जागतिक सरकार वगैरे?''

''तो जागतिक पातळीवर विचार करतो, हे तर सत्यच आहे. त्याची खात्री आहे की, तो या पृथ्वीवर त्याच्या कल्पनेतला स्वर्ग निर्माण करू शकतो; पण त्याआधी एक शेवटचे पाऊल त्याला उचलावे लागेल आणि इतरांच्या बाबतीत ती एक अत्यंत भीतिदायक घटना असू शकते.''

''काय आहे ती?''

''त्याच्यावर नियंत्रण ठेवले नाही तर तो हिटलर, स्टॅलिन, माओ किंवा पोल पॉटहूनही क्रूरकर्मा ठरेल, असे मी म्हटल्याचे आठवते तुला?''

रॅल्स्टनने मान डोलवली.

''स्वित्झर्लंडमधील दावोस येथे दरवर्षी जागतिक परिणाम घडवून आणू शकणारे आर्थिक आणि राजकीय सत्ताधीश एकत्र येऊन चर्चा करतात. आर्थिक विषयावर चर्चासत्र सुरू असण्याच्या काळात एका छोट्या युरोपियन वृत्तपत्राला त्याने दिलेली मुलाखत आम्हाला सापडली. त्याला वाटत होते की, ती इतरत्र प्रसृत होणार नाही; पण ती देताना त्याचा नेहमीचा मुखवटा बहुधा सरकला असावा. तो म्हणाला की, विसाव्या शतकात युद्धे, वांशिक हत्या, नैसर्गिक उत्पात यांच्यामुळे साडेबावीस कोटी माणसे मरण पावली होती. त्याच्या मते एकविसाव्या शतकात जर मानवजात शिल्लक राहायची असेल, तर तिची लोकसंख्या निदान पाच बिलियननी कमी व्हायला हवी. तसे होण्यासाठी अमेरिकेपासून सुरुवात करून औद्योगिकदृष्ट्या प्रगत अशा सर्व देशांची राज्यव्यवस्था उलथून पाडायला हवी.''

## १६

### न्यू यॉर्क शहर

**ज्यू**लिया विन्स्टनने पायावर पाय ठेवला. जेम्स स्टँडिंगला संशय येत होता की, ती मुद्दाम त्याच्या लक्षात यावे म्हणूनच हे करत आहे. स्त्री वार्ताहराने त्याच्यासमोर अशा तऱ्हेने वागण्याची ही काही पहिली वेळ नव्हती. तो तिच्या आजोबांच्या वयाचा आहे, यानेही काही फरक पडत नव्हता. हेन्री किसिंजर चुकीचे बोलला होता. नुसती सत्ता हातात असून समाधान लाभत नाही. सत्तेबरोबर पैसाही हवा. इतरांना कल्पनाही येणार नाही इतकी ताकद आणि पैसा त्याच्याकडे होता.

तिची बारीक कंबर ध्यानात येईल असा मांड्यांना चिकटून राहणारा घट्ट स्कर्ट विन्स्टनने चढविला होता. खूप महागातला नसला तरी आधुनिक फॅशनचा शर्ट घातला होता. ब्रुक्स ब्रदर्समधून घेतलेला असेल. देव करो आणि तो बनाना रिपब्लिक या दुकानामधून तरी घेतलेला नसो. कानांमध्ये हिऱ्यांच्या इअरिंग्ज. खोटे खडे असतील म्हणा. फक्त शूजसाठी तिने खरा खर्च केला असावा.

पोरगी हुशार दिसते. पुरुष वार्ताहरांचे लक्ष स्त्री समोर आली की, एकाच ठिकाणी जाते; पण स्पर्धक असणाऱ्या इतर स्त्री वार्ताहरांचे लक्ष प्रथम तिच्या शूजकडेच गेले असते. त्यांच्या दर्जावरून त्यांनी तिचे समाजामधले स्थान ठरवले असते.

स्टँडिंग, स्त्रियांचे सौंदर्य आणि कपडे परिधान करायची त्यांची पद्धत यावरून त्यांच्याबद्दल मत बनवत असला, तरी प्राधान्य त्यांच्या बुद्धिमत्तेला देत असे. मूर्खांबरोबर वेळ दवडायला त्याला आवडत नसे. न्यू यॉर्कमध्ये भपकेदार कपडे घालणाऱ्या स्त्रियांची कमतरता नव्हती; पण बुद्धीचा प्रश्न आला की, त्यांच्यातल्या अनेक त्याच्या नजरेतून उतरत असत. फक्त शारीरिक भूक भागविणाऱ्या स्त्रियांशी संबंध ठेवणे त्याला नको असे. बुद्धी आणि शरीर, दोघांनाही चेतना देणाऱ्या स्त्रिया त्याला आवडत असत.

त्याच्यासमोर बसलेली *फायनॅन्शियल टाइम्स*ची वार्ताहर देखणी तर होतीच,

पण बुद्धिमानही असावी. तिच्या हालचालींचा योग्य तो अर्थच त्याने काढला.

पेन्सिलचे टोक दातांनी कुरतडत आणि स्टॉकिंग्ज चढविलेल्या गुडघ्यावरचे स्टेनो पॅड सावरत तिने पॅडची पाने उलटली आणि म्हटले, "तर मग आता चलनांबद्दल बोलू या का आपण?"

मिडटाउन मॅनहॅटन भागातल्या त्याच्या कार्यालयातल्या मऊ मुलायम सोफ्यावर ते बसले होते. जमिनीपासून छतापर्यंत पोहोचलेल्या काचेच्या खिडकीतून तिला एम्पायर स्टेट बिल्डिंग दिसत होती. जमिनीवरच्या आणि भिंतीवरच्या चकचकीत पॉलिश केलेल्या संगमरवरी फरशाही दिसत होत्या. एखाद्या अत्याधुनिक भव्य मंदिरात प्रवेश केल्याचाच भास होत होता. हा परिणाम निर्माण करण्यासाठी तर खास कष्ट घेतले गेले होते.

स्टँडिंगने त्या वार्ताहराचे निरीक्षण केले. हल्ली *पेन्सिल वापरते तरी का कुणी,* असा विचार त्याच्या मनात आला; पण त्यामुळेच तर ती इतर वार्ताहरांमध्ये उठून दिसत होती. वेगळी भासत होती. तसेच असणे आवडे त्याला.

ती ज्या तऱ्हेने रबर चावत होती, तेही आवडले त्याला. त्याच्या मनात सारखा एक विचार यायला लागला होता. आपल्याबरोबर शय्यासोबत करायची इच्छा तर तिच्या मनात घोळत नसेल ना?

वय वाढायला लागले की, पुरुषांची शारीरिक भूक खरेतर कमी होते; पण अठ्ठ्याहत्तर वर्षांचा स्टँडिंग या नियमाला अपवाद होता. अफाट फी घेणारे त्याचे डॉक्टर्स आणि शास्त्रीय पद्धतीने आहार सुचविणारे त्याचे आहारतज्ज्ञ त्याच्या व्हिटॅमिन शेक्समध्ये काय काय मिसळतात, याची त्याला अजिबात कल्पना नव्हती आणि पर्वाही नव्हती. त्यांच्या औषधांच्या कृती बाजारात आणून पैसा कमवावा का, असा विचार त्याच्या मनात येत होता. रेड बुल आणि वायाग्रा ही दोन उत्पादने आधीच कित्येक मिलियन डॉलर्सचा धंदा करणारी होती. ती ठरावीक प्रमाणात मिसळून एक अफलातून उत्पादन निर्माण करण्याचाच प्रकार ठरला असता तो.

ज्यूलिया विन्स्टनने भुवया वर केल्या. त्याच्या उत्तराची वाट बघत ती थांबली.

"मला खेद वाटतो, ज्यूलिया. काय बरं विचारत होतीस तू?" स्टँडिंग म्हणाला. त्याचे मन भरकटले होते. इतक्या अप्रतिम सौंदर्यवान स्त्रीशी समागम करण्याची इच्छा फक्त जास्त पैसे मिळविण्याच्या इच्छेनेच दूर झाली असती.

"आपण समाजाबद्दलची जबाबदारी, न्याय, आफ्रिकेमधील एड्सच्या रुग्णांना परवडतील अशा किमतीत औषधे पुरविण्याचे तुमचे प्रयत्न याबद्दल बोलत होतो. अमेरिकेने अमेरिकेमध्ये राहणाऱ्या प्रत्येकाला, मग तो त्या देशाचा नागरिक आहे की परकीय आहे याचा विचार न करता वैद्यकीय सेवा उपलब्ध करून देण्याबाबत आपण चर्चा केली होती. राहण्यासाठी जागा, वैद्यकीय सेवा, कामधंदा, व्यवसाय,

कामाचा योग्य तो मोबदला हा प्रत्येक माणसाचा हक्क आहे, याबद्दलच्या तुमच्या विश्वासाबद्दलही बोललो होतो.''

''बरोबर,'' स्टँडिंग म्हणाला. आता त्याचे मन जरा एकाग्र व्हायला सुरुवात झाली होती.

''तेव्हा आता मी चलनाबद्दल विचारत होते. अमेरिकन डॉलर्स. मुद्दाम नियंत्रण ठेवून डॉलरची किंमत कमी केली पाहिजे, असे काहीतरी तुम्ही म्हणाला होतात. याबद्दल थोडे सविस्तर बोलाल?''

''नक्कीच! देशाला आधीच प्रचंड कर्ज झाले आहे आणि ते वाढतेच आहे. डॉलर हे काही तितके वजनदार चलन नाही. डॉलरचा भाव ढासळतोच आहे. साधारणपणे संकटकाळात लोक सुरक्षित ठिकाणी पैसे गुंतवतात, अशा काळात गुंतवणूकदार डॉलर्सकडे वळतात, हा इतिहास आहे...''

''इतर सुरक्षित गुंतवणुकी होत्याच की!'' तरुण वार्ताहराने त्याला अडवले.

स्टँडिंगने मान डोलवली. ''अर्थात! पण मुद्दाम सांगण्यासारखी बाब म्हणजे सध्या त्यांना डॉलरमधील गुंतवणूक सुरक्षित वाटत नाही. स्थावर मालमत्ता आणि सोने, तेल वगैरेंमध्ये पैसे गुंतवण्याकडे कल आहे. थोडक्यात, त्यांचा डॉलरवरचा विश्वास ढळला आहे आणि इतर चलनांवरचाही!

''सर्व पद्धतीच विस्कळीत झाली आहे, मोडली आहे. तिच्यात आमूलाग्र सुधारणा करण्याची गरज आहे. जगामधील संपत्ती विषम प्रमाणात विभागली जाते आहे. निवडक थोडेसे लोक श्रीमंत होत आहेत आणि बाकीचे सर्व जण गरीब बनत आहेत. चलनाची नवीन पद्धत हाच त्यावरचा उपाय आहे.''

''डॉलर जर जगाचा राखीव चलनाचा साठा नसेल, तर तेलासारख्या वस्तू कशा तऱ्हेने विकत घेतल्या जातात आणि विकल्या जातात?'' विन्स्टनने विचारले.

''सुरुवातीला आपण अनेक तऱ्हेची चलने किंवा स्पेशल ड्रॉइंग राइट्स वगैरे वापरू शकतो. अशाच तऱ्हेने नवीन चलनपद्धती अस्तित्वात येईल. या पद्धतीचा नुसता विचार करायलाही अमेरिकेचा का विरोध असतो, हे सर्व जगाला आधीच कळलेले आहे,'' स्टँडिंग म्हणाला.

''काय कारण आहे ते?''

''अनियंत्रित भांडवलशाही अयशस्वी ठरली आहे.''

''काहीजण म्हणतील की, त्याला खरे कारण सरकारचा अवाजवी हस्तक्षेप आणि विविध निर्बंध कारणीभूत आहेत. उद्योगधंद्यांवरचे निर्बंध उठवले तर उद्योग वाढतील आणि इतर सर्व प्रश्नांची उकलही सोपी होईल. उद्योगधंद्यांची वाढ उफाळत्या पाण्याप्रमाणे असते. म्हणजे उद्योगधंद्यांच्या वाढीबरोबरच सर्वसाधारण समृद्धीही वाढीस लागेल.''

''ते बर्नी मॅडॉफच्या अशिलांना सांग,'' तो तिच्याकडे बघून डोळे मिचकावत म्हणाला.

वार्ताहराने आपण हे मत त्याच शब्दांत लिहून घेतले आहे, याची खात्री पटवून घेतली.

ती लिहीत असताना अब्जाधीशाचे बोलणे चालूच होते. स्पेशल ड्रॉइंग राइट्सचा अमेरिकेला खूप उपयोग होऊ शकतो; पण अमेरिकेकडे एक नैसर्गिक संकुचित दृष्टिकोन आहे. इतर देशांबद्दल एक अकारण भीती मनात आहे. यामुळे गेली कित्येक दशके अमेरिकेचे पाऊल पुढे पडलेले नाही. सर्व जग एका जागतिक समाजाकडे वाटचाल करत आहे. हल्ली सर्व व्यवहार जागतिक पातळीवर होतात. दळणवळण यंत्रणा, कॉर्पोरेशन्स, व्यापार, पर्यटन या सर्व गोष्टी जागतिक पातळीवर होत असताना चलनही एकच का असू नये?''

आपल्या पॅडवरून वर नजर उचलत ती म्हणाली, ''काहीजण म्हणतील की, जागतिक चलन एक झाले तर जागतिक सरकार या कल्पनेपासून जग फक्त एक पाऊल अंतरावर असेल.''

स्टँडिंगने खांदे उडवले. ''ती गोष्ट खूप वाईटच असेल, असे कोण म्हणणार? तू? मी?''

''प्रथम अमेरिकन जनताच तसे म्हणेल. नुसती वाईट नाही तर अतिशय वाईट गोष्ट आहे म्हणेल.''

तो हळूच वाकला. ''तू जर लिहून घेणार नसशील, तर एक गुप्त गोष्ट सांगतो तुला. कबूल?''

ज्यूलिया विन्स्टनने मान डोलवली.

''अमेरिकन लोक फार हुशार नाहीतच. सगळा मूर्खांचा बाजार आहे, झालं! जोपर्यंत त्यांचे मॅकडोनल्ड्स आणि सिटकॉम टेलिव्हिजन्स - प्रेक्षकांसमोर रेकॉर्ड केलेले विनोदी कार्यक्रम - चालू आहेत, तोपर्यंत राजकारणात काय घडते आहे, याची त्यांना अजिबात पर्वा नाही.''

वार्ताहराला यावर काय बोलावे हेच कळेना. तिला शब्दच सापडेनात.

''तर आपण परत जागतिक चलनाकडे वळू या,'' स्टँडिंग खुर्चीत मागे रेलून बसत म्हणाला. तिने पुन्हा लिहायला सुरुवात केली तरी चालेल, अशी त्याने खूण केली. ''सोफ्यावर बसून आहे तीच परिस्थिती चालू राहणार आहे अशी समजूत करून घेऊन अमेरिकेला आता चालणार नाही. अमेरिकेने कायम जगाचे नेतृत्व केले आहे. तो देश कधी मागे राहिलेला नाही. प्रगती साधतच अमेरिकेने भविष्यकाळातही जगाचे नेतृत्व करणे भाग आहे. आहे तिथे थबकून चालणार नाही आणि इतर देशांच्या मागे पडूनही चालणार नाही. सुरुवातीला थोड्या अडचणी येणारच; पण

भविष्यकाळाचा दूरगामी विचार महत्त्वाचा.''

''आणि अमेरिकेने नकार दिला तर?'' तिने विचारले. ''नक्की काय तोटे होतील?'' आता तिची मन:स्थिती प्रश्न विचारण्याइतकी ताळ्यावर आली होती.

क्षणभर स्तब्ध राहून स्टँडिंगने शब्दांची जुळवाजुळव केली. नंतर म्हणाला, ''अमेरिकेला किंमतच राहणार नाही. अमेरिकेचा सुवर्णकाळ संपला आहे, हे लक्षात घ्यायलाच पाहिजे. इतर देश आपल्या जरासेच मागे आहेत. इतर जगाबरोबर अमेरिका राहिली तरच ते तसेच मागे राहतील.

''नवीन व्यवस्था निर्माण करायलाच पाहिजे. त्या व्यवस्थेचा एक भाग म्हणजे डॉलरवर अवलंबून राहणे थांबवायला पाहिजे. अमेरिकेची ढासळती आर्थिक परिस्थिती स्वत:बरोबर पूर्ण जगाला खाली खेचते आहे.''

''आर्थिक परिस्थितीत सुधारणा होण्याची लक्षणे दिसत आहेत यावर विश्वास नाही तुमचा?''

स्टँडिंग हसला. ''कुणी सांगितले हे तुला? झाडाच्या ढोलीत राहणाऱ्या एखाद्या परीने? पुढल्या वेळी सांग तिला की, तुला युनिकॉर्नवर - एक शिंग असणाऱ्या घोड्यावर - बसायचे आहे म्हणून.''

विन्स्टनने कसाबसा हसण्याचा प्रयत्न केला.

''मी सांगतो ते लक्षात घे,'' अब्जाधीश म्हणाला. ''आपणच जगाच्या केंद्रस्थानी आहोत ही कल्पना अमेरिकेने मनातून काढून टाकली पाहिजे. ती कल्पना नुसती धोकादायकच नाही, तर अवास्तवही आहे. तू उफाळत्या पाण्याबद्दल काहीतरी बोलली होतीस. ज्यांच्याकडे बोटीच नाहीत त्या लोकांचे काय होईल? बुडतील ते.''

''म्हणजे तुमचा आता अमेरिकेवर विश्वास राहिलेला नाही?''

''माझा विश्वास आहे की, आपल्या ओळखीची असणारी अमेरिकन पद्धत आता काम करत नाही आणि एखादी गोष्ट काम करेनाशी झाली की, आपण काय करायचे? मागे टेकून हातावर हात चोळत बसायचे की दुसरा चांगला पर्याय शोधायचा?''

''मग अमेरिकेपेक्षा जास्त चांगले काय आहे?''

स्टँडिंगने घड्याळाकडे बघितले. ''उत्कृष्ट प्रश्न!'' तो हळूच हसत म्हणाला. ''पण सध्या जरा बाजूला ठेवावा लागणार बहुधा! आपण रात्री जेवण घेऊ या का, म्हणजे चर्चा पुढे चालू ठेवता येईल?''

त्याने तिच्या उत्तराची वाटही बघितली नाही. तो उभा राहत असताना कार्यालयाच्या दुसऱ्या बाजूचे मोठे दरवाजे उघडले आणि ज्यूलिया विन्स्टनला बाहेर नेऊन सोडण्यासाठी स्टँडिंगचा साहाय्यक आत आला.

''तुझ्याशी बोलताना खूप मजा आली मला. माझा प्रसिद्धिप्रमुख तुझ्या या

लेखासाठी एक फोटोही पाठवेल, याची मी काळजी घेईन.''

त्याचे आभार मानून, हस्तांदोलन करून, ती निघून जात असताना स्टँडिंग बघत होता. घट्ट स्कर्टखालची सर्व हालचाल लक्षवेधक होती. महागडे शूज संगमरवरी फरशांवर टॉक टॉक आवाज करत होते.

तिला एलिव्हेटरजवळ सोडून त्याचा साहाय्यक परत आला. ''तिच्याशी पुन्हा भेट ठरवली तर आवडेल, असे मी गृहीत धरू का?''

भांडवलदाराने आपला कोट काढला आणि तो आपल्या विस्तीर्ण टेबलापलीकडे आपल्या जागेवर जाऊन बसला. ''बरोबर. आजच रात्री.''

आपले आयपॅड बघत साहाय्यक म्हणाला, ''युनायटेड नेशन्स इन्फिनिटम प्रोजेक्टला पैसे पुरविणाऱ्यांचा रात्री सात ते नऊ या वेळात एक स्वागत समारंभ आहे.''

''ठीक आहे,'' स्टँडिंग म्हणाला, ''त्यानंतर जेवणाचा बेत ठरव. महागडे हॉटेल चालेल; पण अति भपकेबाज नको. हॉटेलमधील सर्वांत वृद्ध व्यक्ती मीच ठरू नये. ल बेर्नारदां रेस्टॉरंट किंवा सान पिएत्रो चालेल.''

''हो, सर. आणखी काही?''

कॅलिफोर्नियामधून काही कळले का, असे विचारायची स्टँडिंगची खूप इच्छा होती; पण त्याच्या साहाय्यकाला तिकडे काय चालले आहे, याची अजिबात कल्पना नव्हती. कामाची विभागणी चोख असे. या कानाची गोष्ट त्या कानाला कळणार नाही, याची त्याने काळजी घेतली होती. ''नाही, आणखी काही नाही,'' त्याने उत्तर दिले.

''ठीक आहे,'' असे म्हणत साहाय्यकाने कार्यालयामधून मागे पाऊल टाकले.

दरवाजा बंद झाल्याचा खट् असा आवाज येताच त्याने टेबलाच्या खणामधून सुरक्षित असा ब्लॅकबेरी फोन बाहेर काढला. त्याने खूप वेळ वाट बघितली होती. आत्तापर्यंत त्याला काहीतरी कळायला हवे होते.

तो फोन करणार इतक्यात वेगवेगळ्या केबल नेटवर्क्सवर चालणाऱ्या अनेक फ्लॅट स्क्रीन टेलिव्हिजन्सपैकी एका टेलिव्हिजनच्या पडद्यावर एका फाटक असलेल्या ड्राइव्ह-वेचे चित्र दिसायला लागले. आवाज मोठा करण्यासाठी तो रिमोट शोधायला लागला. एक एक करत इतर सर्व नेटवर्क्स तीच फिल्म दाखवायला लागले. आकाशातून रोखलेल्या कॅमेऱ्यामधून दिसणारी चित्रेही पडद्यावरून सरकायला लागली.

*काम झाले तर!* स्टँडिंगच्या मनात विचार आला. *छान!* आज रात्री एका चांगल्या विजयाचा आनंद साजरा करायला हरकत नव्हती. एक काटा काढला गेला होता. कॅलिफोर्नियात निर्माण झालेल्या प्रश्नाचे निराकरण झाले होते. *झाले होते ना?*

सी.एन.बी.सी. चॅनल लागलेल्या टी.व्ही.चा आवाज त्याने वाढवला. स्थानिक

वार्ताहर न्यू यॉर्कमधल्या स्टुडिओला देत असलेल्या माहितीचा शेवटचा भाग कानावर पडला. ''या क्षणाला लॅरी सालोमन कुठे आहे किंवा त्याच्याबरोबर दिसलेल्या माणसाचे काय झाले, याबद्दल कुणालाही माहिती नाही. अनधिकृतपणे कळलेल्या माहितीप्रमाणे हॉलिवुड मूव्ही मोगल लॅरी सालोमन याचा मृतांमध्ये समावेश नाही.'' वार्ताहराने बोलणे थांबविले.

# १७

थेम्स हाउस,
एम.आय. ५ मुख्यालय, लंडन

**फो**न वाजण्यापूर्वीच तो वाजणार अशी रॉबर्ट ॲशफोर्डला कल्पना आली होती. अर्थात, त्याला काही दिव्य दृष्टी वगैरे नव्हती. तो दिवसभर त्या फोनची वाटच बघत होता. खरे सांगायचे तर त्यानेच प्रथम फोन करायला हवा होता.

लॉस एंजेलिसमधल्या कामगिरीचा फज्जा उडाला होता. त्याने रजा घेऊन एखाद्या गुप्त ठिकाणी जाऊन तिथून लक्ष ठेवायला हवे होते; पण शेवटी त्याचसाठी तर तो कामावर हजर झाला होता. लॉस एंजेलिसची कामगिरी यशस्वी न होण्याची शक्यता अत्यंत कमी होती; पण कोणत्याही कारणाने ती अयशस्वी ठरली असती, तर ते त्याच्यामुळे घडलेले नाही, अशी कारणे त्याला तयार ठेवायची होती.

छोट्या कॉन्फरन्स टेबलाजवळ बसलेल्या इतरांना त्याने बाहेर निघून जायला सांगितले. साधारण साठीच्या, रुंद छातीच्या, करड्या केसांच्या आणि मोठे नाक असणाऱ्या रॉबर्ट ॲशफोर्डने सेलफोनभोवती गुंडाळलेले इअरफोन्स काढले. ब्रिटिश इंटेलिजन्समधला तो एक वरिष्ठ अधिकारी होता. फार आतल्या गाठीचा आणि अनाकलनीय वागणुकीचा. त्याच्याबरोबर काम करणाऱ्या सर्वांना त्याचा हा स्वभाव माहीत होता. शीतयुद्धाच्या काळात तो वर चढत गेला. सगळ्या गुप्त गोष्टी आपल्याजवळ ठेवायचा. ज्याच्याबद्दल अनेक कथा प्रसृत झाल्या होत्या, असा जुन्या पठडीतला माणूस!

त्याचा टाय व्यवस्थित बांधलेला होता, नखांची निगा राखलेली होती, शर्टाच्या बाहीची बटणे चमकत होती, पॅन्टला कडक इस्त्री केली होती आणि बूट चकचकीत पॉलिश केलेले होते. वय वाढत चाललेला उमदा ब्रिटिश सद्‌गृहस्थ.

ब्रिटनमधल्या इंटेलिजन्स सर्व्हिसमध्ये तो तीस वर्षांहून जास्त काळ काम करत होता. देशांतर्गत सुरक्षा, दहशतवाद आणि हेरगिरीविरुद्धच्या कारवाया यांना एम.आय.५

जबाबदार असते. अमेरिकेच्या एफ.बी.आय. संघटनेसारखे काम ब्रिटनमध्ये एम.आय.५ करते. काही वेळा एम.आय.५ आणि एम.आय.६ यांच्या कार्यक्षेत्राबाबत लोक गफलत करतात. एम.आय.६ अमेरिकेमधल्या सी.आय.ए.सारखी आहे.

राजवंशातल्या आणि ब्रिटिश उद्योगविश्वातल्या अनेकजणांशी ॲशफोर्डचे वैयक्तिक संबंध होते, हे त्याच्या हाताखाली काम करणाऱ्या लोकांना ठाऊक होते. बाहेर पाऊल टाकताच तो आता कोणत्या उच्चपदस्थ असामीशी बोलणार असेल, याची चर्चा इतरांमध्ये सुरू झाली. आज बोलण्याचे काम तो करणार नव्हता, असा संशय कुणाला आला नसता.

"काय चालले आहे, रॉबर्ट?" जेम्स स्टँडिंगने रागानेच विचारले. "ही एक साधी कामगिरी आहे असे तू म्हणाला होतास. माझ्याशी बोलताना तू कुठला कॉक्नी वाक्प्रचार वापरला होतास? चुटकीसरशी पार पाडण्यासारखे काम म्हणे!"

ॲशफोर्डनेच त्याला दिलेल्या सुरक्षित फोनवरून स्टँडिंग बोलत असला, तरी कुठल्याही बाबीची चर्चा करताना सांकेतिक आणि आडवळणाने बोलण्याची सूचनाही ॲशफोर्डने खरेतर केली होती. ई-मेल्स, टेक्स्ट मेसेजेस, सेलफोन्सवरचे संभाषण ऐकून ते अमेरिकेच्या नॅशनल सिक्युरिटी एजन्सीच्या 'एचिलॉन' या जगभरातले संभाषण ऐकणाऱ्या प्रोग्रॅममध्ये धाडण्यासाठी ब्रिटनने दोन प्रचंड यंत्रणा उभ्या केल्या होत्या. ब्रिटनमधले इलेक्ट्रॉनिक्सच्या साधनांनी, म्हणजे इंटरनेट, सेल्युलर नेटवर्क्स, टेलिफोन लाइन्सद्वारे होणारे परस्परांमधील प्रत्येक संभाषण ऐकून त्याची एक प्रत कायम नासाच्या सर्व्हर्समध्ये साठवली जात होती. नंतर खेद वाटून घेण्यापेक्षा आधीच काळजी घेतलेली बरी, असं त्याला वाटत असे. ॲशफोर्डला कायम संशय असे की, आपले बोलणे दुसरे कुणीतरी चोरून ऐकते आहे.

"काहीतरी *गडबड* झाली असावी," एम.आय.५ चा माणूस म्हणाला.

मॅनहॅटनमधून बोलत असलेला स्टँडिंग ओरडला, "*गडबड?* तुम्ही ब्रिटिश खरंच फार चमत्कारिक आहात. मला वाटते, *पार विचका झाला* असे म्हणणेच योग्य ठरेल. तुला नाही वाटत तसे?"

ॲशफोर्डने उत्तर देण्याचे कष्ट घेतले नाहीत. कधीकधी स्टँडिंग फारच खोचकपणे बोलायचा.

"आहेस ना अजून फोनवर?" अब्जाधीशाने विचारले.

"आहे."

"मग काही म्हणायचे नाही तुला?"

एम.आय.५च्या माणसाने स्वतःच्या नाकाला चिमटा घेत विचारले, "मी काय म्हणावे, अशी अपेक्षा आहे तुझी?"

"काय घडले ते सांग मला. चुटकीसरशी पार पाडता येण्यासारख्या कामगिरीचा

विचका कसा काय झाला?''

''दुर्दैवाने अजूनतरी ती माहिती माझ्याकडे नाही. अशा परिस्थितीत आपण ज्यांच्याकडे चौकशी करू शकतो, ती माणसे फोन उचलत नाहीत.''

''*आपण?* मूर्खासारखे बोलणे थांबव. तू सर्व माहिती खणून काढ. ताबडतोब. मी काय बोलतो आहे ते कळते ना तुला? काही पावच जळाले आहेत आणि बेकर्सनाच जास्त धग पोहोचली आहे. आले लक्षात?''

ॲशफोर्डला डोके ठणकायला लागल्याची जाणीव झाली. त्याच्या माणसांबरोबरच्या बैठकीआधी तो बातम्या देणाऱ्या बऱ्याच अमेरिकन चॅनल्सची बटणे दाबत बसला होता. काय घडले याचे थोडेफार चित्र त्याच्या डोळ्यांसमोर येत होते; पण बऱ्याच गोष्टींचा उलगडा होत नव्हता. त्याने लॉस एंजेलिसच्या त्याच्या माणसाशी संपर्क साधायचा प्रयत्न केला तर तो नंबर आता अस्तित्वातच नाही, असा संदेश मिळत होता. तो दडून बसला असावा. ॲशफोर्ड मनात चडफडत होता.

अशा तऱ्हेच्या कामांत रशियन्स खरेतर तरबेज असतात. पूर्वीच्या स्पेट्झनॅझमधल्या - रशियन स्पेशल फोर्सेसमधल्या - माजी माणसांचा उपयोग करण्यासाठी त्याने जास्तीचा पैसा मोजला होता. एखाद्या माशीला चिरडण्यासाठी घणाचा उपयोग करण्यासारखे होते हे; पण स्टँडिंगकडे तळ न लागणारी खजिन्याची विहीर होती. कुणाचाच संशय येणार नाही अशा तऱ्हेने त्याला त्यांचे खून पडायला हवे होते.

प्रत्येक शस्त्र फक्त एकदाच वापरून फेकले जाणार होते. नंतर त्यांना लॉस एंजेलिस विमानतळाजवळच्या एका हॉटेलमध्ये नेऊन दुसऱ्या दिवशी विमानाने रशियाला परत पाठविले जाणार होते. स्पेट्झनॅझमधल्या माणसांचा एकाच हेतूने वापर केला होता. अशक्य वाटणारा गोंधळ होऊन ते पकडले गेले असते, तरी त्यांनी कधीही तोंड उघडले नसते. त्यांच्या प्रत्येकाच्या नावाने एक एस्क्रो अकाउंट उघडला होता. त्यांना नुसती अटक झाली आहे कळताच त्या रशियन्सनी आधीच नावे देऊन ठेवलेल्या माणसांना तत्काळ पैसा दिला गेला असता. त्यांच्या तुरुंगवासाच्या काळात दरवर्षी मोठी रक्कम दिली गेली असती. रशियन भाषेत याला *तोंड गप्प ठेवण्याचे वर्षासन* म्हणतात.

पण त्यांचा प्रयत्न कसा काय हाणून पाडला गेला याचा काही अर्थबोधच होत नव्हता. कोणत्याही तऱ्हेचे सुरक्षारक्षक उपलब्ध नसणाऱ्या तीन साध्या अमेरिकन नागरिकांना तर ठार करायचे होते. तिघांपैकी कुणालाही कधी कुठल्या पोलीस दलात शिक्षण घेतल्याची किंवा सैन्यदलात असण्याची पार्श्वभूमीही नव्हती. हसत पार पाडता येईल अशी कामगिरी असताना कुठेतरी नक्कीच जबरदस्त भानगड झाली होती.

''स्वयंपाकघरात लागलेल्या आगी फार धोकादायक असतात,'' स्टँडिंग बोलतच

होता. ''त्या झपाट्याने पसरतात.''

या वाक्याचा अर्थ नक्की कसा घ्यायचा, हे काही ॲशफोर्डला कळेना. सालोमन त्याच्या मागे लागण्याची भीती स्टँडिंगला वाटत होती का? ''तुझ्याकडे आग आटोक्यात आणण्याची अनेक साधने आहेत,'' एम.आय.५च्या माणसाने सांगितले. त्या अब्जाधीशासाठी किती कडक सुरक्षा होती, याची त्याला माहिती होती. ''मला नाही वाटत काळजी करण्यासारखे काही आहे म्हणून.''

''आगीचा तोच तर धोका असतो. ती आटोक्यात येते आहे असे वाटते आणि प्रचंड स्फोट होऊन तुम्ही त्यात अडकता. अशा तऱ्हेच्या आगींना खूप प्रसिद्धीही मिळते. आगी कुणालाच आवडत नाहीत. या तऱ्हेच्या आगी मलाही थोड्यासुद्धा पसंत नाहीत.''

''कळले मला.''

''तुला अजूनही नीट कळले नसले तर स्पष्ट सांगतो. मला नुसता धुराचा वास आला ना, तरी माझी मन:स्थिती पार बिघडून जाईल.''

''विश्वास ठेव माझ्यावर. माझी मन:स्थिती तुझ्याइतकीच बिघडलेली आहे.''

''मग सर्व गोष्टी व्यवस्थित हाताळ. ताबडतोब.''

''मी प्रयत्न करतो आहे,'' ॲशफोर्डने उत्तर दिले.

''प्रयत्न नकोत. त्याहून जास्त चांगले काहीतरी कर,'' स्टँडिंगने धमकी दिली. ''या गोष्टीचा तुझ्या कारकिर्दीवर परिणाम होऊ शकतो.''

''म्हणजे काय सुचवायचे आहे तुला?''

''तुझा बॉक्स बघ,'' असे बोलून स्टँडिंगने फोन ठेवून दिला.

ॲशफोर्ड आणि स्टँडिंग यांचा एक एकत्र ई-मेल अकाउंट होता. त्याला ते *बॉक्स* म्हणत. वेबवर कुठलाही संदेश न पाठविता एकमेकांशी गुप्तपणे संपर्कात राहण्यासाठी त्याचा उपयोग केला जाई. ते एकमेकांसाठी त्या अकाउंटच्या ड्राफ्ट फोल्डरमध्ये संदेश ठेवत.

कॉन्फरन्स टेबलावरून उठून रॉबर्ट ॲशफोर्ड आपल्या टेबलावरील संगणकासमोर जाऊन बसला. आइल-ऑफ-मॅनमधला कोणी माग काढू शकणार नाही, अशा सर्व्हरचा उपयोग या संगणकासाठी केला जात असे. फोल्डरमध्ये काहीतरी वाईट गोष्ट नजरेस पडणार आहे, याची त्याला खात्री होती. स्टँडिंगचा संदेश उघडताच आपण किती भयंकर संकटात सापडू शकतो, याची त्याला जाणीव होती.

खरे म्हणजे त्याने खूप काळजी घेतली होती; पण ती पुरेशी नसावी. त्याने एकामागोमाग एक फोटो स्क्रोल करून बघितले. येमेनमध्ये घेतलेले त्याचे फोटो. तो एका अपार्टमेंटमध्ये आल्याचे, छपरावर आर.पी.जी. उघडत असल्याचे.

अगदी शेवटचे चित्र म्हणजे एक व्हिडिओ होता. त्यामध्ये काय दिसणार याची

कल्पना असूनही त्याने बटण दाबले. कुठून आपल्याला तो व्हिडिओ बघायची बुद्धी झाली, असे त्याला झाले.

ॲशफोर्डने आर.पी.जी. उघडली. इमारतीमधून तो बाहेर आला. नंतर बराच वेळ फिल्म चालू होती. आर.पी.जी.ने उडविलेल्या हाहाकाराचे चित्रण होते. ज्या गाडीवर नेम धरला होता ती गाडी जळत होती. वेडीवाकडी होत होती. रस्त्यावर माणसे जखमी झाली होती, मरत होती; मेली होती. व्हिडिओ संपण्यापूर्वी गाडी जिथे उभी केली होती तिच्या समोरच्या कॅफेकडे कॅमेरा वळला. तिथे अरब नसणारा एक चेहरा त्याला दिसून गेला. तो कोण होता, हे त्याला बरोबर ठाऊक होते.

त्या माणसानेच आझीम अलीम याला पकडले होते. पांढऱ्या टोयोटा करोला गाडीच्या डिकीमध्ये ठेवले होते. त्याला सी.आय.ए.च्या ताब्यात देण्यासाठी तो कॅफेमध्ये आला होता. स्टँडिंगच्या धमकीत संभ्रम निर्माण होईल, असे काहीही नव्हते.

ॲशफोर्डचे डोके आता भयंकरच ठणकायला लागले. त्याने टेबलाचा खण उघडला, वेदनाशामक गोळ्यांच्या बाटलीला हात घातला आणि तो थबकला. डोके पूर्ण ताळ्यावर ठेवून, दु:ख सहन करत काम करणे आवश्यक होते. गोळ्या घेणे परवडणारे नव्हते.

स्टँडिंगवर विश्वास ठेवण्यात त्याची चूक झाली होती. तसे म्हणणेही बरोबर नव्हतेच म्हणा! त्याने त्याच्यावर कधीच पूर्ण विश्वास ठेवला नव्हता. त्याच्या कार्यावर ठेवला होता; पण स्वत:ला वाचविण्याची पाळी आली तर स्टँडिंग कुठल्या थराला जाईल, याचा त्याने विचार करायला हवा होता.

खुर्चीत मागे रेलून त्याने डोळे मिटून घेतले. कपाळ दाबायला सुरुवात केली. तो भयानक संकटात सापडला होता. पूर्ण विचार करून पुढला मार्ग आखायला हवा होता. कॅफेमधल्या स्कॉट हॉर्वाथचा चेहरा बघताच हा खेळ भलत्याच पातळीवर पोहोचल्याची त्याला जाणीव झाली.

# १८

## स्वीडन

हॉवर्थला कळत होते की, रीड कार्लटनचे म्हणणे बरोबर आहे. तो नेहमीच बरोबर असे म्हणा. स्थलदर्शन प्रवाशांसाठी असते. दहशतवादविरोधी लढा देणाऱ्यांसाठी नाही.

संपूर्ण कामगिरीची आखणी फक्त काही तासांसाठी केली होती. फारतर चोवीस तास. त्याहून जास्त नाही. चेसची त्या ठिकाणची परिस्थिती फारच धोकादायक असल्याने त्याला तिथे अगदी *स्वच्छ धाडले होते.* लक्ष ठेवण्यासाठी मागोमाग गाड्या पाठविल्या नव्हत्या. त्याच्याकडे शस्त्रे नाहीत, त्याचा माग काढता येईल अशी इलेक्ट्रॉनिक साधने नाहीत, याची दक्षता घेतली होती. आधीच खूप धोकादायक असणाऱ्या कामगिरीला भलतेच वळण मिळून तो मारला जाणार नाही, याची सर्वतोपरी काळजी घेतली होती. त्याला काही झाले असते, तर एजन्सीने कार्लटन ग्रुपच्या छाताडात निमुळती टोकदार पाचरच ठोकली असती.

कार्लटनने आपल्या संघटनेची स्थापना केल्या क्षणापासून लँग्लेच्या उच्चपदस्थांना ती बंद करायची होती. ज्या-ज्या गोष्टी करणे अशक्य आहे असे एजन्सी सांगत होती, त्याच गोष्टी हा कार्लटन ग्रुप चांगल्या तऱ्हेने, कमी वेळात आणि एका कानाचा दुसऱ्या कानाला पत्ता लागू न देता करत होता.

सी.आय.ए.च्या रागात भर पडली, कारण त्याने एजन्सीची अनेक उत्कृष्ट माणसेही पळवली. त्यांच्या कौशल्याचा उपयोग करत त्याने कार्यक्षमतेने संघटनेची उभारणी केली. धोका पत्करण्याचीही त्याला कधीच भीती वाटली नाही. एजन्सी म्हणजे असंख्य माणसांचा एक डोलारा बनला होता. स्वत:च्याच लालफितीच्या कारभारात एजन्सी घुसमटायला लागली होती. अमेरिकेवर पुढचा मोठा दहशतवादी हल्ला झालाच तर सेंट्रल इंटेलिजन्स एजन्सी किती अकार्यक्षम आणि नालायक आहे, हे अमेरिकेला कळणार होते आणि एजन्सीच्याच छाताडात पाचर ठोकली जाणार होती. दुसऱ्या कोणत्या विचाराने नाही, तर याच एका विचाराने या

सत्तालोलुप अधिकाऱ्यांची रात्रीची झोप उडाली होती. नऊ-अकराच्या हल्ल्यानंतर अमेरिकेने क्षमाशील धोरण पत्करले होते; पण अमेरिका पुन्हा तीच चूक करणार नव्हती.

पण यापासून धडा घेऊन बुडत्या जहाजाची भोके बुजवायचे सोडून सी.आय.ए. फक्त आपली कातडी कशी वाचवता येईल, याचाच विचार करत होती. भविष्यात काय घडणार आहे, हे स्पष्ट दिसत होते. सी.आय.ए.ची जागा एक छोटी, उत्कृष्टपणे कामे करणारी संघटना घेणार होती. स्वत:चे अस्तित्व टिकवण्यासाठी एजन्सीत बदल करण्याऐवजी जी संघटना त्यांची प्रतिस्पर्धी बनण्याचा धोका त्यांना दिसत होता, तीच बंद करण्यामागे ते आपली ताकद व्यर्थ खर्च करत होते. कार्लटन ग्रुपकडे अगदी याच नजरेने बघितले जात होते.

लँग्ले आणि कार्लटन यांच्यात वितुष्ट असले, तरी त्यांच्या क्षुल्लक कटकारस्थानात खेचले जाण्याची कार्लटनची इच्छा नव्हती. त्याची बदनामी करण्यासाठी कार्लटन ग्रुपबद्दलच्या काही कथा याआधीच कुणीतरी *न्यू यॉर्क टाइम्स*मध्ये छापून आणल्या होत्या. त्या वर्तमानपत्राच्या कार्यालयात आणि एजन्सीमध्येही त्याची इतकी विश्वासाची माणसे होती की, यामागे कुणाचा हात होता, हे त्याने ताबडतोब शोधून काढले होते. हा प्रकार नियमांना आणि नीतिमत्तेला धरून नसताना एजन्सी इतक्या खालच्या पातळीवर का उतरते आहे, हे त्याला कळत होते. म्हणूनच त्याला एजन्सीशी चांगले संबंध राखण्याचीच इच्छा होती.

सी.आय.ए.ला आवडो किंवा न आवडो, कार्लटन ग्रुपचे अस्तित्व राहणारच होते आणि त्यांना डिपार्टमेंट ऑफ डिफेन्सचे संरक्षण होते. तिचे अस्तित्व नाकारता येत नव्हते, तेव्हा अडथळे निर्माण करण्याचे धोरण लँग्लेने स्वीकारले होते. हे सर्व थांबवण्याचा एक प्रयत्न म्हणून कार्लटनने दिलजमाईसाठी हात पुढे केला. येमेनची कामगिरी त्या संदर्भातील होती.

सी.आय.ए. महिनाभर एका दहशतवाद्याचा शोध लावायच्या प्रयत्नात होती. दुसऱ्या देशात शिरून, काही दिवसांत त्याचा पत्ता लावून त्याला ताब्यात घेण्याची कल्पना खूप चांगली होती का? बहुधा नाही; पण स्वत:कडे कुठलेच श्रेय न घेता त्याला एजन्सीच्या ताब्यात देण्याची कल्पना नक्कीच खूप चांगली होती. हॉर्वाथच्या गाडीवर हल्ला झाला नसता, आझीमला एजन्सीच्या ताब्यात देता आले असते, तर आपापसातले संबंध नक्कीच खूप सुधारले असते. निदान कार्लटनला तसा विश्वास होता. हॉर्वाथची तशी अजिबात खात्री नव्हती.

बोलला नसला तरी हॉर्वाथच्या मनात भलतीच शंका होती. एजन्सीला वाटायचे की, आपले नाक कापले गेले आहे. पुन्हा आझीम अलीमकडून मिळालेली कुठलीही माहिती ते कार्लटन ग्रुपला देतील, अशीही त्याला खात्री नव्हती.

कार्लटन तसा मनकवडा असावा. हॉर्वाथने तोंडातून अक्षर काढले नाही तरी त्याच्या मनात काय विचार घोळत आहेत, याची त्याला पूर्ण कल्पना होती. त्याने हॉर्वाथला अनेक गोष्टींची आठवण करून दिली. त्यातील प्रत्येक गोष्ट हॉर्वाथच्या मनाला टोचली होती.

कार्लटनने हॉर्वाथला अगदी स्पष्टपणे जाणीव करून दिली की, तो असाधारण असा एजंट असला तरी अजूनतरी तो त्याच्याइतका तरबेज नाही आणि अनुभवीही नाही. हॉर्वाथ क्षणार्धात विचार करून, निर्णय घेऊन त्याप्रमाणे वागू शकत होता. ही त्याला मिळालेली देणगी असली, तरी तो दोषही ठरू शकत होता.

आणि हे वाक्य हॉर्वाथला फार लागले; कारण ते खरे होते. सील्समध्ये असतानाही तो कसाबसा इतरांना बरोबर घेऊन कामगिरी पार पाडत असे. सर्वांना तो आवडत असे. त्याच्या व्यक्तिमत्त्वात बोट दाखविण्यासारखे काहीही नसले, तरी त्याच्या वरिष्ठांनी पुन:पुन्हा त्याला धोक्याची सूचना दिली होती की, तो काळजीपूर्वक वागला नाही तर कधीतरी तो त्याच्याच सहकाऱ्यांचा मृत्यू घडवून आणायला कारणीभूत ठरेल.

त्या वेळी त्याला हे ऐकायला आवडले नव्हते. आजसुद्धा ज्या व्यक्तीबद्दल त्याला खूप आदर वाटत होता, तिने तेच बोलावे हे त्याला रुचले नव्हते. अमेरिकेच्या आधीच्या अध्यक्षांबरोबर काम करताना त्याने एकट्यानेच काम करावे अशी अपेक्षा होती. हवे तसे वागायची त्याला मुभा होती आणि त्याने उत्कृष्ट काम केले होते. ते दिवस आता राहिले नव्हते. त्याला इतरांबरोबर काम करायचे असल्याने प्रवृत्तीत बदल करणे भाग होते. त्याला इलाजच नव्हता. तसे कामही चांगल्याच तऱ्हेने करण्याची त्याची जिद्द होती.

मन्सूर अलीमची काळजी घेण्यासाठी रायली टर्नरची साथ त्याला गमवावी लागली होती आणि तो अस्वस्थ बनला होता. सुंदर स्त्रीपासून धोका उद्भवू शकतो, असे कुणालाच वाटत नाही. म्हणून तर डेल्टा फोर्सने अथेना प्रोजेक्ट हाती घेतले होते.

सील्सचा एक नियम तो विसरला होता, याबद्दल हॉर्वाथ स्वत:लाच दोष देत होता. नेहमी गरजेपेक्षा जास्तच तयारीने जायला हवे. त्यांनी मुद्दाम घडवून आणलेल्या अपघातामध्ये मन्सूरही जखमी होऊ शकेल ही शक्यता सर्वांना माहीत असताना अथेना प्रोजेक्टमधला आणखी एक सदस्य त्याने बरोबर घ्यायला हवा होता. त्याने ते टाळले होते आणि का, ते त्याला माहीत होते.

ज्या क्षणी रायलीशी भेट झाली होती, त्या क्षणापासून त्याला तिच्याबद्दल ओढ निर्माण झाली होती. एखादेवेळी तिलाही तसेच वाटत असेल; पण त्याला खात्री नव्हती. तिच्या मनात काय चालले आहे ते समजणे कठीणच असायचे. ही चांगली

परिस्थिती होती की वाईट, हे त्याला कळत नव्हते.

त्याला एवढेच कळत होते की, तिचा विचार त्याच्या मनात फार वेळा येत असे. त्याला हे आवडत नव्हते. ज्यावर आपला ताबा नाही असे काहीतरी घडते आहे, ही कल्पनाच त्याला सहन होत नव्हती. हॉर्वाथला सर्व काही स्वत:च्या ताब्यात हवे असे. इतरांबरोबर काम करण्यासाठी त्याच्या स्वभावाचा हा पैलूच आड येत होता.

रायली फक्त आपल्याबरोबर राहावी म्हणून त्याने अथेना प्रोजेक्टची दुसरी सदस्य घेऊन येण्याचे टाळले होते. तो असताना दुसऱ्या कुणाबरोबर तिने काम करावे, असे त्याला वाटत नव्हते. शुद्ध मूर्खपणा; पण त्याला खात्री होती की, परत तशीच परिस्थिती उद्‌भवली असती तर त्याने हेच केले असते.

हॉर्वाथ ज्या कामगिरीला हात घालेल ती उत्कृष्टपणे करत असेच; तो बरोबर असणे, आसपास असणे यातही इतरांना मजा वाटे; पण त्याच्या वैयक्तिक आयुष्याचे चित्र किनाऱ्यावर पडलेल्या, तुटलेल्या संबंधांच्या अवशेषांचे होते. पायाखालच्या वाळूकडेच बघत असाल, तोपर्यंत दृश्य छानच होते; पण दूरवर नजर टाकली की वाटे, पाण्याच्या जरा खालीच काहीतरी असे आहे की, ज्यामुळे सर्व जहाजे त्यावर धडकून फुटत आहेत.

पाण्याच्या जरा खाली खडक होताच; पण तो कशाचा बनला होता हे त्याच्या हल्लीहल्लीच लक्षात यायला लागले होते. तो धारदार खडक त्याच्याजवळ येणाऱ्या कोणत्याही जहाजाचा तळ फाडून काढत असण्याचे कारण होते त्याचा पेशा. तो नक्की काय करतो याची वाच्यता तो फारच थोड्याजणांकडे करू शकत होता आणि त्यापेक्षाही कमीजणांनी त्याचे पुन:पुन्हा नाहीसे होणे मान्य केले असते. त्यातही अनेक वेळा तो कारणे न सांगताच नाहीसा होत असे.

हॉर्वाथच्या पेशाचा डी.एन.ए. डबल हेलिक्सप्रमाणेच त्याच्या कुटुंब असण्याच्या, शांत, सुरक्षित आयुष्य जगण्याच्या इच्छेशी गुंतला होता.

हॉर्वाथसारख्याच उद्योगात असणाऱ्या सगळ्यांच्या बाबतीत जी एक बाब नेहमी आढळून येत असे, ती म्हणजे घटस्फोट. नेहमी एका क्षणात नाहीसे होऊन जगाच्या कुठल्यातरी अत्यंत काळ्याकुट्ट कोपऱ्यात जायचे आणि धोकादायक व सांगताही येणार नाहीत अशा गोष्टी करायच्या, या पार्श्वभूमीवर सुखी कुटुंबे निर्माण होत नाहीत. लग्नाचे वाढदिवस, जन्मदिवस, त्यानिमित्त दिलेल्या मेजवान्या, सॉकर मॅचेस, शाळेतील नाटके, शिक्षकांबरोबरच्या भेटीगाठी अशा अनंत प्रसंगांना हजर राहता येत नसे. हे सर्व आनंदाने सहन करून कुटुंब सुखाने एकत्र ठेवणारी पत्नी लाभावी अशी अपेक्षा म्हणजे स्वप्नच ठरत असे.

अशा तऱ्हेची पत्नी सापडणे ही फार अशक्य कोटीतील गोष्ट असली, तरी

तशाच अशक्य वाटणाऱ्या कामगिऱ्या पार पाडण्यात त्याचा हातखंडा होता तेव्हा त्याने कधी आशा सोडली नाही.

रायली टर्नरमध्ये हॉर्वाथ गुंतत चालला आहे, हे कळत असल्यानेच या कामगिरीवर तिची नेमणूक करायला कार्लटन तयार नव्हता. पूर्वी एकदा त्याने तिच्याबरोबर काम केले होते; पण नंतर तिच्याबद्दल जास्त जाणून घेण्याची इच्छा त्याला झाली आणि त्याच्या मनात घोळत असलेल्या विचाराची कार्लटनला कल्पना आली; पण तिच्याएवढे वैद्यकीय ज्ञान असणारी अथेना प्रोजेक्टमध्ये दुसरी कुठली स्त्रीच नसल्याने उपसालाच्या कामगिरीसाठी तिलाही घेण्याची कार्लटनने परवानगी दिली होती. सर्वकाही व्यावसायिक पातळीवर ठेवण्याची हॉर्वाथला मुद्दाम आठवण करून देण्याची गरज कार्लटनला पडली नव्हती. रायलीला पाठविण्यासाठी तो तयार आहे असे सांगताना त्याच्या स्वरातच ही धमकी होती.

कार्लटनला स्वत:ची मुले असली, तरी त्याच्या व्यवसायात कुणी पडले नव्हते. त्याला हॉर्वाथबद्दल फारच आपुलकी होती. हायस्कूलचे शिक्षण संपतासंपता हॉर्वाथने आपले वडील गमावले होते. तेही सीलच होते. त्यांच्यामध्ये पिता-पुत्रासारख्या निर्माण झालेल्या नात्याचाही कुशलतेने योग्य वेळी वापर करायला कार्लटन कमी करायचा नाही. आपल्या हट्टीपणावर मात करून हॉर्वाथला योग्य तोच निर्णय घेण्यास भाग पाडण्यासाठी कार्लटन या दुव्याचा वापर करत असे. रायली आणि हॉर्वाथमध्ये वेगळे काहीतरी निर्माण होते आहे, असा संशय असला तरी त्या बाबतीत तो काहीच करू शकत नव्हता. तुम्ही ज्यांच्यावर अत्यंत कठीण कामगिऱ्या सोपवता, त्या माणसांवर पूर्ण विश्‍वास ठेवणेही भाग असते. कामगिरी यशस्वी होण्यासाठी इतर सर्व गोष्टी पूर्णपणे बाजूला ठेवून, व्यावसायिकपणे विचार करून, ते योग्य तो निर्णय घेतील, अशी अपेक्षा ठेवायलाच लागते.

हल्ला चढविणाऱ्या आपल्या टीमला उपसाला येथे जाऊन भेटण्याच्या क्षणापर्यंत हॉर्वाथने अगदी तेच केले होते.

सामान गाडीत ठेवून तो बार्नमध्ये परत आला. घरामधून आणलेली ब्लँकेट्स मन्सूरभोवती गुंडाळायला बाखमनने रायलीला मदत केली. आता ती आपल्या रुग्णाची देखभाल करत असताना तो लांब उभा राहून बघत होता.

हॉर्वाथने मान हलवूनच या पूर्वाश्रमीच्या सी.आय.ए. एजंटला दाराबाहेर उभे राहण्याची खूण केली. तो हॉर्वाथने सुचविल्याप्रमाणे बाहेर जाऊन उभा राहिला.

बार्नची दारे बंद झाल्यावर हॉर्वाथने जवळ येऊन विचारले, ''कसा आहे तो?''

रायलीने मान वर करून त्याच्याकडे बघितले. ''नाडीचे ठोके अजूनही वरखाली होत आहेत.''

''त्याला इथून हलविता येईल?''

“अजून दोन तास तरी नाही.”

“तू आइसलँडला जाणार आहेस, असे कार्लटनने सांगितले आहे. तिथे चांगल्या वैद्यकीय सुविधा आहेत.”

रायलीने मान डोलवली.

“लंडनबाहेरच्या मन्सूरच्या अपार्टमेंटची एका टीमने तपासणी केली. त्यांना काही विशेष आढळले नाही, असे तो म्हणाला. तो क्लाउडचा - डेटाबेस - सॉफ्टवेअरचा वापर करतो, असा आमचा अंदाज आहे,” हॉर्वाथ बोलतच होता.

क्लाउड कॉम्प्युटिंगचा संदर्भ हा अप्रत्यक्ष कॉम्प्युटर नेटवर्क्सबद्दलचा होता, ज्याच्यावर माहिती - डेटा - साठवली जात असे. दहशतवाद्यांचा विचार करता अत्यंत सुरक्षित अशी योजना. पकडले गेले आणि त्यांनी क्लाउडबद्दल काही सांगितले नाही, तर ती माहिती शोधून काढणे जवळजवळ अशक्यच असे. ठरावीक काळाने त्यांनी ती माहिती हाताळली नाही तर, क्लाउडवरील सर्व माहिती आपोआप नष्ट होईल, अशी व्यवस्था करणेही त्यांना सहज शक्य असे.

“काळजी करू नकोस,” रायली म्हणाली. “मी सर्वकाळ त्याच्याबरोबर असणार आहे. तो शुद्धीत आला की, प्रथम मी त्याला क्लाउडसाठी भरीस पाडेन.”

“ठीक आहे,” हॉर्वाथ म्हणाला. क्षणभर तो नुसता तिच्याकडे बघतच उभा राहिला. त्याने आजपर्यंत बघितलेल्या स्त्रियांपैकी ती एक अत्यंत सुंदर स्त्री होती याबद्दल शंकाच नव्हती.

“उत्तर ‘नाही’ असे आहे,” ती म्हणाली.

हॉर्वाथ भानावर आला. “कसले उत्तर?”

“तू मला जे काही विचारणार आहेस त्याचे.”

“मी तुला काही विचारणार आहे, असे कुणी सांगितले तुला?”

रायलीने मान हलवली. “मला ती नजर कळते.”

“पण मी कुठे तुझ्याकडे त्या नजरेने बघत होतो?”

“तू तसा बघत नव्हतास, ते बरे झाले” ती म्हणाली.

“मी जाण्यापूर्वी तुला आणखी काही हवे आहे का?” त्याने विचारले.

“मला कशाची गरज भासली तर माझी खात्री आहे की, ॲन्डी मला मदत करेल.”

हॉर्वाथने मान हलवली. ती त्याला खेळवत होती. माहीत होते त्याला. मन्सूरकडे बोट दाखवत तो तिला म्हणाला, “माझ्या संपर्कात राहा. त्याच्याबद्दल कळवत राहा.”

आणखी काही बोलण्याचे न सुचल्याने हॉर्वाथ दाराकडे वळला. बार्नमधून बाहेर पडला. त्यांची अगदी प्रथमभेट झाली होती त्याप्रमाणे आत्ताही त्याला वाटले की,

तो निघून जात असताना ती त्याच्याकडेच बघते आहे. एकदा वळून मागे बघायचा विचारही त्याच्या मनात आला होता; पण त्याने तसे केले नाही. तो आणि हल्ला करण्यासाठी तयार असलेली उपसालामधील टीम यांच्यापुढे काय मांडून ठेवले आहे, हे त्याला माहीत नव्हते.

सर्व फार झपाट्याने करणे भाग होते. आत घुसायचे आणि बाहेर पडायचे. तीन मिनिटांचा खेळ. स्वीडिश पोलीस तिथे पोहोचायच्या आधी त्यांना निघणे भाग होते. नाहीतर हा छापा म्हणजे आंतरराष्ट्रीय तणाव निर्माण करणारी घटना ठरली असती. चूक करायला वावच नव्हता; पण काहीही घडू शकले असते. तो उपसालाच्या दिशेने गाडी चालवत निघालेला असताना त्याचे अंतर्मन सारखे तीच गोष्ट त्याला सांगत होते.

## ११

बराच काळ शत्रूच्या गोटात लपूनछपून माहिती काढण्यासाठी काही चेसला पाठविले नव्हते. हल्ला चढविण्याचे ठरले होतेच; पण त्या वेळी त्यांचे डोळे म्हणून त्याने माहिती काढायची होती.

उपसाला येथील दहशतवादी सेलमध्ये किती सदस्य होते, ते कुणाच्या आणि कशा तऱ्हेने संपर्कात होते, त्यांच्या सुरक्षित घरात त्यांनी काय दडवून ठेवले होते आणि घराचे संरक्षण करण्यासाठी कशा तऱ्हेची यंत्रणा उभी केली होती, ही सर्व माहिती थोडक्या काळात त्याने मिळवायची होती.

अपघाताच्या जागीच हॉर्वाथने मृत दहशतवाद्यांच्या सिमकार्ड्ससारखी जशीच्या तशी दुसरी सिमकार्ड्स बनवली होती. स्टॉकहोम विमानतळावर मन्सूर अलीमला बरोबर घेतल्यानंतर त्या गाडीच्या ड्रायव्हरने आणि अपघातानंतर चेसने ज्या मोबाइलवर फोन केला होता; तो नंबरही त्यांना मिळाला होता. तो दहशतवाद्यांच्या प्रमुखाचा मोबाइल होता? अमेरिकेत असलेली कार्लटनची टीम तो फोन शोधू शकेल? चेस अपघाताच्या ठिकाणाहून निघाल्यानंतर कुणाला काही कळले नव्हते. तेव्हा हॉर्वाथने दोन तऱ्हेच्या योजना आखल्या होत्या.

दहशतवाद्यांचे सुरक्षित घर शोधता आल्यानंतर हल्ला चढविणार असलेल्या टीमला प्रथम हवी असलेली महत्त्वाची माहिती म्हणजे दहशतवाद्यांची एकूण संख्या, त्यांच्याकडची शस्त्रे, स्फोटके, बूबी ट्रॅप्स बसविले असले तर ते कुठे आणि कसे वगैरे. चेसला मोबाइल किंवा संगणक वापरता येणार नाही, हे गृहीत धरून हॉर्वाथने ती माहिती कळविण्यासाठी त्या घराच्या खिडक्यांचा उपयोग करायचे ठरविले होते. हेरगिरी करताना वापरली जाणारी, कुणाचे कधी लक्षच जाण्याची शक्यता नसलेली सोपी पद्धत. खिडक्या पार बंद करून रंगवून टाकलेल्या नसल्या किंवा त्यांच्यावर वर्तमानपत्रांचे कागद चिकटवून टाकले नसले, तर खिडक्यांवरचे पडदे, आत प्रकाश शिरू नये म्हणून लावलेल्या झडपा वगैरेंचा उपयोग करायचा.

ही पद्धत नक्की वापरता येईल, अशी हॉर्वाथला खात्री होती.

सुरक्षित घराचा ठावठिकाणा त्यांनी शोधला आहे, हे चेसला कळविण्यासाठी हॉर्वाथ त्याची गाडी घरासमोर रस्त्यावर उभी करून डॅशबोर्डवर एक पुस्तक ठेवून देणार होता आणि याच ठिकाणी हॉर्वाथला रायली बरोबर नाही, हे खटकत होते. गाडी उभी करायला जागा नसेल, तर त्यांना ती निर्माण करावी लागणार होती. दुसरीकडे लक्ष वेधून घेण्यासाठी रायलीने हातामधील पर्स वगैरे खाली टाकली असती. दुसरी जी गाडी हलवावी लागली असती, तिच्यामध्ये हॉर्वाथ घुसला असता. ती पर्समधून पडलेल्या वस्तू गोळा करत असताना हॉर्वाथने गाडी सुरू केली असती. कोणी बघत असते तर तो तिच्यासाठी थांबला आहे, अशी समजूत झाली असती. त्याला जास्त वेळ लागणार असता, किल्ली नसताना वायर्स जोडून गाडी सुरू करायची पाळी आली असती आणि ते कठीण पडत असते, तर वेळ मिळण्यासाठी त्यांनी एखादे भांडणही सुरू केले असते. हॉर्वाथचे हात डॅशबोर्डखाली असताना तो खरोखर काय करतो आहे, हे कुणाला कळले नसते.

पण रायली नसल्याने यांतले काहीही आता करता येणार नव्हते.

मध्यरात्रीपर्यंत डॅशबोर्डवर पुस्तक असलेली गाडी चेस बघू शकला नाही, तर त्यांना घराचा पत्ता कळू शकलेला नाही आणि बाहेर पडण्यासाठी त्याला मदत मिळणार नाही, हे त्याने गृहीत धरायचे होते. जे काही करायचे ते त्याच्या एकट्यावर अवलंबून असणार होते. त्याची काळजी त्यालाच घ्यावी लागली असती. जितकी माहिती मिळेल तितकी काढून त्याने कसेतरी बाहेर पडायचे होते. बाहेर पडल्यावर तपशीलवार माहिती हॉर्वाथला कळवायची होती आणि जास्तीतजास्त दूर राहून त्या घरावर नजर ठेवायची होती.

एक चांगली बातमी होती. अमेरिकेतील सॅटेलाइट टीमने चेस ज्याच्याबरोबर बोलला होता त्या उपसाला सेलच्या सदस्याच्या मोबाइल फोनचा मागोवा घेऊन घराचा पत्ता लावला होता. आता हॉर्वाथने डॅशबोर्डवर पुस्तक ठेवलेली गाडी त्यांच्या सुरक्षित घराजवळ चेसला बघता येईल, अशा तऱ्हेने उभी करून त्याच्याकडून सिग्नल मिळण्याची वाट बघायची होती.

उपसालाच्या नैर्ऋत्येला असणाऱ्या, कमी उत्पन्न गटातील लोक राहत असलेल्या गॉटसुन्डा या उपनगरात असलेल्या स्कॉट हॉर्वाथला वाटू लागले होते की, नशिबाचे फासे आता त्यांच्या बाजूने पडायला लागले आहेत. घाणेरड्या रस्त्यावर, दोन्ही बाजूंना करड्या रंगाची उदासवाणी अपार्टमेंट संकुले असणाऱ्या ठिकाणी हॉर्वाथला गाडी उभी करण्यासाठी अगदी योग्य अशी जागा मिळाली.

डॅशबोर्डवर पुस्तक ठेवून तो बाहेर पडला. गाडीच्या डिकीमधून त्याने ग्रोसरीच्या दोन मोठ्या पिशव्या बाहेर काढल्या आणि धोक्याचा इशारा देणारी गाडीची यंत्रणा

चालू करून दूर गेला.

त्या भागात भटकणाऱ्या मुस्लीम टोळ्यांची इतकी दहशत होती की, गुगलसाठी रस्त्यांचे नकाशे बनविणाऱ्या स्वीडिश लोकांनीही तिथून गाडी चालवायला नकार दिला होता. युरोपिअन्स जिथे पाऊल ठेवायला घाबरत, असा युरोपमधल्या शहरांचा हा एक भाग. अशा भागांची यादी हल्ली खूप मोठी व्हायला लागली होती. फोन आला तर स्वीडिश पोलीस विटा आणि मोलोटोव्ह कॉकटेल्सच्या माऱ्याला तोंड द्यायला सज्ज राहून मोठ्या संख्येने येत.

या भागात अजूनही थोडेफार मूळचे स्वीडिश राहत असले, तरी बहुतेक सर्व अपार्टमेंट्समध्ये सोमाली आणि अरबच बहुसंख्येने राहत होते.

कट्टर डाव्या विचारसरणीच्या पक्षांनी उपसालाच्या अशा गरीब उपनगरांमध्ये पाय रोवले होते. ही माहिती मिळाल्याने गॉटसुन्डा या उपनगरात येताना तिथे राहणाऱ्यांपेक्षा वेगळे दिसू नये म्हणून हॉर्वाथने अत्यंत अस्वच्छ जीनची पँट आणि सरकारविरोधी घोषणा असलेला टी-शर्ट घातला होता. टेनिस शूज आणि जुने जाकीट. त्याच्या टीममधल्या एकाने विद्यापीठाजवळून या वस्तू विकत घेतल्या होत्या.

त्यांना सांगण्यात आल्याप्रमाणे हे परकीय लोक मूळच्या स्वीडिश लोकांपासून अंतर ठेवूनच राहत. या *मुस्लीम आक्रमकांमुळे* त्यांचे आयुष्य खराब झाले आहे, अशी तिथल्या स्वीडिश लोकांची भावना होती. आता मारामारी करायच्या हेतूने भटकणाऱ्या टोळ्यांशी गाठ पडली नाही, तर हॉर्वाथ त्यांच्यापासून दोन हात दूरच राहणार होता. सील्समध्ये असताना अनेक एस.ए.एस. फ्लाइट अटेन्डन्ट्सशी त्याचा संबंध आला होता आणि थोडेफार स्वीडिश शब्द त्याला माहीत झाले होते एवढेच! त्यांनीच त्याला *नॉर्समन* हे नाव दिले होते - त्याची कॉल साइन, सांकेतिक नाव.

परकीय भाषा शिकताना त्या भाषेतील वाईट शब्दच अनेकजण प्रथम उचलतात. हॉर्वाथ याला अपवाद नव्हता. त्याच्याशी कुणी बोलायचा प्रयत्न केला असता, तर दारुड्याप्रमाणे वागून, खास शिव्या घालून तो पुढे चालू लागला असता. त्याचीही गरज पडणार नाही, अशी तो आशा करत होता.

अगदी ठरवल्याप्रमाणे सुरक्षित घराच्या बरोबर समोर ग्रोसरीची एक पिशवी फाटली. त्याने ती पिशवी आधीच खालच्या बाजूने थोडी फाडून ठेवली होती. सगळ्या वस्तू जमिनीवर सांडल्या. स्वीडिशमध्ये एक शिवी हाणत आणि स्वत:शी पुटपुटत त्याने वाकून त्या वस्तू उचलायला सुरुवात केली. त्याच वेळी हळूच त्या इमारतीकडे दृष्टिक्षेप टाकत सर्व खिडक्यांकडे बघितले. सर्व खिडक्यांवरचे पडदे घट्ट ओढून घेतलेले होते.

डॅशबोर्डवर पुस्तक ठेवलेली गाडी घरासमोर उभी दिसेपर्यंत चेस कुठलाच संदेश देणार नव्हता. तेव्हा सर्व वस्तू गोळा करून हॉर्वाथ पुढे चालत राहिला.

रस्ता संपताच कोपऱ्यावर वळून तो तीन चौक अंतर चालत गेला. झाडेझुडपे उगवलेल्या गाड्या उभ्या करण्याच्या जागेत वाटेल तशी चित्रे काढलेला एक मोठा पॅनेल ट्रक उभा होता. एकसारखे निळे टी-शर्ट्स आणि जीन्स घातलेली सहा मजबूत अंगकाठीची माणसे ट्रकभोवती गंभीरपणे बोलत उभी होती. एका घरामधून दुसऱ्या घरात फर्निचर घेऊन जाणाऱ्या माणसांसारखी ती वाटत होती. इतर कुणी बघितले असते, तर ती तशीच वाटावीत अशी हॉर्वाथची इच्छा होती.

ते सहज गप्पा मारत असल्यासारखे वाटत असले, तरी सर्वांच्या नजरा सगळीकडे फिरत होत्या, हे त्यांच्याजवळ येतायेता त्याच्या लक्षात आले. कुठल्याही तऱ्हेचा धोका पत्करणारी माणसे नव्हती ती. कार्लटनने स्वत: या टीमची निवड केली होती. कशालाही तोंड द्यायची तयारी असणारे ते खरे व्यावसायिक होते.

त्या टीमचा प्रमुख प्रथम अमेरिकन स्पेशल फोर्सेसमध्ये होता. नंतर सी.आय.ए.च्या स्पेशल ॲक्टिव्हिटीज डिव्हिजनमध्ये आणि पॅरामिलिटरीच्या स्पेशल ऑपरेशन्स ग्रुपमध्ये त्याने अनेक वर्षे काम केले होते. तो उंच होता, डाव्या गालावर एक व्रण होता. शिलर असे नाव असणारा हा प्रमुख हॉर्वाथपेक्षा एखाद्या वर्षानेच मोठा होता.

दहशतवाद्यांच्या सुरक्षित घरावर हल्ला चढविण्याचे नक्की झाल्यावर शिलरनेच तो ट्रक शोधला होता. त्यांना लागणाऱ्या साधनांनी - गिअरने - भरलेले खोके ट्रकमध्ये भरून ठेवलेले होते. स्वीडिश मूव्हिंग कंपनीची माणसे असल्याची बतावणी करून चाके असलेल्या हातगाड्यांवर - डॉलीजवर - खोकी लादून ते इमारतीत घुसणार होते. एकदा आत शिरल्यावर ते खोक्यांमधून शस्त्रास्त्रे, रेडिओ, स्वीडिश सिक्युरिटी सर्व्हिसचे गणवेश, हेल्मेट्स, गोळ्या घुसू न शकणारी जाकिटे काढून सज्ज होणार होते.

खरेतर आजच्यासारख्या कामगिरीसाठी नेहमी यांच्याहून दुप्पट-तिप्पट माणसे असती. जवळून कुठूनतरी एक टीम घरावर नजर ठेवत असती. एकजण इमारतीच्या पुढच्या दारावर आणि एकजण मागच्या दारावर लक्ष ठेवून असता. ट्रक चालविण्याच्या जागी ड्रायव्हरही बसलेला असता, इमारतीच्या आतल्या जिन्यांवर, एलिव्हेटरजवळ एजंट्स तयार असते. मगच हल्ला चढविणाऱ्या टीमने अपार्टमेंटवर हल्ला चढविला असता; पण स्वत:च्या देशात किंवा परकीय देशाच्या सहकार्याने त्यांच्या देशात हातात घेतलेली कामगिरी असेल, तरच हे सर्व शक्य असते. अमेरिकनांनी या कामगिरीबाबत स्वीडिश सरकारला काही कल्पनाच दिली नसल्याने फार कमी माणसांवर अवलंबून राहून काम करावे लागणार होते.

तो स्वत: जी गोष्ट करणार नसेल ती दुसऱ्याने करावी, असा विचार हॉर्वाथच्या

मनाला कधीही शिवत नसे. हल्ला चढविताना आत घुसणारा पहिला माणूस तोच असेल, अशी हॉर्वाथची इच्छा होती; पण शिलर या गोष्टीला अजिबात तयार नव्हता.

या कामगिरीचे नेतृत्व हॉर्वाथकडेच असल्याने तो आज्ञाच देण्याच्या बेतात होता; पण त्याने एक दीर्घ श्वास घेतला आणि क्षणभर विचार केला. टीमचे सर्व सदस्य शिलरचे सहकारी होते. त्यांना आपोआप एकमेकांच्या मनातले विचार समजण्याची एक प्रकारची अदृश्य शक्ती होती. कोण, कुठे असेल आणि काय करत असेल, याची प्रत्येक मिनिटाला सहजपणे जाणीव होत असे तेव्हा हॉर्वाथने ही गोष्ट मनावर घेतली नाही. त्याने त्यांच्याबरोबर शिक्षण घेतले नव्हते. शिलर आणि इतरांना धोक्यात टाकण्याची त्याची इच्छा नव्हती.

रायली सोडून ते सातजण होते. शिलरची इच्छा होती की, हॉर्वाथने बाहेर राहून इमारतीच्या मागच्या बाजूवर लक्ष ठेवावे आणि त्याच्या टीममधल्या एकाने ट्रकबरोबर राहावे. अपार्टमेंट्सच्या मागच्या बाजूला खूप झाडी होती. दहशतवाद्यांच्या सेलमधला एखादा क्षणार्धात तिथे नाहीसा होऊ शकला असता.

कल्पना उत्कृष्ट नसली, तरी चांगली होती. शिलरच्या टीममधल्या कुणालाही स्वीडिश भाषेचा वाईट शब्द माहीत असण्याइतकाही गंध नव्हता. ट्रकमध्ये बसलेल्या माणसाचा त्या भागातल्या कुणाशीतरी संबंध येऊ शकला असता तेव्हा या बाबतीत हॉर्वाथने आपण वरिष्ठ अधिकारी आहोत, याची जाणीव करून दिली. शिलरचा माणूस अपार्टमेंटच्या मागच्या बाजूला राहील आणि आपापसातल्या रेडिओ संभाषणावर लक्ष देईल आणि तो स्वत: ट्रकजवळ राहील.

शिलरने या प्रस्तावाला मान्यता दिली आणि त्याच्यासाठी एक निळा टी-शर्ट दिला. हॉर्वाथ तो अंगावर चढवत असताना त्याने प्रत्येकाला त्याची जबाबदारी पुन्हा समजावून सांगितली. शिलर स्वत: तिघांना घेऊन अपार्टमेंटमध्ये घुसणार होता आणि पाचवा हॉलमध्ये राहून त्यांच्यावर मागून कुणी हल्ला करणार नाही, याची काळजी घेणार होता.

उपसालामधले त्यांचे तात्पुरते अपार्टमेंट सोडण्यापूर्वी त्यांनी सर्व शस्त्रास्त्रे आणि रेडिओ काळजीपूर्वक तपासले होते. ट्रकच्या केबिनमधल्या एका स्पोर्ट्स बॅगेत हॉर्वाथसाठी सायलेन्सर लावलेली एम.पी.७ सब-मशीनगन आणि एक रेडिओ आणि मागे-पुढे सेकेरयेट्सपोलिसन लिहिलेले एक काळे जाकीट होते.

हॉर्वाथने सुरक्षित घरावरून आधीच एक चक्कर मारली होती, तेव्हा शिलरने त्याच्यासाठी एक निळी बेसबॉलची टोपीही दिली. ट्रकमध्ये बसायचे तर त्याला कुणी ओळखून चालणार नव्हते तेव्हा हल्ला सुरू होईपर्यंत हॉर्वाथला सुरक्षित घराजवळ फिरकून चालणार नव्हते. शिलरने काढलेला हा मुद्दा अगदी योग्य होता. चेसने सिग्नल दिला आहे का हे बघण्यासाठी दुसऱ्या कुणाला तरी फेरी घालणे भाग

होते. अशीही शक्यता होती की, आळीपाळीने फेऱ्या घालाव्या लागल्या असत्या. पुन्हा एकदा हॉर्वाथच्या मनात विचार येऊन गेला की, आत्ता रायली त्यांच्याबरोबर असायला हवी होती.

टीममधल्या प्रत्येकाने कपड्यांचा जादा जोड आणला होता तेव्हा हॉर्वाथने सुरक्षित घरावरून फेऱ्या मारण्यासाठी सरळ एक वेळापत्रकच बनवले. कोण जाणार, कधी जाणार, कुणाचे लक्ष वेधले जाऊ नये म्हणून प्रत्येकाने कुठली युक्ती लढवायची अशा सर्व बारीकसारीक गोष्टी पक्क्या केल्या.

ट्रकपासून एक चौक अंतरावर त्यांनी एक दुसरी गाडी उभी करून ठेवली होती; पण ती क्वचितच वापरायची होती. दहशतवाद्यांच्या गटामधल्या कुणी एकच वाहन आणि तेही या भागात पूर्वी कधी न दिसलेले, दोनदा जाताना बघितले, तर ते भलतेच काही करून बसण्याची शक्यता होती.

सगळ्यांच्या पाळ्या लावल्यावर वाट बघण्याशिवाय करण्यासारखे काहीही राहिले नव्हते. आता सर्व काही चेसवर अवलंबून होते.

# २०

**अ**पार्टमेंटमध्ये नेताक्षणी त्या दहशतवादी गटाचा नेता कोण, हे चेसच्या लक्षात आले होते. मुस्तफा करामी सर्वसाधारण उंचीचाच माणूस होता. त्या सर्वांमध्ये वयाने फार मोठा दिसत होता. दाढी, छोटेसे नाक, खोलवर बघणारे काळे डोळे.

त्याने त्याच्या मनातला संताप कसाबसा दाबून ठेवला आहे आणि कोणत्याही क्षणी त्याचा उद्रेक होईल, असे त्याच्याकडे बघताच वाटत होते. बहुतेक सर्व जिहादी खूप बुद्धिमान नसत, स्वत:च्या मनावर ताबा राखू शकत नसत; पण करामी अत्यंत बुद्धिमान होता. त्याच्यावर नजर पडताच तीच गोष्ट चेसला प्रथम जाणवली होती. स्वत:च्या मनावर त्याचा पूर्ण ताबा होता आणि म्हणूनच इतर जिहादींपेक्षा तो फार वेगळा होता.

मुस्तफा करामीने चेसला जवळ घेऊन त्याच्या दोन्ही गालांचे मुके घेताना चेसला वेगळीच जाणीव झाली. आवश्यकता वाटली तर क्षणार्धात त्या माणसाने कुणाचाही गळा कापला असता. त्याला आपल्या कृतीचा पश्चात्तापही झाला नसता. रक्तस्राव होऊन जमिनीवर तो माणूस शेवटच्या घटका मोजत असताना करामी शांतपणे चहाचे घुटके घेत बसला असता. करामी आणि साबा या दोघांपासून खूपच धोका होता.

अपार्टमेंटमधले इतर सदस्य त्याला, सॉकरच्या मैदानावरून गराजमध्ये आणणाऱ्या दोघांसारखेच होते. फक्त शक्ती असणारे आणि जिहादी युद्धात बळीचे बकरे बनणारे. त्यांना खूप डोके आहे असे वाटत नव्हते की त्यांच्याकडे कुठले खास कसब असेल, असेही वाटत नव्हते. त्यांच्याकडून कुठल्याही तऱ्हेची विशेष माहिती मिळू शकण्याची आशा त्याला नव्हती.

त्याचे स्वागत करून करामीने चेसला शेजारी बसविले. धिप्पाड अशा साबाला चहा घेऊन यायला सांगून तो त्याच्याशी गप्पा मारायला लागला. ती प्रथाच होती.

ट्रे घेऊन साबा परत आला. त्याने चेससाठी चहा ओतला. खजूर, अंजीर, फळे पुढे केली. चेसने साबाचे आभार मानून खायला-प्यायला सुरुवात केली.

"तुझा काका अल्लाचा सैनिक होता. आता त्याच्याच नंदनवनात आहे."

"माशाल्ला!" चेस म्हणाला. *"अल्लाचीच कृपा."*

"तुझ्या काकाने इच्छा व्यक्त केली होती की, त्याचे काही बरेवाईट झाले तर आम्ही तुझी काळजी घ्यावी म्हणून."

चेसने काही न बोलता चहाचा एक घोट घेतला. तो संगणकतज्ज्ञ होता, हॅकर होता; तेव्हा अलिप्त राहणे खूप महत्त्वाचे होते.

"शेवटचा कधी भेटला होतास त्याला?"

साबाने केली होती तशीच चौकशी आता करामी करत होता. येमेनच्या रस्त्यावर आझीम अलीमचे तुकडे उडत असताना चेसने त्याला शेवटचे बघितले असले, तरी हे काही तो त्यांना सांगू शकत नव्हता. त्याची आणि आझीमची प्रथम भेट कधी झाली, हेदेखील बोलू शकत नव्हता.

आझीम अलीमच्या दहशतवाद्यांमध्ये घुसण्यासाठी चेसने तीन वर्षे घालवली होती. मरवान जर्राह हा अमेरिकेवर हल्ले करण्याच्या आझीम अलीमच्या योजनांची व्यवस्थित आखणी करत असे आणि चेस त्याचा जवळचा विश्वासातला माणूस बनला होता. हॉर्वाथने लक्ष घातल्यावर जर्राहचा गोळ्या झाडून काटा निघाला, आझीम नाहीसा झाला; पण त्याआधीच शिकागोमध्ये बरेच दहशतवादी हल्ले झाले. अनेक माणसांनी जीव गमावले.

शिकागोमधल्या हल्ल्यांपूर्वी युरोपमध्ये अमेरिकन प्रवाशांवर अनेक हल्ले झाले होते. आझीम अलीमने फारच अद्ययावत असे दहशतवाद्यांचे जाळे उभारले होते. सी.आय.ए.ला खूप काळजी वाटत होती, कारण त्यांची खात्री होती की, त्याचे अमेरिकन दहशतवादी सेल्स अजूनही जागेवर होते. ती माणसे कोण होती, कुठे दडली होती, त्यांनी हल्ल्यांच्या कुठल्या योजना आखल्या आहेत; हे मात्र कुणालाच ठाऊक नव्हते.

चेस आणि आझीमची फक्त दोन वेळा गाठ पडली होती. अशी गाठ पडलेला एकुलता एक अमेरिकन. चेस आणि जर्राह पाकिस्तानमधून जात असताना एकदा थोडा काळ तो भेटला होता. शिकागोमध्ये दुसरी भेट झाली होती. शेवटी एकदा चेसला कळले होते की, जर्राह हा आझीमसाठी काम करतो आणि आझीमने दहशतवाद्यांचे जाळे उभारले आहे.

ही भेट जर्राहच्या कार्यालयात झाली होती आणि चेसचा त्याच्यावर इतका प्रभाव पडला की, शिकागोव्यतिरिक्त अमेरिकेत इतरत्र हल्ले करण्याच्या ज्या योजना तो आखत होता, त्या पार पाडण्यासाठी आझीमने त्याला आपल्याबरोबर

राहायला सांगितले. तो म्हणाला की, आकाशातून पावसासारखी विमाने कोसळविणाऱ्या, प्लेगसारख्या रोगांचा प्रादुर्भाव करणाऱ्या, किरणोत्सर्गाने पछाडणाऱ्या आणि इतरही अतिशय भयानक योजना त्याने अमेरिकनांची शिकार करण्यासाठी आखल्या आहेत. आझीम अमेरिकेचा अतोनात द्वेष करत होता. त्याचे एकच ध्येय होते- यापूर्वी कधी अनुभवली नसेल, अशी दहशत तो निर्माण करणार होता.

आणि ती नुसतीच वायफळ बडबड नव्हती. त्याच्या योजना प्रत्यक्षात यायला लागल्या. शिकागोमध्ये तीन रेल्वे स्थानकांवर मुंबईप्रमाणेच हल्ले करून अनेक निरपराध अमेरिकन लोक ठार मारले गेले.

आखलेल्या सर्व योजनांवर अंतिम हात फिरवण्यासाठीच आझीम शिकागोला आला आहे, असेही जर्राहने चेसला सांगितले. तिथून तो पुढच्या हल्ल्यासाठी लॉस एंजेलिसला जाणार होता आणि न्यू यॉर्कवरचा हल्ला चेसने पार पाडावा, असे आझीमने त्याला सांगितले.

पण शिकागोच्या एका रेल्वे स्थानकावरच्या हल्ल्याचा कट उघडकीला आला. जर्राहचा खून झाला. लॉस एंजेलिस आणि न्यू यॉर्कवरचे हल्ले झाले नाहीत. आझीमने बहुधा अमेरिकेतून पळ काढला आहे, असे कानावर आले. त्याचा माग काढण्याची जबाबदारी चेसवर सोपविण्यात आली.

त्याच्या मागावर तो येमेनला पोहोचला. सी.आय.ए.ला त्याला पकडण्यात यश आले नसताना हॉर्वाथ नशीबवान ठरला होता. त्याने नुसता त्याचा माग काढला एवढेच नाही, तर त्याला पकडून गाडीच्या डिकीमध्येही टाकले.

हॉर्वाथ गाडीच्या किल्ल्या चेसच्या हातात ठेवतच होता, एवढ्यात रॉकेट प्रॉपेल्ड ग्रेनेडने गाडी उडवली गेली. आझीम अलीम जळून खाक झाला.

उपसालाच्या कामगिरीवर हॉर्वाथबरोबर जाण्यासाठी सी.आय.ए.ने चेसला परवानगी दिली होती. कारण त्यांना आझीमच्या अमेरिकेत आणि शक्य असल्यास जगातही इतरत्र असलेल्या सेल्सचा पत्ता लावायचा होता.

लँग्लेच्या उच्चपदस्थांना हॉर्वाथच्या कीर्तीबद्दल फिकीर नव्हती. त्याचा बॉस रीड कार्लटन याची तर अजिबात पर्वा नव्हती; पण त्याच्याशी सहकार्य करण्याशिवाय त्यांच्याकडे दुसरा कुठला पर्याय नव्हता.

आझीमच्या गटात शिरकाव करून घेण्यासाठी चेसने आयुष्यातील अनेक वर्षे घालवली होती. त्याच्या संघटनेबद्दल त्याला जितकी माहिती होती, तेवढी जगामधल्या दुसऱ्या कुठल्याही इंटेलिजन्स एजन्सीजवळ नव्हती. त्याने आपल्या एजन्सीला अगदी स्वच्छपणे सांगितले की, त्यांनी त्याला हॉर्वाथबरोबर कामगिरीवर जाण्याची परवानगी नाकारली तर तो सरळ सी.आय.ए.मधून राजीनामा देईल आणि कार्लटन ग्रुपमध्येच भरती होईल; पण त्याला दिलेले काम तो काहीही करून यशस्वीपणे करेलच.

आझीम अलीमच्या बाबतीत चेस म्हणजे चालता-बोलता ज्ञानकोश होता. जन्माने ब्रिटिश असणाऱ्या, साठ वर्षांच्या, मोठ्या पांढऱ्या दाढीवाल्या माणसाची, लठ्ठपणा आणि चेहऱ्यावरील केस हीच दोन वैशिष्ट्ये नव्हती.

तो मान जात होता, त्याच्या हाताच्या जागी असणाऱ्या दोन पोलादी हूक्सना किंवा आकड्यांना. रशियन्सविरुद्ध जिहादमध्ये भाग घेण्यासाठी तो अफगाणिस्तानमध्ये गेला होता. त्याच्याबद्दल प्रसृत असलेल्या कथांप्रमाणे एका शाळेजवळ पेरलेला भू-सुरुंग निकामी करताना आझीमने आपले दोन्ही हात गमावले होते. ही शुद्ध थापेबाजी होती. तो जिहादी बॉम्ब बनवायचा. एकदा वेळेआधीच बॉम्बचा स्फोट झाला आणि त्याने आपले हात गमावले.

इजिप्तमधील कैरो येथील अल् अजर विद्यापीठात शिकलेला तो इस्लामिक स्कॉलर होता. अतिरेकी विचारांचा प्रसार करण्यात अग्रेसर विद्यापीठ. *मुफ्तीमधला जिहादी* या टोपणनावाने त्याने केलेले जहाल लिखाण आणि ऑडिओ कॅसेट्सवरची त्याची अत्यंत हिंसक प्रवृत्तीची प्रवचने मुस्लीम जगतात प्रसिद्ध होती. चेसने शोध लावेपर्यंत कोणत्याही पाश्चिमात्य इंटेलिजन्स सर्व्हिसला *मुफ्तीमधल्या जिहादी*ची खरी ओळख पटवता आली नव्हती. ब्रिटिश सरकारकडून मिळणारी पूर्ण डिसअॅबिलिटी पेन्शन खात पाश्चिमात्य देश आणि काफिरांविरुद्ध जिहाद पुकारण्यासाठी आझीम खूप प्रवास करत असे.

चेसने शोध लावेपर्यंत तो कोण आहे हेच माहीत नसल्याने तो आपल्या खऱ्या नावानेच सर्रास प्रवास करत होता. तो अचानक नाहीसा झाल्यावर चेसने त्याच्या सर्व प्रवासांचा मागोवा घेतला. प्रत्येक वेळी त्याचा ब्रिटिश पासपोर्ट स्कॅन होत होता आणि प्रवासाची तिकिटेही काढली जात होती; तेव्हा ते कठीण नव्हते. म्हणूनच करामीच्या प्रश्नाचे उत्तर देण्यात त्याला अडचण आली नाही.

"मी तीन महिन्यांपूर्वी त्याला भेटलो होतो," त्याने उत्तर दिले. "तो शिकागोला जाण्यापूर्वी."

"आणि शिकागोमध्ये तो कुणाला भेटणार होता?" उपसालाच्या दहशतवादी सेलच्या प्रमुखाने विचारले.

"मरवान जर्राह."

"आणि मग?"

"आणि मग न्यू यॉर्क आणि लॉस एंजेलिस; पण तो येमेनला गेला आणि नंतर कधी दिसलाच नाही."

करामीने या तरुणाचे नीट निरीक्षण केले. तो जो कोण आहे म्हणतो आहे तोच नसेल, तर त्याला ही माहिती असण्याचे काहीही कारण नव्हते; पण साबाला त्याच्याबद्दल खात्री वाटत नव्हती आणि साबाच्या अंत:प्रेरणेवर करामीचा पूर्ण

विश्वास होता; तेव्हा त्याने म्हटले, "शेखबद्दल सांग मला. कतारचा शेख."

साबालादेखील या प्रश्नाबद्दल कुतूहल असावे. तो वाकून बसला.

चेसने दोघांकडे बघत विचारले, "कोण शेख?"

"तुझ्या काकाने तुला विश्वासात घेऊन नक्कीच शेखबद्दल सांगितले असणार."

"तेवढा विश्वास नसणार त्याचा. तो कोणत्याही शेखबद्दल कधी काही बोलला नाही."

"पैसे कुठून मिळतात, असे कधी विचारले नाहीस तू त्याला?"

"मी कशासाठी विचारू? मी संगणकतज्ज्ञ आहे," चेस उत्तरला. "आर्थिक बाबींशी माझा काही संबंधच नाही."

रुबिक क्यूबप्रमाणे चेसचे मन विचार करत होते. सर्व माहिती योग्य ठिकाणी साठवली तर सगळ्या कोड्याचा उलगडा होणार होता. त्याने कतारच्या कुठल्या शेखबद्दल खरेच काही ऐकले नव्हते. हे सर्व त्यालाही नवीनच होते.

संघटनेच्या पिरॅमिडमध्ये मरवान जर्राहची जागा जवळजवळ वरच्या पायरीशी होती; पण त्याच्या वरच्या पायरीवरच्या कुणाकडूनतरी तो आज्ञा घेत होता, हे चेसला नेहमीच माहीत होते. तो आझीम अलीम निघाला होता. मग पुढचा प्रश्न होता, आझीमला कोण आज्ञा देत होते आणि सर्व त्याच्याच शब्दावर अवलंबून होते की दुसराच कुणी सर्वांना ताब्यात ठेवत होता? आणि उपसाला सेलचा या सर्वांशी काय संबंध होता?

हॉर्वाथ निदान हुशारीने वागला होता. त्याच्या मागावर राहण्याऐवजी त्याच्या पुतण्याच्या डोक्यावर बुरखा टाकून त्याने त्याला पूर्व युरोपमधल्या कुठल्या तरी भलत्याच ठिकाणी नेऊन चौकशी केली असती, तर अमेरिकेला उपसाला सेलबद्दल काही कळलेही नसते. खऱ्या मन्सूर अलीमलाही धक्काच बसला होता. त्याचा काका आझीम खरेच फार हुशार होता. त्याने आपले जाळे असे उभारले होते की, एका दहशतवादी सेलला दुसऱ्या दहशतवादी सेलच्या अस्तित्वाचीही कल्पना नव्हती. टक्कर होऊन कुठे भोक पडले तर एका ठिकाणचे पाणी दुसऱ्या ठिकाणी घुसू नये म्हणून जहाजात भिंती उभारण्याचाच हा प्रकार होता. एका सेलला धक्का पोहोचला तरी जहाज बुडणार नव्हते.

चेसच्या मनात पुन्हा उपसाला सेलचा विचार आला. आझीमने कशासाठी तो स्थापन केला होता? काय कारण असेल? एखाद्या तऱ्हेची विमा पॉलिसी? त्याचे काही बरेवाईट झाले तरी कामगिरी पार पडेल याची खात्री म्हणून? याचा अर्थ त्याने त्याच्या पुतण्याबद्दलही माहिती दिली असेल? चित्राच्या कोड्यामधले बरेच तुकडे अजून सापडत नव्हते.

त्याला असलेली माहिती चेस मनात घोळवत होता. करामीने त्याला आणखी

एक प्रश्न टाकला होता आणि त्याची चिंता वाढत होती. तो जो कुणी आहे असे त्याने सांगितले होते, त्याच्यावर उपसाला सेलच्या प्रमुखाचा अजून विश्वास बसत नव्हता, असाच त्याचा अर्थ होता.

"त्याच्या व्यंगाबद्दल सांग मला."

"व्यंग?" चेसने विचारले. "म्हणजे त्याचे हात?"

करीम काही बोलला नाही. त्याचा चेहरा ठोकळ्यासारखा होता. चेहऱ्यावर कुठलीही भावना नव्हती.

"ते त्याने अफगाणिस्तानमध्ये गमावले," चेसने करामीच्या नजरेला नजर देत म्हटले. साबाची जळजळती नजर त्याच्यावर रोखलेली होती, याची त्याला जाणीव होती.

"काय झाले होते?" सेलच्या प्रमुखाने विचारले.

चुकीचे उत्तर दिले तर साबा तयारच होता, हे चेसला कळत होते. "आता जगभर पसरलेली कथा सांगू की सत्य?" चेसने विचारले.

"प्रेषित सांगतात त्याप्रमाणे तर आपण नेहमी सत्याचाच आश्रय घ्यावा. खोटे बोलणे टाळावे."

"खरेतर पसरलेल्या खोट्या कथेतच काय जादू आहे! पण सत्यच सांगायचे, तर तो बनवत असलेला बॉम्ब चुकीच्या वेळी फुटला आणि त्याने आपले हात गमावले. त्याच्या डोळ्यांभोवतीही जखमेचे व्रण होते. म्हणून तो गॉगल वापरत असे. संध्याकाळच्या वेळीसुद्धा. कधीकधी तो आंधळा आहे अशी लोकांची चुकीची समजूत होत असे; पण त्याची दृष्टी उत्कृष्ट होती."

या उत्तराने करामीचे समाधान झाले असावे. तो हळूच हसला. साबासुद्धा जास्त नाही तरी थोडाफार सैलावला.

करामी आणखी काहीतरी विचारायच्या बेतात असताना एकाने येऊन हे तिघेजण अस्त्रच्या वेळेचा नमाज पढण्यासाठी त्यांच्याबरोबर येणार का, विचारले.

करामीने चेसकडे बघितले. "येऊ शकशील तू आता?"

"नमाज हीच जन्नतमधल्या प्रवेशाची चावी आहे," चेसने प्रेषित मोहम्मदांचेच वाक्य उच्चारले.

गराजमधल्या माणसांनी तो सलाह पुरा करू शकला नव्हता, याबद्दल करामीला सांगितलेले दिसत होते.

सर्वजण उभे राहिले. विधीपूर्वक शरीरशुद्धी करण्यासाठी त्यांनी त्याला बाथरूम दाखवली. हातपाय धुऊन इतरांबरोबर तो अपार्टमेंटच्या किचनमध्ये पोहोचला. तिथे कुठल्याही तऱ्हेचे फर्निचर नव्हते. प्रार्थनेसाठी थोड्या-थोड्या अंतरावर चटया घालून ठेवल्या होत्या.

पुन्हा सर्वजण एकत्र आल्यावर नमाज पढणे सुरू झाले. चेससाठी एक जादा चटई दिली गेली. चेसने प्रत्येक हालचाल अगदी व्यवस्थित केली. तो मुस्लीम नाही, असे कुणाला कळलेही नाही.

त्या वेळी अपार्टमेंटमध्ये कितीजण आहेत हे चेसच्या लक्षात आले. इतर खोल्यांमध्येही त्याला नजर टाकता आली होती. कुठे बूबी ट्रॅप्स वगैरे नव्हते, स्फोटके किंवा शस्त्रास्त्रे साठविलेली नव्हती. अर्थात, ती दुसरीकडेच कुठेतरी लपवून ठेवली असण्याची शक्यता होती म्हणा. निदान तत्काळ हाताला लागण्यासारखी नव्हती. हॉर्वाथ आणि त्याच्या टीमने अचानक हल्ला चढवला, तर ते त्यांच्यावर मात करू शकले असते. म्हणजे हल्ला चढवला तरच म्हणा!

एखाद्या खिडकीजवळ जाऊन बाहेर डॅशबोर्डवर पुस्तक ठेवलेली गाडी उभी आहे का, हे बघण्याची संधी त्याला अजून मिळालेली नव्हती. त्याने ठरविले होते की, त्याला फारतर एकच संधी मिळणार होती आणि तशी ती मिळेल तेव्हा तो ती गाडी आहे का बघणार होता आणि त्याच वेळी असा सिग्नलही बनवणार होता की, ज्यामुळे अपार्टमेंटवर हल्ला करणाऱ्यांना त्यांची कितीजणांशी गाठ पडणार आहे, याची थोडीफार कल्पना यावी.

अपार्टमेंटमध्ये फिरताना आणि नमाज पढतानाही त्याची नजर कुठल्या एखाद्या वस्तूचा शस्त्र म्हणून वापर करता येईल का, याचा शोध घेत होती. हॉर्वाथ आणि इतरांना सुरक्षित घर सापडले नाही, तर त्याला एकतर चोरून पळ काढावा लागेल नाहीतर हाणामारी करत सुटका करून घ्यावी लागेल. नऊ माणसे जवळ असताना करामीने नक्कीच चोवीस तास पहारा लावण्याची काळजी घेतली असणार. लढत बाहेर पडायचे झाले, तर त्याला नक्की कशाला तोंड द्यावे लागणार आहे, याचा तो हळूहळू विचार करू लागला. पुन्हा एकदा तो हागाकुरेच्या शिक्षणाकडे वळला.

पण त्याचे चित्त एकाग्र होत नव्हते. मनाच्या कोपऱ्यात कुठलीतरी बाब त्याला अस्वस्थ करत होती. अपार्टमेंटमध्ये नक्की असायलाच पाहिजे असे काहीतरी नव्हते आणि तो फक्त शस्त्रास्त्रांचा विचार करत नव्हता. बऱ्याच वेळाने ते त्याच्या लक्षात आले. संगणक! अपार्टमेंटमध्ये एकही संगणक नव्हता. छापा पडला तर दहशतवादी लपविलेली शस्त्रे घेऊ शकतील; पण संगणकाचे काय? एखाद्या छोट्या खोलीत असले तर? क्षणार्धात त्यांच्या हार्डड्राइव्हजवरची माहिती पुसून टाकायला किंवा त्यांचा संपूर्ण विध्वंस करायला एकच बटण दाबलेले पुरेसे ठरणार होते का?

संगणक लपवून ठेवण्यासारख्या विशेष जागाही त्याला आढळल्या नव्हत्या. संगणक असतील किंवा नसतीलही; पण तो शोध घेणार होता.

नमाज पढणे संपल्यावर करामी पुन्हा प्रश्न विचारायला सुरुवात करेल, अशी

त्याची अटकळ होती; पण त्याला इतर महत्त्वाची कामे असावीत. साबा आणि इतर दोघांना घेऊन तो एका खोलीत शिरला आणि त्याने त्या खोलीचे दार लावून घेतले. सेलच्या उरलेल्या सदस्यांशी गप्पा मारायला चेस मोकळा झाला. अपार्टमेंटमध्ये फिरणेही सोपे झाले.

# २१

**प**हिल्या खोलीत चेसला अनेक चटया आढळल्या. एकीवरच चादर पसरली होती. रात्रभर दिवा ठेवण्यासाठी एक खोका वापरून त्यावर शेड नसलेला एक टेबल लॅम्प ठेवला होता. एक छोटा टी.व्ही., डी.व्ही.डी. प्लेअर आणि अनेक उशा. अनेक माणसांना झोपण्यासाठी म्हणून त्या खोलीचा वापर होत असावा आणि वेळ घालविण्यासाठीही. एका कोपऱ्यात हुक्का ओढायचे दोन पाइप होते.

आ वासून, तोंडाने श्वास घेणारे चौघेजण टी.व्ही. समोर बसले होते. डोक्याने कमी असणारी आणि दहशतवादी हल्ल्यात बळीचे बकरे म्हणून वापरली जाणारी आडदांड माणसे. इराक आणि अफगाणिस्तानमध्ये अमेरिकन लष्करी वाहने आय.इ.डी. स्फोटकांनी उद्ध्वस्त होताना टी.व्ही.वर दिसत होती. स्फोटकांच्या प्रत्येक दणक्याने भयानक रक्तपात होत होता आणि ते हसत होते.

*ठीक आहे,* चेसच्या मनात विचार आला. *तुमची वेळही येणारच आहे. हसत राहा.*

फक्त एकाच माणसाने मान वर उचलून चेसकडे बघितले आणि तो खोलीत शिरल्याची दखल घेतली. दहशतवादी गटाच्या सदस्यांना तो कोणत्या तरी महत्त्वाच्या असामीचा नातेवाईक आहे, याची जाणीव झालेली होती, तेव्हा ते थोड्याफार आदरानेच त्याच्याकडे बघत होते; पण तरी तो नवीनच होता. ते त्याला थोडे दूरच ठेवत होते. कुणीही त्याला बस असे म्हटले नाही.

चेसला त्यातही आनंदच होता. त्याच्या मनात इतर विचार घोळत होते. ते काय बघत आहेत याबद्दल त्याला कुतूहल वाटते आहे, असे दर्शवत त्याने खोली ओलांडली. त्याने हळूच क्लोझेटमध्ये - सामान ठेवण्याची एक छोटी खोली - नजर टाकली. आत विशेष काही नव्हते. शर्ट्स, पँट्स, स्वस्त बूट.

खिडक्यांजवळ थांबून तो भिंतीला टेकला. इथून नक्कीच रस्ता दिसत असणार - त्याला हवे ते दृश्य.

काही मिनिटे गेली. टी.व्ही.वर स्फोटांची मालिका चालू होती. चौघे अजूनही खिदळत होते. अमेरिकनांना ठार करण्यात आणि त्यांना लुळेपांगळे करण्यात त्यांना जो आसुरी आनंद मिळत होता, तो बघता त्यांची डोकी किती कामातून गेली होती, ते कळत होते.

त्यांच्यापैकी कुणीही त्याच्याकडे दुसऱ्यांदा नजरही टाकली नव्हती, तेव्हा त्याने खिडक्यांवर ओढून घेतलेल्या पडद्यांमधून बाहेर नजर टाकायचा धोका पत्करायचे ठरवले.

पडदा बाजूला सरकवायला त्याला एक क्षण पुरला. बाहेर गाडी नाही या विचाराने निराश होत असतानाच त्याला ती दिसली. डॅशबोर्डवर ठेवलेले पुस्तकही दिसले. त्याला एकदम उत्साह आला. तो तरतरीत झाला. त्याच्या हृदयाची धडधड वाढली. हॉर्वाथ आणि त्याच्या टीमला चेस कुठे आहे, हे कळले होते. जिहादींचे ठाणे उद्ध्वस्त होणार होते.

ॲल्युमिनिअमच्या पट्ट्यांवरून त्याने हात खाली घेतला. मनावर ताबा मिळवत एक श्वास घेतला. *शांत राहा,* त्याने स्वत:लाच बजावले. गराजमध्ये सांगितले होते तसेच! *सर्व ठीक आहे.*

इथली माहिती बाहेर हॉर्वाथला कळविण्यासाठी कशा तऱ्हेने सिग्नल द्यायचा ते त्याने विचार करून ठरवूनही टाकले; पण त्याआधी इतर खोल्या तपासाव्यात का, असा विचारही त्याच्या मनात येऊन गेला; पण थांबणे हा जुगार होता. तेवढ्यात करामीने त्याला बोलावले तर? किंवा साबाला त्याच्यावर नीट नजर ठेवावीशी वाटली तर? छे! वेळ दवडण्यात अर्थ नव्हता.

त्याने हातात असलेल्या क्षणाचा उपयोग करण्याचे ठरविले. आत्ताच सिग्नल द्यायचा. घरात किती माणसे आहेत ते सांगायचे आणि शस्त्रास्त्रे किंवा स्फोटके दिसली नाहीत आणि बूबी ट्रॅप्स बसविलेले नाहीत हे कळवून टाकायचे. सर्व गोष्टी घरात आहेत, असे गृहीत धरूनच दहशतवाद्यांच्या या सुरक्षित घरावर दणक्यात हल्ला चढविला गेला असता, तेव्हा वेळ न घालवता चेस कामाला लागला.

चेस पडद्याशी चाळे करतो आहे हे बघून एकाने विचारले, ''काय करतो आहेस तू?''

''खिडकी उघडतो आहे,'' तो अरेबिकमध्ये उद्गारला. ''फार वास येतात इथे.''

ते खरे असले तरी त्या माणसांच्या ती बाब लक्षात आली नव्हती किंवा त्यांनी दुर्लक्ष तरी केले होते. ''खिडक्यांजवळ जायचे नाही सांगितले आहे आम्हाला.''

''मला जरा स्वच्छ हवेची गरज आहे,'' चेस उद्गारला.

''खिडक्या उघडायची परवानगी नाही.''

काही काळजी करू नकोस, अशी चेसने त्याला खूण केली. *मी जबाबदार आहे, बंधो. निर्णय माझा आहे. तू आपला टी.व्ही. बघत राहा.*

आज्ञा पाळायचीच सवय असलेल्या त्या माणसाने चेसला सूचना देणे थांबविले. तो आणि त्याचे साथीदार पुन्हा टी.व्ही.वर रक्तरंजित युद्ध बघत बसले.

जराही वेळ फुकट न दवडता त्याने दोन खिडक्यांवरच्या पडद्यांवरच्या पट्ट्या साधारणत: एकाच पातळीवर नेऊन ठेवल्या. एकचतुर्थांश उंचीवर, एका खिडकीवरच्या पट्ट्यांचा कोन बदलला. दोन्ही खिडक्या कमी-जास्त उघडून ठेवल्या. डावीकडल्या खिडकीवरची पडद्याची दोरी बाहेर लोंबकळत ठेवली. आपला हा बॅटमनच्या सिग्नलप्रमाणे झळकणारा बॅट सिग्नल तयार करून ठेवल्यावर त्याने एक उशी घेतली आणि तो इतर दहशतवाद्यांबरोबर टी.व्ही. बघत बसला.

त्यानंतर फारतर दहा मिनिटे झाली असतील आणि साबा खोलीत शिरला. ''खिडक्यांना कुणी हात लावला?'' तो अरेबिकमध्ये ओरडला.

कुणीही उत्तर दिले नाही.

त्याने पुन्हा तोच प्रश्न सरळ चेसकडे बघतच विचारला, ''कोणी केले हे?''

''खजूर खाऊन पोट बिघडले बहुधा,'' चेस म्हणाला.

''काय चालले आहे?'' अचानक करामीनेच दाराजवळ येऊन विचारले.

साबाने खिडक्यांकडे बोट दाखविले. ''आपला पाहुणा प्रश्नच निर्माण करतो आहे.''

''मी काही प्रश्न निर्माण केलेले नाहीत,'' चेस जोरात म्हणाला. ''खिडकी उघडली फक्त. त्यात एवढे ओरडण्यासारखे काय आहे?''

''ओरडण्यासारखेच आहे. कारण आपले काही नियम आहेत,'' खिडक्यांकडे जाताजाता करामी म्हणाला, ''एक नियम आहे खिडक्या आणि त्यांच्यावरचे पडदे कायम बंद राहतील.''

तो ज्या खुनशी नजरेने त्याच्याकडे बघत होता ती नजरच चेसला आवडली नाही. क्षणभराने करामीने पडद्याची दोरी आत घेतली, खिडक्या बंद केल्या, पडद्यांच्या पट्ट्या पूर्ववत सरकवल्या.

मग तो चेसकडे वळला. ''नियम तुला समजावले नव्हते; तेव्हा त्यांच्या उल्लंघनाकडे फक्त याच वेळी मी दुर्लक्ष करतो आहे.'' त्याने साबाकडे वळून त्याला त्याच्या मागोमाग येण्याची खूण केली. दाराशी त्याला वाकायला सांगून तो फक्त त्यालाच ऐकू जाईल अशा तऱ्हेने त्याच्या कानात काहीतरी कुजबुजला.

त्याने खिशातून पेन आणि कागदाचे पॅड काढले. त्याच्यावर काहीतरी लिहिले किंवा कसलेतरी चित्र काढले. नक्की काय ते चेसला कळले नाही; पण करामीने तो कागद त्या पॅलेस्टिनिअनच्या हातात ठेवला. चेसकडे एकदा रोखून बघत तो

निघून गेला.

"मला यानंतर कुठल्याही भानगडी नको आहेत. लक्षात आले ना?" करामीने विचारले.

"मी फक्त खिडकी..." चेसने बोलायला सुरुवात केली; पण दहशतवाद्यांच्या प्रमुखाने त्याला गप्प केले.

"यानंतर एकही भानगड नको. *एकही.*"

त्याच क्षणी साबा हॉलमध्ये कुणावर तरी ओरडताना त्याने ऐकले. काही सेकंदांत पुढच्या दरवाजातून बाहेर पडत त्याने दाणकन तो ओढून घेतला.

त्याने नक्की काय केले होते हे त्यांना कळले होते की नाही याचा चेसला अंदाज करता येत नव्हता; पण करामीने चेहऱ्यावर हसू आणले. एखाद्या शार्कने जबडा उघडून आपले तीक्ष्ण दात दाखवावेत असे त्याच्या हसण्याकडे बघून चेसला वाटले. आपले बिंग फुटले आहे आणि त्याने तत्काळ इथून बाहेर पडायला हवे असे त्याच्या शरीरातला अणूरेणू त्याला ओरडून सांगायला लागला; पण त्याने मनावर भीतीचा पगडा बसू दिला नाही.

उलट त्याने मन शांत ठेवायचा आटोकाट प्रयत्न केला. *सर्व ठीक आहे,* त्याने स्वत:ला बजावले. *सर्व ठीक आहे.* ते खोटे आहे हे त्यालाही कळत असले, तरी तो तेच पुटपुटत राहिला. सर्व लवकरच संपणार होते म्हणा! तो देवाजवळ एकच प्रार्थना करत होता. हॉर्वाथने सिग्नल पाहिलेला असू दे.

# २२

रस्त्याच्या दोन्ही बाजूंची घरे तशी एकसारखीच दिसत होती. अपघातानंतर चेसने वापरलेल्या फोनच्या सिग्नलचा माग काढूनच दहशतवाद्यांच्या सुरक्षित घराचा पत्ता मिळाला होता.

त्या घरावरून ठरावीक वेळानंतर कुणीतरी जाईल, अशी व्यवस्था हॉर्वाथने केली होती. दोघाजणांच्या फेऱ्यांमध्ये संशय येणार नाही इतका वेळ ठेवला होता. गेल्या दोन तासांत शिलरबरोबरची निम्मी माणसे त्या घरासमोरून गेली होती. पुढच्या वेळी एखादी गाडी पाठवावी का, असा ते विचार करत होते. एवढ्यात एकजण परत आला आणि म्हणाला, ''मिळाला सिग्नल!''

रायली त्यांच्याबरोबर येऊ शकली असती तर तिने लपविलेली जी व्हिडिओ कॅमेरा सिस्टिम वापरली असती, तीच सर्वांनी वापरली होती. मेमरी कार्ड काढून हॉर्वाथने ते संगणकामध्ये सरकवले, फाइल काढून स्क्रोल केली, हवा असलेला फोटो फ्रीझ करून तो मोठा केला. चेसचाच सिग्नल होता. शंकाच नव्हती.

सगळेजण ट्रकच्या मागच्या भागात गोळा झाले होते. हॉर्वाथने टीममधल्या प्रत्येकाला त्याला कधी आणि कुठले काम करायचे आहे ते समजावले.

''म्हणजे एकूण नऊ टॅन्गोज,'' शिलर म्हणाला. हे चेसने अपार्टमेंटमध्ये आहेत असे सांगितलेल्या नऊ माणसांच्या संदर्भात होते. ''बूबी ट्रॅप्स नाहीत, स्फोटके नाहीत, शस्त्रास्त्रे नाहीत.''

''म्हणजे असली तरी आपल्याला कळली नाहीत,'' हॉर्वाथ म्हणाला.

क्षणभर विचार करून शिलरने इतरांशी बोलत हल्ल्याची योजना आखायला सुरुवात केली. हल्ला किती दणक्यात करायचा, याबद्दल आधीच खूप चर्चा झाली होती. सी.आय.ए.ची इच्छा होती की, दहशतवाद्यांच्या सेलमधील जास्तीतजास्त माणसे जिवंत पकडावीत. विचार केला तर ही एजन्सीने आखलेली योजना नव्हती. या हल्ल्याची बातमी बाहेर फुटली असती तर एजन्सीने, त्यांना या बाबतीत काहीच

माहिती नव्हती असे सांगत हात वर केले असते. हॉर्वाथ आणि म्हातारबाबाही त्यांच्याशी सहमत होते. दहशतवाद्यांच्या सुरक्षित घरामध्ये कोण दडले असेल, त्यांना किती माहिती आहे आणि त्यांच्यामधला प्रत्येकजण किती महत्त्वाचा आहे, याचा अंदाजच येत नव्हता. आता त्यांच्यामध्ये वेळ काढल्याने चेसलाच एखादे वेळी कल्पना आली असेल आणि चौकशी अधिकारी बाकी तपास करतील, असा विचार मनात येत असतानाच हॉर्वाथला कसलीतरी आठवण झाली.

त्याने संगणकावरून चेसचे दोन फोटो काढले. इतरांनी त्यांचे काम कसे करावे हे सांगायला त्याला अजिबात आवडले नसते; पण शेवटी तो कामगिरीचा प्रमुख होता. कामगिरी कशीही पार पडली, तरी संपूर्ण जबाबदारी फक्त त्याची असणार होती. त्याने ते फोटो आपल्या टीमच्या सदस्यांना दाखवले. आज सकाळीच घेतले होते. ''सगळ्यांनी त्याचा चेहरा लक्षात ठेवला आहे ना?''

सर्वांच्या माना होकारार्थी हलल्या.

''आत्ताही तो याच पोशाखात असेल किंवा त्याने कपडे बदललेही असतील. त्याचा चेहरा विसरू नका.''

पुन्हा सर्वांनी माना डोलवल्या.

''आणि इतरांच्या बाबतीत जे कराल तेच त्याच्याही बाबतीत करा, कुक्कुले बाळ नाही तो. घेईल काळजी आपली. टेझ करायची वेळ आली तर तेदेखील करा. सेलच्या इतर सदस्यांचा विश्वास बसला पाहिजे की, तो त्यांच्यापैकीच एक आहे. आले लक्षात?''

''रॉजर - आले लक्षात,'' ट्रकमधल्या सर्वांनी एकसुरात म्हटले. हॉर्वाथने आपला संगणक चालू केला.

त्या भागाच्या उपग्रहाद्वारे घेतलेल्या फोटोंकडे त्यांनी पुन्हा एकदा नजर टाकली. आत शिरायचे आणि बाहेर पडायचे मार्ग ठरवले. उद्‌भवू शकणाऱ्या वेगवेगळ्या परिस्थितींचा विचार करून बी, सी, डी, अशा वेगवेगळ्या योजनाही आखल्या.

चर्चा संपल्यावर शिलरने पुठ्ठ्याचा एक खोका उघडला. त्यातून अगदी अरुंद अशा दोन प्लॅस्टिकच्या ब्रीफकेसेस उचलल्या. मध्ये विंचवाचा एक चमकदार लोगो - ठसा - होता. त्या त्याने हॉर्वाथच्या हातात ठेवल्या.

त्यातील एक उघडत हॉर्वाथने विचारले, ''काय आहे यात?''

''स्टिंगर स्पाइक सिस्टिम्स.''

घडी घालण्यासारखा, धातूचा, भिंतीवर बसविण्याचा ब्रॅकेट वाटत होता. सौंदर्यप्रसाधने वापरताना आरसा टांगण्यासारखे काहीतरी; पण त्याच्यावर स्टेनलेस स्टीलचे टोकदार खिळे बसवलेले होते. कायदा राबविणाऱ्या पोलीस खात्यासारख्या एजन्सीज वेगाने पळून जाणाऱ्या गाड्यांसमोर या फेकून त्यांचे टायर फोडताना त्याने

बघितले होते.

"चुकून गरज पडलीच तर आपल्याला थोडा जास्त वेळ मिळावा म्हणून," शिलर उद्गारला.

चांगली कल्पना होती. हल्ला चढविणाऱ्या टीमच्या प्रमुखाने त्या ब्रीफकेसेस आणण्याचा विचार केल्याचे आवडले त्याला.

आता हल्ला चढविणेच बाकी होते. हॉर्वाथ आणि शिलर वेळ ठरवत होते. आधी सूर्य क्षितिजाखाली सरकताच हल्ला चढविण्याचा त्यांचा विचार होता. सर्व सदस्य मघरीब - नमाज - पढताना सापडले असते; पण तो पाच-दहा मिनिटांचाच वेळ सापडला असता आणि ते त्यांच्या प्रार्थना म्हणायला कधी सुरुवात करतील, हेदेखील नक्की माहीत नव्हते.

सामान घेऊन येणारा ट्रक सर्वसाधारणपणे कोणत्या वेळी येतो? दुपार उलटेपर्यंतचा वेळ ठीक होता. कधीकधी संध्याकाळ पडतापडताही तो यायचा म्हणा! पण त्याच्याकडे लक्ष वेधले गेले असते. शिलरचे सहकारी हल्ला चढवायला उत्सुक होते. हॉर्वाथने निघायचे ठरवले.

पॅट मर्फी, पूर्वीचा ग्रीन बिरेट. शिलरने त्याची घराची मागची बाजू सांभाळण्यासाठी नेमणूक केली होती. सर्वांच्या आधी बॅकपॅक घेऊन, उडी मारून तो ट्रकबाहेर पडला. दुसरी गाडी इतरत्र उभी करून, घरामागच्या झाडी असणाऱ्या बाजूने तो अपार्टमेंट कॉम्प्लेक्सजवळ येऊन थांबणार होता.

तो ट्रकमधून बाहेर पडत असताना त्यांच्यापैकी एकजण उद्गारला, "मध्येच कुठे एखादा आयरिश बार दिसला ना... तर देवच आपले रक्षण करो."

मर्फीने खांद्यावर बॅकपॅक टाकून चालायला सुरुवात केली. पार्किंग स्पेसमधून बाहेर पडून तो कोपऱ्यावर वळून नाहीसा झाला.

जिमबॅगमध्ये हात घालून हॉर्वाथने रेडिओ सुरू केला. बावीस मिनिटांनी त्यांनी मर्फीचे शब्द ऐकले, "फिनिक्स-७ने जागा पकडली आहे."

काही अडचण आली नाही, असा संदेश होता तो. दहशतवाद्यांच्या घरावर हल्ला चढविण्याची हीच वेळ होती.

# २३

रस्ते फार रिकामेरिकामे दिसले की, हॉर्वाथला नेहमी भीती वाटे. त्याच्या कारकिर्दीत अर्धा डझन वेळा तरी अशाच मोकळ्या रस्त्यांवर दबा धरून बसलेल्यांनी त्याच्यावर हल्ला केला होता. दृश्य नेहमी असेच असे. काही वाईट घडणार असले की, माणसांनाच नाही तर जनावरांनाही त्यांची अंत:प्रेरणा बहुधा सावध करत असावी. बऱ्याच वेळा दुष्ट माणसांनी लोकांना घराबाहेर न पडण्याची ताकीद दिलेली असे किंवा ते काहीतरी घडवून आणण्याच्या बेतात आहेत, याची जाणीव झाल्याने इतर लोक स्वत:च रस्त्यांवरून नाहीसे झालेले असत. आता या ठिकाणी रस्त्यात चिटपाखरू न दिसण्याचे काय कारण आहे, हे कळत नसले आणि हॉर्वाथला त्याची पर्वा नसली, तरी त्याच्या मनात वाईट विचार यायला सुरुवात झाली होती.

''शांत आहे सर्व,'' अपार्टमेंट संकुलाजवळ येतायेता तो म्हणाला.

''फारच शांत,'' ट्रकच्या केबिनच्या भिंतीवर ठोकत शिलर म्हणाला. तो ट्रकच्या मागच्या बाजूला असणाऱ्या त्याच्या साथीदारांना लक्ष्य जवळ येत असल्याची सूचना देत होता.

हॉर्वाथ आजूबाजूच्या इमारतींच्या खिडक्यांवर, गच्च्यांवर नजर फिरवत कोणी त्यांच्यावर नजर ठेवत आहे का ते बघत होता. तसे कुणी दिसले नाही, तरी हजार डोळे आपल्यावरच रोखले गेले आहेत, अशी भावना त्याच्या मनातून जात नव्हती.

''दहा सेकंद,'' तो म्हणाला.

शिलरने ट्रकच्या केबिनच्या मागच्या भिंतीवर दोन वेळा ठोकले.

अपार्टमेंट संकुलासमोर आल्यावर हॉर्वाथने ट्रक थांबवला, गिअर पार्किंगच्या खुणेवर ठेवला आणि इंजिन बंद केले. इमारतीमध्ये नोकरचाकर, सामान पोहोचविणारे यांच्यासाठी वेगळे प्रवेशद्वार - सर्व्हिस एन्ट्रन्स - नव्हते. इमारतीच्या पुढच्या दरवाजामधूनच सर्वांची ये-जा चालू होती. रस्त्याच्या मध्यावर, ते किती उघड्यावर

आहेत याची हॉर्वाथला स्पष्ट जाणीव झाली. त्याची इच्छा होती की, हल्ला चढविणाऱ्या सर्वांनी लवकरात लवकर इमारतीत शिरायला हवे. बाहेर रस्त्यावर त्यांचा जीव फारच धोक्यात होता.

तो, शिलर आणि हल्ला चढविणारे इतर ट्रकच्या केबिनमधून खाली उतरून कामाला लागले. हॉर्वाथिने ट्रकच्या मागच्या बाजूला जाऊन रॅम्प पुढे सरकवला. शटर वर घेतले. शिलर आणि त्याचे साथीदार इमारतीच्या लॉबीमध्ये पोहोचले. शिलर इंटरकॉमवर कुणाच्या तरी अपार्टमेंटची घंटा वाजविण्याचे नाटक करत होता. तोपर्यंत दुसऱ्याच कुणीतरी दरवाजा उघडला. तो उघडताच शिलरने एखाद्या पाचरीप्रमाणे आकार असणारा एक रबरी तुकडा बाहेर काढला आणि दार उघडेच राहावे म्हणून दारामध्ये बसवून टाकला.

शिलर त्या माणसाच्या मागोमाग आत शिरला आणि त्याने एलिव्हेटरचे बटण दाबले. एलिव्हेटर खाली येईपर्यंत त्याने फायरमनच्या चावीच्या पेटीची काच काढली आणि किल्ली ताब्यात घेतली. काच पुन्हा बसवून टाकली. एलिव्हेटर येताच त्याने आत पाऊल टाकले आणि किल्ली बटणात घातली. आता तो एलिव्हेटर फक्त त्यांच्याच हातात राहणार होता.

ट्रकच्या मागच्या बाजूने उतरलेल्या शिलरच्या साथीदारांनी ट्रॉलीजवर खोकी रचायला सुरुवात केली होती. शिलर आणि दुसरा एकजण त्यांच्या मदतीला आला.

एकदा सर्व खोकी ट्रॉलीजवर रचल्यावर ते इमारतीत नाहीसे झाले. आता हॉर्वाथचे काम होते ट्रकबरोबर राहून रस्त्यावर नजर ठेवायची. त्याने मागच्या बाजूचे शटर खाली करून कुलूप लावून टाकले आणि पुढे जाऊन केबिनचा दरवाजा उघडून तो ट्रकमध्ये बसला.

तो सिगारेट ओढत नसे; पण मुद्दाम विकत घेतलेल्या एका पाकिटातील सिगारेट पेटवून त्याने हात बाहेर काढला. काहीही न करता गाडीत जर कुणी नुसतेच बसले असेल, तर ताबडतोब संशय येतो; पण हातात सिगारेट घेऊन सहज बसल्यासारखे दाखविले, तर बघण्याची दृष्टी बदलते. हे असे का होते हे त्याला सांगता येत नसले, तरी त्याचा परिणाम त्याने अनेकदा बघितला होता, तेव्हा उघड्यावर लपायचे असले की, तो ही युक्ती वापरायचा.

ट्रकच्या दोन्ही बाजूंचे आरसे, पार्किंग एरियामधून बाहेर पडण्यापूर्वी पार मागे सरकवले होते; त्यामुळे रस्ता आणि दोन्ही बाजूंचे फूटपाथ व्यवस्थित दिसत होते. मध्ये खूप गाड्या उभ्या राहू शकतील एवढ्या दूर मागे डॅशबोर्डवर पुस्तक ठेवून उभी केलेली गाडी त्याला दिसली आणि त्याने आपल्या डोक्यावरची बेसबॉलची टोपी आणखी खाली सरकवली.

विन्डशील्डमधून - ट्रकच्या पुढच्या काचेमधून - समोर बघत आजूबाजूच्या

इमारतींमधील खिडक्यांवर लक्ष ठेवत असताना तो आपण ट्रकच्या रेडिओशी चाळा करतो आहे, असे दाखवत होता. कुणाची तरी नजर आहे, कुठेतरी, काहीतरी गडबड आहे ही भावना त्याच्या मनातून जात नव्हती.

ट्रकमध्ये नुसते बसून राहणेही त्याला आवडत नव्हते. निर्णय योग्यच असला, तरी तो त्याला आवडला नव्हता. जिथे काही घडते आहे तिथेच त्याने असायला हवे. नुसती वाट बघत ट्रकमध्ये बसून राहणे त्याला पसंत नव्हते; पण शेवटी तो आत्ता जिथे होता, तिथे तो स्वत:च्या इच्छेनेच होता. नेतृत्व करणे याचा अर्थ सर्व गोष्टी आपल्या हातात ठेवणे असा नाही, तर आपली कामगिरी यशस्वी करण्यासाठी आपल्या बरोबरच्या टीमला गरज असणारी सर्व ती साधनसामग्री पुरवून त्यांच्या मार्गामधून बाजूला होणे असाही होतो. हल्ला चढविण्यासाठी दरवाजामधून सर्वप्रथम कधी घुसायचे किंवा बाजूला राहून दुसऱ्याला ते कधी करू द्यायचे, याचा निर्णय घेणे असाही होतो.

हॉर्वाथमध्ये नक्कीच नेतृत्वगुण होते आणि नजीकच्या भविष्यकाळात ते खूप महत्त्वाचे होते. कारण तो एकटाच कायम पुढे राहू शकणार नव्हता. प्रतिकार करण्याच्या हालचाली मंदावल्यावर आजपर्यंत जगत आलेल्या त्याच्या आयुष्यात बदल होणार होता. कधी ना कधी काळ प्रत्येकाला गाठतोच. तो क्षण ओळखणे आणि बाजूला होणे महत्त्वाचे! पण ती वेळ अजून आली नव्हती. हॉर्वाथ आज अत्यंत धडधाकट होता आणि काटा काढणे आवश्यक असणाऱ्या दुष्टांची संख्या कमीही होत नव्हती.

जोपर्यंत आपल्या लोकांसाठी हातात घेतलेल्या कामगिऱ्या यशस्वी होतील, तोपर्यंत सर्वकाही ठीक असणार होते.

हा विचार मनात येत असतानाच शेजारच्या बॅगेमधल्या रेडिओचा *क्लिक* असा आवाज आला. शिलर आणि त्याची टीम अपार्टमेंटमध्ये घुसण्यासाठी सज्ज झाली होती.

आणखी एक *क्लिक.* अपार्टमेंट संकुलामागून मर्फीनेही सर्व ठीक आहे दर्शवले होते. रस्त्यावर शेवटची नजर फिरवून हॉर्वाथने बॅगेत हात घातला. *क्लिक!* रस्ता रिकामा आहे याची त्याने इतरांना खात्री दिली. *ऑल क्लिअर.*

एम.पी. ७च्या दस्त्याला हात घालताना वरती काय घडत असेल, ते दृश्य हॉर्वाथच्या नजरेसमोर आले. *ऑल क्लिअर* सिग्नल मिळताच शिलर दार फोडणाऱ्या साथीदाराकडे एकदा बघेल, स्वत:च्या रेडिओवर शेवटचे *क्लिक* करेल आणि दरवाजा बिजागरीमधून उखडून टाकण्याची आज्ञा देईल.

सिगारेट फेकून हॉर्वाथने आपला डावा हात ट्रकच्या केबिनच्या खिडकीमधून आत घेतला. ट्रकच्या हॉर्नवर ठेवला. त्याला चेसला दिलासा द्यायचा होता; पण

त्याला कळत होते की, ते शक्य नव्हते. हल्ला चढविल्यानंतर इतरांएवढाच त्यालाही धक्का बसला होता, असे दाखविणे चेसला भाग होते. इतर कैद्यांबरोबर चेसलाही अज्ञात ठिकाणी चौकशीसाठी नेल्याचे नाटक करावे लागणार होते; नाहीतर सगळी योजनाच बारगळली असती.

हल्ला चढविणारी टीम अपार्टमेंटमध्ये शिरण्याची वाट बघत असताना खाली रस्त्यावर हॉर्वाथच्या हृदयाची धडधड अचानक वाढली, मानेवरचे केस ताठ उभे राहिले. त्याच्या अंतर्मनाकडून त्याला संदेश मिळत होता की, *काहीतरी भयानक चूक घडते आहे.*

# २४

रस्त्यावर उभ्या असलेल्या गाडीच्या डॅशबोर्डवर ठेवलेले पुस्तक बघताच चेसला कळले होते की, रात्र पडायच्या आत अपार्टमेंटवर निश्चित हल्ला होणार होता. त्यांनी त्याचा सिग्नल बघितला आहे की नाही, हे कळायला त्याच्याकडे मार्ग नव्हता. तशी आशा तो करत होता, कारण दुसऱ्यांदा सिग्नल देणे अशक्य होते. घरातले वातावरण बिघडले होते. त्याला पुन्हा पडदे हलवताना किंवा खिडकी उघडताना कुणी बघितले, तर त्याची खैर नव्हती. त्याच्या मनात या बाबतीत थोडाही संदेह नव्हता.

साबा परत आला होता आणि तो व करामी हॉलच्या कोपऱ्यातल्या एका खोलीत दार बंद करून बसले होते. त्या खोलीत संगणक किंवा शस्त्रास्त्रे लपवली असावीत, असा त्याला संशय होता. साबा घाईघाईने कुठे गेला होता आणि तो व करामी आत कसली चर्चा करत बसले होते, हे त्याला कळत नव्हते.

कोणत्यातरी दहशतवादी योजनेचा उपसाला सेल हा शेवटचाच भाग होता, याची चेसला नक्की खात्री पटली होती; पण कुठली योजना ते कळत नव्हते. उपसाला सेल म्हणजे आझीमचा *डेड मॅन स्विच* नव्हता ना? त्याचा मृत्यू ओढवला तर अमेरिकेतील आणि इतर देशांतील त्यांची इतर *स्लीपर नेटवर्क्स* आधीच ठरविलेल्या लक्ष्यांवर हल्ला करणार नव्हती ना?

या सर्व प्रश्नांची उत्तरे कधी मिळवतो, असे चेसला झाले होते आणि आझीमच्या पुतण्याला इतक्या तातडीने उपसाला सेलने कशासाठी आणले होते, हेसुद्धा त्याला जाणून घ्यायचे होते. काका आपल्या पुतण्याची जरा जास्तच काळजी घेत होता की मन्सूरला फार महत्त्वाची अशी कुठली तरी गोष्ट माहीत होती किंवा फक्त त्यालाच ती करता येत होती? याचा छडा ते लवकरच लावणार होते.

मधल्या काळात तो उपसाला सेलच्या बिनडोक, आडदांड आणि शेवटी बळीचे बकरे ठरणाऱ्या जिहादींसह युद्धाच्या फिल्म्स बघत बसला. एकदा एक जिहादी

उठला आणि चहा घेऊन येताना नवीन माणसासाठीही एक ग्लास घेऊन आला. चांगले चिन्ह होते. आदर दाखविणारे. त्यांनी त्याला त्यांच्यामधला एक म्हणून स्वीकारले आहे, अशी आशा चेसच्या मनात निर्माण झाली. हॉर्वाथने या सर्वांच्या चौकशीसाठी जी कुठली गुप्त जागा शोधली असेल तिथली चौकशी किती यशस्वी ठरेल, हे त्यांनी त्याला त्यांच्यापैकी एक मानण्यावर बरेच अवलंबून होते.

त्याच्यापुढे काय मांडून ठेवले आहे, हे तर त्याला बरोबर माहीत होते. हल्ला झाला की, त्यालाही टेझरला तोंड द्यावे लागले असते, फ्लेक्स कफ्सनी बांधले गेले असते, डोक्यावर बुरखा घातला गेला असता. त्याने विरोध करायचा प्रयत्न केला असता, जो तो नक्कीच जोराजोराने करणार होता, तर त्याला हाणण्यातही येणार होते.

सेलच्या इतर सदस्यांबरोबर ट्रकमध्ये फेकून त्यांना दूरच्या कुठल्या तरी फार्म हाउसवर नेल्यावर हॉर्वाथ त्यांना एका रांगेत उभे करून त्यांच्या अंगावरचे कपडे कात्रीने कापून टाकणार होता. नऊ-अकराच्या घटनेनंतर पकडलेल्या दहशतवाद्यांना ज्या तऱ्हेची ठरावीक वागणूक मिळत होती, तीच त्यालाही मिळाली असती.

मनात भ्रम निर्माण करणारी औषधे देऊन ते काहीही ऐकायला तयार होतील, त्यांना स्थळ-काळाचे भान राहणार नाही अशी त्यांची हॉर्वाथ अवस्था करणार होता. लांब पल्ल्याच्या विमानप्रवासात लंगोट, एकसारखे कपडे, बेड्या, डोक्यावर बुरखे, कानांवर हेडसेट्स चढवून त्यांच्या सर्व संवेदनाच नाहीशा करणार होता.

मग छाप्याच्या वेळी वापरलेल्या मालवाहू ट्रकऐवजी त्यांना खिडक्याही नसलेल्या एका वाहनात बसविण्यात आले असते. स्वीडिश सरकारला पत्ता लागू न देता त्यांना स्वीडनबाहेर हलविण्याची हॉर्वाथने मोठ्या हुशारीने आखलेली योजना अमलात आली असती.

यातल्या कुठल्याच गोष्टीला तोंड द्यायची चेस काही उत्साहाने वाट बघत नव्हता; पण ही कामगिरी स्वीकारण्यासाठी त्याच्यावर कुणी जुलूमजबरदस्ती केली नव्हती. आझीम अलीमच्या दहशतवादी नेटवर्कमधल्या प्रत्येकाचा शोध लावल्याशिवाय अमेरिका सुरक्षित राहिली नसती, ही जाणीव असल्याने त्याने स्वतःहून ही कामगिरी हातात घेतली होती. अशा तऱ्हेच्या कॅन्सरचा एखादा भाग कापून काढून तो पुन्हा होणार नाही, अशी आशा धरण्यात अर्थ नसतो. दहशतवाद्यांच्या वेगवेगळ्या सेल्सचे मिळून बनलेले पूर्ण जाळेच उद्ध्वस्त केल्याशिवाय गत्यंतर नसते. एक सेल जरी शिल्लक राहिला, तरी नवीन जाळे उभे राहते.

इस्लामिक दहशतवादाच्या या कॅन्सरचा नायनाट करण्याचे अनेक मार्ग होते. त्यांची आर्थिक रसद तोडणे म्हणजे किरणोत्सर्गाचा उपाय. प्रशिक्षण देता येण्यासारखी आश्रयस्थानेच नष्ट करणे म्हणजे केमोथेरपी. अत्यंत धोकादायक, वेळकाढू; पण

परिणामकारक पद्धत म्हणजे शस्त्र हातात घेऊन त्यांच्या सेलमधला प्रत्येक दहशतवादी कापून काढणे. या शेवटच्या पद्धतीनेच खरेतर तो कॅन्सर पार नष्ट करता येईल आणि या पद्धतीत शॉन चेस आणि स्कॉट हॉर्वाथसारखी माणसे अत्यंत तरबेज होती.

त्यातही चेसच्या पार्श्वभूमीमुळे त्याला त्यांच्या मुख्य प्रवाहातच घुसवता येत असे. तो परका आहे हे कळत नसे. तो प्रत्येक सेलचा शोध घेऊन मग स्कॉट हॉर्वाथसारख्यांची मदत घेऊन त्यांचा पार नायनाट करू शकत असे.

चेसची मनोवृत्ती अशी होती की, तो लालफितीच्या कारभारात अडकून राहत नसे. बराच काळ शत्रूच्या गोटात शिरून कामगिरी फत्ते करण्याचे शिक्षण त्याला मिळाले होते; पण कधी सी.आय.ए.च्या दररोजच्या कारभारात भाग घ्यायची वेळ आली की, तिथल्या नोकरशाही वृत्तीचा त्याला उबग येई. अनेक चांगल्या लोकांनी म्हणूनच एजन्सी सोडून दिली होती. एजन्सीच्या या संस्कृतीबद्दल काहीजणांनी पुस्तकेही लिहिली होती. सी.आय.ए.च्या अंतरंगाचे यथार्थ वर्णन करणारे द *ह्यूमन फॅक्टर* हे पुस्तक सी.आय.ए.मध्ये काम करणाऱ्या नोकरवर्गात फारच प्रसिद्ध झाले आणि लँग्लेच्या उच्चपदस्थांच्या रोषास पात्र ठरले. अमेरिका सुरक्षित राहावी असे वाटणाऱ्यांमध्ये ते फिल्ड मॅन्युअल - पाठ्यपुस्तक - ठरले. चेसने त्या पुस्तकाचे इतक्या वेळा पारायण केले होते की, त्याचे वेष्टण गळून पडले.

पार कंटाळून जाण्याइतका काळ चेसने एजन्सीमध्ये काढला नव्हता. त्या पुस्तकाने त्याला बरेच धडे शिकवले. कामगिरी फत्ते होणे सर्वांत महत्त्वाचे असे समजणाऱ्या हॉर्वाथवर म्हणूनच त्याची भक्ती जडली होती. ती पार पाडताना थोडीफार मोडतोड झाली, तर ती कामगिरी पार पाडण्याची किंमत समजायची. क्रेझी ग्ल्यूची काळजी नंतर. दहशतवादाविरुद्धचे युद्ध तसेच लढायला हवे, या चेसच्या मतामुळे त्याचे वरिष्ठही अनेकदा त्याच्यावर नाराज असत.

असे विचार मनात घोळत असतानाच एका जिहादीने वळून हुक्क्याचा पाइप जवळ घेतल्याचे त्याने बघितले. उभा राहून तो जिहादी बाथरूममध्ये गेला आणि त्यात पाणी भरून आला.

"तू ओढतोस?'' असे चेसला विचारत तो बाउलमध्ये तंबाखू भरत असताना दुसरा माणूस एक चिमटा आणि लायटर बाहेर काढत होता.

चेसला तंबाखू आवडत नसे. अगदी सुवासिक असली तरीही; पण ती माणसे स्वत: मैत्रीचा हात पुढे करत होती. "अर्थातच!'' तो त्यांना म्हणाला.

टी.व्ही.शेजारी ठेवलेल्या कागदी पिशवीतून दुसऱ्या माणसाने एक छोटा कोळसा उचलला, त्याच्याखाली लायटरची ज्योत तो लाल होईपर्यंत धरली आणि तो निखारा फळांचा सुवास येणाऱ्या तंबाखूवर ठेवला. आदराने पाइप प्रथम चेसपुढे केला.

हुक्क्याच्या पाइपभोवती रंगीबेरंगी रेशमी धाग्यांनी विणलेले वेष्टण होते. प्लॅस्टिकचे टोक दातात धरून चेसने श्वास घेताच पाईपमधले पाणी गुडगुड आवाज करू लागले. थंड झालेला धूर पाण्यातून वर आला.

चेसने मोठ्याने धूर आत घेतला, क्षणभर तसाच ठेवला आणि मग हळूहळू नाकातून किंवा तोंडातून बाहेर सोडण्याऐवजी तो खोकायला लागला. त्याला ढास लागली.

चौघे जिहादी मोठमोठ्याने हसायला लागले. नवीन माणूस हुक्का ओढायचा अनुभव नसलेला, नवशिका होता. सरळपणे ते कबूल करण्याऐवजी त्याने मर्दपणा दाखवायचा प्रयत्न केला होता.

ढास लागलेली असतानाच त्याने उभे राहण्याचा प्रयत्न केला आणि मांडीवर हात ठेवून श्वास घेण्याची धडपड सुरू केली. इतकी मजेदार गोष्ट त्यांनी कधी बघितलीच नव्हती, अशा थाटात बाकी जिहादी हसत होते.

चेसला त्याची टवाळकी होते आहे, याची काळजी नव्हती. खरेतर हे सर्व त्याने ठरवून केले होते. तो खोकत, धडपडत खिडकीकडे जात असतानाही ते हसतच होते. त्याने पडद्याला हात घालेपर्यंत तो काय करणार होता, याची त्यांना जाणीवही झाली नाही.

कसेबसे हसू आवरत एकजण ओरडला, "खिडकी उघडू नकोस."

"करामी हात तोडून टाकेल तुझे," दुसरा म्हणाला.

"तो आपल्या सगळ्यांचेच हात तोडून टाकेल," तिसरा उद्गारला.

ढास लागलेली असताना कसेबसे बोलल्याप्रमाणे चेस म्हणाला, "मला श्वासही घेता येत नाही." खिडकी न उघडण्याबद्दल ते गंभीरपणे बोलत आहेत, याची त्याला खात्री होती आणि ते बहुतेक त्याला खिडकी उघडू देणार नाहीत, असेही त्याला वाटत होते; पण त्याला खिडकी उघडायचीच नव्हती. फक्त बाहेर एक नजर टाकून त्यांचा धोक्याचा इशारा ऐकल्याप्रमाणे तो खिडकीपासून दूर होणार होता.

पडदा जरासा बाजूला करताक्षणी त्याची ढास खाडकन थांबली. सामान हलविणारा ट्रक योग्य ठिकाणी उभा नव्हता. हॉर्वाथ आणि त्याच्या टीमने चूक केली होती. ते समोरच्या इमारतीवर हल्ला चढविणार होते.

खात्री पटणे कठीण असले तरी असे दिसत होते की, *रस्त्यापलीकडच्या इमारतीमधल्या एका अपार्टमेंटच्या खिडक्या आणि पडद्यांवरच्या पट्ट्या त्याने आधी या अपार्टमेंटसाठी उघडल्याप्रमाणे आणि जुळविल्याप्रमाणे कोणीतरी तयार केल्या होत्या.*

## २५

दहशतवाद्यांच्या सुरक्षित अपार्टमेंटवर हल्ला करणाऱ्या टीमचा हॉर्वाथ विचार करत असतानाच अपार्टमेंटच्या इमारतीचा संपूर्ण तिसरा मजला उद्‌ध्वस्त झाला. स्फोटाचा दणका इतका जबरदस्त होता की, हादऱ्यामुळे ट्रक दोन टायर्सवर कलंडला. आडवा झाला नाही एवढेच! तिसऱ्या मजल्यावरच्या खिडक्यांमधून उफाळलेल्या ज्वाळा आकाशाकडे जात असतानाच फुटलेल्या काचांचा पाऊस रस्त्यावर कोसळायला लागला.

हॉर्वाथलाही धक्का बसला. रेडिओवरून त्याने टीमच्या इतर सदस्यांशी संपर्क साधायचा प्रयत्न सुरू केला; पण त्याच्या कानात इतके आवाज घुमत होते की, रेडिओचा आवाज पूर्ण मोठा करूनही त्याला काहीही ऐकू येणे शक्य नव्हते. येमेनचीच पुनरावृत्ती होत होती. दहशतवाद्यांनी तिसऱ्या मजल्यावर सगळीकडे स्फोटके पेरून ठेवली होती.

बॅगेमधून बुलेटप्रूफ जाकीट वगैरे काढून त्याने ते डोक्यावर घातले आणि आपली एम.पी.७ सबमशीनगन हातात घेतली. ट्रकच्या केबिनचा दरवाजा उघडून त्याने खाली उडी मारली आणि तो इमारतीत घुसला. अगदी हीच गोष्ट करता कामा नये, असे खरेतर त्याला शिकवले गेले होते. पुढच्या दारालाच बूबी ट्रॅप लावून स्फोट केले गेले असले किंवा आपली जागा इतरांना कळली आहे म्हणून दहशतवाद्यांनी स्फोट घडवून आणले असले, तरी इतरांना वाचविण्यासाठी कुणी इमारतीत घुसले तर त्यांनाही ठार करण्यासाठी, थोड्या वेळाने उडणारी स्फोटकेही तयार ठेवली असण्याची शक्यता नाकारता येत नव्हती; पण या क्षणी हॉर्वाथला कसली पर्वाच राहिलेली नव्हती. वरच्या मजल्यावर त्याची माणसे गेली होती आणि त्यांच्यामधले कुणी जिवंत असले, तर तो त्यांना बाहेर काढणार होता.

एकावेळी तीन-तीन पायऱ्या ओलांडत तो वर निघाला असताना भयानक उष्णता जाणवू लागली. सर्वत्र काळाकुट्ट धूर पसरला होता. त्याला श्वास घेता

येईना. त्याने आपला टी-शर्ट वर खेचून तो नाकातोंडावर धरताच त्याच्या पोटावरची कातडी जळायला लागली; पण त्याने त्याचा विचारही केला नाही.

तिसऱ्या मजल्याजवळ पोहोचताना भडकणाऱ्या आगीचा आवाज त्याच्या कानांवर पडायला लागला. पायऱ्या चढताना त्याला दिसले की, आगीपासून बचाव करणारे धातूचे दार स्फोटामुळे बिजागऱ्यांमधून उखडून पायऱ्यांवर कोसळल्याने वर जायचा मार्ग अडला होता. पायऱ्यांच्या बाजूच्या कठड्याला पकडून उडी मारावी म्हणून त्याने कठड्यावर हात ठेवताच तो भाजला. कठडा इतका गरम झाला होता की, तो हातात धरता येणे शक्यच नव्हते.

बुटांनीच दारावर लाथा घालून त्याने ते सरकवले आणि जिन्यावरून खाली ढकलले. खाली दबून पुढे जाण्याचा त्याने प्रयत्न केला; पण धूर खूप दाट होता आणि आगीचे इतके लोटच्या लोट उसळत होते की, तसा प्रयत्न करण्यातही अर्थ नव्हता. शेवटी त्याने तशीच मुसंडी मारली.

उखडलेल्या दाराच्या चौकटीमधून हॉलमध्ये घुसताना त्याच्या दंडावरचे केस जळत आहेत, याची त्याला जाणीव झाली. सगळीकडे उद्ध्वस्त अवशेषांचे ढिगारे माजले होते. या स्फोटामधून कुणी बचावले आहे का, त्याचे ओरडणे कुणाला ऐकू जाईल का, हे बघण्यासाठी त्याला ओरडायचे होते; पण त्याच्या फुप्फुसांना आवश्यक इतका प्राणवायू मिळत नव्हता. उष्णता असहनीय होती.

नारिंगी रंगाच्या ज्वाळा जास्तच उंचीपर्यंत उफाळायला लागल्या. त्याला कळत होते की, या स्फोटामधून कुणीही वाचले असण्याची शक्यता नाही आणि त्यानेही तिथून बाहेर पडायला हवे; पण चेस व शिलर आणि त्याची टीम ही त्याची जबाबदारी होती. चुकून जर कुणी जिवंत असेल, तर त्याला तो शोधणार होता. जळत असणाऱ्या हॉलवेमधून तो पुढे सरकला.

त्याने काही पावलेच टाकली असतील नसतील, एवढ्यात कानठळ्या बसवणारा प्रचंड आवाज करत वरचे छत दुभंगले आणि छताचा मोठा भाग खाली कोसळला.

त्याला काही दिसेनासे झाले. कोसळणाऱ्या छताखाली तो चिरडला जाणार एवढ्यात एक हात पुढे आला आणि बुलेटप्रूफ जाकीट धरून कुणीतरी त्याला खेचत मागे पायऱ्यांपर्यंत नेले.

''आपल्याला ताबडतोब बाहेर पडायला हवे,'' पॅट मर्फी ओरडला. तो इमारतीच्या मागच्या बाजूकडून येऊन आत घुसला होता.

''नाही,'' हॉर्वाथनेही ओरडूनच उत्तर दिले.

''मेले आहेत सगळे; आपण निघायला हवे.''

''सगळे मेले आहेत असे ठाऊक नाही आपल्याला.''

''*मेले आहेत,*'' मर्फी खात्रीपूर्वक म्हणाला. तो हॉर्वाथला दोन जिन्यांमधल्या

मोकळ्या चौकामधून पायऱ्यांकडे खेचत होता.

दोन पावलांनंतर हॉर्वाथ भानावर आला आणि स्वत: निघाला. तळमजल्यावर येऊन ते लॉबीमधून पुढे आले तेव्हा रस्त्यावर गर्दी जमली होती. राख आणि काजळीने माखलेले, शस्त्रे घेतलेले दोघेजण बाहेर पडताच गोळा झालेल्या गर्दीमधले सर्वांचे चेहरे पांढरेफटक पडले.

त्यांनी स्वीडिश सिक्युरिटी सर्व्हिसची जाकिटे चढविली आहेत, असे कुणाच्यातरी लक्षात आल्यावर त्याने मर्फीला स्वीडिशमध्ये प्रश्न विचारायला सुरुवात केली. पूर्वाश्रमीच्या ग्रीन बिरेटने त्याच्याकडे दुर्लक्ष केले.

"दुसरी गाडी झाडीमागे दोनशे मीटर्स अंतरावर आहे," मर्फीने हॉर्वाथच्या खांद्यावरून वाकून सांगितले. तो इंग्रजीमध्ये बोलतो आहे हे कुणाच्या लक्षात येऊ नये, म्हणून तो अगदी हळू आवाजात बोलत होता. "इथून प्रथम दूर जाऊ या."

त्याचे ऐकण्याशिवाय हॉर्वाथकडे दुसरा पर्याय नव्हता. इथे त्यांना करण्यासारखे काही राहिले नव्हते. ते थांबले असते तर पकडले गेले असते आणि दु:खद घटनेचा शेवट आणखी वाईट झाला असता.

हॉर्वाथने मर्फीकडे बघत मान डोलवली आणि ते इमारतीच्या मागे, झाडीपलीकडे ठेवलेल्या गाडीच्या दिशेने निघाले. ट्रक किंवा डॅश बोर्डवर पुस्तक ठेवलेल्या गाडीचा तपास झाला, तरी तो माग त्यांच्यापर्यंत पोहोचणार नाही याची काळजी घेतली असल्याने त्या दोन्ही गाड्या सोडून द्यायला हॉर्वाथची हरकत नव्हती. आता लवकरात लवकर स्वीडनबाहेर पडणे फार गरजेचे होते.

जळणाऱ्या इमारतीच्या बाजूने मागे वळून नाहीसे होत असतानाच फुटणाऱ्या काचांचा आवाज आला आणि गर्दीमधले काहीजण किंचाळले.

हॉर्वाथ झटकन वळला. रस्त्यासमोरच्या चौथ्या मजल्यावरच्या खिडकीमधून एक माणूस उताणा खाली कोसळत होता.

# २६

करामी खिडकीचे चित्र काढत होता, हे आता चेसच्या लक्षात आले. कसे ते माहीत नाही; पण पडद्याच्या पट्ट्या वापरून चेसने सिग्नल तयार केला होता, हे करामीच्या ध्यानात आले होते. हल्ला होणार आहे याचा करामीला संशय तरी आला होता किंवा माहिती होती, तेव्हा चेसचा सिग्नल जसाच्या तसा रस्त्यापलीकडील इमारतीच्या अपार्टमेंटच्या खिडकीवर तयार करून त्याने सापळा रचला होता. हे सर्व त्याने केले होते याचा अर्थ चेसने तो जो कोणी आहे असे सांगितले होते, तसा तो नव्हता हे तर त्याला नक्कीच कळले होते; तेव्हा तरुण चेसने वेळ फुकट घालविलाच नाही.

त्याच्या विरोधात असलेल्या माणसांची संख्या मोठी असली तरी आश्चर्याचा धक्का तोच देणार होता. रस्त्यापलीकडच्या घरात झालेल्या प्रचंड स्फोटाने त्यांच्या मनावर आधीच जबरदस्त आघात झाला होता.

त्याला इतरांशी लढा देत बाहेर पडावे लागणार होते हे लक्षात येताच धारदार असे काहीतरी जवळ असते तर बरे झाले असते, हा विचार पुन्हा त्याच्या मनात येऊन गेला.

सर्वांत जवळचे आणि उत्कृष्ट शस्त्र होते ते म्हणजे हुक्का. त्याने तो पहिल्या जिहादीच्या डोक्यावर हाणताच तो फुटला; पण जिहादी आडवा झाला, मेला होता की बेशुद्ध पडला, याची चेसला पर्वा नव्हती. तो आडवा झाला हे खरे.

*म्हणजे तिघे राहिले.*

हुक्क्याच्या तळाचा भाग काचेचा होता. चेसने वाकड्यातिकड्या फुटलेल्या काचेने एकाचा गळा कापला आणि उरलेल्या दोघांनी एकदमच त्याच्यावर हल्ला चढविला. त्याने एकाच्या गुडघ्यावर लाथ मारली आणि दुसऱ्याच्या घशावर अंगठ्याजवळच्या बोटाचा दुमडलेला सांधा हाणला.

गुडघ्यावर लाथ बसलेला जिहादी वेदनांनी किंचाळत कोसळला; पण घशावर

बोटाचे हाड मारलेल्याची गोष्ट वेगळी होती. खरेतर त्याची श्वासनलिकाच नष्ट व्हायला हवी होती; पण त्याच्या डोक्याचे केस धरून किंवा त्याचे कपडे पकडून त्या वेळी त्याला जवळ खेचायला चेसला वेळच मिळाला नव्हता. त्या क्षणाला तो झटकन मागे सरकू शकला होता आणि फटका बरोबर बसला नव्हता. एखाद्या संतापलेल्या बैलाप्रमाणे तो पुन्हा चाल करून आला. या वेळी चेस कुठलीही चूक करणार नव्हता.

डोके खाली घालून आणि हाताची बोटे पसरून त्याने चेसच्या दिशेने मुसंडी मारली. तो जिथे कुठे मोठा झाला होता, तिथे त्याच्या आईनेच बहुधा त्याला मारामारीचे शिक्षण दिले असावे.

चेसने त्याच्या दोन हातांमधून घुसून त्याच्या हनुवटीवर एक जबरदस्त ठोसा लगावला आणि मग चेहऱ्यावर दोन दणके देऊन त्याला मागे ढकलले.

त्याने वेड्यासारखे ठोसे हाणायचा प्रयत्न केला, तर केवळ नशिबानेच एक ठोसा चेसच्या कानावर बसला आणि तो ठणकायला लागला. चेसचा संताप अनावर झाला.

चेसने वळून त्याच्या छातीत एक जबरदस्त लाथ हाणली, तर तो खिडकीची काच फोडून तसाच मागच्या मागे खाली कोसळला.

तो वाचण्याची शक्यताच नव्हती आणि तशी खात्री करून घ्यायची तसदीही चेसने घेतली नाही. अपार्टमेंटमध्ये अजून पाचजण शिल्लक होते. ते त्याला शोधत यायची वाट बघत तो थांबणार नव्हता.

तो जवळजवळ दारात पोहोचला आणि त्याला रायफलची नळी त्याच्यावर रोखली जाताना दिसली. दहशतवाद्यांनी शस्त्रे लपवलेली होतीच. त्याला आश्चर्य वाटले नाही. त्याने रायफल दहशतवाद्याच्या हातामधून खेचायचा प्रयत्न केला आणि तिच्यामधून सटासट गोळ्या सुटल्या. त्या सर्व कुठे गेल्या त्याला कळले नाही; पण एक त्याच्या उजव्या दंडामधून हाडात शिरली. तत्क्षणी त्या हाताचा उपयोगच संपला. त्याला जबर वेदना व्हायला लागल्या.

डाव्या हाताने त्याने खालून रायफलची नळी पकडली आणि पुन्हा गोळ्या सुटल्या. कानात दडे बसायची पाळी आली.

पण त्या जिहादीचाही तोल गेला. रायफलच्या वरचा हॅन्डगार्ड पकडत त्याने अंगातला सर्व जोर लावून तो पार खाली वळवला. त्या माणसाला पुढे वाकणे भाग पडले आणि चेसने त्याच्या नाकाडावर आपले डोके हाणले. हाड मोडल्याचा आवाज आला. रक्ताची धार उडाली.

त्या माणसाचा प्रतिकार संपला. चेसने त्याची रायफल खेचून दस्ता खांद्यावर टेकवत त्याच्या छातीत तीन गोळ्या हाणल्या.

तो मागे वळत असतानाच गुडघ्यावर लाथ बसलेला जिहादी त्याच्यावर हल्ला चढवायला तयार होताना त्याला दिसला. त्याने त्याच्यावरही गोळ्या हाणल्या.

*पाचजण मेले होते. अजून चार शिल्लक होते.*

हॉलवेमध्ये धावपळीचे आवाज येत होते. कोण आहे ते बघायचीही तसदी न घेता त्याने पुन्हा खांद्याला रायफल टेकवली आणि भिंतीमधूनच एक फैर झाडली.

किंचाळल्याचा आणि शस्त्र कोसळल्याचा आवाज आला. कोण आहे याची खात्री करून न घेता गोळ्या झाडणे वाईटच; पण चेसला पर्वाच नव्हती. करामी तर करामी. ही जिवंत राहण्यासाठीची लढाई होती.

करामी हॉलवेमधून आला असेल, असे खरेतर त्याला वाटत नव्हते. निदान साबा तरी असेल, अशी तो आशा करत होता; पण त्याला तीही खात्री नव्हती. गराजमधल्या दोघांपैकी एखादा असणार.

त्याने त्याच्या डाव्या हाताच्या कोपरामध्ये दस्ता धरला आणि दाराच्या चौकटीमधून वाकून हॉलमध्ये गोळ्यांची आणखी एक फैर हाणली.

तो प्रतिकाराची अपेक्षा करत होता; पण त्याच्या दिशेने गोळ्या आल्या नाहीत. त्याने धोका पत्करून झटकन आतमध्ये एक नजर टाकली. त्याचा तर्क बरोबर होता. त्याच्यासाठी ज्याने बॅन्डेजेस आणि एनर्जी ड्रिंक्स आणलेली होती, तो जमिनीवर रक्ताच्या थारोळ्यात डोके खाली घालून मरून पडला होता.

*सहा मेले.*

आता चेसला निर्णय घेणे भाग होते. मागे खोलीत दडी मारून इतर तिघांची वाट बघायची, नाहीतर त्यांना शोधून काढून ठार मारायचे. दोन्हीही पर्याय त्याला विशेष पसंत नव्हते. काही सेकंदांमध्ये बाहेर रस्त्यावर पोलीस आणि बघ्यांची गर्दी जमणार होती. शक्य असेल तर करामी आणि साबा यांना पकडून, अपार्टमेंटमध्ये नजर टाकून ताबडतोब बाहेर पडणे आवश्यक होते; तेव्हा हॉलवेमध्ये पाऊल टाकण्याचा धोका स्वीकारण्याशिवाय इलाज नव्हता.

त्याने पुन्हा एकदा रायफल खांद्याला टेकवली, एक दीर्घ श्वास घेतला आणि हॉलमध्ये पाऊल टाकले. त्याचा उजवा हात नुसताच लोंबकळत होता. त्या हातावरून रक्त वाहत होते आणि बोटांच्या टोकांवरून खाली ठिबकत होते.

धडधडत्या छातीने तो हळूच पुढे सरकला. कोणतीही हालचाल किंवा छोटासा आवाजसुद्धा त्याला तत्काळ जाणवला असता; पण अपार्टमेंटमध्ये शांतता होती. *फारच शांतता होती.*

त्याला भीती वाटायला लागली की, त्याने वापरलेली युक्तीच आता त्याच्या विरुद्ध वापरली जाईल आणि भिंतीमधून त्याच्या दिशेने गोळ्या मारल्या जातील. त्या भिंती शेवटी प्लास्टर आणि लाकडाच्याच होत्या. *हागाकुरे,* त्याने स्वत:ला

आठवण करून दिली. *हागाकुरे.*

त्याने समोर असलेल्या पहिल्या खोलीत डोकावून बघितले. कुणी नाही. झटकन नजर फिरवून हॉलवेकडे बघितले. डाव्या हातात धरलेली रायफल आता त्याला फार जड भासायला लागली होती.

नंतर बाथरूम. रिकामी. इतरजण कुठे दडून राहिले आहेत, याचा शोध घेण्यासाठी पुन:पुन्हा थांबून तो कान टवकारत होता. कुठलाही आवाज नाही, कुठलीही हालचाल नाही.

या आधी ज्या खोलीमध्ये साबा आणि करीम नाहीसे झाले होते, त्या खोलीजवळ तो आला. उरलेले तिघे कुठे असणार, याचा त्याला बरोबर अंदाज आला होता. त्या खोलीचे दार बंद होते.

चेस कधीही धोका पत्करायला तयार असे; पण तो मूर्ख नव्हता. ते दार लाथा घालून उघडायचा प्रयत्न केला असता, तर फार वाईट गोष्टी घडल्या असत्या. दुसऱ्या बाजूला शस्त्रधारी तीन माणसे त्याचीच वाट बघत असायची, नाहीतर दारालाच बूबी ट्रॅप बसविलेला असायचा.

त्याने बाथरूममध्ये पाऊल टाकले. फक्त शॉवर होता, टब नाही. टॉयलेटमागे बसून त्याने रायफलचे मॅगझीन सीटवर टेकवले. इथून ज्या दारावर त्याला गोळ्या झाडायच्या होत्या, त्या दाराचा थोडासा भागच त्याला दिसत होता. त्याने नेम धरला आणि हळूच चाप खेचला. गोळ्यांची एक फैर उडाली.

दाराच्या उजव्या बाजूच्या चिरफळ्या उडाल्या. आतमधून गोळीबार होण्याची चेस वाट बघत होता; पण तसे काहीच घडले नाही.

रायफल उचलून तो हॉलमध्ये आला आणि त्याने आणखी एक फैर दारामधून आणि भिंतीमधून झाडली.

हे करणे योग्य नाही असे मनात येत असतानाच त्याने लाथ मारून दार उघडायचे ठरविले. मनातल्या मनात तीन आकडे मोजले आणि दारावर लाथ हाणली.

दारावर लाथ बसताच आतून बंदुकीच्या गोळ्यांच्या फैरी झाडल्या गेल्याचा त्याला आवाज आला.

# २७

हॉर्वाथने धावतच रस्ता ओलांडला आणि ज्या इमारतीमधून त्याने माणूस कोसळताना बघितले होते, त्या इमारतीत तो घुसला. त्याच्या मनाचा खेळ होता की वरच्या एका खिडकीमध्ये त्याला खरोखर चेसच दिसला होता, हे त्याला सांगता आले नसते.

मर्फी त्याच्या मागेच होता. एलिव्हेटरकडे दुर्लक्ष करून त्यांनी जिन्याच्या दिशेने धाव घेतली. चौथ्या मजल्यावर पोहोचवणारा जिना अर्धा चढलेला असताना एक जिहादी धावतच पायऱ्यांवरच्या चौकात आला आणि त्याने आपल्या रायफलने त्यांच्यावर नेम धरायचा प्रयत्न केला. त्याला तशी संधीच मिळाली नाही.

हॉर्वाथ आणि मर्फी यांनी झाडलेल्या गोळ्या त्याच्या छातीत आणि डोक्यात घुसल्या. झटका बसल्याप्रमाणे त्याच्या बोटाने चाप खेचला आणि फैर उडाली. तसा काही आडोसा नसतानाही हॉर्वाथ आणि मर्फी यांनी स्वत:ला पायऱ्यांवर झोकून दिले.

मृत दहशतवाद्याच्या रायफलमधून गोळ्या सुटणे थांबल्यावरसुद्धा तो नक्की मेला आहे ना याची खात्री पटवून घेण्यासाठी हॉर्वाथने त्याच्या डोक्यात आणखी दोन गोळ्या हाणल्या. मग लाथेने त्याची रायफल उडवून ते पुन्हा धावत वर चढायला लागले.

चौथ्या मजल्यावर पोहोचल्यावर हॉर्वाथने हॉलमध्ये पाऊल टाकले. मर्फी त्याच्यावर लक्ष ठेवून उभा होता. प्रत्येक मजल्यावर फक्त चार अपार्टमेंटच होती. खिडकीमधून पडणारा माणूस बघितलेला असल्याने कोणत्या अपार्टमेंटमध्ये शोध घ्यायचा आहे, हे हॉर्वाथला बरोबर माहीत होते. तो मनातल्या मनात प्रार्थना करत होता की, चेस अजूनही त्याच अपार्टमेंटमध्ये असेल आणि जिवंत असेल.

त्याने अपार्टमेंटच्या दारावर कुठल्या तारा जोडलेल्या नाहीत ना, हे बघितले. तसे चिन्ह दिसले नाही; पण म्हणून ते सुरक्षित आहेत असा समज करून घेण्यात

अर्थ नव्हता. शिलर आणि त्याच्या टीमलाही तसे काही दिसले नव्हते, तरीही रस्त्यापलीकडल्या इमारतीचा संपूर्ण तिसरा मजला क्षणार्धात ज्वाळांनी वेढला गेला होता. या अपार्टमेंटमध्येही तसेच काही घडण्याची शक्यता होती.

स्फोटके जोडली नसली तरी चेस आतमध्ये होता. त्याला खाली बसवून कुणी त्याच्या डोक्यावर रायफल रोखून धरली नसेल ना? दारावर लाथ मारून हॉर्वाथ आत घुसला तर ते तत्काळ त्याला ठार करणार नाहीत ना? आत कितीजण आहेत याचीही कल्पना नव्हती. त्यांनी चेसला काही करण्याआधी ते त्यांना ठार करू शकतील?

फारच मोठा जुगार होता हा. स्वतःच्याच माणसांच्या रक्ताने त्याचे हात आधीच बरबटले होते. त्याच्या टीममधले पाचजण मेले होते. जे काही करायचे ते पूर्ण विचाराने आणि खात्रीने करायला पाहिजे.

त्याने एकदा मोठा श्वास घेतला. दरवाजाला कान लावून ऐकायचा प्रयत्न केला. आतून काहीतरी आवाज आले. सुरुवातीला अगदी अस्पष्ट असे असले, तरी हळूहळू वाढायला लागले.

आतमध्ये झटापट चालल्यासारखी वाटत होती. मग हॉर्वाथच्या लक्षात आले की, झटापट वगैरे काही नाही. आतमध्ये कोणीतरी उलथापालथ चालवली होती.

तयार राहा अशी मर्फीला खूण करून त्याने एक पाऊल मागे टाकले, पाय उचलला आणि बुटाने दारावर सणसणीत लाथ हाणली.

स्फोट वगैरे झाला नाही; पण हॉर्वाथच्या पूर्ण ताकदीने हाणलेल्या लाथेने दरवाजा मुळापासून उखडला. त्याच्या मनात जे विचार येत होते ते निदान पन्नास टक्के बरोबर असणार, अशी त्याला खात्री होती. कोणी उलथापालथ चालवली असेल तर तो काहीतरी शोधत होता आणि स्वतःलाच कुणी उडवून घेणार असेल तर तो काहीही शोधायच्या फंदात पडणार नाही. हॉर्वाथ निदान तशी आशा करत होता. नशीब की त्याचे विचार बरोबर होते.

रायफल सज्ज ठेवून हॉर्वाथ पटकन आत शिरला. मागोमाग मर्फीही. त्यांनी बैठकीची खोली ओलांडली असेल नसेल, तेवढ्यात पलीकडल्या भिंतीमागून स्वयंचलित रायफलमधून गोळीबाराच्या फैरी सुरू झाल्या आणि समोरच्या भिंतीवर आदळू लागल्या. हॉर्वाथ आणि मर्फी यांनी जमिनीवर लोळण घेतली.

पूर्वी ग्रीन बिरेट्समध्ये असणारा मर्फी कोपरांवर टेकून प्रत्युत्तर द्यायच्या तयारीत असताना हॉर्वाथने त्याला थोपवले. चेस कुठे आहे याची कल्पना नसताना समोरच्या भिंतीमधून गोळ्या झाडण्यात अर्थ नव्हता.

"फिनिक्स थ्री!" हॉर्वाथ ओरडला. "तू आत आहेस का?"

"हॉर्वाथ?"

"बरोबर."

"मी बाहेर येतो आहे. गोळ्या झाडू नका."

"ठीक आहे."

हॉलवेमध्ये पाऊल ठेवत चेस त्यांच्याकडे चालत आला. त्याचा एक दंड रक्तबंबाळ झाला होता.

"आणखी कुणी आहे इथे?"

चेसने नकारार्थी मान डोलवली. मर्फीने पूर्ण अपार्टमेंटची तपासणी केली. हॉर्वाथने चेसची बाही फाडून जखम बघितली.

"दुखते का?"

"भयानक. गोळी हाडावर बसली आहे."

"तुझी काळजी घेऊ आम्ही," हॉर्वाथ म्हणाला. "प्रथम बाहेर पडायला हवे. इथून उचलण्यासारखे आहे काही?"

"असेलही! मी धडाधड तपासणी केली; पण काही सापडले नाही. जास्त वेळ असता तर..."

"वेळ तर आपल्याकडे अजिबातच नाही," दूरवरून येणाऱ्या, तत्काळ सेवा पुरविणाऱ्या गाड्यांचे आवाज कानांवर पडायला लागले होते.

"अपार्टमेंटमध्ये दुसरे कुणीही नाही," मर्फी परत येत म्हणाला. "काय करायचे आता?"

काय करायचे नाही ते हॉर्वाथला बरोबर कळत होते. रस्त्यावर जमलेल्या गर्दीमधून वाट काढत त्याला जळणाऱ्या इमारतीमागे आणि झाडीमधून पुढे जात मर्फीच्या गाडीकडे जायचे नव्हते. अनेक गोष्टी गोंधळ उडवू शकल्या असत्या. डॅश बोर्डवर पुस्तक ठेवलेली गाडी रस्त्यावर समोरच उभी करून ठेवली होती. लोकांनी ती बघितली, तिचे वर्णन पोलिसांना सांगितले, तरी काही बिघडणार नव्हते. ते ती गाडी जास्त वेळ वापरणारच नव्हते. त्यांना बार्नपर्यंत परत जायचे होते एवढेच!

मर्फी थोडा पुढून चालत, आजूबाजूला लक्ष ठेवत असताना अपार्टमेंटमधून बाहेर पडून ते पायऱ्या उतरून खाली पोहोचले. चेसला गाडीमध्ये मागच्या बाजूला बसवून हॉर्वाथ गाडी चालवायला बसला; तर मर्फी रायफल सज्ज ठेवून त्याच्या शेजारी बसला.

गर्दीमधले लोक आ वासून बघत होते. त्यांना काय चालले आहे, याचा अर्थच लागत नव्हता.

रस्त्यात मरून पडलेल्या दहशतवाद्याच्या प्रेतावरूनच हॉर्वाथने जोरात गाडी पुढे काढताच गर्दीमध्ये उमटलेली तीव्र प्रतिक्रिया कानावर पडत असतानाच ते झपाट्याने तिथून निघून गेले.

# २८

वैद्यकीय साधनसामग्री आणि उपकरणे यांनी खच्चून भरलेल्या दोन बॅग्ज या कामगिरीसाठी उपलब्ध करून दिलेल्या होत्या. एक बॅग रायली आणि मन्सूरकडे होती. त्यांच्याबरोबर आणि ॲन्डी बाखमनबरोबर ती या क्षणी स्टॉकहोम विमानतळाकडे निघाली होती. दुसरी हल्ला चढविणाऱ्या टीमसाठी होती. आता ती अयशस्वी ठरलेल्या हल्ल्यासाठी वापरलेल्या आणि सोडून दिलेल्या ट्रकच्या मागच्या बाजूला होती.

हॉर्वाथ स्वत:कडे एक तशीच छोटीशी बॅग कायम बाळगत असे. तिच्याशिवाय तो प्रवासाला निघतच नसे. चेसची जखम स्वच्छ करत असताना त्याने त्याला सर्व माहिती दिली. कापसाची गुंडाळी उघडून त्यातला एक इंच तुकडा कापून, त्याने तो गोळीने पडलेल्या भोकात दाबून भरला. मग त्याच्या दंडावर डक्ट टेप लावली. सध्या एवढेच करता येण्यासारखे होते. चेसला तज्ज्ञ डॉक्टरचीच गरज होती.

ते विमानतळावर पोहोचेपर्यंत रायलीने उड्डाण थोपवून धरले होते. विमान खूप मोठे होते. धनाढ्य अरब रुग्ण आणि त्याचे शरीररक्षक अशी बतावणी करणारे सर्वजण विमानात सहज सामावून गेले. चेसच्या जखमेतून जोपर्यंत रक्तस्राव होणार नाही, तोपर्यंत भीती नव्हती. तरी जास्त काळजी म्हणून हॉर्वाथने आणखी थोडी डक्ट टेप चेसच्या दंडाभोवती गुंडाळली. ती काढायची म्हणजे मोठे लफडेच ठरणार होते; पण तो प्रश्न नंतरचा होता.

मर्फीने बार्न आणि फार्म हाउसवरच्या त्यांच्या अस्तित्वाच्या सर्व निशाण्या नाहीशा केल्या. हॉर्वाथने चेसला त्याचा सूट चढविण्यासाठी मदत केली.

"आपण त्याच्या फोनचा माग काढत असणार, हे माहीत असल्याने त्याने तो तिथेच ठेवला होता," आतमधून जाकिट वर सरकवताना चेस उद्‌गारला. तो कसाबसा वेदना सहन करत होता.

"करामीला नक्की कल्पना होती. त्याने तुझा सिग्नल अगदी जसाच्या तसा बनवला," हॉर्वाथ म्हणाला.

चेसच्या चेहऱ्यावर दु:ख होते. "मीच आपल्या माणसांच्या मृत्यूला कारणीभूत ठरलो."

"अजिबात नाही."

"खिडकीमधून लवकर नजर टाकायचा मार्ग शोधला असता, तर मी एखादे वेळी तुला इशारा देऊ शकलो असतो."

हॉर्वाथने नकारार्थी मान हलवली. दोघेही गप्प बसले.

"करामी किंवा साबाला इमारतीमधून बाहेर पडताना बघितलेस तू?" चेसने विचारले.

"नाही. आणि माझे लक्षही नव्हते. खिडकीमधून मागच्या मागे कोसळणारा माणूस बघितला नसता तर दुसरे अपार्टमेंट आहे, हे मला कळलेही नसते. मला तर वाटत होते की, तूही मेला आहेस."

चेसने क्षणभर थांबून विचारले, "आणि कतारचा शेख? तो कोण आहे याची काही कल्पना?"

"नाही," हॉर्वाथने उत्तर दिले. "पण मन्सूरला सर्वप्रथम विचारल्या जाणाऱ्या प्रश्नांमध्ये हा प्रश्न असणार आहे."

"आपल्याला फोरेन्सिक टीमची मदत कशी मिळणार ते ठाऊक नाही; पण मला खात्री आहे की, उद्ध्वस्त झालेल्या एकातरी अपार्टमेंटमध्ये स्वीडिश पोलिसांना संगणकाचे जळालेले अवशेष सापडतील."

"नक्कीच!" हॉर्वाथ उद्गारला.

"ते कामगिरीवर निघायलाच तयार होते," चेस म्हणाला. "खात्री आहे माझी तशी. त्यांचा शोध लावून रोखायला हवे आपण त्यांना."

"सर्वप्रथम तुझ्या दंडाची काळजी घ्यायला हवी," हॉर्वाथने उत्तर दिले.

"दंडाची काळजी सोड," असे म्हणत चेसने तो हलवायचा प्रयत्न केला. जमले नाही त्याला ते. "हे बॅन्डेज काढून खऱ्या डॉक्टरने जखम बघितली की, मी ठीक असेन."

हॉर्वाथला त्याबद्दल शंकाच होती. चेस बराच काळ, काही महिने तरी, कशातही भाग घेऊ शकणार नव्हता. तरी पण हॉर्वाथ म्हणाला, "तू म्हणशील तसे, बॉस."

"माझ्यावर उपकार केल्यासारखा बडबडू नकोस, हॉर्वाथ." चेस जरा रागावलेलाच दिसत होता. "तू माझ्यासाठी थांबशील, असे वचन दे मला."

"कशासाठी थांबू म्हणतो आहेस तू?"

"करामी आणि साबा यांना उडविण्यासाठी. त्या वेळी मला तिथे हजर असायला आवडेल."

त्याची बदला घेण्याची भावना हॉर्वाथ समजू शकत होता. हॉर्वाथच्या मनातही ती तशीच होती. जास्त नाही, तरी तेवढ्याच तीव्रतेने; पण अशा गोष्टी मनात ठेवायला शिकला होता तो. "आधी तुझ्या दंडाची परिस्थिती समजून घेऊ आणि मग बोलू आपण."

चेस आपल्या डाव्या हाताच्या अंगठ्याशेजारचे बोट हॉर्वाथच्या दिशेने रोखत म्हणाला, "आपण दोघांनी ते करायला पाहिजे, अशी इच्छा आहे माझी."

हॉर्वाथ हळूच हसला. पोरगा खोटे बोलत होता. त्याला एकट्यालाच ते करायचे होते. हॉर्वाथचा त्याच्याशी काही संबंध येणार नव्हता. आपल्याला बाजूला ठेवले जाईल, अशी चेसला भीती वाटत होती.

"सर्व तयारी झाली का बघतो," हॉर्वाथ म्हणाला. "पाच मिनिटांत निघू आपण. ठीक आहे?"

"ठीक आहे," चेस उत्तरला. आरशाकडे वळून हॉर्वाथने मारलेली टायची गाठ त्याने एका हाताने सरळ करायचा प्रयत्न केला. अमेरिकेचे जखमी झालेले अनुभवी योद्धे शेवटी अशाच परिस्थितीतून जातात का, असा विचार आपल्याच प्रतिबिंबाकडे बघत असताना त्याच्या मनात येऊन गेला. कपडे चढविण्यासाठी दुसऱ्या कुणाच्या मदतीची गरज भासावी, हेच त्याला आवडत नव्हते.

खरेतर त्याला रागच आला होता. दहशतवादी आपल्या सुरक्षित ठाण्यात बघत बसलेल्या व्हिडिओंची त्याला आठवण झाली आणि त्याचे डोके जास्तच भडकले.

स्वीडिश अधिकाऱ्यांनी त्यांच्या पासपोर्ट्सवर शिक्के उठवले आणि विमानतळावरील धावपट्टीच्या दिशेने हात केला. त्यांच्यासाठी थांबून असलेल्या विमानात ते चढले.

सेन्टिनल मेडेव्हॅक या खासगी कंपनीकडून कार्लटन ग्रुप कधीकधी जेट विमाने भाड्याने घेत असे. सर्वसाधारणपणे आंतरराष्ट्रीय बिनसरकारी संघटना आणि मानवतावादी गटच या कंपनीकडून विमाने भाड्याने घेत असत. रेड क्रॉससारखीच एक संघटना अशा दृष्टीने या कंपनीकडे बघितले जात असे. म्हणूनच त्यांच्याबरोबर काम करायला कार्लटनला आवडत असे. इतर देशांमध्ये लपूनछपून माणसे आणि साधनसामग्री हलविण्यासाठी ही विमाने फार उपयोगी पडत असत.

सेन्टिनल मेडेव्हॅककडे अत्याधुनिक विमानांचा ताफा होता. याशिवाय दुसरी एक गोष्ट हॉर्वाथला आवडत असे. उत्तर कॅरोलिनामधील या कंपनीचा तरुण आणि डॉक्टर असलेला मालक देशभक्त होता. म्हातारबुवा आणि त्याचे सहकारी यांना मदत करायला त्याला आवडत असे. त्यांच्यासाठी तो नेहमी सर्वोत्कृष्ट जेट

विमानेच पाठवत असे आणि गॅलीमध्ये खाण्या-पिण्याच्या वस्तू ठासून भरलेल्या असत.

स्वत:साठी एखादे ड्रिंक बनविण्यासाठी विमानाने उड्डाण करेपर्यंत थांबायची हॉर्वाथची सवय होती. आज नाही. माणसे गमावल्याचा धक्का फार मोठा होता. सरळ विमानाच्या मागच्या बाजूला जाऊन त्याने एका ग्लासमध्ये बर्फाचे खडे टाकले आणि मेकर्स मार्क ही व्हिस्की ओतून घेतली.

विमानाला उड्डाणाची परवानगी मिळेस्तोवर त्याने अर्धा ग्लास संपवलाही होता. विमानाने धावपट्टी सोडल्यावर मागे टेकून त्याने शांतपणे आजच्या घटनांचा अर्थ लावायचा प्रयत्न केला.

अगदी थोड्याजणांना आवश्यक तेवढीच माहिती देऊन, खूप तास काम करून, अनेक कामे स्वत:च करून म्हातारबुवांनी इतर कुणाला हातातल्या कामगिरीचा थांगपत्ताही लागू दिला नव्हता. तरीही कामगिरीचा पार बोजवारा उडाला होता. येमेनपेक्षा मोठे अपयश पदरात पडले होते. येमेनमध्ये खूप महत्त्वाचा दहशतवादीच फक्त बळी पडला होता. उपसालामध्ये महत्त्वाचा दहशतवादी आणि त्याचा उजवा हात असे दोघे तर निसटले होतेच; पण कामगिरी हातात घेतलेल्या टीमचे पाच सदस्यही ठार झाले होते.

फार फार वाईट ठरलेली कामगिरी आणि येमेनच्या अपयशाच्या पार्श्वभूमीवर खूपच धक्कादायक!

दहशतवादी गटाचा प्रमुख करामी याला आपण काय करत आहोत, याची पूर्ण जाणीव होती. सुरक्षित घरामध्ये काहीही नव्हते. सेलफोन्स रस्त्यापलीकडच्या दुसऱ्याच अपार्टमेंटमध्ये ठेवले होते. खूप हुशारीने आणि शिस्तीने काम केले होते. खिडक्या आणि पडदे वापरून चेसने बनविलेल्या सिग्नलचा पूर्ण तपशील जसाच्या तसा दाखवला होता. प्रत्येक बारीकसारीक गोष्टीकडे लक्ष दिले होते. दुसरे अपार्टमेंट स्फोटकांनी पार उद्ध्वस्त केले होते. याचा अर्थच विचार करण्यात तो कित्येक पावले पुढे होता. हॉर्वाथ आणि त्याची टीम करामीच्या इतक्या जवळ केवळ नशिबानेच पोहोचली होती. आता पुन्हा तीच गोष्ट साध्य करणे ही अत्यंत कठीण बाब होती.

पण येमेनमधील कामगिरी ज्या कारणाने अयशस्वी ठरली होती, त्याच कारणाने या कामगिरीचा फज्जा उडाला नव्हता. येमेनमध्ये माहिती बाहेर फुटल्याने गोंधळ उडाला होता की त्यासाठीही दुसरेच काही कारण होते? पावलोपावली काळजी घेऊनही आझीम अलीमच्या माणसांनी हॉर्वाथचा माग काढला होता का? आपल्या माणसाला दुसऱ्या देशात नेऊन अमेरिकनांनी त्याची उलटतपासणी करू नये म्हणून तो असलेल्या गाडीवर रॉकेट प्रॉपेल्ड ग्रेनेडने हल्ला चढवून त्यांनी

त्याला ठार मारले असेल? *शक्य होते ते. काहीही शक्य होते.* भविष्यकाळात फारच काळजीने वागायचे हॉर्वाथने ठरवून टाकले.

आणि त्याचे विचार पुन्हा आज घडलेल्या घटनांकडे वळले. तांत्रिकदृष्ट्या उपसालाची कामगिरी फसली असली तरी त्यांना संपूर्ण अपयश आले नव्हते. मन्सूर अलीमला त्यांनी ताब्यात घेतले होते. चेसला त्यांच्या गटात घुसवून दहशतवादी गटांचा नेता कोण आहे एवढे शोधून काढण्याइतका वेळ त्यांना मिळाला होता. कतारचा शेख म्हणून कोणीतरी फार उच्च स्थानावरचा सूत्रधार होता; एवढी बातमी त्यांना कळली होती.

करामी कुठलातरी हल्ला चढविण्याच्या तयारीत आहे, याची चेसला पूर्ण खात्री पटली होती. ही चिंतेची बाब होती. आझीमच्या युरोपिअन आणि शिकागो येथील गटांनी यापूर्वी चढविलेल्या हल्ल्यांचा तर हॉर्वाथ साक्षीदारच होता. शिकागो स्टेशनवरच्या हल्ल्यात बळी पडता पडता वाचलेल्या मुलांच्या किंकाळ्या कानावर पडल्या नाहीत, अशा फार थोड्या रात्री हॉर्वाथने अनुभवल्या होत्या. तशा तऱ्हेचा मानसिक धक्का सहन केल्यावर त्यातील किती मुले मोठी झाल्यावर साधेसरळ आयुष्य जगतील, याची त्याला कल्पना करता येत नव्हती.

दु:खाची गोष्ट म्हणजे जगभर इस्लामिक दहशतवादी कित्येक निरपराधी माणसांचेच खून पाडत होते. साधे आयुष्य जगणारी माणसे. त्यातील बहुतांश तर मुस्लीमच. दहशतवादी काहीही बडबड करत असले, तरी जास्तीतजास्त मुस्लीम मुस्लिमांकडूनच मारले जात होते.

त्याला जर काहीही करायची मुभा दिली असती, तर खलिफांना पाठिंबा देणाऱ्या जगामधल्या या सर्वांना त्याने एका बेटावर पाठवले असते. करा तिथे काय लढाया करायच्या असतील त्या. गरिबांना दानधर्म करण्याचा आव आणणाऱ्या इस्लामिक संस्थांना दिलेल्या देणग्याही दहशतवाद्यांना पाठिंबा देण्यासाठीच वापरल्या जात. त्यांच्या बाबतीत ते स्वत: आत्मघातकी दहशतवादी नाहीत किंवा विमानांचे अपहरण करत नाहीत याचा अर्थ, त्यांचा जिहादमध्ये सहभाग नाही असा करताच येत नाही. आर्थिक दहशतवादही असतोच. त्याच्या यादीत त्याने या संस्थांचा समावेशही केला असता.

प्रसिद्धीमाध्यमांचाही जिहाद असतो. अमेरिकेत तर तो फारच कार्यरत आहे. मुस्लीम दहशतवाद असा काही प्रश्नच नाही, असे प्रसिद्ध व्यक्ती प्रसारमाध्यमांसमोर सांगतात. ख्रिश्चन अतिरेकी तेवढेच धोकादायक आहेत किंवा हिंसक आहेत असा प्रचार होतो. उदाहरण विचारले तर ओक्लाहामा सिटी बॉम्बर टिमोथी मॅक्व्हे याचे नाव तत्काळ पुढे करतात; पण त्याने तो कधीही ख्रिश्चन आहे असे म्हटले नाही की बायबल किंवा इतर कुठल्या धर्मग्रंथाचा हवाला आपल्या भयानक दहशतवादी

कृत्यासाठी दिला नाही. त्यांचा सर्व खटाटोप इतर धर्म तेवढेच दहशतवादी आहेत असे सिद्ध करण्याचा असतो. या खोट्या प्रचारालाही कितीतरी जण बळी पडत असतात. हे खरेच आश्चर्यकारक आहे.

काहीजण इस्लामिक दहशतवादावर आणि शरीया कायद्यावर भिन्न संस्कृतीच्या बुरख्यामधून हसत मुखवटा चढवायचा प्रयत्न करतात. ऑनर किलिंग्जचे - मानापमानाच्या भ्रामक कल्पनांचे बळी, डोक्यावर स्कार्फ चढविला नाही म्हणून ठार केलेले बळी आपल्या धर्माबाहेरच्या पुरुषांशी मैत्री करणारे किंवा धर्मांतर करण्याचा प्रयत्न करणारे तरी याच्याशी निश्चितच सहमत होणार नाहीत.

साधा स्पष्ट विचार करणे ही कशी काय असाधारण गोष्ट असू शकते, याचा हॉर्वाथला अनेक वेळा धक्का बसे. प्रसारमाध्यमांसमोर अक्कल पाजळणारे आणि अशा तऱ्हेचा हिंसाचार खपवून घेणारे राजकारणी अशांनाही त्या बेटावर पाठवले तरी हॉर्वाथला चालले असते. विमानाने वझिरीस्तानभर फिरवून वेगवेगळ्या ठिकाणी फेकून देता आले तर त्याहूनही उत्तम! जगूनवाचून कुणी परत आला, तर नंतर त्याने कशाबद्दलही काहीही बडबड करावी. धर्माच्या नावाखाली घडवून आणलेले भीषण अत्याचार आणि निरपराध मुस्लिमांची त्यांच्याच धर्माचे कट्टरपंथी उडवत असलेली कत्तल बघण्यापूर्वी त्यांनी त्यांची जाहीरपणे प्रकट केलेली मते ऐकायची त्याची इच्छाच नव्हती.

इस्लामच्या नावाखाली चाललेले भीषण अत्याचार त्याने पाहिले होते. त्यांच्याकडे जास्त लक्ष पुरवायला हवे होते, कमी नाही. अमेरिकन प्रसारमाध्यमे आणि राजकारणी जेव्हा धर्मावर खरीखुरी श्रद्धा बाळगणाऱ्या मुस्लिमांच्या बाजूने, त्यांच्या शत्रूंच्या नव्हे, उभे राहतील तेव्हाच त्यांना इतर जगाबरोबर शांततेने जगणे शक्य होणार होते.

हॉर्वाथच्या मनात अनेकदा विचार येई की, तो हे सर्व का आणि कशासाठी करत बसला आहे? ज्या देशातल्याच अनेकांना आपला देश इतरांशी फार उद्धटपणे वागतो आणि त्याची मस्ती उतरलीच पाहिजे असे वाटत होते, अशा देशाचे आणि त्या देशातील जनतेचे रक्षण तरी कशासाठी करायचे? स्वत:चे सर्व काही, अगदी प्राणसुद्धा पुन:पुन्हा त्यासाठी का धोक्यात घालायचे? देशातल्या तीस कोटी जनतेशी त्याचा कधी संबंध तरी येणार होता का?

महत्त्वाचे प्रश्न होते. तो जे करत होता आणि ज्यासाठी करत होता, त्याच्या पार मुळाशी जाऊन पोहोचणारे.

आपल्या वडिलांच्या मृत्यूनंतर हॉर्वाथ सील बनला होता. त्यांचे आपापसातले संबंध शेवटीशेवटी खूप चांगले राहिले नव्हते आणि त्याच्या मनात थोडी अपराधाची भावना होती हे त्याचे एक कारण असले, तरी मृत पित्याला आनंद वाटावा,

अभिमान वाटावा म्हणूनच फक्त तो सील बनला असता, तर त्याची कारकीर्द आजच्यासारख्या पातळीवर येऊन पोहोचलीच नसती. त्यासाठी वेगळेच कारण असायला हवे होते. ते तसे होतेही.

हॉर्वाथला भाऊ नव्हते, बहिणी नव्हत्या. वडिलांनी आपल्या पेशामुळे, ज्यांची नावेही ते इतरांना सांगू शकत नव्हते अशा ठिकाणी बराच काळ वेगवेगळ्या कामगिऱ्या पार पाडत घालवला होता. काही वेळा निरोपही न घेता निघून जाणे त्यांना भाग पडे. ते जेव्हा पुनःपुन्हा बराच काळ घरी नसत, तेव्हा त्यांची उणीव मुलाला भासू नये यासाठी आई सर्वतोपरी प्रयत्न करत असतानासुद्धा हॉर्वाथच्या आयुष्यामधील ती पोकळी कधीच भरून निघाली नाही. आपली गरज आहे असे इतरांना वाटावे, त्यासाठी त्यांनी घरी परत यावे आणि खरेतर नंतर घर सोडून जाऊच नये असेच त्यांना वाटावे, अशी त्याची खूप इच्छा असे.

कोरोनाडो बेटावर मोठा होत असताना त्याचा सर्वांत जवळचा मित्र त्याच्या शेजारीच राहत असे. फ्रेड नावाच्या त्या मुलाचे डोळे जास्तच मोठे होते आणि वयाच्या मानाने त्याला समज कमी होती. इतर सर्व मुले त्याला सारखे टोमणे मारत, त्याचा निष्ठुरपणे छळ करत. त्याला एगहेड म्हणत. हॉर्वाथ तसा फार दणकट नसला तरी इतर सगळ्यांपासून आपल्या मित्राचे संरक्षण करण्यासाठी त्याच्या शेजारी उभा राहत असे. हाणामारीचे धडे देण्यासाठी वडील कधीच जवळ नव्हते. वडिलांचे मित्र क्वचित घरी येऊन त्याला मासेमारीसाठी घेऊन जात, आई ठीक आहे याची खात्री करत; तेव्हा स्वतःचे आणि आपल्या मित्राचे रक्षण कसे करायचे, हे त्याचे त्यालाच शिकावे लागले आणि तो रस्त्यावरच्या गुंडगिरीला, एकाच वेळी अनेकांना तोंड द्यायला आपोआप शिकला. तसा तो कणखर बनला नसता, तर त्याचा टिकाव लागलाच नसता. मित्राच्या रक्षणासाठी काहीही करायला तो कधीच घाबरला नाही. त्याचे रक्षण करण्यासाठी तो सदैव त्याच्या शेजारी उभा राहत असताना, त्याच्या स्वतःच्या आयुष्यात त्याची काळजी घेण्यासाठी कुणी त्याच्या शेजारी उभे राहिले नव्हते.

तो सील्समध्ये भरती झाला नसता, तर ही पोकळी कधीही भरून निघाली नसती. स्वतःचा जीव निश्चिंतपणे ज्यांच्यावर सोपवावा, असे साथीदार तिथेच त्याला मिळाले. त्याच्या शेजारी खांद्याला खांदा लावून उभे राहून, ते त्याचे रक्षण करत.

त्याचे वडील बराच काळ कामानिमित्त दूर असत याचा काहीही संबंध नसणारी, धोके पत्करण्याची हॉर्वाथलाच गरज होती? तीच शक्यता होती. आयुष्याला अर्थ आणणारी, अशक्यप्राय गोष्टी साध्य करणारी, स्वतःच्या मनातल्या भीतीवर ताबा मिळवून कधीही मागे हटण्याचा विचार मनात न आणणारी. त्यासाठी कोणताही

धोका पत्करण्याची प्रवृत्ती त्याची भेट झालेल्या प्रत्येक लढवय्यात होती. आपला देश आणि त्या देशातील जनता यांच्या रक्षणासाठी उभे ठाकण्यासाठीच आपली निवड झाली आहे, ही अभिमानाची भावना हा त्या सर्वांमधला समान दुवा होता. देशाचे, देशातील जनतेचे रक्षण करायचे, त्यांना धोका निर्माण होऊ द्यायचा नाही. ते आपल्या प्राणांपेक्षाही प्रिय अशा कशाचेतरी हृदयापासून जतन करत आहेत, हीच भावना त्यांच्या मनात होती.

त्याच्या विचारांपेक्षा भिन्न विचारांच्या, त्याच्यासारखी माणसे अस्तित्वात आहेत याचाच तिरस्कार करणाऱ्यांचेही तो मनापासून रक्षण करत असे. त्यांच्या विचाराप्रमाणे, इच्छेप्रमाणे वागण्याचे स्वातंत्र्य त्यांना आहे, यावर त्याचा पूर्ण विश्वास होता. त्याच्या आणि त्यांच्या विचारांतला फरक कशामुळे आहे, याची त्याला काळजी नव्हती. अशा लोकांचे रक्षण करण्यानेच तो जास्त ताकदवान बनतो, अशी त्याची श्रद्धा होती. त्यांच्याकडून कसली अपेक्षा नव्हती. केलेल्या कामाची पावती नाही की बक्षीस नाही.

तो आणि त्याच्यासारखे लढवय्ये हे काम करत, कारण तो त्यांना स्वतःचा सन्मान वाटे. ती अशी माणसे होती की, ज्यांना हेच काम उत्कृष्टपणे करता येत असे. ते हे काम त्यांच्या शेजारी खांद्याला खांदा लावून उभ्या असणाऱ्या माणसांसाठी, त्यांच्यापूर्वी हेच काम करणाऱ्यांसाठी, इतर कुणी ऐकलेली नाहीत अशा जगामधल्या भयंकर ठिकाणी धोकादायक कामगिऱ्या पार पाडत असताना जीव गमावून बसलेल्यांसाठी करत होते. सगळे कसे सरळ होते आणि तितकेच गुंतागुंतीचे. हॉर्वाथ शेवटी त्याच तऱ्हेचा माणूस होता.

'इतर कुणी बघत नसतानाही आपले काम चोखपणे करणाऱ्या माणसांची योग्यताच उच्च दर्जाची असते', या जुन्या व सुप्रसिद्ध म्हणीवर हॉर्वाथचा पूर्ण विश्वास होता. फ्रेडकडून तो शिकला होता की, ज्यांना स्वतःचे रक्षण करता येत नाही अशा माणसांसाठी स्वतःहून उभे राहून जीव धोक्यात घालणारी माणसे फारच थोडी असतात. त्याच्या आयुष्याचे इतिकर्तव्य हेच होते. तो आपल्या कर्तव्याकडे दुर्लक्ष करू शकत नव्हता. त्याच्या मनालाच ते पटले नसते. इतरांचे अमेरिकन स्वप्न साकारावे यासाठी झटत राहताना तो कधी आपल्या आयुष्याची मजा चाखू शकला नव्हता.

हल्ला करणाऱ्या टीममधल्या सदस्यांच्या मृत्यूचा विचार तर त्याच्या मनातून जातच नव्हता. कितीजणांची कुटुंबे असतील? अनेकांची. एखादे वेळी सर्वांचीसुद्धा. कितीजण आपली पत्नी मागे ठेवून गेले होते? आणि मुले? आपले वडील गमावल्याचा त्या मुलांवर कशा तऱ्हेचा परिणाम होईल? वडिलांनी वाचून दाखवल्या असत्या अशा किती गोष्टी तशाच राहिल्या असतील? आणि प्रेमाने मारलेल्या मिठ्या?

योग्य वेळी दिलेला योग्य तऱ्हेचा वडिलकीचा सल्ला कधीच दिला जाणार नाही. वडील गमावण्याचा धक्का किती मोठा असतो, याची मोजदाद नाही करता येत.

डोळे उघडून त्याने डोके वर केले. विमानाच्या मागच्या बाजूकडे नजर टाकली. रायली चेसच्या दंडावरचे बॅन्ड-एड काढायचा प्रयत्न करत होती. ते काम काही नीट जमत नव्हते. तो बघतो आहे याची जाणीव झाल्याप्रमाणे तिने डोके वर उचलले, मान हलवली आणि ती पुन्हा कामाला लागली.

तिच्या मान हलवण्याचा अर्थ काही त्याच्या ध्यानात आला नाही. या क्षणाला त्याने जास्त विचारही केला नाही. आझीमचे दहशतवाद्यांचे जाळे त्यांनी आणखी काही हल्ले चढविण्याआधी कसे उद्ध्वस्त करायचे, या विचारात तो गढून गेला.

त्यांना थांबवायचे म्हणजे पुढच्या वेळी वीज कुठे कोसळेल याचे भविष्य वर्तविण्यासारखे होते. तो योग्य वेळी, योग्य ठिकाणी असणे आवश्यक होते. बर्फावर खेळण्याच्या हॉकी या क्रीडाप्रकारातील प्रसिद्ध खेळाडू बेन ग्रेट्स्की याचे वडील त्याला शिकवत असत की, पक - त्या खेळात चेंडूऐवजी वापरली जाणारी कडक रबरी चकती - जिथे मारली जाणार असेल, तिथे स्केट करत पोहोचता आले पाहिजे. ती होती त्या जागी नाही.

आणि पक स्वीडनमध्ये होती. ती आता तिथेच होती की हलली होती? हलली असेल तर आता कुठे असेल? पुन्हा डोळे मिटून झोपेच्या अधीन होत असताना हेच विचार हॉर्वाथच्या मनात घोळत होते. फार थकला होता तो. त्याला ताजातवाना बनविणाऱ्या गाढ झोपेची आवश्यकता होती.

स्टॉकहोमपासून आइसलँडमधील केफ्लाविक येथील पूर्वीच्या युनायटेड स्टेट्स नेव्हल एअर स्टेशन या उड्डाणाला तीन तासांहून थोडासाच जास्त वेळ लागला. धावपट्टीवर या खासगी जेटची चाके टेकल्यावर बसलेल्या थोड्याशा धक्क्याने तोपर्यंत झोपलेला हॉर्वाथ जागा झाला.

कागदोपत्री २००८ मध्ये नेव्हल एअर स्टेशनचा ताबा आइसलँडिक डिफेन्स एजन्सीकडे सोपविला असला, तरी आजही या ठिकाणी अनेक अमेरिकन्स होते.

विमान धावपट्टी सोडून मोठ्या हँगरपर्यंत गेले. मन्सूरला तळावरच्या रुग्णालयात नेण्यासाठी तिथे रुग्णवाहिका तयारच होती. कापडाच्या झोळीत दंड अडकविलेल्या चेसनेही बरोबर यावे, असा रायलीचा हट्ट होता. त्याच्या हाताकडेही लक्ष द्यायला हवेच होते.

त्याची इच्छा असती तर विमानाने घरी जाऊनही चेस हाताकडे लक्ष देऊ शकला असता. रायलीने जखम धुऊन, औषधे लावून, नवीन ड्रेसिंग करून जंतुनाशक औषधांचा मारा सुरू केलेला होताच. त्याला खूप वेदना होत असल्या

तरी आपली जखम किती गंभीर आहे, हे त्याला लवकरात लवकर समजून घ्यायचे होते. तसेच तो पुन्हा हाणामारी करायला कधी सज्ज होईल, हे त्याला जाणून घ्यायचे होते.

खरेतर मन्सूरची परिस्थिती कळेपर्यंत त्याला कुठेही जायची इच्छा नव्हती. चौकशी सुरू करण्याइतपत तो लवकरच बरा होणार असला, तर चेसला त्या वेळी हजर राहायचे होते. त्यांच्या दहशतवादी नेटवर्कबद्दल त्यालाच सर्वांत जास्त माहिती होती आणि थोडी चौकशी स्वत: केली नाही, तरी काही प्रश्न तरी कशा तऱ्हेने विचारले जावेत हे तो सांगणार होता. रायलीही त्याच्या प्रकृतीबद्दल कळेपर्यंत थांबणार होती. त्याला ती नवीन डॉक्टरांच्या ताब्यात देणार असली, तरी अजूनही त्याची जबाबदारी तिच्यावर आहे, असे तिला वाटत होते.

फक्त हॉर्वाथ ही एकच व्यक्ती अशी होती की, जिला आइसलँडमध्ये राहण्याचे काहीच कारण नव्हते. त्याच्या मनात एकच विचार येत होता. करामी किंवा साबा यांचा युरोपमध्ये कुठे माग लागला, तर वॉशिंग्टनपेक्षा आइसलँडमधून तो तिथे लवकर पोहोचला असता.

त्याचे अंतर्मन त्याला सांगत होते की, पक यापूर्वी युरोपमध्ये होती. आता त्याला स्केट करत अमेरिकेला जायला पाहिजे, कारण पक तिथे पोहोचणार होती. आझीम अलीम हल्ल्यांपूर्वी शिकागोला आला होता आणि चेसला न्यू यॉर्कला पाठवून स्वत: लॉस एंजेलिसला नवीन हल्ले करायला जाणार होता. उपसाला येथील सेलच्या प्रमुखाने तीच गोष्ट केली असती. हा विचार कुठल्याही तऱ्हेच्या पुराव्यावर आधारित नसला, तरी हीच भावना त्याच्या मनात प्रबळ होती.

त्याची अंत:प्रेरणा त्याला असेही सांगत होती की, स्वीडनमधल्या बार्नमध्ये रायली काहीही म्हणाली असली, तरी त्याने रायलीला सोडता कामा नये. मन्सूरवर कितीतरी चाचण्या कराव्या लागणार होत्या आणि त्यात खूप दिवस जाणार होते. एकमेकांची नीट ओळख होण्यासाठी ही उत्कृष्ट संधी होती.

पण हल्ला करणाऱ्या टीमच्या सदस्यांच्या मृत्यूमुळे ही वेळ योग्य नव्हती. कामगिरीवर असताना त्यांनी जीव गमावला होता. ती त्या ठिकाणी हजर नसली तरी टीमची सदस्य होतीच. सर्वांनीच खूप काही गमावले होते.

वेळ चुकीचीच होती. म्हातारबुवा त्याच्याकडून संपूर्ण माहिती काढून घेणार होते. त्या घटनेच्या स्वीडनमध्ये होणाऱ्या चौकशीवरही लक्ष ठेवायला हवे होते. म्हातारबुवांना तो चांगला ओळखत होता. तेव्हा आधीच त्याने स्वीडनच्या चौकशीची सुई भलत्याच कुठल्यातरी इंटेलिजन्स एजन्सीकडे वळेल, याची काळजी घेतली असणार. तो हे सर्व अशा तऱ्हेने हाताळणार होता की, ज्या एजन्सीचा या प्रकरणाशी संबंध आहे असे तो सूचित करणार होता, त्यांच्यावर स्वीडनच्या चौकशी

अधिकाऱ्यांचा संशय कायम राहील; पण त्यांच्या हाताला कुठल्याही तऱ्हेचा पुरावा लागणार नाही. म्हातारबुवांनी इतर ज्या कामगिऱ्या हातात घेतल्या होत्या, त्यांनाही याचा फायदाच झाला असता. एखादी इंटेलिजन्स एजन्सी चालवायची म्हणजे संथ पाण्यात दगड टाकण्यासारखे होते. प्रत्येक तरंग कुठपर्यंत पोहोचेल आणि कुठले तरंग एकमेकांना छेद देतील, किती वेगाने देतील, हे कळले पाहिजे. म्हातारबुवा फारच हुशार होते.

पण मित्र असणाऱ्या स्वीडन या राष्ट्राला अशा तऱ्हेने वागविणे योग्य होते का? नव्हतेच; पण हा खेळ अशा तऱ्हेने खेळणे भाग होते. त्रिमितीत बुद्धिबळ खेळल्या जाणाऱ्या या जगामध्ये बोर्डावरची प्यादी फार झपाट्याने हलतात. एकतर सर्वांपेक्षा तुम्ही, अगदी तुमच्या दोस्तांपेक्षाही, काही पावले पुढे असता; नाहीतर ते तसेच तुमच्यापुढे असतात. अमेरिका या खेळात खूप पुढे राहावी या एकमेव उद्देशानेच तर कार्लटन ग्रुपची स्थापना झाली होती.

सर्व तपशिलांकडे म्हातारबुवांचे जे बारीक लक्ष असे ते लक्षात घेता, जेटमधून उतरल्यावर काही क्षणांत त्याचा सेलफोन वाजला, तेव्हा हॉर्वाथला आश्चर्य वाटले नाही.

रुग्णवाहिकेतील टीम मन्सूरला स्ट्रेचरवर ठेवून विमानाच्या पायऱ्या उतरत होती. त्यांच्यापासून थोडे बाजूला सरकून हॉर्वाथ फोनवर उद्‌गारला, "सर!"

हॉर्वाथला शेजारीच उभे असल्याप्रमाणे म्हातारबुवांचा आवाज अगदी स्पष्ट येत होता. "तिथली परिस्थिती कशी आहे?"

"ते मॅसॅच्युसेट्सला आत्ता रुग्णवाहिकेत चढवत आहेत," हॉर्वाथ म्हणाला. तो मन्सूर अलीमचा सांकेतिक नावाने उल्लेख करत होता.

"परिस्थितीत काही फरक?"

"नाही."

"तो नक्की कुठली बनवाबनवी करत नाही, याबद्दल खात्री आहे ना तुझी?"

चौकशी जास्तीतजास्त लांबणीवर टाकण्यासाठी खूप आजारी असल्याची बतावणी कशी करायची हे त्यांना शिकविले जाई, याची हॉर्वाथला कल्पना होती. स्वत:लाच शारीरिक जखमा कशा करून घ्यायच्या आणि त्याचे खापर त्यांना पकडणाऱ्यांवर फोडून चौकशीच कशी टाळायची, याचे धडेदेखील त्यांना दिले जात असत.

मागे इराकमध्ये एका कैद्याने धावत्या ट्रकमधून मागच्या मागे उडी मारून नंतर कोठडीच्या भिंतीवर स्वत:चे डोके फोडून घेऊन तीन सीलसवर त्याचा छळ केल्याचा आरोप केला होता. दहशतवाद्यांना पकडताना हेल्मेटवर बसविलेल्या कॅमेऱ्याने सर्व चित्रण करावे आणि चोवीस तास त्यांच्यावर कॅमेरे रोखून ठेवले जावेत अशी

हास्यास्पद सूचना करून तमाशा करणाऱ्या काँग्रेसच्या सदस्यांसमोर खटला चालल्यावरही त्यांची निर्दोष म्हणून मुक्तता झाली होती, तो भाग वेगळा.

हॉर्वाथिकडे याहून चांगली कल्पना होती. पकडलेले बहुतेक सर्व दहशतवादी महत्त्वाचे नसत. त्यांच्याकडून कोणतीही विशेष माहिती मिळण्याची शक्यता नसे. अमेरिकेने त्यांना जिवंत पकडण्याचे धोरण सोडून दिले तर सरकारचा खूप पैसा वाचेल, असे हॉर्वाथला वाटत असे. *तुझा आम्ही शोध घेतला तर मेलास समज तू.* गिटमो नको. काही नको. जन्नतमधल्या सुंदर कुमारिका प्रथम संपतात की पृथ्वीवरील स्वत:चा जीव द्यायला तयार असणारे दहशतवादी, याचा अभ्यास एकदा व्हायलाच हवा होता.

''त्याची हृदयक्रियाच बंद पडली होती; तेव्हा तो काही बनवाबनवी करत होता असे वाटत नाही मला,'' हॉर्वाथने उत्तर दिले.

''काहीही असले तरी त्याच्यावर लक्ष ठेवण्यासाठी अनेकजण आहेत,'' म्हातारबुवा म्हणाले. ''मला तुझी इथे गरज आहे. ताबडतोब.''

''काय झाले आहे?''

''तुझा तो बिंट्या दोस्त, मूनरेसर, *फारच अंडी फोडतो आहे.''*

तो कुणाबद्दल बोलत होता ते हॉर्वाथच्या तत्काळ लक्षात आले. आत्तापर्यंत फक्त ट्रोल या नावाने ज्याला पश्चिमी देशांच्या इंटेलिजन्स सर्व्हिसेस ओळखत होत्या, तो त्याचा बुटका मित्र निकोलस. अत्यंत गुप्त आणि धोकादायक अशी माहिती विकत घेऊन प्रबळ असलेल्या निरनिराळ्या देशांचे राज्यकर्ते आणि व्यक्ती यांच्याकडून खंडणी उकळणे हा त्याचा उद्योग होता.

त्याने तयार केलेले एक ट्रेडिंग सॉफ्टवेअर एका मान्यवर आंतरराष्ट्रीय वित्तीय संस्थेने विकत घेतले होते. त्यांची सॉफ्टवेअर घेणाऱ्या कोणत्याही कंपनीला त्याची खरी ओळख पटलेली नव्हती. ती तशी पटली असती तर त्यांनी त्याच्याशी व्यवहार केला नसता. त्यांनी गृहीतच धरले असते की, सॉफ्टवेअरमध्ये त्यांची माहिती बघण्यासाठी आणि तिचा स्वत:साठी उपयोग करून घेण्यासाठी त्याने अनेक चोरदरवाजे ठेवलेले असणार.

हॉर्वाथच्या मार्गात तो अनेकदा आडवा आला होता. सरळसरळ शत्रुत्वापासून त्यांचे मैत्रीपूर्ण संबंध निर्माण झाले होते. तो खूप बुटका असला आणि त्याने अनेक गुन्हे केले असले, तरी त्याच्याकडे अद्भुत चातुर्य होते, सामर्थ्य होते याबद्दल वादच नव्हता. हॉर्वाथला खात्री होती की, अमेरिकेला त्याच्या या हुशारीचा फायदा झाला असता.

आझीमचा पुतण्या मन्सूर आणि त्याचे दहशतवादी सेलशी असलेले संबंध प्रथम निकोलसने शोधले होते. हॉर्वाथला वाटत होते की, निकोलसला कार्लटन

ग्रुपमध्येच घ्यावे. म्हातारबुवांची त्याला अजिबात तयारी नव्हती. हॉर्वाथिने त्याची तरफदारी थांबवली नाही तर त्याचाच करार रद्द करण्याची धमकी म्हातारबुवांनी हॉर्वाथला दिली होती. हॉर्वाथने त्या धमकीला जुमानले नाही. निकोलस एक अमूल्य ठेवा होता. एकतर त्याचा असेल, नाहीतर दुसऱ्या कुणाचा तरी. नाहीतर तो एकटाच त्याचे काम चालू ठेवेल. ही तर सर्वांत वाईट बाब ठरली असती.

अमेरिकेची अत्यंत गुप्त माहिती चोरली म्हणून त्याला देशाचा शत्रू म्हणून घोषित करण्यात आले होते. शेवटी म्हातारबुवांनी अनेक अटी घालून त्याला कार्लटन ग्रुपमध्ये सामावून घेण्याची तयारी दर्शवली. त्याच्या अपराधांना क्षमा मिळवून देणे ही तर हॉर्वाथची कसोटीच ठरली. अत्यंत महत्त्वाची आणि अत्यंत कठीण बाब.

निकोलसचे जगावेगळे कौशल्य आणि यापूर्वी गुप्त कामगिऱ्यांमध्ये त्याने केलेली मदत याबाबतचे पुरावे बंद दाराआडच्या बैठकीत सादर केल्यावर सिनेट सिलेक्ट कमिटी ऑन इंटेलिजन्सने अध्यक्षांकडे त्याच्या माफीचा प्रस्ताव आपल्या शिफारशीसह पाठविला. माफी मिळाली; पण त्यासाठी त्याला फार जबर किंमत मोजावी लागली. निकोलसकडे असलेली काही पेटन्ट्स आणि ट्रेडमार्क्स त्याला सोडावे लागले; त्यामुळे मिळणाऱ्या पैशांच्या मोबदल्यात त्याचा तुरुंगवास टळला.

अंकल शुगरने - निकोलसने अमेरिकन सरकारला ठेवलेले नाव - त्याला पार खंक करून सोडले आहे अशी तक्रार करत असतानाच कार्लटन ग्रुपमध्ये येण्यात त्याला खूप आनंद वाटत होता. त्याच्या बुटकेपणामुळे त्याला त्याचे सर्व आयुष्य फार एकाकीपणे घालवावे लागले होते. स्वत:पेक्षा खूप मोठ्या अशा कशाचातरी भाग बनताना त्याला आपलाच दर्जा वाढल्यासारखे वाटत होते. त्यांनी त्याला मूनरेसर ही कॉलसाइन दिली होती - सांकेतिक नावच!

म्हातारबुवांनी जेव्हा सांगितले की, निकोलस फार अंडी फोडतो आहे, तेव्हा कार्लटन ग्रुपमध्ये येतानाच निकोलसने दिलेला धोक्याचा इशारा हॉर्वाथला आठवला. तो ज्या तऱ्हेचे काम करत होता, ते चांगले नव्हतेच. बरेचसे कामतर बेकायदेशीरच होते. बरीच अंडी फोडावी लागतात याचा अर्थ रीड कार्लटनला आवडणार नाहीत अशा अनेक गोष्टी त्याला करणे भागच असते; पण तरीही तो त्याचे जास्तीतजास्त रक्षण करेल याची निकोलसने त्याला ग्वाही दिली होती. थोडक्यात म्हणजे निकोलस त्याचे अंडी फोडण्याचे काम करतच राहणार होता.

''त्याचे काय आहे सर, काही संघटनांना पाय मोडणाऱ्यांची गरज असते तर काहींना अंडी फोडणाऱ्यांची,'' हॉर्वाथने उत्तर दिले. ''पण आपल्याकडे त्यातला सर्वोत्कृष्ट माणूस आहे.''

''ती चर्चा आपण नंतर करू. या वेळी त्याने बहुधा ऑम्लेट बनविण्याइतकी

अंडी फोडली आहेत. म्हणून मला तू ताबडतोब इथे परत यायला हवा आहेस.''

हॉर्वाथने फोन घट्ट धरला, आवाज खाली केला. ''कुठला तरी माग लागला आहे का आपल्याला?''

''आल्यावर बघशीलच. जेटमध्ये इंधन भरून नीघ आता तू.''

निकोलसने एवढे काय शोधून काढले आहे, याची हॉर्वाथला कल्पना करता येत नव्हती; पण करामी आणि इतर सेल्सनी पुन्हा हल्ले चढविण्याच्या आत त्यांना थांबवता येईल असे काहीतरी त्याने शोधून काढलेले असू दे, अशी तो प्रार्थना करत होता.

# २९

## दक्षिण कॅलिफोर्निया

लॅरी सालोमनची पार दमछाक झाली होती. त्याने शेवटी हॅन्क मॅक्ब्राइडकडे कुठेतरी विश्रांती घेण्यासारखी जागा आहे का अशी चौकशी केल्यावर त्याने लॅरीला पाहुण्यांची खोली दाखवली. ल्यूक रॅल्स्टनच्या डोक्यात उत्तरे न मिळालेल्या प्रश्नांची इतकी गर्दी झाली होती की, त्याला झोप येणे शक्यच नव्हते. किचनमध्येच थांबून त्याने स्वत:साठी आणखी एक कॉफी ओतून घेतली आणि टी.व्ही.चा आवाज वाढवला.

सगळ्या स्थानिक चॅनल्सवर हेलिकॉप्टरवरून दिसणारे दृश्य प्रक्षेपित होत होते. मध्येच लॅरी सालोमनच्या घराच्या गेटसमोर जमलेल्या वार्ताहरांच्या निवेदनांचे थेट प्रक्षेपण चालू होते. टेट लाबिआन्का, फिल स्पेक्टॉर आणि निकोल सिम्प्सनच्या खुनांशी तुलनाही केली जात होती. खरेतर या कुठल्याच खुनाची तुलना आजच्या घटनेशी झाली नसती.

समान असा धागा फक्त एकच होता. व्यक्ती सुप्रसिद्ध होती. लॉस एंजेलिसच्या बातमीदारांना तेवढे पुरेसे होते. ऐकायला भयानक वाटले, तरी लोकांना अशा तऱ्हेच्या गोष्टी आवडतात. *वाहणारे रक्त नेहमी कथेकडे नेते,* अशी एक म्हण त्यामुळे तयार झाली होती. त्यात टनावारी पैसा आणि हॉलिवुडशी संबंध आला की, देशभरची सर्व प्रमुख चॅनल्स ती कथा प्रसारित करणारच!

बातमीदारांकडे अजून तरी काही विशेष माहिती दिसत नव्हती. घर सुप्रसिद्ध सिनेनिर्माता लॅरी सालोमनचे होते आणि आत अनेकांचा मृत्यू ओढवला होता, एवढेच कळले होते. रशियन स्पेट्झनॅझचा - स्पेशल फोर्सेसचा - उल्लेख झाला नव्हता. डॉक्युमेंटरी बनविणाऱ्या दोन निर्मात्यांचा खून पडला होता हेदेखील माहीत नव्हते. सालोमन आणि रॅल्स्टन यांचा तपास चालू होता हे कुणी बोलले नसले तरी तो जारीने चालू असणार, याबद्दल रॅल्स्टनच्या मनात थोडीही शंका नव्हती.

त्याच्या घरात आत्ताच बहुधा अनेक पोलीस अधिकारी शोध घेत असणार. इतर

अधिकारी शेजाऱ्यांकडे चौकशी करत असतील. सालोमनचे आणि त्याचे फोन रेकॉर्ड्स नजरेखाली घालून, सालोमनच्या घरातल्या या घटनेच्या काही तास आधी ते दोघेही आपापल्या फोनवर कुणाशी बोलले होते, ते डिटेक्टिव्ह्ज शोधत असतील. लॅरीने आपली गाडी एका रेस्टॉरंटजवळ सोडून दिली होती. रेस्टॉरंट उघडले की, ते पोलिसांना फोन करतीलच. इतर पोलीस अधिकारी रेस्टॉरंटवर पोहोचतील, गाडी जप्त करतील, तिथल्या नोकरांना प्रश्न विचारतील. हा प्रकार का घडला हे कळण्यासाठी अगदी छोट्यात छोटा तपशीलही ते मिळवणार होते.

खून जरी दूर कोल्डवॉटर कॅनिअनमध्ये पडले असले, तरी तो विभाग एल.ए.पी.डी.च्या अधिकारक्षेत्राखालीच येत होता. म्हणजे देशातले उत्कृष्ट असे डिटेक्टिव्ह्ज या केसवर काम करत असणार. त्याची पार्श्वभूमी शोधायला किती वेळ लागेल त्यांना? *थोडा काळ तरी जाईल.* स्पेशल फोर्सेसमधल्या कुणाचीही, त्यातल्या त्यात उत्कृष्ट डेल्टा ऑपरेटर्सची ओळख सैन्यदल सहजासहजी देत नाही; पण घडलेली घटना इतकी विलक्षण होती की, त्याची ओळख जास्त काळ लपून राहण्यासारखी नव्हती.

सध्या तो आशा करत होता की, एल.ए.पी.डी.चे डिटेक्टिव्ह्ज त्या आडदांड रशियन्सकडे बघतील आणि योग्य त्या ठिकाणी शोध करायला लागतील; पण रॅल्स्टनला तरी काळजी वाटत होती की, ते खरे कोण आहेत समजवायला कुणी नसताना त्यांना वाटेल की, ते सालोमनचे खासगी शरीररक्षक होते आणि या प्रसिद्ध फिल्म निर्मात्याच्या अपहरणाच्या प्रयत्नात त्यांना ठार करण्यात आले.

रॅल्स्टन जसजसा जास्त विचार करायला लागला तसतशी त्याला काळजी वाटायला लागली की, रशियन्सच्या बाबतीत खरोखर तसेच घडू शकेल. सालोमनच्या घरात जास्त माणसे कधी नव्हतीच. राचेलचा खून झाल्यापासून त्याच्यात खूप फरक पडला होता. त्याचे मित्र आणि सहकारी यांनीही पोलिसांना तसेच सांगितले असते. त्यांचे सोडा; पण स्वत: रॅल्स्टनसुद्धा तेव्हापासून फार कमी वेळा सालोमनच्या घरी आला होता. सालोमन स्वत:च्या घरामधल्या कार्यालयात तयार करत असलेल्या डॉक्युमेंटरीबद्दल त्यालाही काही कल्पना नव्हती.

एल.ए.पी.डी.चे डिटेक्टिव्ह्ज कितीही चांगले असले, तरी त्यांनीसुद्धा जास्त खोलात जाऊन चौकशी केली नसती. पोलीस खात्यात अनेकदा फाइल कधी बंद होते, याची जास्त काळजी केली जाते; केसची उकल करण्याबाबत नाही.

साक्षीदारच नसताना पोलीस फक्त फोरेन्सिक्सवर - न्यायवैद्यक शास्त्रावर - अवलंबून राहणार होते. आत्तापर्यंत ते कुठल्या निष्कर्षावर पोहोचले असतील, याबाबत तो विचार करायला लागला.

घराबाहेर त्यांना त्याची मोडतोड झालेली फोर्ड इकोनोलाइन व्हॅन मिळाली

असती आणि छिन्नविछिन्न झालेले एक प्रेत. हल्लेखोर ज्या गाडीमधून पळ काढणार होते त्या गाडीच्या ड्रायव्हरची शॉटगनही एखादे वेळी त्यांना मिळाली असेल. घरामध्ये जेरेमी नावाचा माणूस किचनमध्ये मरून पडला होता आणि चिप कार्यालयात मेला होता. एक मृत रशियन डायनिंग रूमबाहेर पडला होता. दोघे वरच्या मजल्यावर. त्यातल्या एकाला सालोमनच्या क्लोझेटमध्ये किंवा तिजोरी ठेवलेल्या छोट्या खोलीतच गोळी मारली होती. दागदागिने, रोकड, कलाकुसरीच्या किंवा इतर मौल्यवान वस्तू जागच्या जागी होत्या.

रॅल्स्टनने स्वत:लाच प्रश्न केला की, तो डिटेक्टिव्ह असता तर त्याने कशा तऱ्हेने विचार केला असता?

पहिल्या मजल्यावरच्या गळा कापलेल्या रशियनकडे आणि तरुण जेरेमीकडे त्याने प्रथम लक्ष दिले असते. एकाला गोळी घालून ठार मारले होते आणि दुसऱ्याचा गळा घोटला होता. रॅल्स्टनने मासे कापण्याचा धारदार सुरा त्या रशियन- शेजारीच जमिनीवर टाकला होता. पोलीस किंवा इतर कोणत्याही एजन्सीजच्या फाइल्समध्ये त्याच्या बोटांचे ठसे नव्हते; तेव्हा सुऱ्यावरचे बोटांचे ठसे घेतल्यावर ते सरळ सैन्यदलाकडेच ओळख पटविण्यासाठी पाठवले गेले असते आणि तिथूनच त्याची पार्श्वभूमी उलगडायला सुरुवात झाली असती.

तो सुरा कुठून मिळाला हे शोधण्यासाठी डिटेक्टिव्ह असण्याची गरज नव्हती. तो किचनमधून मिळवलेला होता. त्याचा दुसरा अर्थ, डायनिंग रूमबाहेरच्या माणसाचा गळा कापणारा माणूस तशा तऱ्हेच्या कुठल्या तयारीने घरामध्ये आला नव्हता. फार महत्त्वाची गोष्ट होती ही.

पहिल्या मजल्यावरच्या घटना कशा तऱ्हेने घडत गेल्या असणार हे डिटेक्टिव्ह्जना कळेल, अशीही आशा तो करत होता. डायनिंग रूमबाहेरच्या माणसाला सुऱ्याने ठार मारले होते. याचा अर्थ, त्या वेळी रॅल्स्टनकडे पिस्तूल नव्हते. जेरेमीचा खून तो किचनमध्ये एक वाडग्यामधून दूध घातलेले सीरिअल - धान्याचे पोहे - खाताना झाला होता. एखादा गाढव माणूसच अशी समजूत करून घेईल की, रॅल्स्टनने त्याच वेळी आरामात किचनमध्ये जाऊन सुरा उचलला, डायनिंग रूमबाहेर जाऊन तिथल्या माणसाचा गळा कापून पुन्हा किचनमध्ये आला आणि त्याने जेरेमीवर गोळ्या झाडल्या. हा मूर्खपणाच ठरला असता.

मग रॅल्स्टनच्या ध्यानात आले की, त्याला हे सर्व स्वच्छ कळत होते, कारण त्याला काय घडले ते माहीत होते. पोलीस त्याच तऱ्हेने ते घडले होते असे ठरवतील, याच्यावर त्याचा विश्वास बसत नव्हता.

तो सर्व घटना आपल्या मन:चक्षूंसमोर आणत होता. तो सालोमनच्या केबिनमध्ये गेला. मागच्या जिन्याने वरती चढला. हॉलवेमध्ये तसाच एक आडदांड माणूस

मरून पडलेला होता. तो जास्त जास्त विचार करत होता, तशी त्याची खात्री पटत होती की, ती रशियन माणसे सालोमनचे खासगी शरीररक्षक होते, यापेक्षा वेगळा विचार इतरांच्या मनात येणे शक्य नाही.

पण त्यांच्यापैकी एकाकडेही ओळखपत्र नव्हते असे आढळल्यावर पोलिसांना तरी कळायलाच हवे होते की, ते खासगी शरीररक्षक नाहीत. रॅल्स्टनने दोघांचे खिसे तपासून तशी खात्री पटवून घेतली होती. ओळखपत्रे नाहीत ही बाबच ओरडून सांगत होती की, ते कॉन्ट्रॅक्ट किलर्स होते - भाडोत्री खुनी.

जेरेमी आणि वरच्या हॉलमध्ये मरून पडलेला रशियन या दोघांचा एकाच पिस्तुलाने खून झाला होता, हे बॅलिस्टिक्स चाचण्यांनंतर नक्कीच सिद्ध होणार होते. गळा कापलेल्या रशियनकडून रॅल्स्टनने ते उचलले होते असे कळेल त्यांना?

आणि बाथरूममध्ये एकजण होता, शॉटगन झाडल्यावर छातीतच भोक पडलेला. उद्ध्वस्त झालेली भिंत, टोकदार लोखंडी कांब बघितल्यावर नवशिका माणूसही सांगू शकेल की, तिथे काय झाले होते.

तरीही या सर्व गोष्टी वेगळ्याच तऱ्हेने घडल्या आहेत असे स्पष्टीकरण कोणी देऊ शकेल का, याचा त्याने विचार केला. त्याला काही सुचले नाही. बाथरूममध्ये मरून पडलेला माणूस तिजोरीच्या खोलीत घुसण्याचा प्रयत्न करत होता आणि कुणीतरी, बहुधा सालोमनने, त्याला उडवले हे फारच उघडउघड कळत होते. क्लोझेटमध्ये बंदुकीच्या दारूचे अवशेष सापडणारच होते; त्यामुळे तेच सिद्ध झाले असते.

हॉलवेमधल्या माणसाच्या नाकाखाली एक गोळी बसली होती आणि घशामध्ये दुसरी. यावरून पोलीस कोणता निष्कर्ष काढतील? रॅल्स्टन खरेच विचारात पडला होता. अशा तऱ्हेने मारलेल्या गोळ्या आणि खालच्या मजल्यावर एकाचा कापलेला गळा लक्षात घेता अत्यंत तरबेज असा माणूसच यांना ठार मारू शकला असता. सालोमनने ते केले असणे शक्य नव्हते. व्यावसायिक माणसालाच हे शक्य होते.

क्लोझेटमधून फक्त सालोमनच शॉटगन झाडू शकला असता असे डिटेक्टिव्ह्जना वाटले असते. प्रश्न असा होता की, समोर दिसणाऱ्या सर्व प्रश्नांचा अर्थ डिटेक्टिव्ह्जनी असाच लावला असता का?

रॅल्स्टनला वाटत होते की, पुरावा अगदी स्वच्छ होता. सालोमन घेरला गेला असताना रॅल्स्टनने त्याची सुटका केली होती; पण महत्त्वाचा असा एक प्रश्न अनुत्तरितच राहत होता. सिनेनिर्मात्याने गुन्ह्याच्या ठिकाणी असतानाच त्याच्यावर बरोबर बोट ठेवले होते - *निरपराध माणसे पळ काढत नसतात.*

अर्थ न लागणारी धडधडीत अशी गोष्ट. पुरावा कितीही स्वच्छ असला तरी डिटेक्टिव्ह्जच्या मनात एकच विचार येणार होता. सालोमन आणि रॅल्स्टन पळून

जाण्याचे एकच कारण असू शकत होते. त्यांनी नक्कीच काहीतरी अपराध केला होता.

आणि त्यानंतर पोलिसांचे एक पाऊल पुढे पडले की, खुनांच्या हेतूसाठी वाट्टेल ती कारणे पुढे आली असती. *रॅल्स्टन आणि सालोमन यांच्यात भांडण झाले, रॅल्स्टनने सालोमनचे अपहरण केले, तो त्याला ठार मारणार होताच; पण ते काम त्याने इतरत्र कुठेतरी उरकायचे ठरविले* वगैरे वगैरे.

या त्यांच्या बडबडण्याला अर्थ आहे की नाही, याचा विचार झालाच नसता. रॅल्स्टनला जगाचा खूप अनुभव होता. चांगला मोठा घण घेतला, योग्य तेवढी ताकद वापरली की, चौकोनी खिटीदेखील गोल भोकात ठोकता येते.

यांना शोधायला पोलिसांना जितका जास्त काळ घालवावा लागणार होता, तितकी त्यांची खात्री पटत जाणार होती की, दोघांपैकी एकाने एखादा तरी गुन्हा केला आहे. दोघांतला एक म्हणजे नक्की कोण, याचा विचार करायचीही गरज रॅल्स्टनला भासली नाही. त्याला ते माहीत होते.

त्यात त्याची लष्करी पार्श्वभूमी. तेव्हा गुन्ह्याच्या चौकशीसाठी जास्त पैसे आणि साधनसामग्री मुद्दाम उपलब्ध करून दिली गेली असती. हा विचार आत्तापर्यंत त्याच्या डोक्यात आलाच नव्हता. एल.ए.पी.डी.कडे मनुष्यबळाची कमतरता नसे. त्याच्यासारख्या माणसाचा शोध घेण्यासाठी ते मदत मागायलाही कचरले नसते. त्याचा माग काढण्यासाठी एखादी टीम जरी नाही, तरी अनुभवी डिटेक्टिव्ह त्यांना मिळालाच असता. तसे झाले तर या प्रकरणाचा खोलात जाऊन शोध घेणे त्याला अशक्य बनले असते. दर वेळी एखादी संधी आहे असा विचार मनात आला की, ती नाहीशी होत होती.

इथे प्रश्न त्याच्या मित्राच्या प्राणाचा होता. भलतेसलते, आलतूफालतू विचार त्याला अडवू शकणार नव्हते. डेल्टा फोर्समध्ये असताना तो शिकला होता की, देव जेव्हा एखादी खिडकी बंद करतो तेव्हा त्याचा अर्थ एवढाच असतो की, तुम्ही लाथ घालून एखादे दार उघडण्याची गरज असते.

लॅरी सालोमनच्या घरी ज्या कुणी भाडोत्री खुन्यांची टोळी पाठविली होती, त्यांना आपली कोणत्या तऱ्हेच्या माणसाशी त्यांची गाठ पडणार आहे, हे ध्यानातच आले नव्हते.

प्रथम या खुनी टोळीला नक्की कुणी पाठविले होते, हे शोधून काढणे आवश्यक होते. त्यासाठी त्याला खास अशा माहितीची गरज होती - सहजपणे मिळू न शकणाऱ्या माहितीची.

त्यासाठी कुणाला फोन करायचा ते त्याला माहीत होते आणि त्या व्यक्तीने स्वच्छ सांगितले होते की, त्याने नुसता फोन केला तरी ती त्याला ठार करणार होती.

# ३०

"**म**ला फोन करण्याचा उद्दामपणा तर तू केलासच; पण त्यासाठी तू माझ्या साहाय्यकाशी खोटे बोललास, तिच्याशी माझ्या एका मुलाबद्दल खोटे बोललास, मला महत्त्वाची बैठक सोडून येणे भाग पाडलेस," फोनच्या दुसऱ्या बाजूने येणाऱ्या आवाजात संताप होता.

"खेद होतो आहे मला त्याचा," रॅल्स्टनने उत्तर दिले. "पण मला माहीत होते की, नाहीतर तू फोन घेतलाच..."

"अर्थातच मी तुझा फोन घेतला नसता. खरेतर मी अजूनही तुझ्याशी का बोलत बसले आहे, ते कळत नाही मला."

ती अजून त्याच्याशी का बोलते आहे, ते रॅल्स्टनला माहीत होते; पण त्याने तोंड बंद ठेवले. त्याचे कारण दोघांनाही माहीत होते; पण त्याने ते बोलून दाखवले असते, तर ती आणखी चिडली असती. संभाषणच बंद पडले असते. तिच्या कुटुंबातील माणसे भडक डोक्याचीच होती.

"अली, ऐक जरा," त्याने बोलायला सुरुवात केली.

"आणि तू मला अली म्हणू नकोस."

"ठीक आहे, ॲलिसा," रॅल्स्टन माघार घेत म्हणाला. त्यानेच तर सर्व संबंध तोडून टाकले होते. पुन्हा जोडायचे तर ती जो आरडाओरडा करेल तो सर्व तोंड बंद ठेवून ऐकून घेणे भाग होते.

"गेल्या वेळी आपण बोललो तेव्हा मी तुला सांगितले होते की, *पुन्हा कधीही मला फोन करू नकोस,*" ती म्हणाली.

"माहिती आहे मला. तेवढे महत्त्वाचे नसते तर फोन केला नसता मी."

*"महत्त्वाचे? महत्त्वाच्या गोष्टीबद्दल बोलायचे आहे तुला?* माझ्या बहिणीची ट्रायल... *ती महत्त्वाची होती."*

तिचा फोन फिरवायच्या आधीच रॅल्स्टनला ठाऊक होते की, ती हा विषय

काढल्याशिवाय राहणार नव्हती. अजूनही तिचा राग गेला नव्हता. तो तिला दोष देत नव्हता. तिच्या जागी तो असता, तर त्याच्या मनात तसाच राग असता.

"आणि त्या वेळी तूच... फक्त तूच," ती बोलता बोलता थांबली.

तिने एक दीर्घ श्वास घेतल्याचे कळले. तो गप्प राहिला. रागाने जे काही बोलायचे असेल, ते एकदा बोलू दे तिला.

"सगळ्यांनी त्या दोन राक्षसांविरुद्ध साक्ष दिली होती," तिने पुन्हा बोलायला सुरुवात केली. "पण तू नाही दिलीस आणि म्हणून ते हरामखोर तुरुंगात गेले नाहीत. माझ्या बहिणीच्या बाबतीत त्यांनी जे केले त्याबद्दल एक दिवस, फक्त एक दिवससुद्धा तुरुंगात घालवला नाही त्यांनी. *तेव्हा जहान्नममध्ये जा तू ल्यूक. जहान्नममध्येच जा.*"

लॉस एंजेलिसला आल्यावर काही दिवसांतच त्याची ॲलिसा सेवानच्या धाकट्या बहिणीशी, ॲव्हाशी भेट झाली होती. हॉलिवुडमधल्या एका पार्टीचे प्रथमच त्याला बोलावणे आले होते. मालिबू येथे दिग्दर्शकाच्या घरी शनिवारी दुपारी बार्बेक्यूसाठी - उघड्यावर शिजविलेल्या जेवणासाठी - आमंत्रण होते.

बाहेर जलतरण तलावाजवळ ॲव्हा तिच्या मित्रांशी गप्पा मारत होती. काय अप्रतिम सुंदर दिसत होती! बिकिनी आणि चमकदार रंगांचा सरॉंग. कुणाचेही मन चाळवले असते असे लावण्य! गर्द काळे केस खांद्याखाली रुळत होते. रॅल्स्टनने अशी मुलगी आजपर्यंत कधी बघितली नव्हती.

त्याने स्वत:ची ओळख करून दिली. ती कोण आहे याची कल्पना नसणारा कोणी असू शकतो याचेच तिच्या मित्रांना आश्चर्य वाटले. पंचवीस वर्षांची होती. घरगुती जीवनावर आधारित क्रमश: प्रक्षेपित होणाऱ्या मालिकेत काम करत होती. तिलाही त्याची भुरळ पडली. नेहमी भेटत असणाऱ्या नटांपेक्षा, मॉडेल्सपेक्षा फार वेगळा होता तो. वागण्यात कुठल्याच तऱ्हेचा नाटकीपणा नाही. हॉलिवुडमध्ये राहत असला तरी हॉलिवुडशी त्याचा काहीही संबंध नव्हता. तिला तर एखादा अमोल ठेवा सापडल्यासारखे वाटले. महत्त्वाची गोष्ट म्हणजे त्याच्या सहवासात तिला सुरक्षित वाटायला लागले.

सुरुवातीपासूनच त्यांच्यात घनिष्ठ संबंध प्रस्थापित झाले. पार्टीज्‌ना जाण्याची, मौजमजा करण्याची आवड असणारी मुलगी होती ती. दारू पीत असे, कधी कधी मादक द्रव्यांचे सेवनही करत असे आणि एकांतात वाघिणीसारखी आक्रमक असे. मादक द्रव्यांचा भाग नसता, तर त्याला खूप बरे वाटले असते. तरुण होती, हॉलिवुडमधील यशस्वी कलाकार होती म्हणून थोडीफार मादक द्रव्यांची सवय असणार, असा त्याचा समज होता. त्यांची जीवनशैलीच बहुधा तशी असते. तो स्वत: कॉकटेल्सशिवाय कशाला हात लावत नसे. *बाटलीमधून काय मिळते ते*

*ठाऊक असते,* हे त्याचे ब्रीदवाक्य होते.

थोड्याच दिवसांनी ॲव्हा त्याला आपल्या कुटुंबाच्या भेटीसाठी घेऊन गेली. तिचे वडील लॉस एंजेलिसमधील प्रथितयश क्रिमिनल डिफेन्स ॲटर्नी होते. ॲव्हाची आई आणि दोन यॉर्कशायर टेरिअर्सबरोबर पॅसिफिक पॅलिसेड्समध्ये राहत होते. पहिल्याप्रथम त्यांच्या घरी जेवण घेतले तेव्हा त्याची तिच्या मोठ्या बहिणीशी, ॲलिसाशी, ओळख झाली. तीदेखील खूप आकर्षक होती. पण साम्य तिथेच संपत होते.

ॲव्हा उच्छृंखलपणे वागायची, कुणाची आणि कशाची पर्वा नाही. ॲलिसाला आपल्याला काय हवे आहे, याची पूर्ण जाणीव होती. आपल्या सौंदर्यापेक्षा बुद्धीवर तिचा अधिक भर होता. कायद्याचे शिक्षण घेऊन ती एक यशस्वी ॲटर्नी बनली होती. पंचविशीत असताना तिने एका इन्व्हेस्टमेंट बँकरशी लग्न केले. त्यांना तीन मुले होती. सुरुवातीला तरी रॅल्स्टनवर कुटुंबाचा विशेष विश्वास नव्हता; पण नंतर त्यांच्या ध्यानात आले की, त्याला ॲव्हाची खरोखरच काळजी होती आणि तो पूर्ण विश्वसनीय होता. त्याचा तिच्यावर चांगला प्रभाव पडेल, अशी त्यांना आशा होती. तिने जरा जबाबदारीने वागायला पाहिजे होते. मादक द्रव्यांचा नाद सोडायला हवा होता.

सरळ आणि स्पष्ट विचार करणारा असूनही तो ॲव्हासाठी पार वेडा झाला होता. कणखर असूनही तिच्या वागण्याचे समर्थन करायला लागला. तो स्वर्गसुख देणाऱ्या मेरी-गो-राउंडवर बसला होता आणि त्याच्यावरून खाली उतरायचीच त्याची तयारी नव्हती. ॲव्हा *दारू पीत होती?* पीत होती; पण तिने एक दिवसही काम चुकवलेले नाही. तिला दिलेली वाक्ये तिला व्यवस्थित बोलता आली नाहीत, असे झालेले नाही. *मादक द्रव्ये?* थोडीफार; पण काळजी करण्याएवढी नाही, असे निदान त्याला तरी वाटत होते.

खरेतर मादक द्रव्यांचा प्रश्न फार मोठा होता. जास्तच वाईट बनत होता. रॅल्स्टन आणि तिची काळजी करणाऱ्या लोकांपासून तो लपवून ठेवायचा ती प्रयत्न करत होती; पण नंतर कुणालाच शंका उरली नाही.

तीन वेळा रॅल्स्टन आणि ती वेगळे झाले आणि प्रत्येक वेळी रॅल्स्टनने तिला परत घेतले. त्याला वाटत होते की, तो तिची सवय सोडवू शकेल. तिने कुठल्या तरी पुनर्वसन केंद्रामध्ये भरती व्हावे, याबद्दल त्याने सक्तीच केली. मादक द्रव्यांचे व्यसन सुटण्यासाठी काही आठवडे लागणाऱ्या या केंद्रामधून ती काही दिवसांतच मी बरी झाले म्हणत परत आली. रॅल्स्टनने त्याच्या आयुष्यात बघितलेली अत्यंत दुःखद गोष्ट.

सात दिवस ॲव्हाने स्वत:वर ताबा ठेवला. वाइनचासुद्धा घोट घेतला नाही.

आठव्या दिवशी कड्याच्या काठावरून कोसळल्याप्रमाणे ती दारूच्या आणि मादक द्रव्यांच्या परत आहारी गेली. तिने बरीच उधारी केली आहे, हेही आता कळले.

प्रथम दागदागिने गेले. मग तिने लीजवर घेतलेली मर्सिडीज बदलली. स्वस्त असे हायब्रीड मॉडेल घेतले. रॅल्स्टनच्या सर्व लक्षात येत होते.

आठवडाभराने ॲव्हाच्या वडिलांनी त्याला कळविले की, तिने मोठ्या रकमेच्या कर्जाची मागणी केली आहे. त्यांना ते कशासाठी हवे आहे जाणून घ्यायचे होते. रॅल्स्टनने सत्य तेच सांगितले. ॲव्हा मादक द्रव्यांच्या इतकी आहारी गेली होती की, कुणी काही करू शकत नव्हते. मेक-अप आर्टिस्ट्सना तिची परिस्थिती लपविणे कठीण झाले. मग टी.व्ही. मालिका बनविणाऱ्या कंपनीने तिला सक्तीने घरी बसविले.

त्या क्षणी रॅल्स्टनने तिला कायमची सोडचिठ्ठी द्यायला हवी होती. तिचे काय व्हायचे असेल ते होईल; पण तो तसे करू शकला नाही. तिच्याबरोबर राहिला; पण एका बाबतीत त्याचे कौतुकच करायला हवे होते. तो तिला एक सेन्ट देत नव्हता. तिचे वडीलही तसेच करत होते; पण रॅल्स्टनला त्या वेळी काहीही कल्पना नव्हती.

तिची आई, वडील, ॲलिसा यांनी एकत्रपणे येऊन सांगितले होते की, तिने पूर्णत: मनावर घेऊन मादक द्रव्यांची सवय सोडायची ठरवली, तर त्यासाठीचा सर्व खर्च ते करतील. त्याव्यतिरिक्त काहीही नाही. तिची काळजी तिने घ्यावी.

तेव्हापासून ॲलिसा रॅल्स्टनशी संपर्क ठेवून होती. तिला *मदत करत नाहीत* म्हणून ॲव्हा आपल्या कुटुंबावर इतकी रागावली की, ती कुटुंबामधल्या कुणाशीही बोलेनाशी झाली.

शेवटी ॲव्हाने आपले अपार्टमेंटही गमावल्यावर रॅल्स्टनच्या ध्यानात आले की, आता त्याने तिला आपल्याबरोबर नेले नाही तर एखादा संधीसाधू तिला आसरा देईल आणि मग तो तिला जे काही करायला भाग पाडेल, ते देवच जाणे! ती कशीही असली तरी त्याचे तिच्यावर मनापासून प्रेम होते; पण तो मूर्ख नव्हता. अजूनही त्याला दिवसभर काम करायला जाणे भाग होते. त्याने घरामधल्या सर्व तऱ्हेच्या दारूच्या बाटल्या काढून टाकल्या. मादक द्रव्ये विकत घेण्यासाठी चोरून गहाण टाकण्याचा मोह होईल अशा मौल्यवान वस्तूही हलवल्या. तिच्यासमोर चांगले उदाहरण ठेवण्यासाठी स्वत:ही दारू सोडली; पण तो तिची सवय घालवू शकला नाही.

ॲव्हाचे कुटुंब अत्यंत हुशार म्हणून गणले जायचे. तिने आपल्या डोक्याचा उपयोग केला. मादक द्रव्ये मिळविण्यासाठी तिच्याकडे अजूनही थोड्याफार प्रमाणात शिल्लक असलेल्या लावण्याचा उपयोग करायला सुरुवात केली. रॅल्स्टनची ओळख होण्यापूर्वीच्या आयुष्यात दोस्ती असलेल्या वाईट माणसांनी पुन्हा तिच्या आयुष्यात

प्रवेश केला; पण ॲलिसा त्यांना ओळखत होती. तिने त्याला धोक्याचा इशारा दिला. त्यांना तिच्यापासून लांब ठेवायला सांगितले. तिला पळवून नेऊन लांब पर्वतराजीमध्ये नेऊन ठेवण्याव्यतिरिक्त रॅल्स्टनकडे करण्यासारखे काही राहिले नव्हते.

त्याने ठरविले की, तोच एक पर्याय होता. ती सध्याचेच आयुष्य जगत राहिली, तर स्वत:चाच जीव घेईल. त्याने भाड्याने केबिन मिळते का, ते बघायला सुरुवात केली. मादक द्रव्यांचा पुरवठा एकदम बंद झाला तर काय काय घडू शकते, कशाची अपेक्षा धरायची, याचा अभ्यास सुरू केला.

ॲलिसाने पोषक आहारांच्या पुस्तकांचे गठ्ठे त्याच्या अपार्टमेंटवर पाठवून दिले. केबिनचे अर्धे भाडे देण्याची तयारी दर्शवली. रॅल्स्टनने तिचे मनापासून आभार मानले. तो काही खूप श्रीमंत नव्हता.

तो करत असलेले एका स्टुडिओतले काम त्याने संपवत आणले होते. दोन आठवड्यांत ॲव्हाला घेऊन तो केबिनच्या वाटेवर असेल, असा त्याचा अंदाज होता. ॲव्हादेखील म्हणत होती की, ते दूर कुठेतरी गेले तर एखादे वेळी ती तिच्या आयुष्याचे *रिसेट* बटण दाबू शकेल. त्याने ठरविलेली योजना नक्कीच चांगली होती, असे त्याला वाटायला लागले. आशा वाटायला लागली.

ती आशा दोन दिवसांत मावळली. तिची हायब्रीड गाडी परत घेतली गेली. झाले ते चांगलेच झाले, असे सुरुवातीला रॅल्स्टनला वाटले. ती निदान गाडी चालविणार नव्हती आणि मग परिस्थिती पालटली.

ती तीन दिवस गायब झाली. परत आली तेव्हा तिच्या दंडावर सुया टोचल्याच्या खुणा होत्या. कुठे होतीस असे रॅल्स्टनने विचारल्यावर तिला त्याबद्दल बोलायचे नाही, असे तिने सांगितले. त्याला ढकलून शॉवर घेण्यासाठी म्हणून ती बाथरूममध्ये गेली. कित्येक तास ती बाथरूममध्ये होती आणि सर्वकाळ तिच्या रडण्याचा आवाज त्याच्या कानांवर पडत होता. तिला तत्काळ लॉस एंजेलिसमधून बाहेर काढायलाच पाहिजे, याबद्दल त्याची खात्री पटली.

त्या वेळी ज्या निर्मात्यासाठी तो काम करत होता, त्याला त्याने फोन केला. लवकर सुटी मिळावी अशी विनंती केली. निर्माता म्हणाला की, ताबडतोब त्याच्या जागी काम करायला कुणी मिळणे शक्य नाही. त्याला नाही म्हणताना वाईट वाटते आहे; पण रॅल्स्टनला सध्या काम करत राहावे लागेल.

दुसऱ्या दिवशी रॅल्स्टन कामावर गेला. तो घरी परत आला तर ॲव्हा पुन्हा नाहीशी झाली होती.

पहाटे दोन वाजता तिचा फोन आला. ती रडत होती. नीट सुसंगत बोलू शकत नव्हती; पण ती कुठे आहे, एवढे त्याने कसेबसे समजून घेतले.

लॉस एंजेलिसच्या हाईड पार्क या धोकादायक भागातील क्रेनशॉ बोलीवार्डच्या एका रिकाम्या घरात ती होती. रॅल्स्टनने लाथ मारूनच दार उघडले. दारूच्या रिकाम्या बाटल्या, बिअरचे कॅन्स आणि सिगारेटची थोटके यांचा खच पडला होता. अॅव्हा कुठे दिसत नव्हती.

घराच्या मागच्या भागातील खोलीच्या मध्यावर एक गलिच्छ चटई पसरलेली होती. उचलून हलविता येण्यासारखे दिवे दोन्ही बाजूंना ठेवले होते. ते बंद केले असले तरी स्पर्शाला गरम लागत होते. जवळच एका भीषण लैंगिक खेळण्याचे प्लॅस्टिकचे पॅकेज होते. त्याने इतक्या चित्रपटांच्या सेट्सवर काम केले होते की, तो कशाकडे बघतो आहे, हे तत्काळ त्याच्या लक्षात आले. त्याच्या मनावर सावट आले. तिला शोधायलाच हवे होते.

किचनमध्ये पाऊल ठेवत असताना त्याला बाहेरून आवाज आला. कचऱ्याच्या मोठ्या डब्याचे झाकण लावल्यासारखा. तो बाहेरच्या गल्लीत पोहोचला तेव्हा त्याला दूरवर दोन माणसे पळत जाताना दिसली. कचऱ्याचा डबाही दिसला. झाकण उघडायच्या आधीच आत काय दिसणार आहे, हे त्याला कळले.

त्याने देवाची प्रार्थना केली. कसाबसा धीर गोळा करत झाकण उचलले. आत नजर पडताच त्याचे हृदय शतश: विदीर्ण झाले. ९-१-१ वर फोन करेपर्यंत पळणारे दोघे नाहीसे झाले होते.

नंतरच्या दिवसांत अॅव्हाच्या मादक द्रव्यांच्या सवयीबाबत पोलिसांनी त्याला अनेक प्रश्न विचारले. ती कुणाकडून ही द्रव्ये विकत घेत होती, हे त्यांना जाणून घ्यायचे होते. रॅल्स्टन त्यांना मदत करू शकला नाही. त्याला खरोखरच काहीही माहिती नव्हती. अॅलिसाने पोलिसांना खूप माहिती पुरवली. टी.व्ही. मालिकेशी संबंधित एका कामगाराकरवी ती अॅव्हाला मादक द्रव्ये पुरविणाऱ्या विक्रेत्याला भेटली होती. त्या विक्रेत्याला कोण माल पुरवतो हेदेखील अॅलिसाने शोधून काढले होते.

खरेतर डिटेक्टिव्ह्जना तिने पुरविलेल्या माहितीबद्दल आश्चर्यच वाटले. तिला कशी काय एवढी माहिती होती, हे त्यांना कळत नव्हते. त्यांनी त्याबद्दल खोदून खोदून चौकशी केली. अॅलिसा मूर्ख नव्हती. अॅटर्नी होती. तिने त्यांच्या प्रश्नांची उत्तरे दिली नाहीत. निदान खरीखुरी दिली नाहीत. हे सर्व अर्थात कोर्टामध्ये ट्रायलच्या वेळी कळले.

अॅव्हाला मादक द्रव्ये न देण्यासाठी अॅलिसा आणि तिच्या वडिलांनी त्या विक्रेत्याला आणि त्याला मादक द्रव्यांचा पुरवठा करणाऱ्याला पैसे दिले होते. त्या नालायक माणसांनी प्रथम तसे कबूल केले आणि नंतर अॅव्हाला त्याहूनही भयंकर मादक द्रव्यांची सवय लावायची भीती घालून कुटुंबाकडून जास्त पैसे उकळण्याचा

प्रयत्न केला. त्यांनी पैसे द्यायचे नाकारल्यावर दिलेली धमकी खरी करून दाखवली.

ॲलिसा आणि तिच्या वडिलांची पूर्ण खात्री होती की, ॲव्हाच्या मृत्यूला तीच दोन माणसे जबाबदार आहेत. ती माणसे गुन्ह्याच्या ठिकाणी हजर होती एवढे जरी सिद्ध करता आले असते, तरी ती दोषी ठरली असती. ॲव्हाच्या मृत्यूला जबाबदार असणाऱ्यांना शिक्षा व्हायलाच हवी, असे रॅल्स्टनलाही वाटत होते; पण त्याने गल्लीमधल्या दोन माणसांचे चेहरे बघितले नव्हते. कचऱ्याच्या डब्यापासून दूर पळून नेलेली माणसे म्हणजे तो विक्रेता आणि त्याला मादक द्रव्यांचा पुरवठा करणारा माणूस होता, अशी ओळख तो पटवू शकत नव्हता.

डिस्ट्रिक्ट ॲटर्नीने खासगीत रॅल्स्टनने त्या दोन माणसांविरुद्ध साक्ष द्यावी, असे पटवायचा प्रयत्न केला. ते दोघे सराईत गुन्हेगारच आहेत. त्यांचे रेकॉर्ड भयानक आहे; तेव्हा तेच खरोखर ॲव्हाच्या मृत्यूला कारणीभूत आहेत की नाहीत याची काळजी करायचे काही कारण नव्हते, असा त्याचा दृष्टिकोन होता. अनेकांच्या दुःखाला ते जबाबदार होते. त्यांनी ॲव्हाला ठार केले नसले, तरी ते निश्चितपणे दुसऱ्या कुणाच्या तरी मुलाला किंवा मुलीला ठार मारल्याशिवाय राहणार नव्हते.

रॅल्स्टनला हे सर्व कळत होते. ॲव्हाला तरी मादक द्रव्यांची चटक त्या दोघांनीच लावली होती; पण रॅल्स्टनकडे त्याच्या आयुष्यात फक्त स्वत:ची अशी म्हणण्यासारखी एकच गोष्ट होती. त्याचा आत्मसन्मान. त्याला त्या दोघांना स्वत:च्या दोन हातांनीच ठार करायची अनावर इच्छा होत असली, तरी तो खोटे बोलू शकला नाही. गुन्ह्याच्या ठिकाणी निर्विवादपणे तीच दोन माणसे हजर होती, अशी साक्ष त्याने दिली नाही.

त्याच्या साक्षीशिवाय त्यांच्या विरुद्धची केस बारगळली. ॲव्हाच्या कुटुंबाबरोबरचे त्याचे संबंधही तुटले. त्यांच्या मनात एकच गोष्ट पुन:पुन्हा येत राहिली– जेव्हा त्यांना त्याची गरज होती, तेव्हा त्याने त्यांना दगा दिला होता.

आणि आता अनेक वर्षांनंतर त्याला त्यांची गरज भासली होती.

"तू अजून माझ्यावर का रागावलेली आहेस, ते कळले आहे मला," तो म्हणाला.

"मला खूप आश्चर्य वाटते, रॅल्स्टन. माझ्याशी अशा तऱ्हेने बोलायचा धीर तरी कसा होतो तुला? खरेतर त्याच वेळी मी तुला आयुष्यातून उठवायला हवे होते."

"ॲलिसा, मला तुझ्या मदतीची गरज आहे."

ती मोठ्याने हसली. "तुला *माझी* कशासाठी तरी मदत हवी आहे? मघाचे वाक्य मला वाटते मी जरा वेगळ्या तऱ्हेने बोलायला हवे होते. तुझ्या या धारिष्ट्याची कमाल वाटते आहे मला."

ॲव्हाच्या बाबतीत तो कुठेतरी कमी पडला म्हणून प्रायश्चित्त घ्यायची त्याची तयारी नसली, तरी ॲव्हाची आठवण येत नाही असा एक दिवस जात नाही असे सांगायचा विचार रॅल्स्टनच्या मनात येऊन गेला. ॲव्हा मादक द्रव्यांच्या आहारी गेली होती हे सत्य असले, तरी तिच्या मृत्यूबद्दल त्याच्या मनात अविश्वसनीय वाटावी अशी अपराधाची भावना होती. बनवत असलेला चित्रपट सोडून देऊन तो ॲव्हाला घेऊन केबिनमध्ये गेला असता तर तिची सवय तो सोडवूही शकला असता. गल्लीमधल्या त्या दोन माणसांचा त्याने पाठलाग केला असता तर? *कोर्टमध्ये तो त्यांची ओळख पटवू शकला असता? त्यांच्याशी हाणामारी झाली असती तर तो जगला असता?* त्यांच्याकडे पिस्तुले असती तर? त्याच्याकडे गाडीतल्या लोखंडी दांडक्याशिवाय काही नव्हते.

''ॲव्हा मरावी अशी कधीच इच्छा नव्हती माझी,'' तो म्हणाला. ''कृपा करून समजून घे.''

दुसऱ्या बाजूने काहीच उत्तर आले नाही. बराच वेळ शांतता होती.

''मला खरंच तुझ्या मदतीची आवश्यकता आहे,'' तो पुन्हा म्हणाला.

रॅल्स्टन हा चांगला माणूस आहे हे ॲलिसाला माहीत होते. ॲव्हाच्या मृत्यूला तो विक्रेता आणि पुरवठादार हीच माणसे निश्चितपणे जबाबदार होती, याबद्दल तिला शंभर टक्के खात्री होती; पण रॅल्स्टनमुळे ॲव्हाचे ते दोन खुनी सुटले होते. त्याचा फोन आल्यावर आणि त्याने मदत हवी असे म्हटल्यावर तिचे डोके फिरले होते.

''तू जर एखाद्या चित्रपटाच्या करारासाठी वगैरे माझ्या फर्मच्या एखाद्या पक्षकाराशी ओळख मागणार असशील तर मी शपथेवर सांगते की, तुला ठार मारण्याची धमकी मी खरी करीन. मी काय म्हणते आहे ते लक्षात येते ना तुझ्या?''

''हे व्यवसाय-धंद्याबद्दल नाही. मी अडचणीत सापडलो आहे.''

''तुला वकिलाची गरज असेल, तर तू चुकीच्या ठिकाणी आला आहेस. तू दुसऱ्या कुणाला तरी शोध.''

''नाही,'' रॅल्स्टन म्हणाला. ''मला वकिलाची गरज नाही. अजून तरी नाही.''

काय चालले आहे ते तिच्या ध्यानात येत नव्हते, तरी आता त्याच्या बोलण्याकडे ती नीट लक्ष द्यायला लागली.

''काय केले आहेस तू?''

''तू भेटलीस की सांगतो.''

''ओ! आता आपण भेटायचे पण आहे का? तू तो विचारही मनातून काढून टाक. माझ्याकडे वेळ नाही,'' तिने उत्तर दिले.

''अली, हे फार गंभीर प्रकरण आहे.''

"आणि हा वेळ जो आहे ना तो माझा आहे, ल्यूक. तासाला आठशे पंचाहत्तर डॉलर्स. म्हणजे मी काम करते तेव्हा तेवढे पैसे मिळत असतात. माझ्या मुलांच्या शाळेतून फोन करतो आहेस असे खोटेच सांगून तू मला माझ्या पक्षकाराशी चाललेल्या फार महत्त्वाच्या वाटाघाटी सोडून येणे भाग पाडलेस, तेव्हा मी कामच करत होते."

ती भेटायला हवी असेल तर तिला काहीतरी देणे भाग आहे, असे रॅल्स्टनने ठरवले. त्यांच्यामधले संबंध खूप ताणले गेले असले, तरी स्वत:चे कुटुंब म्हणण्याएवढी तीच त्याला जवळची होती.

"लॅरी सालोमनच्या घरी काय घडले ऐकलेस तू?"

"मी ऐकले का काय विचारतो आहेस तू? सर्वांनीच ऐकले आहे. शहरातले सर्व लोक फक्त आज सकाळच्या घटनेबद्दल बोलत आहेत. तू मला कशासाठी विचारतो आहेस?" आणि बोलता बोलता अचानक तिचा आवाज खालच्या पट्टीत गेला. "सांग मला की, सालोमनच्या घरात घडलेल्या गोष्टींशी तुझा काहीही संबंध नाही म्हणून."

"मला भेटलेच पाहिजे तुला. मेहेरबानी कर माझ्यावर."

"अरे देवा!"

"अली, कृपा कर माझ्यावर. तुला भेटायची गरज आहे मला."

"त्या लोकांना तू ठार मारलेस?"

*"मी या प्रश्नाचे उत्तर देऊ शकत नाही."*

*"उत्तर देऊ शकत नाहीस?"* ती उद्गारली. "अरे देवा!"

"अली!"

"सालोमनचे काय झाले?"

"तो अगदी व्यवस्थित आहे," रॅल्स्टनने उत्तर दिले. "माझ्याबरोबर आहे. तो सर्व गोष्टींची खात्री पटवेल."

"मग माझी सूचना आहे की, तुम्ही दोघांनी पोलिसांकडे जावे. ताबडतोब!"

"आम्ही पोलिसांकडे जाऊ शकत नाही. अजून तरी नाही. त्याचबद्दल मला तुझ्याशी बोलायचे आहे."

हे सर्व कशा तऱ्हेने हाताळायचे याचा विचार करत ॲलिसा थोडा वेळ शांत होती.

"तू आहेस का अजून तिथे?" रॅल्स्टनने विचारले.

"गप्प बस," ती म्हणाली. "विचार करू दे मला."

रॅल्स्टन गप्प बसला.

"कुठे आहेस तू?" शेवटी एकदा तिने विचारले. "लॉस एंजेलिसमध्येच कुठे

तरी आहेस का?''

उत्तर देण्यापूर्वी रॅल्स्टन जरा घुटमळला. तिच्यावर विश्वास टाकण्याशिवाय गत्यंतर नाही हे त्याच्या लक्षात आले. ''दक्षिणेकडे आहोत.''

''दक्षिणेकडे म्हणजे किती लांब? सान डिएगो? की मेक्सिको शहर?''

सध्यातरी या प्रकरणाशी संबंध असलेल्या सर्वांच्या दृष्टीने तिला जास्त माहिती न देणेच शहाणपणाचे आहे, असे त्याने ठरवले. ती त्याच्या बाजूनेच उभी राहील अशी त्याची खात्री पटेपर्यंत तरी तो खूप काळजीने वागणार होता. शेवटी त्याचा जीव घेण्याचीच धमकी तिने त्याला दिली होती. ती खरोखर तसे करेल असे त्याला वाटत नसले, तरी ती किंवा तिचे वडील यांना दुखावणे इष्ट नव्हते. आता तो असलेल्या जागेच्या उत्तरेला असलेल्या शांत किनारपट्टीवर त्याने तिला भेटायचे ठरवले.

''मॅनहॅटन बीचवर येऊ शकशील?'' त्याने विचारले.

''आता माझ्या कार्यालयात येऊन भेटणे तर तुला अशक्यच आहे. बरोबर?''

या प्रश्नाचे उत्तर देण्याची रॅल्स्टनला तशी गरजच नव्हती.

''किती वेळात येऊ शकशील तू तिथे?'' त्याने विचारले.

ॲलिसाने आपल्या घड्याळाकडे नजर टाकली. ''मला माझ्या पक्षकाराला काय सांगायचे याचा विचार करावा लागेल. आजच्या दिवसातल्या ठरविलेल्या इतर भेटीही रद्द कराव्या लागतील. रस्त्यांवरची रहदारी लक्षात घेऊन मला वाटते, मी बहुधा तासाभरात तिथे येऊ शकेन.''

भेटीची जागा ठरवून रॅल्स्टन म्हणाला, ''तू माझ्यासाठी एवढे करते आहेस त्याबद्दल मी खूप आभारी आहे तुझा.''

''एवढ्यात आभार मानू नकोस. माझे बिल मिळेपर्यंत वाट बघ. मी स्वतःच कुठे जाऊन कुणाला भेटले, तर दुप्पट दर असतो माझा.''

# ३१

तिच्या लॉ फर्मच्या वेबसाइटवरून रॅल्स्टनने ॲलिसाचा फोटो छापला आणि हॅन्कच्या हातात ठेवला. जवळच्याच मॅनहॅटन बीचवर जाऊन त्याने खात्री पटवून घेतली की, तिचा कुणी पाठलाग केलेला नाही.

मॅनहॅटन बीच बोलीवार्डवर बाबी-के नावाचे एक छोटेसे दुकान होते. रस्त्यापलीकडे समोरच तो ज्याला आपला निवृत्त माणसाचा पोशाख म्हणत असे, तो पोशाख घालून हॅन्क बसला. चपला, बोर्ड शॉर्ट्स आणि टी-शर्ट. इतर स्थानिक लोकांपेक्षा आता तो अजिबात वेगळा भासत नव्हता.

रॅल्स्टनने इंटरनेटवरून एक बुटिक - अद्ययावत कपडे आणि इतर वस्तूंचे एक छोटेसे दुकान - शोधले आणि ॲलिसाला सांगितले की, ती तिथे पोहोचली की, तिच्यासाठी एक पाकीट ठेवलेले असेल. तिला असली हेराफेरी फारशी पसंत नसली तरी तिने ते मान्य केले.

रॅल्स्टनला वाटत होते की, त्याचा फोटो याआधीच पोलिसांमध्ये फिरत असणार. तो बातम्यांमध्ये झळकणारच होता. प्रश्न फक्त वेळेचा होता. *पोलिसांना त्याच्याशी बोलायची इच्छा आहे, एवढेच त्यांनी म्हटले असते.* ज्या ठिकाणी टेलिव्हिजन असेल, पोलिसांची गाडी फिरत असेल; अशा कुठल्याही ठिकाणी त्याला ॲलिसाला भेटायचे नव्हते. तिची भेट घेण्यासाठी, मध्ये कुणाचाही अडथळा न येता बोलण्यासाठी, कॅलिफोर्निया ही नशिबाने चांगली जागा होती.

ॲलिसा किती फॅशनेबल आहे आणि शूजच्या बाबतीत किती चोखंदळ असते, या गोष्टी ध्यानात घेऊन काय विकत घ्यायचे आणि कुठे भेटायचे, याबद्दल रॅल्स्टनने एक चिठ्ठी लिहिली होती आणि बुटिकमधल्या एका विक्रेतीकडे देऊन ठेवायला हॅन्कला सांगितले होते. पाऊण तासाने ॲलिसा तिथे पोहोचली.

त्यानंतर पंधरा मिनिटांनी ती जेव्हा दुकानातून बाहेर पडली, तेव्हा तिने एक साधासुधा पोशाख आणि सँडल्स घातले होते. ती लॉस एंजेलिसपासून चालवत

आलेल्या तिच्या गाडीकडे परत गेली आणि गाडीची ट्रंक उघडून तिने आपला बिझनेस सूट आणि उंच टाचांचे शूज असलेली शॉपिंग बॅग आत टाकली. रस्त्यापलीकडून चालत असलेला हॅन्क तिच्यावर लक्ष ठेवून होता.

पाकिटामधील चिठ्ठी फोडून पुन्हा वाचायची तिला गरज पडली नाही, हे मात्र खरे. यानंतर कुठे जायचे हे तिच्या बरोबर लक्षात होते.

रस्ता टेकडीवरून उतरत उतरत समुद्राच्या किनाऱ्यापर्यंत जात होता. मागे राहून तिच्यावर लक्ष ठेवायला हॅन्कला कुठलीच अडचण आली नाही. अजूनही कुणी तिच्या पाठलागावर नाही हे बघितल्यावर आणि ती त्या छोट्या रेस्टॉरंटजवळ पोहोचल्यावर त्याने आपला सेलफोन काढून आपल्या घरी फोन केला. एकदा घंटी वाजताच रॅल्स्टनने तो उचलला.

''कुणीही तिच्या मागावर नाही. पाच मिनिटांत भेटू.''

सालोमनला एकटे सोडून रॅल्स्टनला निघायचे नव्हते. तो अजून झोपलेला होता. तो जागा झाला आणि त्याला घरात कुणी दिसले नाही, तर तो भलतेच काही करून बसेल, अशी रॅल्स्टनला भीती वाटत होती. एखादा फोन केला किंवा आपल्या कार्यालयाला एखादी ई-मेल पाठविली तर काहीही होणार नाही अशी त्याने स्वत:चीच समजूत घातली, तर अनर्थ ओढवणार होता.

हॅन्कने परत आल्यावर ॲलिसाने चढविलेल्या पोशाखाचे वर्णन केले आणि गाडीच्या चाव्या रॅल्स्टनच्या हातात ठेवल्या. रॅल्स्टनने आपल्या मित्राकडून कपडे घेतले होते आणि बेसबॉलची टोपी आणि काळ्या भिंगांचा चश्मासुद्धा.

त्याला दहा मिनिटे वेळ देऊन हॅन्कने फोन उचलला. कोण फोन करते आहे कळू नये म्हणून त्याने (काहीतरी खूण हवी फोनवर असते ती) ६७ दाबून कॉलर आय.डी.वर फोन नंबर दिसणार नाही याची काळजी घेतली. त्याने होस्टेसकडे ॲलिसाचे वर्णन केले. तिला फोनवर येण्याचा निरोप देता येईल का विचारले. दुपारची वेळ होती. तिला त्रास पडला नाही.

''किनाऱ्यावर छान वाटेल आत्ता. धक्क्याच्या दक्षिणेला तर फारच छान!'' एवढेच फोनवर बोलून हॅन्कने फोन खाली ठेवला.

ॲलिसाने परत टेबलाशी जाऊन मागविलेल्या डाएट कोकचे बिल दिले. आणि ती रेस्टॉरंटमधून बाहेर पडली. चौकभर अंतर चालत जाऊन तिने वाळूत पाऊल ठेवले. गेले अनेक दिवस हवा चांगली होती. स्वच्छ सूर्यप्रकाशाने वाळूसुद्धा तापली होती. वर्षाच्या या काळात ती सहसा समुद्रकिनाऱ्यावर येत नसे. खरेतर ती क्वचितच समुद्रावर येत असे. मुलांचा सांभाळ आणि स्वत:चे काम यांच्यामध्ये तिला विशेष वेळच मिळत नसे.

हवा चांगली असल्याने तिची अपेक्षा होती त्यापेक्षा लोकांची जास्त गर्दी होती.

तिच्या मनात विचार आला, फक्त *कॅलिफोर्नियातच आठवड्याच्या मध्यावरही इतकी माणसे काम टाळू शकतात.* ती ल्यूक कुठे दिसतो आहे का, ते बघत होती. पण तो तिला दिसला नाही, तेव्हा ती पाण्याच्या दिशेने चालत राहिली.

लाटा खूप मोठ्या नसल्या तरी पुढची लाट आपल्याला आत घेऊन जाईल या आशेवर, फेसाळ लाटांवर अरुंद पण लांब फळीवर तोल सांभाळत राहण्याचा खेळ खेळणारे डझनभर सर्फर्स आपापल्या फळ्यांवर वर-खाली होताना दिसत होते.

पाण्याजवळ पोहोचताना तिने पायातले सँडल्स काढून हातात धरले. अनवाणी पायांनी वाळूत चालायला खूप छान वाटत होते. एक लाट तयार होताना दिसत होती. तिचा लाभ उठविण्यासाठी सर्फर्स, आपल्या फळ्या झपाट्याने हात मारत तिच्या दिशेने न्यायला लागले. मान वर करून ती क्षणभर थबकली आणि उबदार सूर्यप्रकाशाचा आनंद लुटत राहिली.

''हॅलो अली,'' असे रॅल्स्टनने म्हणेपर्यंत तो तिच्या मागे येऊन उभा राहिला आहे, हे तिला कळलेही नव्हते.

ॲलिसाने मान वळवली नाही. अजून तिच्या मनाची तयारी झाली नव्हती. ती मान वर करून तशीच उभी राहिली. ''डोळे बंद करून सागराचा आवाज ऐकताना या जगात वाईट गोष्टी आहेत, याची कल्पनाही करता येत नाही.''

रॅल्स्टनने तिच्या आनंदात व्यत्यय आणला नाही. काही वेळ तसाच जाऊ दिला. माता, पत्नी, यशस्वी ॲटर्नी. काळ लोटला असला तरी त्याची चिन्हे तिच्यावर उमटली नव्हती. त्याला आठवत होती त्यापेक्षाही ती सुंदर दिसत होती. ॲव्हाप्रमाणेच तिचे डोळे हिरवे होते आणि केस काळे. भुवयाही तशाच काळ्या आणि लांबही! ती नक्कीच स्वतःची नीट काळजी घेत होती; पण इतरांवर होणारा तिचा परिणाम ॲव्हापेक्षा वेगळा होता. तिचा आत्मविश्वास हे त्याचे एकमेव कारण होते.

''चालत जाऊ या का थोडे?'' शेवटी त्याने विचारले.

तिने संमती दर्शवली. पाण्याच्या काठाने, धक्क्यापासून दूर ते चालत निघाले. काय बोलायचे हेच रॅल्स्टनला कळेनासे झाले होते. शेवटी ॲलिसानेच शांततेचा भंग केला. ''मी तुला नवीन कपड्यांचे आणि या प्रवासाचे बिलही अर्थात पाठवणार आहे.''

''अर्थातच!'' रॅल्स्टन हळूच हसला.

''काय घडले ते आता सांगणार आहेस का मला?''

त्याने सांगितले. त्याला खरेतर सर्वकाही तिला सांगून टाकायचे होते; पण काळजी घेणे आवश्यक होते. ''कालची रात्र राचेल सालोमनच्या एकविसाव्या वाढदिवसाची असती. लॅरीची मुलगी.''

“इजिप्त का इस्त्राईलला सहलीला गेली असताना तिचा खून झाला होता ना?”

रॅल्स्टनने मान डोलवली. “इस्त्राईल.”

“त्यांनी खुनी माणसाला कधीतरी पकडले का?”

“इस्त्रायलींचा काहीजणांवर संशय होता; पण नाही. खुनी माणूस कधीच पकडला गेला नाही.”

“त्याच्या दृष्टीने फारच दु:खदायक ठरले असणार ते.”

ॲव्हा आणि राचेल. दोन वेगवेगळ्या खुनांच्या बाबतीत दैवाने किती विचित्र खेळ केला होता, असा विचार त्याच्या मनात येऊन गेल्याशिवाय राहिला नाही.

“राचेल सालोमनची एकुलती एक मुलगी होती. त्यांचे लग्नच उद्ध्वस्त झाले. लॅरीला सोडून एलिझाबेथ मॅनहॅटनला परत गेली.”

“दु:खदच गोष्ट.”

“तिला लॉस एंजेलिस आणि चित्रपटउद्योग या दोन्ही गोष्टी विशेष आवडत नव्हत्याच म्हणा!” रॅल्स्टन उद्गारला. “पण तरीही दु:खदायक गोष्ट.”

“माझे वडील म्हणतात त्याप्रमाणे सोन्याचा कस आगीत लागतो.”

“त्यांचे कसे काय चालले आहे?”

“छान! अजूनही कायद्याची प्रॅक्टिस चालू आहे.”

“माहीत आहे. वर्तमानपत्रात नेहमी त्यांचे नाव वाचत असतो.”

*“त्यासाठी त्यांना काही करावेही लागत नाही,”* हळूच हसत ॲलिसाने पुन्हा त्यांचेच आवडते दुसरे वाक्य सांगितले, *“भयानक गोष्ट घडली की... काहीच नाही.”*

“तुझे वडील हुशारच आहेत,” गालातल्या गालात हसत रॅल्स्टन उद्गारला. “आणि सर्वांना ते समजण्याची काळजीही ते घेतात. मी पहिल्यांदा रात्री घरी आलो होतो, तेव्हा त्यांनी सांगितलेला विनोद आजही आठवतो मला.”

ॲलिसाने डोळे फिरवले. *“एका आर्मेनियनवर मात करायची तर निदान दोन ज्यू लागतात.”*

“त्यांना नक्कीच आपल्या वारशाचा अभिमान आहे.”

“माझी आई ज्यू आहे. तिला तो विनोद अजिबात आवडत नाही.”

“ठाऊक आहे. त्या रात्री निघताना ॲव्हाने सांगितले होते. तुझ्या आईला बऱ्याच गोष्टी सहन कराव्या लागत असल्या तरी मनात खोलवर कुठेतरी तुझ्या वडिलांच्या व्यक्तिमत्त्वावर तिचे अपार प्रेम आहे.”

ॲव्हाचे नाव निघाले आणि बोलण्यात खंड पडला. एक लाट जवळ येऊन फुटली. दोघांपैकी कुणीही दूर सरकले नाही. ओल्या वाळूवर चालणे थोडे कठीण जात होते.

“माझ्या आई-वडिलांना खूप आवडत होतास तू,” ॲलिसा म्हणाली.

“मलाही आवडत होते ते.”

“ॲव्हाने घरी आणलेला तू असा पहिला माणूस होतास की, ज्याने दरवाजातून बाहेर पाऊल टाकताच माझ्या वडिलांनी त्याच्याबद्दल कटकट करायला सुरुवात केली नव्हती. इतर सर्वांनी त्यांच्यावर छाप पाडायचा प्रयत्न केला होता. तू तसे अजिबात केले नव्हतेस. त्यांना आवडले ते.”

“पण ॲव्हाहून मी वयाने खूप मोठा असल्याने त्यांना काही मी खूप पसंत होतो असे नाही.”

“खरं आहे. मग आईनेच त्यांना आठवण करून दिली की, त्यांच्या दोघांच्या वयातही तेवढाच फरक आहे.”

साध्या गप्पा होत्या; पण गरज होती अशा गप्पांची. जुन्या जखमा पुन्हा वाहायला नको होत्या. ॲलिसा ॲव्हाची मोठी बहीण होती आणि म्हणून तिच्या मृत्यूबद्दल ती स्वत:लाही थोडा दोष देत होती. साक्ष दिली नाही म्हणून तसाच दोष रॅल्स्टनवरही लादला गेला होता. ॲव्हाच्या मृत्यूने झालेल्या दु:खाबद्दल त्याला दोषी ठरवणे थांबवायची तिला गरज होती, तर रॅल्स्टनने स्वत:ला जबाबदार धरणे बंद करायला हवे होते. झाले गेले विसरून जाण्याची दोघांनाही नितांत आवश्यकता होती.

“ब्रेन्ट कसा आहे?” विषय बदलत रॅल्स्टनने तिच्या नवऱ्याची चौकशी केली.

“मजेत!”

“आणि मुले?”

“तीही,” तिने उत्तर दिले. “कुटुंबातल्या प्रत्येकाची हालहवाल वगैरेच विचारायची असती तर फोनवरही विचारू शकलो असतो आपण.”

ते खरे नव्हते हे रॅल्स्टनला माहीत होते. त्यांनी एकमेकांना भेटायलाच पाहिजे होते. ॲव्हा आता नाही हे दोघांनी एकत्र मिळून मान्य करण्याची आवश्यकता होती. दु:खद असले तरी आयुष्यातील ते प्रकरण बंद करून मागे सोडायची गरज होती. तरच ते पुढे जाऊ शकले असते. ती नक्की त्याला मदत करील, याची तेव्हाच त्याला खात्री पटणार होती.

तो थोडा लंगडतो आहे याकडे आता ॲलिसाचे लक्ष गेले.

“तू ठीक आहेस ना?” तिने विचारले. “आणि लॅरी? तोही ठीक आहे ना?”

“आम्ही दोघेही व्यवस्थित आहोत,” त्याने उत्तर दिले.

“पण लंगडतो आहेस तू!”

“होते कधी कधी तसे. काळजी नको करूस.”

“काय झाले?”

"ती एक मोठी कथाच आहे.''

ॲलिसाने किनारपट्टीकडे बोट दाखविले. ''चालत जाण्यासाठी मोठा लांबलचक किनारा आहे.''

रॅल्स्टनने सागराकडे नजर टाकली. मग तिच्याकडे बघितले. चालता चालता घडलेली प्रत्येक गोष्ट तिला सांगितली.

''पण पोलिसांना का नाही बोलावले?'' त्याचे बोलणे संपल्यावर तिने विचारले. ''अगदी प्रसिद्धीला हपापलेला डिस्ट्रिक्ट ॲटर्नीसुद्धा या प्रकरणात आरोपपत्र दाखल करणार नाही. तुम्ही पोलिसांनाच शरण जायला पाहिजे.''

''शक्य नाही ते. निदान आत्तातरी नाही. म्हणूनच मला तुझी मदत हवी आहे.''

ॲलिसाने रोखून त्याच्याकडे बघितले. ''तुम्ही पोलिसांच्या स्वाधीन का होत नाही, हे अजूनही मला कळत नाही.''

''कारण लॅरीचा खून करायला आलेली माणसे व्यावसायिक भाडोत्री खुनी होती. ज्या कुणी त्यांना पाठविले होते, तो पैसे देऊन नवीन खुनी सहज पाठवू शकतो आणि बहुतेक पाठवेलही.''

''त्यांना कुणी पाठविले ते माहीत आहे तुम्हाला?''

''कल्पना आहे,'' रॅल्स्टन म्हणाला.

''मग पोलिसांशी बोला. डिस्ट्रिक्ट ॲटर्नीशी बोला. ते तुमचे रक्षण करतील.''

आणखी एक लाट येऊन वाळूत फुटली.

रॅल्स्टन थांबला आणि त्याने वळून तिच्याकडे बघितले. ''लॅरीला ठार मारण्यासाठी आलेली माणसे रशियन स्पेशल फोर्सेसमधील होती - स्पेट्झनॅझ. लॉस एंजेलिसमध्ये रशियन लोकांचा किती प्रभाव आहे, हे मी तुला तरी सांगण्याची नक्कीच आवश्यकता नाही.''

नव्हतीच. तिला सांगण्याची आवश्यकता नव्हतीच. लॉस एंजेलिसमध्ये रशियन्स मोठ्या संख्येने राहत होते. त्यांतले काही रशियन्स आर्मेनिअन होते. तिच्या कुटुंबाची पार्श्वभूमी लक्षात घेऊन अनेक रशियन आर्मेनिअन्स तिच्या वडिलांकडे सल्ला-मसलतीसाठी येत असत. अत्यंत कणखर क्रिमिनल डिफेन्स ॲटर्नी अशी लॉस एंजेलिसमध्ये त्यांची ख्याती होती. म्हणून उरलेले रशियन्सही त्यांच्याकडे येत. सद्गुणी म्हणण्यासारखे कमीच!

''पोलीस तुमचे रक्षण करू शकतील असे तुम्हाला वाटत नाही, बरोबर?'' तिने विचारले.

''मला *माहीत आहे की,* ते आमचे रक्षण करू शकणार नाहीत.''

''मग काय करणार आहेस तू?''

उत्तर देण्याआधी विचार करण्याची रॅल्स्टनला गरजच नव्हती. ''लॅरीला मारणारी

टीम कुणी पाठविली, ते मी प्रथम शोधून काढणार आहे.''

''मलाच आता तर्क करू दे,'' ॲलिसा म्हणाली. ''तिथेच माझा संबंध येतो.''

''लॅरीच्या घरातले तीन खुनी तर बहुधा अमेरिकेत उतरल्यावर परस्पर तिथेच पोहोचले होते. सर्व व्यवस्था लॉस एंजेलिसमधल्या कुठल्यातरी स्थानिक माणसानेच केलेली असू शकते. त्यांना विमानतळावर भेटून, शस्त्रे देऊन, सालोमनच्या घरापर्यंत नेण्याची व्यवस्था त्याने केली होती. सर्वसाधारणत: ही कामे अशाच तऱ्हेने पार पाडली जातात.''

''मग मी काय करावे अशी अपेक्षा आहे तुझी?'' तिने विचारले. ''रशियन भाषेतल्या *कुरियरमध्ये - वर्तमानपत्रामध्ये* जाहिरात द्यायची?''

''माझी इच्छा आहे की, तू तुझ्या वडिलांशी बोलावेस. लॉस एंजेलिसमध्ये अशा तऱ्हेची कामगिरी हातात घेऊ शकणारी माणसे हाताच्या बोटांवर मोजण्याइतकीच असू शकतील. त्या माणसाने रशियन एफ.एस.बी. किंवा त्यापूर्वीच्या के.जी.बी. या नावाने ओळखल्या जाणाऱ्या संघटनेमध्ये काम केलेले असणार...''

''थांब जरा,'' ॲलिसा म्हणाली. ''त्या समाजातल्या काही आरोपींचे वकीलपत्र माझ्या वडिलांनी स्वीकारले होते; याचा अर्थ भाडोत्री खुनी पाठवायचे तर कुणाकडे जायचे हे त्यांना माहीत असेल, असा होत नाही.''

''त्यांना माहीत असेल असे मी म्हणतच नाही,'' रॅल्स्टन उत्तरला. ''तू फक्त त्यांना विचारावेस अशी माझी इच्छा आहे. त्यांच्या खूप ओळखी आहेत. त्यांपैकी एकजण तरी असा असणार आहे की, ज्याला अशा तऱ्हेची कामगिरी कोण हातात घेऊ शकेल याची माहिती असणार.''

''आणि माझे वडील असे प्रश्न विचारत आहेत हे त्या माणसाला कळले की काय होईल? ते त्यांच्याच मागे लागणार नाहीत कशावरून? किंवा आईच्या?''

रॅल्स्टनने तिची चिंता दूर करण्याचा प्रयत्न केला. ''त्या समाजात तुझ्या वडिलांना खूप मान आहे. त्यांना काहीही होणार नाही. तुझ्या आईलाही काही होणार नाही.''

''तुझा आत्मविश्वास बघूनच मला आनंद वाटतो आहे.''

''अली, तुझे वडील अत्यंत बुद्धिमान आहेत. आपल्या दोघांनाही ते माहीत आहे. स्वत: भानगडीत न अडकता कसे प्रश्न विचारायचे हे त्यांना कळते. मला हवी असलेली माहिती निदान शंभर माणसे त्यांना देऊ शकतील आणि त्यातल्या प्रत्येकासाठी तुझ्या डॅडने काहीतरी केले आहे. उपकाराची परतफेड करायची इच्छा प्रत्येकाला असणार.''

''आणि हे सर्व तुझ्यासाठी ते का करतील?''

रॅल्स्टनने तिच्याकडे बघितले. ॲव्हाबरोबर असतानासुद्धा त्याला ॲलिसाबद्दल

आकर्षण वाटत असे; त्यामुळे थोडे अपराधीही. त्याने त्या बाबतीत कधी काही केले नाही, तो भाग वेगळा! आजसुद्धा त्याला तिच्याबद्दल आकर्षण होते हे खरेच होते. आणि तो विचार मनातून काढून टाकायचा त्याचा प्रयत्न होता. तिच्या बाबतीत तशीच स्थिती होती, हेदेखील त्याला माहीत होते. त्याच कारणामुळे त्याच्याकडून फोन आल्यावर तिने त्याचा फोन खाली ठेवून दिला नव्हता. आत्ता ती त्याच्याबरोबर या किनाऱ्यावर उभी राहिली होती. त्याला मदत करायची तिची इच्छा होती. तिच्या बहिणीच्या दोस्ताबद्दलच्या खऱ्या भावना मनात दाबून टाकून त्याच्यासाठी काहीतरी करण्यासाठी तिला निमित्त हवे होते एवढेच!

"तुझ्या वडिलांना कोणतेही कारण लागणार नाही," रॅल्स्टन म्हणाला. "ते तुला तसे विचारणारही नाहीत. मी ॲव्हाशी किती चांगल्या तऱ्हेने वागलो, ते त्यांना ठाऊक आहे. मी तिला मदत करण्याचा सर्वतोपरी प्रयत्न केला होता, हेदेखील त्यांना माहीत आहे. तेवढे कारण त्यांना पुरेसे आहे."

"आणि ते नाही म्हणाले तर?"

"ते नाही म्हणणारच नाहीत," रॅल्स्टनने खात्री दिली.

"तुला स्वत:बद्दल जरा जास्तच खात्री वाटते आहे, बरोबर?" ॲलिसाने विचारले.

"अजिबात नाही. मला तुझ्याबद्दल खात्री वाटते आहे. तू त्यांना नाही म्हणू देणार नाहीस."

तिने काही उत्तर द्यायच्या आतच खिशातून एक कागदाचा कपटा काढून त्याने तो तिच्यासमोर धरला. "हा लक्षात ठेव आणि जाळून टाक."

"काय आहे ते?"

"तू या ई-मेल अकाउंटचा उपयोग करून माझ्याशी संपर्कात राहा. सूचना आहेत. मी तुला माझी ॲटर्नी म्हणून नेमल्याचे एक करारपत्र ड्राफ्ट फोल्डरमध्ये आहे. तू मला पोलिसांच्या स्वाधीन व्हायला सांगितले होतेस आणि लॅरीच्या सुरक्षिततेची खात्री पटल्यावर मी ते करणार आहे, असे स्पष्टपणे लिहिलेले एक पत्रही आहे."

"आणि तुझ्या सुरक्षेचे काय?"

त्याने कागद तिच्या हातात ठेवून तिच्या हाताची बोटे बंद केली; पण आपला हात तो दूर करू शकला नाही.

"मी स्वत:ची काळजी घेऊ शकतो."

त्याच्या हातामधून आपला हात काढून घ्यायचा विचार ॲलिसाच्या मनात येत होता; पण तिनेही तो काढून घेतला नाही. "या सर्वांच्या मागे कोण आहे हे तू मला का सांगत नाहीस?"

“सांगू शकत नाही,” हळूच तिचा हात सोडत तो म्हणाला. “एवढ्यात तरी नाही. कृपा करून माझ्यासाठी तुझ्या वडिलांशी बोल.”

तो वळला आणि निघाला. ॲलिसा त्याच्याकडे बघत होती. तिच्या मनात प्रश्नांची गर्दी झाली होती. रॅल्स्टन कुठल्या भानगडीत अडकला होता? हॉलिवुडमधल्या एका सुप्रसिद्ध निर्मात्याचा जीव घेण्यासाठी भाडोत्री रशियन खुनी पाठविणारा माणूस कशा तऱ्हेचा आहे?

# ३२

## न्यू यॉर्क शहर

**"तु**म्ही नेहमीच शरीररक्षक घेऊन प्रवास करता का?" जेम्स स्टँडिंगने मागविलेल्या १९९२च्या डी.आर.सी. मोन्हाशे व्हाइट वाइनचा घोट घेत ज्यूलिया विन्स्टनने विचारले.

ते न्यू यॉर्कच्या सुप्रसिद्ध ल बेर्नारदां रेस्टॉरंटमध्ये एका कोपऱ्यातल्या टेबलावर बसले होते. अब्जाधीशाचे सुरक्षारक्षक त्याचा योग्य तो मान राखत काही अंतरावर असलेल्या दोन टेबलांशी बसलेले होते.

"दुर्दैवाने जग ही फार धोकादायक जागा ठरू शकते," हातामधला ग्लास खाली टेबलावर ठेवत तो म्हणाला.

वार्ताहराला अजून अनेक प्रश्न विचारायचे होते. तेव्हा तिने अजिबात वेळ दवडला नाही. आपले पॅड आणि पेन्सिल उचलत ती म्हणाली, "तर मग प्रश्न विचारायला तिथूनच सुरुवात करते. जगामधील आजची परिस्थिती तुम्हाला कशी वाटते किंवा त्याहून योग्य प्रश्न म्हणजे ती कशी असायला पाहिजे, असे तुम्हाला वाटते?"

"माझी इच्छा आहे की, ती सर्वांनी मिळून मिसळून वागायची जागा असावी."

"म्हणजे?"

"आपण सर्व या एकाच जगाचे नागरिक आहोत. एका देशात घडलेल्या घटनांचे पडसाद दुसऱ्या देशात उमटू शकतात. तेव्हा कोणताही निर्णय घेताना आपापसात समन्वय पाहिजे. बुद्धी वापरून, वादावादी न करता, वेळ न गमावता निर्णय घेतले गेले पाहिजेत. आपण अशा ग्रहावर राहतो की, जिथे आइसलँडमध्ये ज्वालामुखीचा उद्रेक झाला तर त्यामुळे युरोपमध्ये विमानांच्या उड्डाणांवर परिणाम होऊ शकतो. जपानमधला भूकंप आणि त्यामुळे निर्माण होणाऱ्या त्सुनामीमुळे फक्त जपानमध्येच हाहाकार उडतो, तिथल्या अणुभट्ट्यांचा नाश होतो असे नाही. किरणोत्सर्गी ढग थेट अमेरिकेवर पोहोचतात; तेव्हा अशा घटनांचा फक्त एका देशावर नाही तर

अनेक देशांवर परिणाम होतो. हे तरी पटते ना?''

ज्यूलियाने मान डोलवली.

''निर्माण होणाऱ्या एखाद्या परिस्थितीचा जेव्हा अनेक देशांशी संबंध येतो, तेव्हा माझ्या मते योग्य ती उपाययोजना करण्यासाठी आंतरराष्ट्रीय कायदा हवा. एखाद्या देशाचे सार्वभौमत्व त्या वेळी दुय्यम ठरावे.''

''आंतरराष्ट्रीय संघटनांबद्दलही तेच म्हणाल तुम्ही?''

स्टँडिंग हसला. ''हो. मी आत्ताच संयुक्त राष्ट्रसंघामधल्या एका सत्कार समारंभामधून परत आलो आहे. एकाच, अगदी स्वच्छ हेतूने काम करण्यासाठी सर्व देशांनी एक स्पष्ट नियमावली आत्मसात केली, तर जग ही आजच्यापेक्षा खूप चांगली जागा नक्की बनेल.

''अर्थशास्त्रावर बोलू या का आपण? तुला आणि मलाही आवडणारा विषय. गेल्या तीस वर्षांत अनेक आर्थिक उपाययोजना अयशस्वी ठरल्या आहेत. त्या चालू ठेवणे निरर्थक आहे. आपल्या ग्रहाचा विनाश होतो आहे. आजपर्यंत कधीही नव्हती इतक्या मोठ्या संख्येने जनता दारिद्र्यात खितपत पडली आहे. यात सुधारणा करायची असेल तर मुक्त अर्थव्यवस्थेकडून पुन्हा नियंत्रित अर्थव्यवस्थेकडे वळायला हवे.''

ज्यूलियाने मान वर केली. ''पण मुक्त अर्थव्यवस्थेनेच तर कोट्यवधी लोकांना गरिबीमधून वर काढले आहे ना?''

स्टँडिंगने नकारार्थी मान हलवली. ''भांडवलदारी अर्थव्यवस्था नैतिकदृष्ट्या दिवाळखोर बनली आहे.''

''मग भारत आणि चीनचे काय? त्या देशांमधले सरासरी उत्पन्न गेल्या तीस वर्षांत कुठल्या कुठे पोहोचले आहे.''

''चीनचे उदाहरण दिलेस ते बरे केलेस तू. सरकारी नियंत्रणाखालील अर्थव्यवस्था काय करू शकते, याचे चीन हे उत्कृष्ट उदाहरण आहे. मुक्त अर्थव्यवस्थेसाठी देशात लोकशाही असण्याची गरज नाही, हेच चीनने सिद्ध केले आहे. लोकशाही नसेल तरच ती अर्थव्यवस्था खरेतर चांगल्या तऱ्हेने अमलात आणता येते. भारताबद्दल म्हणायचे तर जगामधले एकतृतीयांश दरिद्री लोक फक्त त्याच देशात राहतात. यशस्वी मुक्त अर्थव्यवस्थेचे उदाहरण म्हणून भारताचे नाव घेण्यापूर्वी मी दहादा विचार करेन.''

''दिवसाला एक डॉलर किंवा त्याहून कमी पैशात जगणाऱ्या जगातील जनतेचे प्रमाण ज्या काळात इतके खाली गेले होते की, विकसनशील देशांमधील वाढती लोकसंख्याही त्या अर्थव्यवस्थेत सामावून गेली होती त्या, म्हणजे १९८०-९० च्या भांडवलशाही अर्थव्यवस्थेच्या नवीन सुवर्णकाळाकडे आपण दुर्लक्षच करावे,

असे वाटते तुम्हाला?''

"तसे अजिबात नाही," स्टँडिंग म्हणाला. "खरेतर जगामधल्या जनतेचे जीवनमान सुधारलेले आहे; पण ते जागतिकीकरणामुळे घडलेले आहे. तरीही ते जितके चांगले असायला हवे, त्याच्या जवळपासही पोहोचलेले नाही. आपल्याकडे साधनसामग्री आहे, संपत्ती आहे; पण..."

"ती सर्वांना वाटली पाहिजे असे वाटते तुम्हाला; बरोबर?''

"आपल्या मानवी बंधूंचे जीवनमान सुधारण्याची आपल्यात ताकद आहे आणि ते होण्यासाठी सर्वकाही करावे, असे वाटते मला.''

"आणि त्यामध्ये अमेरिकेची संपत्ती गरीब देशांत वाटणे हा भाग असेलच?''

स्टँडिंग मोठ्याने हसला. "कुठली संपत्ती? अमेरिकेचे दिवाळे वाजले आहे. जागतिक पातळीवर विचार केला तर अमेरिकेलाच फायदा होईल.''

"तो कसा काय?''

क्षणभर विचार करून स्टँडिंग म्हणाला, "जरा बाळबोध वाटेल; पण सांगतो. अमेरिकेमधील कुठलेतरी होमओनर्स असोसिएशन नजरेसमोर आण. समज, त्यात पन्नास घरे आहेत. त्यात राहणाऱ्या कुटुंबांच्या आर्थिक परिस्थितीचा विचार कर. अजिबात कर्ज नाही आणि बँकेच्या खात्यात भरपूर पैसे अशा कुटुंबांपासून सुरुवात केली तर शेवटची दोन कुटुंबे अशी निघतील की, पुढच्या वेळी वाणसामान कसे विकत घ्यायचे, असा त्यांच्यापुढे प्रश्न असेल. कर्जाच्या हप्त्यांचा तर विचारच नको.''

ज्यूलियाने त्याच्याकडे बघितले. "तुमचे असे म्हणणे आहे की, ज्या कुटुंबाने खूप कष्ट करून आपले कर्जाचे हप्ते भरले आहेत आणि पैसेही साठवले आहेत, त्यांनी त्यांचा पैसा, ज्या कुटुंबांना घराचा हप्ता भरता येत नाही किंवा वाणसामान विकत घ्यायला पैसे नाहीत अशा कुटुंबांना द्यावा?''

"इतके सरळ नाही ते," स्टँडिंगने इशारा दिला. "गरीब कुटुंबांनी कर्जाचे हप्ते भरले नाहीत तर काय होईल?''

"त्यापेक्षा ते त्यांच्या घराचे हप्ते का भरू शकत नाहीत, वाणसामान आणण्याइतके पैसेही त्यांच्याकडे कसे उरले नाहीत याचा विचार प्रथम करू या का? त्यांनी सुरुवातीपासूनच ऐपतीबाहेर खर्च केला असेल का?''

"कुणाला माहीत? एखाद्या वेळी मॉम आणि डॅड यांचे नशीबच वाईट असेल. दोघांना कामावरून काढले असेल. त्यांच्या आत्ताच्या आर्थिक परिस्थितीला ते कारणीभूत नसतीलही.''

"तेच कारणीभूत आहेत असे मी म्हटलेलेच नाही; पण...''

"माझ्या प्रश्नाचे उत्तर दे," स्टँडिंग म्हणाला. "कुटुंबाची परिस्थिती खालावली

आणि त्यांनी घराचे हप्ते भरले नाहीत तर काय होईल?''

''गहाण ठेवलेल्या घरावरचा त्यांचा हक्क नाहीसा होईल. त्यांना बाहेर काढले जाईल.''

''बरोबर! आणि मग घराचे काय होईल?''

''विकायला काढतील.''

''काय किंमत येईल?''

''बाजारामध्ये असेल तो भाव. तसेच असते नेहमी.''

''अशा प्रकरणात नाही. बँकेकडे असे एकच घर नसते, हजारो असतात; लाखोही! त्यांना स्वत:च्या मालकीची घरे नको आहेत. तो त्यांचा व्यवसाय नाही. त्यांचा व्यवसाय आहे पैसे कर्जाऊ देण्याचा, तेव्हा घराला चांगली किंमत येईपर्यंत ते घर ताब्यात ठेवणार नाहीत. त्यांना ते घर लवकरात लवकर विकून टाकायचे आहे; तेव्हा ते कमी किंमत लावतील. त्यांनी या घराची किंमत कमी केली तर होमओनर्स असोसिएशनच्या इतर घरांच्या किमतींवर काय परिणाम होईल?''

''त्यांच्या किमतीही पडतील?''

''याचा अर्थ त्यांचा काही दोष नसताना त्यांच्या घरांच्या किमतीही नाहक खाली येतील. अशा वेळी सर्वांनी थोडे थोडे पैसे काढून सर्वांचाच फायदा कसा होईल, हे बघणे श्रेयस्कर की घरांच्या किमती पाडून घेणे?''

''तुम्ही अशा तऱ्हेने खोटे पर्याय देता आहात.''

''अजिबात नाही.''

''देता आहात मिस्टर स्टँडिंग. मी स्वत: खूप काबाडकष्ट करून, पैसे वाचवून माझ्या कर्जाचे हप्ते भरले असतील, तर दुसऱ्या घरमालकाची कर्जातून सुटका करण्यासाठी मी का पैसे काढायचे?''

''त्यांची परिस्थिती वाईट असली तरी?'' त्याने विचारले. ''तू त्यांच्या जागी आहेस अशी कल्पना करून बघ.''

''ते फार भयंकरच ठरेल; पण एकाकडून पैसे घेऊन ते दुसऱ्याला देणे हे सरकारचे काम नाही.''

स्टँडिंग पुन्हा हसला. ''खरंच की काय? मग गोळा करण्यात येणारा जो कर असतो, त्याला काय म्हणशील तू?''

''अमेरिकन सरकार ज्या तऱ्हेने पैसा खर्च करते ते मला खूप पसंत नसेलही; पण आपण करांबद्दल बोलत नाही आहोत.''

''एका दृष्टीने विचार केला तर करांबद्दलच बोलतो आहोत. आपण विचार करतो आहोत की, अशा एखाद्या कुटुंबाने त्याच्या वाट्याच्या फीची किंवा कराची रक्कम होमओनर्स असोसिएशनला दिली नाही तर काय होईल?''

“त्यांची मालमत्ता गहाण पडेल. त्यांचे घर त्यांना कायदेशीरपणे ताब्यात घेता येईल,” तिने उत्तर दिले.

“पण मधल्या काळात असोसिएशनला त्यांचे खर्च भागवावेच लागतात; तेव्हा इतर मालकांवर थोडा थोडा जास्त भार पडणारच. म्हणजे त्यांना त्यांच्या शिलकीतून पैसे काढावे लागतात आणि इतर कुणाकडे शिल्लक नसतील, तर त्यांच्यासाठीचे पैसेही द्यावे लागतात. ज्यांच्याकडे जास्त पैसे होते त्यांच्याकडचे पैसेही संपायला लागतात आणि काही काळाने त्यांनाही पैसे भरणे अशक्य होते. अत्यंत श्रीमंत मालकांकडूनही आवश्यक तितका पैसा मिळणे अशक्य बनते.

“तेव्हा सोपा म्हणणार नाही; पण चांगला मार्ग म्हणजे पैसे भरू न शकणाऱ्या कुटुंबातल्या डॅड आणि मॉमसाठी काम मिळवून देणे. त्यात सर्वांचेच भले आहे. प्रत्येकाचा मानसन्मानही शाबूत राहील.”

“आणि या पृथ्वीवर प्रत्येक व्यक्तीचे स्वातंत्र्य आणि आत्मसन्मान अबाधित ठेवणारी अमेरिका सोडली तर दुसरी जागा नाही,” ती म्हणाली.

“प्रत्येकाचा आत्मसन्मान हा जागतिक काळजीचा विषय आहे. श्रीमंत आणि गरीब यांच्यातील दरी कमी होत नाही, तोपर्यंत ते अशक्य आहे.”

“आणि भांडवलशाही नष्ट करणे हा त्याच्यावरचा तुमचा उपाय आहे?” तिने विचारले.

“निर्नियंत्रित भांडवलशाहीमुळेच तर ही दरी निर्माण झाली आहे. सर्वांना सारखे पैसे मिळत नाहीत तोपर्यंत प्रत्येकाला आत्मसन्मान मिळणार नाही. आत्मसन्मान आणि समाजामधील एकी यांच्याशी संबंध असेल तर प्रत्येक देशाचा वेगळा विचार करून चालणार नाही.”

“म्हणून आंतरराष्ट्रीय कायदे आणि एकच जागतिक सरकार अस्तित्वात हवे असे तुमचे म्हणणे आहे तर!” ती म्हणाली. त्याने हेच आधी सांगितले होते.

“अगदी बरोबर!” स्टॅंडिंग म्हणाला. “त्यामुळे अमेरिका आणि इतर सर्व देशांचा फायदाच होईल. प्रत्येक देशाची कर्जातून मुक्तता होऊन तो नवीन सुरुवात करू शकेल.”

“पण तुम्ही हे लक्षातच घेत नाही की, एका माणसाचे कर्ज ही दुसऱ्याची मिळकत आहे म्हणून! कर्जाकडे बघण्याचा माझा आणि बॅंकेचा दृष्टिकोन भिन्न असतो. माझ्या दृष्टीने ते कर्ज आहे; स्वेच्छेने घेतलेले आणि ते परत करणे ही माझी नैतिक जबाबदारी आहे. बॅंकेच्या दृष्टीने तो एक फायदेशीर व्यवहार आहे; बॅंकेने स्वेच्छेने स्वीकारलेला. त्यातून फायदा व्हायला पाहिजे ही बॅंकेची अपेक्षा असणारच; कारण शेअरहोल्डर्सचे हित त्यांना बघायचे असते. माझ्या किंवा बॅंकेच्या डोक्यावर पिस्तूल रोखून घडवलेली बाबच नाही ही.”

“म्हणजे घरांच्या किमती पडल्या त्या केवळ अपघाताने असे तुला सुचवायचे आहे का?” स्टँडिंगने विचारले.

“नाही. त्याला नानाविध कारणे होती. सर्वांत मोठे कारण म्हणजे सरकारने बँकांचे हात पिरगळून, ज्यांची पत नाही अशा लोकांना कर्ज देणे त्यांना भाग पाडले.”

“निवारा हा प्रत्येक माणसाचा हक्क आहे.”

“मिस्टर स्टँडिंग, हक्क म्हणजे काय याबद्दलच आपल्या दृष्टिकोनात फरक आहे, अशी कल्पना झाली आहे माझी.”

“सर्व गोष्टींचे ज्ञान असणारे सरकारच प्रत्येकाला कोणते हक्क हवेत ते ठरवेल.”

वार्ताहराने नकारार्थी मान हलवली. “आपण अमेरिकन लोक म्हणतो की, आपल्या राज्यघटनेच्या शिल्पकारांनीच आपल्याला काही हक्क बहाल केले आहेत. ते हक्क काढून घेण्याचा किंवा कमी करण्याचा कोणत्याही सरकारला अधिकार नाही. आपल्याला हक्क आहे...”

“जीवन, स्वातंत्र्य आणि सुखाचा शोध घेण्याचा,” हात झटकतच स्टँडिंग म्हणाला. “माहीत आहे मला; पण राहायलाच जागा नसेल तर कोण कसे सुखात राहील, ते सांग मला.”

“राष्ट्रउभारणीच्या काळातल्या कुठल्याही कागदपत्रांत सरकारने प्रत्येकासाठी घराची व्यवस्था करायलाच पाहिजे, काम दिले पाहिजे, शिक्षण, आरोग्यसेवा पुरवली पाहिजे, असे लिहिलेले नाही.”

“ज्या दस्तऐवजांवर तुझे एवढे प्रेम आहे, ते दोनशे वर्षांपूर्वी लिहिले गेले आहेत. अमेरिकेच्या घटनाकारांना दोनशे वर्षांनंतर समाजाच्या परिस्थितीत किती बदल घडू शकेल, याची कल्पना करणेही फार अशक्य होते.”

“आणि समजा, त्यांना भविष्यकाळात डोकावता आले असते तर स्वत:ला श्रेष्ठ समजणाऱ्या एका गटाने जनतेवर राज्य करावे असे त्यांना वाटले असते, असे समजता आहात तुम्ही?”

“सरकारने संधी उपलब्ध करून द्यायला हवी.”

“मान्य आहे; पण आपल्या सर्व अडचणींचे निवारण सरकार करू शकत नाही,” ज्यूलिया म्हणाली. “सरकार हाच मुख्य प्रश्न आहे.”

“मिस् विन्स्टन, तू इतक्या अतिरेकी विचारांची असशील, असे वाटले नव्हते मला.”

“मी तशा विचारांची नाहीच पण...”

“खरं की काय? पण तू तर सरकार ही संस्थाच नको असे वाटायला

लागल्यासारखी बोलते आहेस.''

''सरकार नको अशी माझी भूमिका नाही. सरकारने काम करावे एवढेच माझे म्हणणे आहे,'' तिने उत्तर दिले.

''माझेही तेच म्हणणे आहे. आपण सर्वांनीच प्रथमपासून सुरुवात करू या म्हणजे जागतिक अर्थव्यवस्था झटक्यात सुधारेल,'' स्टँडिंग म्हणाला.

''पण प्रथमपासून सुरुवात केली तरी जनतेमध्ये आपापसातील दरी पुन्हा निर्माण होणार नाही कशावरून? काही माणसे इतरांपेक्षा कामसू असतात तर काहीजणांना कामच करायचे नसते, हे तर वास्तव आहे.''

''सगळ्यांसाठी अशी एक नियमावली आपल्याला तयार करावी लागेल.''

''आणि तेच नियम भांडवलशाहीला लागू होतील?''

''अर्थातच. जगामधल्या प्रत्येक वाईट गोष्टीची सुरुवातच भांडवलशाहीपासून होते. कोणताही एक देश तिला नियंत्रणाखाली ठेवू शकत नाही. लोकांना दुःख पोहोचायला लागले आहे आणि ते दूर करणे आपल्याला शक्य आहे. लोकांना निराशेच्या गर्तेतून बाहेर काढणे हे आपले कर्तव्य आहे. त्यासाठी जागतिक पातळीवर भांडवलशाहीला विरोध करायला हवा. आंतरराष्ट्रीय संघटना आणि कायदे यांची पुनर्रचना करायला हवी.''

''आणि या सगळ्यांवर श्रेष्ठींचा गट लक्ष देणार असेल?'' तिने विचारले.

''सर्व मानवजातीच्या हिताचा विचार करून वैयक्तिक हक्क विसरायला हवेत.''

''श्रेष्ठींचे नियंत्रण नाही अशी एकतरी गोष्ट मग शिल्लक असणार आहे का? *मानवजातीचा आत्मसन्मान, सर्वांना समान हक्क अशा कुठल्यातरी छत्रीखाली सर्व काही ढकलता येईल मग.''*

''तू काय करते आहेस ते लक्षात येते आहे माझ्या,'' तो हसून म्हणाला. ''तू मला कोंडीत पकडण्याचा प्रयत्न करते आहेस, असे मला वाटते.''

वार्ताहराने मान हलवली. ''भांडवलशाहीचे सर्व फायदे उकळून अब्जाधीश बनलेला तुमच्यासारखा माणूस समाजवादाचा खंदा पुरस्कर्ता बनलेला बघून आश्चर्यच वाटते आहे मला.''

स्टँडिंगला राग आला. ''तू फार सुंदर स्त्री आहेस, प्रिय ज्यूलिया. शहाणीही हो आता. तुझ्या त्या गोड हसण्याचा आणि वक्षस्थळे वर-खाली करण्याचा उपयोगही शेवटी मर्यादितच असणार आहे.''

त्याच्या अश्लील बोलण्याचा तिला धक्काच बसला. चकित होऊनच तिने विचारले, ''काय?''

''तुझे बोलणे मला किती उद्धटपणाचे वाटते आहे, याची कल्पनाही नाही

तुला. रात्रंदिवस इतरांच्या भल्यासाठी झटून दमछाक करून घ्यायची आणि वर तुझ्यासारख्यांची बोलणी ऐकून घ्यायची ही असह्य होण्यासारखीच गोष्ट आहे.''

"माझ्यासारख्यांची?"

"बरोबर! मुक्त अर्थव्यवस्थेची भलावण करणारे तुझ्यासारखे झोम्बी आणि सरकारी हस्तक्षेपांबद्दल शंख करणारे तुझ्यासारखेच लोक. तुमचे रकाने वाचणाऱ्या, रेडिओ प्रोग्रॅम्स ऐकणाऱ्या, टी.व्ही. शोज बघणाऱ्या सर्वांशी तुम्ही खोटे बोलता. सरकारी नियंत्रणाची कमी गरज आहे, असं सांगता त्यांना. स्वत:च्या स्वार्थासाठी झटणाऱ्या लोकांमुळेच मुक्त अर्थव्यवस्था काम करते, असं सांगता. तुमच्या स्वार्थावर कुठल्याही तऱ्हेची गदा यायला नको आहे तुम्हाला. कुठली जबाबदारी नको आहे.''

तो अब्जाधीश असला तरी ज्यूलिया काही उत्तर दिल्याशिवाय राहणार नव्हतीच!

"तुमच्या आधीच्या अर्वाच्य बोलण्याकडे दुर्लक्ष करून मी म्हणेन की, मुक्त अर्थव्यवस्थेच्या पुरस्कर्त्यांना जबाबदार धरू नये, असे मी एकदाही म्हटलेले नाही. त्यांनाही जबाबदार धरायलाच पाहिजे. त्यासाठी जास्त नियमांची आवश्यकता नाही. आहेत त्याच नियमांचे पालन करणे भाग पाडले तरी पुरेसे आहे. आपली आळशी आणि मूर्ख लोकशाही काम करत असती तर बर्नी मॅडॉफ पकडला गेला असता. वाटेल तशी कर्जे देणारे वॉल स्ट्रीटवरील बँकर्स कोठडीत असते.

"आणि तुम्ही ज्या होमओनर्स असोसिएशनच्या घरांबद्दल बोलत होतात, त्यांच्या संदर्भात मी म्हणेन की, माझ्या घराची किंमत कुठल्याही कारणाने कमी झालेली मला आवडणार नाही. माझ्या शेजाऱ्यांना त्यांच्या पडत्या काळात मदत करायची की नाही, हे फक्त मी ठरवायचे आहे. सरकारने माझ्यासाठी तो निर्णय घेण्याची आवश्यकता नाही. लोकांनाही कधी कधी भिक्षा घालायची नाही, तर कंबरेत लाथ घालायची आवश्यकता असते.

"खरोखर त्यांचा काही दोष नसताना एखाद्या कुटुंबावर वाईट दिवस आले तर त्यांचे शेजारी एकत्र येऊन त्यांना मदत करतीलच. या देशात तेच करतो आपण आणि आपण ते करतो कारण ती योग्य गोष्ट आहे.

"पण तुम्हाला तर त्या कुटुंबावर वाईट दिवस का आले याचा विचारच करायची आवश्यकता दिसत नाही. तुमच्या मनात ते वर्गव्यवस्थेचे बळी असतात. त्यांची परिस्थिती कधीच त्यांचा दोष असू शकत नाही. ते गरीब असले, त्यांची आर्थिक परिस्थिती डबघाईला आली असली, तर तो नेहमीच दुसऱ्या कुणाचातरी दोष असतो. कोणीतरी त्यांची चोरी केलेली असते. त्यांचे ध्येय गाठायला अडथळा आणलेला असतो. कठीण समयी उपयोगात येतील या विचाराने थोडे पैसे राखून ठेवण्याऐवजी त्यांनी आर्थिक कुवतीपेक्षा मोठे घर विकत घेतले होते का, खर्चिक

रजा उपभोगल्या होत्या का, फ्लॅट स्क्रीन टीव्हीज विकत घेतले होते का, असे प्रश्न तुम्ही विचारणारच नाही.

"आणि तुम्ही हे लोक परिस्थितीला बळी पडले आहेत असं म्हणत असताना, मी आणि माझ्यासारखे, काय म्हणाला होता तुम्ही, मुक्त अर्थव्यवस्थेची भलावण करणारे झोम्बी, त्यांचा त्यांच्या वैयक्तिक पातळीवर विचार करतो. स्वत:चे निर्णय घेण्याचा हक्क त्यांना होता. तुम्ही, सरकार किंवा दुसऱ्या कुणालाही प्रत्येक गोष्टीचा परिणाम कसा व्हावा हे ठरवायचा अधिकारच नाही. सामाजिक बांधिलकी, पैशाचे समसमान वाटप, सामाजिक न्याय असले शब्द वापरत तुम्ही, तुम्हाला माझे शब्द आवडोत की न आवडोत, सरळसरळ समाजवादाचा पुरस्कार करता आहात."

लोणी कापायची सुरी हातात घट्ट धरून स्टँडिंगने आपल्या रागावर नियंत्रण ठेवण्याचा प्रयत्न केला. "आपल्या नागरिकांचे जीवनमान सुधारण्यासाठी समाजाने त्यांना मदत करावी असे मी म्हटले तर तुला तो समाजवाद वाटत असेल, तर तू म्हणतेस त्याप्रमाणे मी अपराधी आहे."

"पण तुम्ही समाजाला या गोष्टी करायला सांगतच नाही. तुम्ही बळजबरी करून त्या करायला भाग पाडता आहात. प्रत्येक देशाचा स्वत:चे भाग्य ठरविण्याचा अधिकार काढून घेऊन आंतरराष्ट्रीय कायदे पाळणारी एक नवीन राज्यपद्धती निर्माण करायला बघता आहात आणि ते कायदे बनवणे काही निवडक लोकांच्याच अधिकारात असणार आहे. तुम्ही नुसते एक समाजवादी नाही मिस्टर स्टँडिंग, भांडवलशाही पद्धतीचे सर्व फायदे उकळून जमविलेल्या अफाट पैशांचा आता तीच पद्धत उद्ध्वस्त करण्यासाठी वापर करायला निघाला आहात. कारण तुमच्या नजरेसमोर असे एक जागतिक सरकार आहे की, जे सर्व लोकांच्या सर्व गरजा पुऱ्या करेल. त्यांना हवे ते मिळवून देईल."

"कम्युनिझम, सोशलिझम हे घाबरवणारे शब्द आहेत. तुला त्यांच्यातला फरक तरी कळतो का, याबद्दल शंकाच आहे माझ्या मनात."

ज्यूलिया विन्स्टनने जोरजोराने मान डोलवली. "अगदी बरोबर कळतो. दोन्ही पद्धतींत उत्पादनावर नियंत्रण हवे आहे आणि संपत्तीच्या वाटपाचा अधिकार. अनेकांची समजूत आहे त्याप्रमाणे या दोन राज्यपद्धती एकच नाहीत. त्यांच्यात फरक आहे. एकीत स्वखुषीने केलेला स्वीकार आहे तर दुसरीत जबरदस्ती आहे."

स्टँडिंगने डोळे फिरवले. "बरोबर, बरोबर! कम्युनिझम वाईट आहे, कारण राज्याच्या इच्छेप्रमाणे प्रजेला मान तुकवणे भाग पडते. सोशलिझममध्ये निवडीचा अधिकार आहे."

"चूक," ती म्हणाली. "समाजवादाचा शेवट नेहमी साम्यवादातच होतो. पुस्तकी अर्थाप्रमाणे साम्यवाद म्हणजे कुठल्याच सरकारी नियंत्रणांची गरज न

पडणारा एक काल्पनिक स्वर्ग आहे की, जिथे सर्वजण अत्यंत सुखासमाधानाने राहतात. मार्क्सवाद्यांच्या उत्पत्तीच्या सिद्धांताप्रमाणे हा स्वर्ग म्हणजे मानवजातीच्या इतिहासामधील परमोच्च सुखाचे शिखर आहे. प्रत्येकजण स्वार्थ सोडून इतरांच्या हितासाठी झगडेल असा काळ आहे. भांडवलशाही व्यवस्थेकडून या साम्यवादाखालील काल्पनिक स्वर्गाकडे पोहोचण्यासाठीच समाजवादी व्यवस्थेच्या जुलमी व्यवस्थेला तोंड द्यायला हवे. या दोन तत्त्वज्ञानांकडे बघताना इथेच लोकांची गल्लत होते. त्यांना वाटत राहते की, समाजवादामध्ये स्वखुषीने केलेला स्वीकार आहे आणि साम्यवादात जबरदस्ती आहे. खरेतर परिस्थिती उलटी आहे.

"तेव्हा स्वार्थी भांडवलशाही आणि नि:स्वार्थी साम्यवाद यांच्यामध्ये कुठेतरी समाजवाद बसतो. त्या व्यवस्थेत मानवजात तथाकथित कल्याणासाठी हुकूमशाहीच्या आधिपत्याखाली आणली जाते. उच्चभ्रू स्तरातील व्यक्तींकडे याचे नेतृत्व असते. या वर्गाकडे सामाजिक, राजकीय, आर्थिक स्तरांवर इतका अंकुश असतो की, ते मानवजातीत जनुकीय बदल घडवून आणू शकतात."

स्टँडिंगने तिच्याकडे बघितले. "तू इतकी सुंदर स्त्री आहेस की, तू काहीही बोललीस तरी मी तुझ्यावर विश्वास ठेवेन. मला वाटते, म्हणूनच *फॉक्स न्यूज* इतकी यशस्वी ठरली आहे."

"तुम्ही विषय बदलता आहात, मिस्टर स्टँडिंग," ज्यूलिया म्हणाली.

"विषय मी नाही बदलला; प्रिय ज्यूलिया, तू बदललास. न्यायदानावर विश्वास आहे ना तुझा? मग लोकांनी त्या पद्धतीचा दुरुपयोग करू नये, असे नाही वाटत तुला?"

"नक्कीच वाटते."

"मग जग ही सर्वांच्याच दृष्टीने योग्य जागा बनविण्यास तुझा विरोध का असावा?" स्टँडिंगने विचारले. "भांडवलशाहीची तरफदारी करत असताना माझ्या कल्पना तुला एवढ्या असयुक्तिक का वाटतात, यासाठी एकही सज्जड कारण तू मला दिलेले नाहीस."

"सज्जड कारण?" वार्ताहराने विचारले. "एकच का, चार देते. एक, जे स्वत:चे नाही ते घेणे नीतिमत्तेला धरून नाही. स्वत:ऐवजी राज्याने ते घेतले म्हणून जादूची कांडी फिरवल्याप्रमाणे ते योग्य ठरत नाही. दोन, समाजवादाचे प्रयोग अनेकदा करून झाले. कधीही यशस्वी झाले नाहीत. कुठेही नाही. तरी बुद्धिवंतांच्या प्रत्येक नवीन गटाला नेहमी वाटत असते की, या वेळी परिणाम वेगळा असेल; पण तो तसाच असतो. बदलत नाही.

"तीन, लोक जेव्हा राज्यावर अवलंबून राहायला लागतात, तेव्हा ते परावलंबित्व त्यांचा आत्मसन्मान नष्ट करते. स्वत:चीच पत, नैतिकता, स्वातंत्र्य यांचा ऱ्हास

होतो आणि चार, समाजवादामुळे भिन्न वर्गांत असूया निर्माण होते. युद्धसदृश परिस्थिती निर्माण होते. काही बनविणाऱ्यांना ते फक्त घेत राहणाऱ्यांचा राग येतो. त्यांना वाटते, त्यांच्या संपत्तीचा त्यामुळे ऱ्हास होतो आणि घेणाऱ्यांची चुकीची समजूत असते की, बनविणाऱ्यांकडे अगणित साठा आहे आणि तो द्यायला त्यांना कायम भाग पाडायला पाहिजे. फुकट्यांची भूक संपत नाही. मॅगी थॅचरने एका वाक्यात बरोबर सांगितले होते. *समाजवादापुढे प्रश्न असा असतो की, कधी ना कधी दुसऱ्याचे पैसेही संपतात.*''

स्टँडिंगने मान हलवली. ''मला वाटते, तुझी काहीतरी गैरसमजूत होते आहे, प्रिय ज्यूलिया.''

''तुम्हाला एक सांगू, मिस्टर स्टँडिंग? सुरुवातीला तुम्ही प्रिय ज्यूलिया म्हणत होतात, तेव्हा मला ते खूप छान वाटत होते. मला माझ्या आजोबांची आठवण येत होती. आता ते सर्व फार खोटेखोटे वाटू लागले आहे.''

शेवटी एकदा तिच्या मनाला झोंबेल असे काहीतरी तो बोलू शकला, याचाच त्या अब्जाधीशाला खूप आनंद झाला; पण त्याची तुलना तिच्या आजोबांशी व्हावी, हे त्याला अजिबात आवडले नाही.

''आणि तुमच्या बोलण्याबद्दल मी काही गैरसमज वगैरेही करून घेतलेला नाही. उलट, मला तुमची पूर्ण ओळख पटलेली आहे. तुमचं बोलणं ऐकताना मला एका जुन्या चिनी म्हणीची आठवण येते आहे. *कुणाला एक मासा दिला तर त्याची एक दिवसाची जेवणाची सोय होते. त्याला मासे पकडायचे शिक्षण दिले तर तो जन्मभर मासे खाऊ शकतो.* तुम्हाला प्रत्येकाला फक्त मासा द्यायचा असतो. तुमच्याकडे थोडीशी जरी नीतिमत्ता असती, तर तुम्ही प्रत्येकाला मासे पकडायचे शिक्षण दिले असते.''

स्टँडिंगने पुन्हा एकदा डोके हलवले. ''पृथ्वी सपाटच आहे असे डोक्यात असणाऱ्यांना न कळण्यासारखे यात एवढे कठीण ते काय आहे? गरीब आणि श्रीमंत यांच्या आकड्यांमधील प्रचंड तफावत, संपत्तीची अन्याय्य अशी विभागणी हे सर्व दिसत असूनही तुला भांडवलशाही अर्थव्यवस्थेबद्दल कधीच संशय नाही आला? माझ्या डोळ्यांत बघून सांगशील मला की, लोभ आणि स्वार्थ या चांगल्याच गोष्टी आहेत म्हणून?''

''मला एवढेच कळते आहे मिस्टर स्टँडिंग की, अशी जागाच नाही जिथे लोभ नसतो. जितके सरकारी नियंत्रण जास्त तेवढी हाव जास्त! या जगातले सर्वांत वाईट परिस्थितीत राहणारे लोक भांडवलशाही असणाऱ्या देशांत नाहीत; तर अशा समाजात आहेत की, जिथे त्यांना भांडवलशाहीचा स्वीकारच करू दिला नाही किंवा मुक्त व्यापाराचाही. तुम्ही जे सुचवता आहात त्यामुळे जगात काहीही सुधारणा

होणार नाही. तुम्ही जे काही करायला निघाला आहात त्यात यशस्वी ठरलात, तर जगाची परिस्थिती अत्यंत बिकट होणार आहे. मी तर तसे होऊ नये यासाठीच देवाची प्रार्थना करेन.''

''अरे देवा!'' स्टँडिंग उपहासानेच म्हणाला. ''आपल्या ग्रहाची परिस्थिती दिसत असूनही तुझा अजून देवावर विश्वास आहे? तू खरी हुशार नाहीसच का?'' तो प्रश्न नव्हताच; त्याने व्यक्त केलेले मत होते.

''आता आपण पैसा कमावल्यावर, जगातल्या अत्यंत श्रीमंत माणसांपैकी एक बनल्यावर, ज्या राज्यव्यवस्थेमुळे तुम्ही तसे बनले आहात ते विसरून तुम्ही काल्पनिक अशा स्वर्गाच्या गप्पा मारायला लागला आहात एवढे समजण्याइतकी मी नक्की शहाणी आहे,'' वार्ताहर म्हणाली आणि उभी राहिली.

अब्जाधीश आश्चर्याने थक्कच झाला. ''काय चालवले आहेस तू?''

''वाइनबद्दल आभार!''

*निघाली की काय ती?* ''कुठे निघालीस तू?''

''कार्यालयात परत जाते. मला माझा लेख लिहून पुरा करायचा आहे.''

''मी तुला जेवणाचे आमंत्रण दिले होते; तेव्हा तू जेवण संपेपर्यंत थांबशील अशी अपेक्षा आहे माझी,'' तो म्हणाला. तिचा दंड धरताना त्याचे डोळे बारीक झाले होते. ''बस खाली.''

''दोन सेकंदांच्या आत माझा हात सोडला नाहीत मिस्टर स्टँडिंग, तर मी वचन देते की, तुमच्या सुरक्षेसाठी असलेल्या टीमच्या काही लक्षात येण्यापूर्वी मी तुमच्या मनगटाचे हाड मोडून ठेवेन. तुमच्या इतक्या वयाच्या माणसांची हाडे सहज मोडतात आणि पटकन भरूनही येत नाहीत, अशी कल्पना आहे माझी.''

*हिची ही हिंमत?* स्टँडिंग संतापलाच होता. तरी चेहऱ्यावर हसू ठेवत त्याने तिच्या दंडावरचा हात खाली घेतला. रेस्टॉरंटमध्ये गर्दी होती. सर्वजण बघत होते. ''आपणच स्वत:ला अडचणीत न आणणे बरे नाही का? मला खात्री आहे की आपण दुसऱ्या कशावर तरी बोलू शकतो.''

आपल्या खुर्चीपासून बाजूला सरकताना ज्यूलिया विन्स्टननेही आपल्या चेहऱ्यावर हसू आणले. ''शुभ रात्री, मिस्टर स्टँडिंग!''

पण ती निघून जात असताना शेवटचा शब्द मात्र त्यानेच उच्चारला. तिला ऐकू जाईल अशा तऱ्हेने पुटपुटत एक सणसणीत शिवी हासडली.

त्याने चुटकी वाजवून सुरक्षारक्षकांचे लक्ष वेधले आणि तो निघायला तयार आहे, असे सुचविले. एखाद्या एकाकी म्हाताऱ्याप्रमाणे तो एकटाच जेवत बसणार नव्हता. झाला तितका तमाशा खूप होता.

वेटर धावतच जवळ आला. ''सर्व ठीक आहे ना मिस्टर स्टँडिंग?''

"अर्थातच जेफ्रे!" पण चेहऱ्यावरचे हसू काही वेगळेच सांगत होते. "दुसरे काही काम निघाले आहे. तुझ्याबरोबर नाही जेवता येणार आज."

"ऐकून वाईट वाटते, सर." मग तीन हजार डॉलर्सच्या वाइनच्या बाटलीकडे बघत त्याने विचारले, "मोऱ्हाशेच्या बाटलीचे काय करू सर?"

ती तर स्टँडिंग घरी जाऊन ओतूनच देणार होता. फडतूस वेटरला काही इतक्या भारी किमतीची वाइनची बाटली तो भेट म्हणून देणार नव्हता. "बूच लावून मॅक्सच्या हातात दे ती." त्याने मागे उभ्या असणाऱ्या सुरक्षारक्षकांच्या प्रमुखाकडे बोट दाखवले. मग तो रेस्टॉरंटबाहेर जायला निघाला. संध्याकाळ आणखी खराब होणार, याची त्याला कल्पनाच नव्हती.

बंदुकीच्या गोळ्यांना दाद न देणाऱ्या त्याच्या देनालीत बसत असताना, ज्या फोनवरचे संभाषण ऐकूनही कुणाला काही कळले नसते, असा त्याचा खास फोन वाजला.

# ३३

**आ**पला ड्रायव्हर आणि सुरक्षारक्षक यांना फूटपाथवर उभे राहायला सांगून देनालीमध्ये बसून स्टँडिंगने फोन घेतला. तो रॉबर्ट ॲशफोर्डशी बोलत असताना कुणी त्याचे बोलणे ऐकावे, अशी त्याची इच्छा नव्हती.

"वाईट बातमी आहे," एम.आय.५ चा माणूस म्हणाला.

"सध्या वाईट बातम्या देण्याच्या उद्योगातच गढला आहेस तू, रॉबर्ट." स्टँडिंगने उत्तर दिले. "ही तुझी सवय मला अजिबात आवडत नाही."

स्टँडिंगने त्याला दोष देणे ॲशफोर्डला मुळीच पसंत नव्हते; पण तो काही बोलला नाही. त्याला अडचणीत आणू शकतील असे बरेच पुरावे स्टँडिंगच्या हातात होते. तो सरळ मुद्द्यावर आला. "मला कळले आहे की, *रॅबिट हचवर* धाड पडली आहे."

स्टँडिंगची अपेक्षा होती की, तो लॉस एंजेलिसमधील घटनांबद्दल काहीतरी बोलणार असेल; मुस्तफा करामी किंवा स्वीडनमधील दहशतवादी सेलबद्दल नव्हे. त्या सेलला *रॅबिट हच* असे सांकेतिक नाव दिलेले होते. "त्या सेलला कसा काय धोका निर्माण झाला?"

"स्थानिक पोलीस तोंड उघडायला तयार नाहीत. एखाद्या परकीय इंटेलिजन्स एजन्सीचा यामागे हात असावा, असा त्यांना संशय आहे."

स्टँडिंगचा रक्तदाब वाढायला लागला. "कुठली इंटेलिजन्स एजन्सी?"

"फ्रेंच. असा त्यांचा तरी समज आहे."

"फ्रेंच? आता फ्रेंचांचा कसा काय संबंध येणार यात?"

"डी.जी.एस.ई.च्या ॲक्शन डिव्हिजनकडे बोट दाखविणारा काहीतरी पुरावा त्यांच्या हातात पडला आहे. ती फ्रेंच एजन्सीच होती; अशी त्यांची तरी खात्री पटली आहे. फ्रेंच त्यांचा काही संबंध होता हे कबूल करायला तयार नाहीत."

"नाहीच कबूल करणार ते," स्टँडिंग खाडकन म्हणाला. "फ्रेंचांना असे काही

घडवून आणणे अशक्य आहे.''

''पण कोणीतरी सर्व काही जुळवून आणले होते, ही गोष्ट तर सत्य आहे.''

ॲशफोर्डचे बोलणे खरे होते.

''सांग मला काय झाले ते.''

''हचकडे एकाच रस्त्यावर समोरासमोरच्या घरांमध्ये दोन अपार्टमेंट्स होती. एकाचा वापर सुरक्षित घर म्हणून केला जात होता आणि दुसऱ्या अपार्टमेंटमधून सर्व कामे चालत. सर्व संगणक, सेल फोन्स आणि इतर गोष्टी या दुसऱ्या अपार्टमेंटमध्ये होत्या. ऑपरेशन्स अपार्टमेंट.

''कसा काय ते माहीत नाही; पण या अपार्टमेंटचा पत्ता कुठल्या तरी इंटेलिजन्स एजन्सीला लागला. स्वीडिश सिक्युरिटी सर्व्हिसचा गणवेश चढविलेल्या टीमने त्यांच्यावर हल्ला करायचा प्रयत्न केला.''

''*प्रयत्न केला?* म्हणजे त्यांना यश मिळाले नाही.''

''ऑपरेशन्स अपार्टमेंटमध्ये स्फोटके लावून ठेवली होती. हल्ला झाल्यावर त्यांचा स्फोट झाला.''

''आणि सुरक्षित घर म्हणून वापरात येणारे अपार्टमेंट?'' स्टँडिंगने विचारले.

''ते अपार्टमेंट असणाऱ्या इमारतीमध्ये स्वीडिश सिक्युरिटी सर्व्हिसचे गणवेश घातलेले दोघेजण जाताना दिसले होते. हचमधल्या एका माणसाला खिडकीमधून खाली फेकल्याने तो ठार झाला. अपार्टमेंटमधून गोळीबाराचे आवाजही आले. साक्षीदारांनी सांगितल्याप्रमाणे सिक्युरिटी सर्व्हिसचा गणवेश चढविलेले दोघेजण इमारतीमधून बाहेर पडले तेव्हा त्यांच्याबरोबर आणखी एक माणूस होता. तो रक्तबंबाळ झाला होता. त्यांनी बाहेर एक गाडी उभी करून ठेवली होती. त्या माणसाला मागच्या सीटवर बसवून ते निघून गेले.''

क्षणभर तरी स्टँडिंगच्या हृदयाचे ठोके थांबले. ''तो *वेस्टमिन्स्टर* होता?''

दहशतवादी नेटवर्कमधल्या कमांडर्स आणि लेफ्टनंट्सना ब्रिटनमधल्या स्थळांची नावे दिली होती. नेटवर्कचा प्रमुख आझीम अलीम याचे नाव होते ऑक्सफर्ड आणि मुस्तफा करामीचे नाव होते वेस्टमिन्स्टर.

''नाही. तो खूप तरुण होता,'' ॲशफोर्ड म्हणाला.

''हचमधला होता?''

''काहीजण म्हणत होते तो अरबासारखा वाटत होता. काहींच्या मते इटालियन; पण तो आपल्यापैकीच कुणीतरी होता, असे आपण गृहीत धरायला पाहिजे.''

''ठीक आहे! पण फक्त त्यालाच का घेऊन गेले?'' स्टँडिंगने विचारले. ''इतरांचे काय झाले? वेस्टमिन्स्टर कुठे आहे?''

''खिडकीमधून फेकला गेलेला माणूस धरून सुरक्षित घर म्हणून वापरल्या

जाणाऱ्या अपार्टमेंटमध्ये त्यांना सात प्रेते सापडली. सगळी विशी-पंशविशीतील माणसे होती.''

''म्हणजे वेस्टमिन्स्टर त्यांच्यात नव्हता आणि कार्डिफबद्दल काय कळले?'' तो साबाची चौकशी करत होता.

''मला मिळालेल्या माहितीप्रमाणे सुरक्षित घरामधल्या मृतांमध्ये त्यांचा समावेश नाही,'' ॲशफोर्डने उत्तर दिले.

''ऑपरेशन्स अपार्टमेंट उद्ध्वस्त झाले तेव्हा ते त्यात असतील, नाहीतर ते दोघे एकत्र पळून तरी गेले असतील.''

''बरोबर!''

स्टँडिंग आपला संताप दाबून ठेवण्याचा प्रयत्न करत होता. प्रथम त्यांनी आझीमला पकडले होते आणि आता करामीचा माग काढला होता. विचारच करायला हवा होता. ''या हल्ल्यामागे अमेरिकन्स असू शकतील?'' त्याने विचारले.

''कार्लटन आणि त्याचा ग्रुप? त्यांनी हचचा पत्ता कसा लावला असेल कळत नाही; पण ऑक्सफर्डचा माग त्यांनीच काढला होता, तेव्हा त्यांचे नाव आपल्या यादीत बहुधा वर घ्यावे लागेल.''

''मला *बहुधा* हा शब्द ऐकायची इच्छा नाही. मला खात्रीने हा शब्द ऐकायची इच्छा आहे. तुझे संबंध आहेत त्यांच्याशी. वापर ते.''

ॲशफोर्डही रागवायला लागला होता. ''म्हणजे मी काय करावे अशी अपेक्षा आहे तुझी? फोन करून विचारू का की, स्वीडनमधल्या दहशतवादी सेलवर त्यांनी हल्ला केला होता का म्हणून? ऑक्सफर्डला त्यांनी सी.आय.ए.च्या ताब्यात देण्यापूर्वी नशिबानेच आपण त्याचा काटा काढू शकलो होतो. मी स्वीडनबद्दल प्रश्न विचारायला सुरुवात केली तर त्यांना संशय येईल.''

''मग त्यांना संशय येणार नाही याची काळजी घे. तू भुतासारखा वावरतोस त्यांच्यात. विचार कर माहिती कशी काढायची याचा,'' स्टँडिंग म्हणाला. ''वेस्टमिन्स्टर जर पळून जाऊ शकला असेल, तर तो आपल्याशी कधी संपर्क साधेल?''

''तो दुसऱ्या सुरक्षित घरात कधी आसरा घेईल याच्यावर ते अवलंबून असेल. तो तशा ठिकाणी पोहोचला की, आपल्याला काहीतरी कळेल त्याच्याकडून.''

''पुढच्या आठ तासांत त्याच्याकडून काही ऐकले नाहीस तर त्याच्याबरोबरचा सर्व संबंध तोडून टाक. पुढच्या माणसाला कमांडर म्हणून बढती दे.''

''तो बर्मिंगहॅम असणार.''

''ठीक आहे,'' स्टँडिंगने उत्तर दिले.

''आणि वेस्टमिन्स्टरने संपर्क साधला तर मी काय सांगायचे त्याला?''

स्टँडिंगने क्षणभर विचार केला. ते अमेरिकन लोक असतील किंवा दुसरे कुणी

असतील; पण त्यांनी उपसाला सेलचा शोध लावला होता. सुरक्षित घरामधून ते कोणाला उचलून घेऊन गेले असतील, याचा तर्कही करता येत नव्हता; पण कुणीतरी जवळ पोहोचले होते. आखलेल्या योजना तत्काळ अमलात आणायला हव्या होत्या. हल्ल्यांच्या सर्व योजनांना वेगवेगळ्या रंगांची नावे दिलेली होती. "चांदी-सोन्याचे दागिने घडविणाऱ्यांना आधीच बातमीपत्र मिळाले असणार. बरोबर आहे ना?"

पुढच्या हल्ल्यांची नावे होती सिल्व्हर आणि गोल्ड. "हो," ॲशफोर्ड उत्तरला. "सिल्व्हर आणि गोल्ड सिद्ध आहेत; पण इतक्या लवकर उडी घ्यायची?"

"आपल्याकडे दुसरा काही पर्याय आहे का? नाही; उद्योगांबद्दलची गुप्त माहिती बाहेर फुटल्यासारखी वाटते, तेव्हा उद्या सिल्व्हर आणि परवा गोल्ड."

"ते बघतो मी. आणखी काही?" ॲशफोर्डने विचारले.

"लॉस एंजेलिसमध्ये तू गोंधळ घातलास. निस्तरतो आहेस ना ते?"

"काम चालू आहे त्यावर."

"घाई कर मग," स्टँडिंग म्हणाला. "नाही तर तुझ्यावरच शेकेल सर्व."

ॲशफोर्ड काही उत्तर देणार एवढ्यात स्टँडिंगने फोन बंद केला. त्या माणसावरचा ॲशफोर्डचा राग तासा-तासाने वाढतच होता.

पण लॉस एंजेलिसच्या घटनेबद्दलचा स्टँडिंगचा संताप समजण्यासारखा होता. ॲशफोर्ड स्वतःच्या माणसाशी संपर्क साधू शकत नव्हता, ही गोष्ट त्यांच्या व्यवसायाला शोभणारी नव्हतीच. एकतर तो त्याला शोधणार होता, नाहीतर दुसरा कुठलातरी विचार करणार होता. सिल्व्हर आणि गोल्ड या योजना कार्यान्वित होताच अमेरिकेची दारेच बंद होणार होती.

## ३४

### रेस्टन-व्हर्जिनिया

कार्लटन ग्रुपची कार्यालये, बाहेर काचा लावलेल्या पण विशेष लक्ष वेधून न घेणाऱ्या एका इमारतीमध्ये होती. वॉशिंग्टनच्या डल्लास आंतरराष्ट्रीय विमानतळापासून फक्त दहा मिनिटे अंतरावर. हॉर्वाथला परत आणणाऱ्या जेटमध्ये उपसाला सेलवरच्या हल्ल्यासाठी जमविलेल्या टीममधून वाचलेला एकुलता एक सदस्य पॅट मर्फी आणि पूर्वाश्रमीचा सी.आय.ए. एजंट ॲन्डी बाखमन हे दोघेजणही होते. मर्फी विमानामध्ये मागच्या बाजूला एकटाच बसला होता. त्याच्या टीममधले इतर सर्वजण मृत्युमुखी पडले होते. त्याच्याशी काय बोलायचे हेच हॉर्वाथला कळत नव्हते. इमारतीमधून त्याला बाहेर काढल्याबद्दल पुन्हा एकदा त्याचे आभार मानून हॉर्वाथने मेकर्स मार्क ही केन्टकीमध्ये बनलेल्या व्हिस्कीची बाटली त्याच्या हातात ठेवली. त्याला एकट्याला तसेच सोडले.

डल्लास विमानतळावर उतरून, योग्य त्या कागदपत्रांवर आवश्यक ते शिक्के उठवून ते बाहेर आले, तेव्हा पॅट मर्फीला घरी सोडण्यासाठी एक टीम तयार होती. ही नेहमीचीच पद्धत होती. इतके सहन केलेल्या माणसाला एकट्याला घरी पाठविणे शक्यच नसते. बाखमननेही त्याच्याबरोबर जायची तयारी दर्शवली.

पुन्हा एकदा त्याच्याशी चार सांत्वनपर शब्द बोलून, संपर्कात राहण्याचे आश्वासन देऊन हॉर्वाथने त्याला निरोप दिला. म्हातारबुवांनी त्यांना आणण्यासाठी विमानतळावर पाठविलेल्या काळ्या सबर्बन गाडीत बसण्यापूर्वी त्याने बाखमनचे आभार मानले आणि मर्फीला गरज असणारी प्रत्येक गोष्ट त्याला मिळेल याची काळजी घे, असेही सांगितले.

डल्लास टोल रोडवरून गाडी पुढे निघाली, तेव्हा मध्यरात्र उलटली होती. कार्यालयात पोहोचण्यासाठी त्यांना आठ मिनिटे पुरली.

इमारतीखाली असलेल्या पार्किंग स्पेसमध्ये एका सर्व्हिस डोअरजवळ हॉर्वाथ उतरला. भिंतीवरच्या यंत्रावर कोड नंबर्स दाबल्यावर कुलूप उघडले. हॉर्वाथ एका

छोट्या मेंटेनन्स कॉरिडॉरमध्ये शिरला. कॉरिडॉरच्या दुसऱ्या टोकाला शेवटी सर्व्हिस एलिव्हेटर होता. त्याने कोपऱ्यातल्या सर्व्हेलन्स कॅमेऱ्याकडे बघितले. खाली पाठविण्यात येणाऱ्या एलिव्हेटरची वाट बघत तो उभा राहिला. खाली येऊन दरवाजे उघडल्यावर हॉर्वाथ आत शिरला.

इमारत पंचवीस मजली होती. कार्लटन ग्रुपची कार्यालये सर्वांत वरच्या मजल्यावर होती. इमारतीमध्ये जागा भाड्याने घेतलेल्या कार्यालयांसाठी असलेल्या एलिव्हेटर्समध्ये लॉबीसाठी एल या बटणापासून पंचवीसपर्यंतची बटणे होती; पण तेरा नंबरचे बटणच नव्हते, तेव्हा खरेतर हे सर्व एलिव्हेटर्स चोविसाव्या मजल्यापर्यंतच जात. सुरक्षेची काळजी म्हणून तो संपूर्ण मजलाही कार्लटन ग्रुपच्याच ताब्यात होता. त्यात काही रिकामी असणारी कार्यालये होती. चुकून कोणी चोविसाव्या मजल्यावर डोकावले असते, तर त्यांना वेगळे असे काहीही आढळले नसते.

हॉर्वाथ शिरलेला स्पेशल सर्व्हिस एलिव्हेटर फक्त पंचविसाव्या मजल्यावरच जात होता. दरवाजे उघडून बाहेर पाऊल टाकताच तो एका गालिचे घातलेल्या भागातच शिरला. सूट आणि टाय घातलेली दोन दणकट माणसे एका टेबलाशी बसलेली होती. हॉर्वाथकडे बघून मान डोलवत त्यांनी बझर दाबला.

महोगनी लाकडाच्या पॅनेल्समागे दडविलेल्या, स्फोटालाही दाद न देणाऱ्या दरवाजामधून तो कार्लटन ग्रुपच्या मुख्यालयात शिरला.

संपूर्ण मजला टेम्पेस्ट स्पेसिफिकेशन्स - सुरक्षिततेच्या उपाययोजना - ध्यानात घेऊन बांधला होता. कार्लटन ग्रुप ही एक खासगी संघटना असली, तरी त्यांचे संरक्षण खात्याशी करार झाले होते. अत्यंत गुप्त स्वरूपाची माहिती त्यांच्याकडे असे. माहिती चोरून *ऐकली* जाऊ नये म्हणून सर्वतोपरी काळजी घेतली जात होती. इन्टेलिजन्स एजन्सीमध्ये रूढ असलेल्या शब्दांत कॉम्प्रमायझिंग इमेनेशन्स - सी.ई. - किंवा धोकादायक नादतरंगांपासून संरक्षण केलेले होते. माहिती पाठविणारी, मिळविणारी, तपासणारी, पृथक्करण करणारी, सांकेतिक भाषेत लिहिणारी, सांकेतिक भाषेची उकल करणारी प्रत्येक सामग्री इलेक्ट्रिकल, मेकॅनिकल, अकौस्टिकल असा कुठलातरी सिग्नल देतच असते. तो मुद्दाम किंवा अपघाताने पकडला जाऊ शकतो आणि माहिती फुटू शकते. मॅग्नेटिक फिल्ड रेडिएशन, लाइन कन्डक्शनपासून सर्व गोष्टी विचारात घेऊन हे सर्वच फार अद्ययावत शास्त्र बनले आहे. खिडकीपासून काही फूट आतल्या बाजूला कुणी बोलत असले, की-बोर्डवर टाइप करत असले तर त्यामुळे निर्माण होणाऱ्या सूक्ष्म तरंगांनी खिडकीवरचे पडदे थरथरतात आणि बोलले जाणारे किंवा टाइप होत असणारे प्रत्येक अक्षर कळू शकते.

ही सुरक्षायंत्रणा सोडली तर कार्लटन ग्रुपची कार्यालये एखाद्या मोठ्या, यशस्वी अशा कायद्याच्या फर्मसारखी भासत. केबिन्स होत्या, कॉन्फरन्स रूम्स होत्या, एका

भागात अर्ध्याच उंचीपर्यंत भिंती बांधून एकेका व्यक्तीला काम करण्यासाठी तयार केलेली वर्क स्टेशन्स किंवा छोट्याछोट्या जागा होत्या. क्युबिकल्स. त्या भागाला क्युबिस्तान असेच नाव पडले होते. ही क्युबिकल्स जशी काही आयकिया या स्टोअरमधून जशीच्या तशी उचलून आणून ठेवली होती.

सी.आय.ए.च्या दहशतवादविरोधी पथकाच्या धर्तीवर कार्लटन ग्रुपमध्ये काम करणाऱ्यांची विभागणी त्यांच्या वेगवेगळ्या कौशल्यांवर, ते काम करत असणाऱ्या जगामधल्या भागांवर आधारित अशी होती. सिलिकॉन व्हॅली हॅन्डबुकचा अभ्यास करून, त्यांच्यावर सोपविलेली कामगिरी ध्यानात घेऊन, त्यांनी आपली वर्क स्टेशन्स बदलावीत, अशी अपेक्षा होती. कार्लटन ग्रुपच्या डायरेक्टरला एक गोष्ट पक्की कळली होती. व्यवस्थापनाने विशिष्ट कामे किंवा योजना हातात घेण्यासाठी स्वत:च एखादी टीम बनविण्यापेक्षा एखाद्याच्या हातातच ती कामे किंवा योजना सोपविली, तर तेच त्यांची त्यांची माणसे निवडून उत्कृष्ट, परिणामकारक टीम्स बनवू शकतात.

म्हातारबुवा देशामधले सर्वांत जास्त काळ काम केलेले आणि इतरांच्या दृष्टीने अत्यंत आदरणीय असे स्पायमास्टर होते; पण ते काही मॅनेजमेंट गुरू वगैरे नव्हते. सर्वोत्कृष्ट लोक घ्यायचे आणि त्यांच्यावर कामे सोपवून द्यायची. व्यवस्थापकांची गर्दी आणि सत्तालोलुप नोकरशहा यांनी सी.आय.ए.ची काय अवस्था केली आहे, हे त्यांनी बघितले होते आणि स्वत:च्या संघटनेत तशी परिस्थिती कधीही उद्‌भवू द्यायची नाही, अशी त्यांनी शपथ घेतली होती.

या गोष्टी पक्क्या ठरवल्यावर कार्लटनने काही स्पष्ट नियम बनवले होते. संघटनेत काम करणाऱ्या प्रत्येकाने व्यावसायिक उद्योगाप्रमाणे पोशाख घालणे अपेक्षित होते. शुक्रवारीसुद्धा साधासुधा पोशाख नाही. वागणूक सभ्यच असली पाहिजे. ती सर्वोत्कृष्ट माणसे आहेत हे नुसते बघताच इतरांच्या ध्यानात यायला हवे.

चेहऱ्यावरच्या केसांबद्दल तो जरा जास्तच आग्रही होता. पुरुषांनी स्वच्छ दाढी केलीच पाहिजे. कामगिरीवर असताना, दिलेल्या ओळखीचा भाग म्हणून दाढी वाढवणे हाच फक्त अपवाद. इअरिंग्जसाठी कानाला भोके पाडली तर चालतील, तीही फक्त दोनच; संघटनेत असणाऱ्या स्त्रियांनीच - आणि एका कानात एकच. टॅटू असलाच तर तो दिसता कामा नये. व्यायाम, नीटनेटकेपणा, आरोग्य यांच्याबाबतही कडक नियम होते.

*रीड्स रूल्स ऑफ ऑर्डर* या नावाने ओळखल्या जाणाऱ्या त्याच्या नियमावलीला दोन अपवाद होते. पहिल्याचा संबंध धूम्रपानाशी होता. एकदा धूम्रपान सोडून त्याने बहुतेक पुन्हा ते करायला सुरुवात केली असावी. इतरांनी धूम्रपान करायला त्याची आडकाठी नव्हती; पण त्यासाठी कार्यालय सोडून जायचे नाही. बाहेर पडले की,

इमारतीमधल्या इतरांशी गप्पा मारायची सवय होते. धूम्रपान करणारे कामाचा अमूल्य वेळ फुकट घालवतात, त्यांच्यावर कुणीही पाळत ठेवू शकते, त्यांच्याजवळ पोहोचू शकते.

त्यांच्यासाठी त्याने कार्यालयाच्या एका कोपऱ्यात एक छोटा काचेचा बूथ बनवला होता. त्याला कॉफिन किंवा शवपेटी असेच नाव पडले होते. दोन माणसांनाही त्यात उभे राहणे कठीण होते. त्यातील हवा शुद्ध करणारी यंत्रणा असा दणदणीत आवाज करायची की, तुमच्या मनातले विचारसुद्धा तुम्हाला ऐकू येऊ शकत नसत.

तो बूथ आरामदायी नसेल अशी जणू मुद्दामच काळजी घेतली होती. आतमध्ये बसायलाही जागा नव्हती. आत जायचे, दोन झुरके मारायचे आणि बाहेर पडायचे. आश्चर्य म्हणजे म्हातारबुवांनी कधी या कॉफिनचा वापर केल्याचे कुणी बघितले नव्हते. सर्वांना संशय होता की, तशीच कार्यक्षम आणि आवाज न करणारी यंत्रणा त्याने त्याच्या केबिनमध्ये बसवली होती आणि त्यामुळे तो कधीही धूम्रपान करू शकत असे.

रीड्स रूल्स ऑफ ऑर्डरला दुसरा अपवाद होता तो संघटनेत नवीनच आलेल्या मूनरेसरचा. हा बुटका विलक्षण तऱ्हेवाईक होता आणि तेवढाच लबाड व कपटी. म्हातारबुवांचा त्याच्यावर काडीमात्र विश्वास नव्हता.

त्याला ग्रुपमध्ये आणायला कार्लटनचा शंभर टक्के विरोध होता; पण हॉर्वाथ खूपच मागे लागला होता. शेवटी अमेरिकन अध्यक्षांनीही त्याच्या गुन्ह्यांना माफी दिल्यावर कार्लटनने हट्ट सोडला. मात्र, म्हातारबुवांनी आखून दिलेल्या लक्ष्मणरेषेच्या आतच निकोलसला काम करावे लागणार होते. एवढेच नव्हे, तर त्याचे निकोलसवर कायम लक्षही राहणार होते.

निकोलसने स्वत:ची दाढी काढायचे नाकारले. त्याच्याकडे दोन प्रचंड आकाराचे, पांढऱ्या रंगाचे कॉकेशियन शीपडॉग्ज होते. ते सतत त्याच्याबरोबर असत. त्याचा आग्रह होता की, तो कामावर येईल तेव्हाही ते त्याच्याबरोबरच असतील. रीड कार्लटनला कुत्रे आवडत असले, तरी त्याने निकोलसची विनंती नामंजूर केली. त्या बुटक्याने दम भरला की, अपंग माणसांना मदत करण्यासाठी मुद्दाम शिकवून तयार केलेले असे ते कुत्रे आहेत आणि त्यांना कार्यालयात आणण्याची परवानगी मिळाली नाही तर तो अमेरिकन्स विथ डिसॲबिलिटी ॲक्टखाली खटला भरेल. तो खरंच खूप गंभीरपणे बोलत होता की चेष्टा करत होता हेच म्हातारबुवांना कळेना. पुन्हा हॉर्वाथच मध्ये पडला. त्याने स्पष्ट केले की, इतर अटी आणि शर्तींबरोबर निकोलसला कुत्रे आणण्याची परवानगी मिळाली नाही तर त्याच्याकडून सहकार्य मिळणे कठीण आहे. या वेळेसही कार्लटनने माघार घेतली. एव्हाना सगळ्यांच्या लक्षात यायला

लागले होते की, हॉर्वाथने त्या बुटक्याचे रक्षण करण्याची जबाबदारी उचललेली आहे. निकोलसने कामाला सुरुवात केल्यानंतर पहिल्या काही दिवसांतच ते प्रकर्षाने इतरांच्या ध्यानात आले.

निकोलसच्या उंचीमुळे त्याच्यावर येणाऱ्या मर्यादांचा विचार करून त्याच्यासाठी खास सुविधा असलेले वर्क स्टेशन उभारले गेले होते - सेन्सिटिव्ह कम्पार्टमेंटेड इन्फर्मेशन फॅसिलिटी - एस.सी.आय.एफ. जमिनीची उंची वाढविली होती. मागितलेली संगणकाची सर्व साधनसामग्री, डेटा लिंक्स पुरवल्या गेल्या होत्या. कार्लटन ग्रुपच्या इतर विभागांतील पद्धतीप्रमाणे निकोलसच्या एस.सी.आय.एफ.ला कामाच्या स्वरूपावरून नाव दिले होते. *डिजिटल ऑप्स.* तसे छापलेला कागद त्याच्या वर्क स्टेशनच्या दरवाजावर चिकटपट्टीने चिकटवला होता. दुसऱ्या दिवशी तो काढून कुणीतरी लॉलीपॉप गिल्ड असे छापलेला कागद तिथे चिकटवला होता. ते पाहून हॉर्वाथचे डोके सणकले.

कुणीतरी हा उद्योग केला होता ते शोधून काढायला त्याला पंधरा मिनिटे पुरली. त्याने त्याला पुरुषांच्या रेस्टरूममध्ये गाठले. त्याला न हाणण्यासाठी हॉर्वाथला स्वत:च्या मनावर कष्टाने ताबा ठेवावा लागला; पण त्या माणसानेही त्याने हे केल्याचे नाकारले नाही, हे विशेष! त्याने ते कबूल केले. एवढेच नाही तर निकोलससारख्या गुन्हेगाराला इथे आणण्यात फार मोठी चूक केली आहे असे त्याला वाटते, हेदेखील सांगितले.

त्याला काय वाटते याची हॉर्वाथला पर्वा नव्हती. निकोलसपासून तो दूर राहिला नाही तर त्याच्या डोक्यात गोळी घालून त्याचे प्रेत त्याच्या कुटुंबाला कधी सापडणारच नाही अशा ठिकाणी तो फेकून देईल, अशी त्याने धमकीही दिली. पाच मिनिटांनी तो माणूस सुपरवायझरच्या कार्यालयात हॉर्वाथविरुद्ध तक्रार दाखल करत होता. सुपरवायझरने हॉर्वाथचीच बाजू घेतली. तोंड बंद करून तो कामाला लागला नाही तर हॉर्वाथला संधी न देता तो स्वत:च ते काम करेल, असेही त्याने सांगून टाकले. प्रकरण इथेच संपले; पण मूनरेसरच्या बाबतीत कुणी कुरापत काढली तर गाठ त्याचा मोठा भाऊ हॉर्वाथशी आहे हे सर्वांना कळले. नॉर्समन आणि तो हॉर्वाथ काहीही करू शकतात; व्यवस्थापन त्यांच्याकडे दुर्लक्षच करेल, असा संदेशही गेला.

एस.सी.आय.एफ. बाहेर येऊन हॉर्वाथने कोड पंच केले आणि तो हिरवा दिवा लागण्याची वाट बघत थांबला. कुलपांचे कोयंडे बाजूला सरकले आणि हिस्स्-स् असा आवाज करत दरवाजे उघडले.

# ३५

निकोलसच्या आर्गोस आणि ड्रॅगोस या दोन कुत्र्यांचे गुरगुरणे, आत कोण शिरले आहे, हे बघताच थांबले. उभे राहून उड्या मारतच ते हॉवर्थजवळ गेले.

"कसे आहात तुम्ही मुलांनो," दोघांच्या डोक्यावर थोपटत तो म्हणाला. "तू कसा आहेस, निकोलस?"

तो बुटका टायपिंग करण्यात दंग झाला होता. डाव्या हाताचे बोट वर करत त्याने हॉवर्थला एक सेकंद थांबायला सांगितले आणि तो पुन्हा की-बोर्डवरची बटणे दाबत बसला.

एस.सी.आय.एफ.मधल्या विचित्र प्रकाशात हॉवर्थने निकोलसचा चेहरा निरखून बघितला. स्पेनच्या डोंगराळ भागात मागे कधीतरी त्याच्यावर वस्तऱ्याने हल्ला झाला होता. शंभर मैलांच्या परिसरात रुग्णालय नव्हते की दवाखानाही. ज्या ख्रिश्चन धर्मगुरूंना तो सापडला होता, त्यांच्यापैकी एकाला थोडासा वैद्यकीय अनुभव होता. त्याने त्याचा चेहरा शिवून टाकला. सर्व विचार करता जखमेवर टाके घालणारा कुणीतरी त्याला भेटला, हेच नशीब होते आणि तो जगला हादेखील खरेतर नशिबाचाच भाग होता.

चेहरा जरा बरा दिसावा आणि व्रण झाकले जावेत म्हणून त्यानंतर त्याच्यावर दोन शस्त्रक्रिया झाल्या होत्या. हॉवर्थला तरी वाटत होते की, त्याचा चेहरा जवळजवळ पूर्वीसारखा झाला होता.

त्या बुटक्याने हातातले टायपिंगचे काम संपवून *एन्टर* बटण दाबले आणि तो उद्गारला, "अँड ए डॉली फॉर स्यू."

एन.एस.ए.ने त्यांच्या प्रचंड डेटा सेन्टर्सचा वापर करायला निकोलसला परवानगी नाकारली होती, तेव्हा गूगल हॅक करण्याशिवाय त्याला पर्यायच राहिला नाही. कार्लटन ग्रुपने ज्या कामाची अपेक्षा धरून त्याला इथे आणले होते, त्यासाठी

माहिती तंत्रज्ञानाचा वापर करण्याची फार मोठी ताकद निकोलसकडे असण्याची गरज होती.

गूगलची जगभर पसरलेली डझनभर डेटा सेन्टर्स होती. तो आता काम करत असलेल्या रेस्टनपासून सुरुवात केली तर साओ पावलो, मॉस्को, मिलान, टोकियो, हाँगकाँग वगैरे शहरांत दहा लाखांहून जास्त सर्व्हर होते. निकोलस सर्वांत जास्त वेळा जे सर्व्हर्स वापरत असे, त्यांना त्याने टोपणनावे दिली होती. - स्पॉटेड एलिफन्ट, बर्ड फिश, चार्ली इन द बॉक्स, ऑस्ट्रिच, काऊ बॉय, स्कूटर फॉर जिमी आणि डॉली फॉर स्यू.

एक विक्षिप्तपणा म्हणून हॉर्वाथ या नावांकडे बघत असे. मग ग्रुपमधल्याच कुणीतरी त्याला एकदा विचारले की, निकोलसच्या टोपणनावाचा खरा अर्थ तरी त्याला माहीत आहे का? निकोलसने स्वत: ते निवडले होते आणि त्याला मान्यताही मिळाली होती. निकोलसची समजूत होती की, त्याचा काहीतरी काव्यात्मक वगैरे अर्थ असेल. मग त्याला कळले की, मूनरेसर हे नको असणाऱ्या खेळण्यांच्या बेटावर राज्य करणाऱ्या पंखवाल्या सिंहाचे नाव आहे. तो दररोज रात्री अशी नको झालेली खेळणी शोधत जगभर फिरत असतो. निकोलसला शोभेल असेच ते टोपणनाव होते.

निकोलसची उंची वाढणार नाही हे स्पष्ट दिसायला लागल्यावर देवावर विश्वास नसणाऱ्या त्याच्या जॉर्जिअन माता-पित्यांना आयुष्यभर हे लोढणे गळ्यात घेऊन फिरण्याची लाज वाटायला लागली. त्यांनी त्याच्यापासून सुटका करून घ्यायचे ठरवले.

त्याच्यासारख्या मुलावरही प्रेम करेल अशा तऱ्हेचे घर शोधण्याचा त्यांनी प्रयत्न केला नाही. त्याला अनाथाश्रमात ठेवायचा विचारही त्यांच्या मनाला शिवला नाही. त्यांनी त्याला काळ्या समुद्राच्या काठावरच्या सोची या शहराबाहेरच्या एका वेश्यागृहाला विकून टाकले. त्या ठिकाणी त्याची कायम उपासमार करण्यात आली, मारझोड करण्यात आली. तेथील विकृत मनोवृत्तीच्या लोकांनी त्याला उच्चारही करू नये अशा भयानक गोष्टी करण्यास भाग पाडले.

पण *माहिती* या गोष्टीची खरी ताकद त्याला त्याच ठिकाणी कळली. काय ऐकायचे आणि त्या माहितीचा स्वत:साठी कसा फायदा करून घ्यायचा, हे ध्यानात आल्यावर वेश्यागृहाची श्रीमंत गिऱ्हाइके रात्री दारूच्या नशेत जी बडबड करत, ती त्याच्यासाठी सोन्याच्या खाणीप्रमाणे ठरू लागली.

वेश्यागृहात काम करणाऱ्या स्त्रियांना बाहेरच्या समाजाने बहिष्कृत केले होते, अगदी निकोलसप्रमाणेच! त्यांनी त्याच्याबद्दल करुणा दाखवली. प्रथमच त्याला आदराने वागवले. त्या स्त्रिया म्हणजेच त्याचे पहिले कुटुंब ठरले. त्यांच्या दयाळूपणाची

परतफेड म्हणून एक दिवस त्याने त्या सर्वांची मुक्तता केली. वेश्यागृह चालवणारी मॅडम आणि तिचा नवरा यांनी त्याच्यावर केलेल्या पाशवी अत्याचारांची शिक्षा म्हणून त्यांचा काटा काढला. त्याच्या मनावर अप्रतिष्ठा आणि मानभंग यांचे प्रचंड ओझे होते. तो काही देवदूत वगैरे नव्हता. सोची येथील वेश्यागृहातून बाहेर पडल्यानंतर त्याने अनेक वाईट गोष्टी केल्या होत्या. चांगल्या गोष्टीही केल्या होत्या म्हणा. त्याने कमावलेल्या आणि गमावलेल्या अफाट पैशांमधून अनेक वर्षांच्या कालावधीत ते घडले होते. शक्य होते की नाही माहीत नसले, तरी त्याला आत्मशुद्धी करायची इच्छा होती. ते शेवटी काळच ठरवणार होता. हॉर्वाथसाठी काम करायचे कबूल करणे हे त्या दिशेने टाकलेले पहिले पाऊल होते.

त्याने टेबलापासून खुर्ची मागे सरकवली. हात ताठ केले आणि पाठही. हात खाली घेऊन, आपल्या मित्राकडे वळून तो म्हणाला, "उपसालामध्ये घडलेल्या गोष्टीचा खेद वाटतो मला."

"मलाही!" हॉर्वाथ म्हणाला. समोरच्या भिंतीवरच्या मिनी फ्रीजकडे त्याने हात केला.

निकोलसने मान डोलवत म्हटले, "घे तुला काय हवे असेल ते."

पुढे जाऊन हॉर्वाथने फ्रीज उघडला, आत नजर टाकली. "इथे वाइनची बाटली असते हे म्हातारबुवांना ठाऊक आहे का?"

"जी गोष्ट त्याला माहीत नाही, ती त्याला दुखवू शकत नाही आणि मी इतके तास काम करण्यात घालवतो की, अधूनमधून मी एखादे ड्रिंक घेतले तर चालायला हरकत नाही."

"बिअर आहे का तुझ्याकडे?" हॉर्वाथने विचारले.

"मी एकाएकी बिअर प्यायला लागलो आहे असे माझ्याकडे बघून वाटते आहे का तुला?"

चणीला लहानसर असला तरी त्याच्यासारखी रुची असणारा माणूस हॉर्वाथला कधी आढळला नव्हता. कपडे, वाइन, अन्न - आयुष्यात मिळणाऱ्या सर्वच चांगल्या वस्तूंच्या बाबतीत - त्यात बिअरही आलीच - तो अत्यंत चोखंदळ माणूस होता. हॉर्वाथने पूर्वीही त्याच्याबरोबर दारू घेतली होती. "खरंच विचारतो आहे, तुझ्याकडे बिअर नाही का?"

"कार्लटनच्या नकळत इथे वाइन आणणेही खूप कठीण असते. शेवटी वाइन आणि बिअरमध्ये किती टक्के अल्कोहोल असते, असा विचार असतो."

बिअरपेक्षा वाइन नक्कीच बरी. हॉर्वाथच्या मुद्दा लक्षात आला; पण त्याने रेड बुल - एनर्जी ड्रिंकच घ्यायचे ठरवले.

"मला वाटत होतं तसलं काही आता तू पीत नाहीस," निकोलस म्हणाला.

"अगदीच वाईट परिस्थितीत चालते," खुर्ची पुढे घेत हॉर्वाथ म्हणाला. "म्हणजे बिअर नसली तर वगैरे."

निकोलसने हसून त्याच्यासाठी जागा केली. "चेस कसा आहे? त्याच्या खांद्याला गोळी लागली असे ऐकले होते."

"दंडावर," स्वत:च्या दंडाकडे बोट दाखवत हॉर्वाथ म्हणाला. "मला वाटते, हाडावरच बसली आहे. थोडा काळ बसूनच घालवावा लागणार आहे त्याला." मग त्याने विषय बदलला. "तू काहीतरी शोधून काढले आहेस म्हणे!"

"बरोबर!" निकोलस उद्‌गारला. त्याने संगणकावर हॉर्वाथ आला आहे असा संदेश म्हातारबुवांना पाठविण्यासाठी टाइप केला.

"अजून कार्यालयात आहे तो?"

"हो. तू आल्यावर कळव म्हणाला होता. मग सर्वांनाच एकदम बघता येईल."

"आपण त्याची वाट बघत थांबतो आहोत तोपर्यंत तीस हजार फूट उंचीवरून सर्व कसे दिसेल, ते मला का दाखवत नाहीस?"

निकोलसने मान डोलवली आणि तो आपल्या संगणकांकडे वळला. त्याची छोटी बोटे की-बोर्डवर फिरत होती. एस.सी.आय.एफ.च्या आजूबाजूच्या संगणकांवर वेगवेगळ्या प्रतिमा दिसायला लागल्या. "१९९० मध्ये गल्फमधल्या पहिल्या युद्धात अमेरिकेने सद्दाम हुसेनचा जेव्हा झटक्यात पराभव केला, तेव्हा चायनीज आश्चर्याने थक्क झाले.

"त्यांच्या लक्षात आले की, तंत्रज्ञानात अग्रेसर असलेल्या अमेरिकनांशी समोरासमोर युद्ध करण्याचा प्रसंग आला, तर ते जिंकूच शकणार नाहीत. दुसरेही काही त्यांच्या ध्यानात आले. अमेरिकन लोक कशा तऱ्हेने युद्ध खेळतात, याचा त्यांनी अभ्यास केला. तंत्रज्ञानात झपाट्याने होणाऱ्या बदलांवर अवलंबून ते त्यांच्या रणनीती आखतात, हेदेखील त्यांना कळले आहे.

"हा तर आपल्याला मोठाच शोध लागला आहे, असे त्यांना वाटले. एवढेच नाही, तर चीन-अमेरिका युद्धात अमेरिका तांत्रिकदृष्ट्या पुढारलेली असली तरी ते अमेरिकेचा पाडाव करू शकतील, अशी त्यांना खात्री वाटायला लागली. चीनचा संरक्षणमंत्री जनरल ची हाओशियान याने म्हटले की, चीन आणि अमेरिका यांच्यामधला संघर्ष अटळ आहे आणि चीन तो टाळू शकत नाही. दोन्ही बाजू कशा तऱ्हेने त्या युद्धाला सामोरे जातील, यावर सर्व अवलंबून आहे. चिनी सैन्याला युद्धाच्या पहिल्या हालचालींवर फक्त ताबा ठेवता यायला पाहिजे. त्याप्रमाणे त्यांनी युद्धाची योजनाही आखली. त्या योजनेचा आराखडा *अनरिस्ट्रिक्टेड वॉरफेअर - सर्वंकष युद्ध* - या नावाने ओळखला जातो.

"या सर्वंकष युद्धाचा पहिला आणि महत्त्वाचा नियम आहे - कोणतेही नियम

पाळायचे नाहीत. कोणतीही गोष्ट करायला मनाई नाही. योजनेप्रमाणे अत्यंत क्रूरपणे, सर्व परंपरा झुगारून, वेगळ्या पद्धतीने विचार करायचा. अमेरिकन जीवनपद्धतीच्या राजकीय, आर्थिक व सामाजिक अशा सर्व स्तरांवर केव्हाही, कसेही हल्ले चढवायचे.

"प्राचीन काळापासून चालत आलेल्या मार्शल आर्ट्सच्या सुन त्झु सारख्या गुरूंच्या शिकवणुकीप्रमाणे काळाच्या कसोटीवर उतरलेल्या पद्धती वापरायच्या. कपटाने अचानक धक्के द्यायचे. नागरी हितांशी संबंधित म्हणजे इंटरनेट किंवा विद्युत्‌शक्ती वगैरे तंत्रज्ञानांचा अस्त्रे म्हणून नीतिमत्ता सोडून, क्रूरपणे, अनिर्बंध वापर करून अमेरिकन जनतेला ठेचून काढायचे."

"नागरी हितांशी संबंधित तंत्रज्ञानांचा अस्त्रे म्हणून उपयोग करायचा म्हणजे काय?" हॉर्वाथने विचारले.

"अमेरिकेतील प्रत्येक घर, प्रत्येक उद्योगधंदा, व्यवसाय यांचा संबंध येणारे महत्त्वाचे तंत्रज्ञान कुठले आहे?"

क्षणभर विचार करून हॉर्वाथने उत्तर दिले, "इंटरनेट."

"तू म्हणतोस ते बरोबर आहे; पण इंटरनेट हे दुसरे महत्त्वाचे तंत्रज्ञान आहे. पहिले आहे विद्युत्‌शक्ती. समजा, विद्युत्‌शक्ती हेच अस्त्र बनवले; म्हणजे शत्रूने ते अमेरिकेविरुद्ध वापरायचा मार्ग शोधून काढला तर अमेरिका उद्‌ध्वस्त होईल. विद्युत्‌शक्ती नाही तर पंपांनी इंधन बाहेर काढले जाणार नाही, ट्रक्स हलू शकणार नाहीत, अन्न आणि औषधे पोहोचवली जाणार नाहीत, सर्व व्यवहार ठप्प होतील. आगी आटोक्यात आणल्या जाणार नाहीत, गुन्हे रोखता येणार नाहीत, फोन उचलून ९११ क्रमांक फिरवायचा तर डायल टोनच मिळणार नाही. थोड्याच काळात पोलीस नसतील, अग्निशामक दले नसतील. प्रचंड गोंधळ माजेल.

"विद्युत्‌शक्तीची सर्व ग्रीड्स आणि पॉवर स्टेशन्स इंटरनेटवर अवलंबून आहेत. मी तर म्हणेन की, शेकडो हॅकर्सनी इंटरनेटवर ताबा मिळवला तर जो परिणाम होईल, तोच आपल्या शत्रूंनी घातपाताने किंवा इतर कुठल्याही शस्त्राने विद्युत्‌पुरवठा बंद करण्याने होईल.

"ज्या चिनी लष्करी अधिकाऱ्यांनी सर्वंकष युद्धाची योजना आखली आहे, त्यांनीच म्हटले आहे की, महाविनाशकारी अस्त्राचा उपयोग न होणाऱ्या आणि कमी व्याप्तीच्या युद्धात अमेरिकेला गुंतवता आले, तर अमेरिकेला मोठाच धोका निर्माण करता येईल. हुशार शत्रू अमेरिकन नागरिकांना निरुपद्रवी वाटणाऱ्या गोष्टींचा उपयोग त्यांच्याच विरुद्ध करून क्षणात त्यांचा प्रतिकार मोडून काढू शकेल.

"२००३ मध्ये अमेरिकेतील आठ राज्ये आणि कॅनडाचा काही भाग अंधारात बुडाला. फक्त वीजनिर्मिती आणि पुरवठाच थांबला नाही, तर पाणीपुरवठा, वाहतूक, दूरसंचार यंत्रणा, उद्योगधंदे यांनाही फटका बसला. आर्थिक संकटच ओढवले जणू;

लूटमार झाली. सात ते दहा बिलियन डॉलर्सचे नुकसान झाले. साडेपाच कोटी लोकांनातरी याचा फटका बसला. अमेरिकेच्या इतिहासात अशा तऱ्हेची ही क्रमांक दोनची आपत्ती ठरली. यामागे कोण होते असा तर्क करशील तू? एक संधी देतो मी तुला.''

''चीन,'' हॉर्वाथ म्हणाला.

निकोलसने मान डोलवली. ''फोरेन्सिक तपासणीनंतर सिद्ध झाले की, पीपल्स लिबरेशन आर्मीचे चिनी हॅकर्स - *क्रॅकर्स* असा शब्द वापरतात त्यांच्यासाठी - उत्तरपूर्व अमेरिकेतील इलेक्ट्रिकल पॉवर सिस्टिम हॅक करून तिचा नकाशा बनवत होते. खासगीमध्ये असेही ऐकले आहे की, त्यांनी *ट्रोजन हॉर्सेस* असे टोपणनाव असलेले एक व्हायरसयुक्त सॉफ्टवेअर मुद्दाम मागे सोडले होते. भविष्यकाळात अमेरिकेतील सर्व पॉवर सिस्टिम्सची कामे ठप्प करण्यासाठी ट्रोजन हॉर्सेसना कधीही कार्यान्वित करता आले असते; पण ट्रोजन्स सोडताना क्रॅकर्सच्या एका गटाने चुकून ती त्याच वेळी कार्यान्वित केली आणि वीजपुरवठा खंडित झाला.''

''पण तुझा विश्वास नाही याच्यावर?''

''क्रॅकर्सनी चूक केली असेलही. नंतर अमेरिकेतील सर्व नेटवर्क्समध्ये शोध घेतला तेव्हा चिनी लोकांनी सर्व इलेक्ट्रिकल सिस्टिम्समध्ये ट्रोजन हॉर्सेस सोडलेले दिसले.''

''हे सर्व खरे असेल, तर त्याच वेळी चीनबरोबर हा प्रश्न का काढला नाही?''

''अशा तऱ्हेच्या गोष्टी सिद्ध करणे खूप कठीण असते. पूर्ण खात्री नसताना वरिष्ठ सरकारी आणि इन्टेलिजन्स अधिकाऱ्यांना चीनबरोबरचे संबंध बिघडवायचे नव्हते.''

हॉर्वाथने मान डोलवली. ''चीन हा किती धोकादायक देश आहे याची कल्पनाच लोकांना येत नाही - आपल्या राजकारण्यांनासुद्धा.''

''बरोबर आहे तुझे म्हणणे,'' निकोलसने उत्तर दिले. ''वीजपुरवठा फक्त दोन दिवस बंद पडला होता तर त्या काळात अकराजणांनी आपला जीव गमावला. ओन्टॅरिओमधील निवडणुकीत तिथल्या विद्यमान सरकारच्या पराभवाला या घटनेचाही हातभार लागला.''

''देशाच्या सुरक्षिततेवरही गंभीर परिणाम झाले. बेकायदेशीरपणे अमेरिकेत घुसणाऱ्या लोकांवर नजर ठेवण्यासाठीच्या सर्व यंत्रणा बंद पडल्या. बंदरांमधील कामकाज थंडावले. सर्वांत वाईट गोष्ट म्हणजे अमेरिकेची एक कमजोर बाजू दहशतवाद्यांच्या लक्षात आली.''

''मला तर वाटायला लागले आहे की, चिनी लोकांनी केलेली चूक नव्हतीच ती. एक सराव होता तो.''

"असेलही! चाचणी तर करायलाच पाहिजे. २००३ मध्ये पडलेला अंधार ही जर चाचणी असेल तर प्रयोग यशस्वी झाला होता. फक्त अमेरिकेतल्या इलेक्ट्रिक सिस्टिम्समध्ये घुसवलेले ट्रोजन्स त्यामुळे उघडे पडले."

"मुद्दाम केलेली गोष्ट नसेल तरच," हॉर्वाथ म्हणाला. "खरोखर काय काय घडेल, निर्माण होणाऱ्या प्रश्नांना आपण कसे तोंड देऊ, हे बघण्यासाठीच जर त्यांनी २००३ मध्ये वीजपुरवठा मुद्दाम बंद पाडला असेल, तर नंतर आपली नेटवर्क्स किती पोखरली गेली आहेत याचा शोध आपण घेणारच, हे त्यांना माहीत होते. सर्व ट्रोजन्स सापडतील अशी व्यवस्था त्यांनी केलीच असेल. आपण ट्रोजन्स शोधले, ते पुन्हा कार्यान्वित होण्यापूर्वी काढून टाकले आणि देवाचे आभार मानले."

निकोलस हसला. "जे ट्रोजन्स सापडावेत आणि काढून टाकले जावेत अशी चिनी लोकांची इच्छा होती, ते त्याप्रमाणे सापडल्यावर आणि काढून टाकल्यावर अमेरिकेने स्वत:चीच पाठ थोपटून घेतली आणि शोध थांबवला."

"तुला वाटते की, न सापडलेले असे ट्रोजन्स अजूनही असतील?"

"अमेरिकेच्या इलेक्ट्रिकल नेटवर्क्समध्ये खूप खोलवर दडवलेले? माझ्या मनात तरी शंकाच नाही त्याबद्दल," बुटका म्हणाला. "अमेरिकन्स जेव्हा ट्रोजन्स शोधायचा प्रयत्न करत होते, तेव्हा त्याच प्रयत्नांवर स्वार होऊन खोलवर दुसरेच ट्रोजन्स घुसवण्याचा प्रोग्रॅम चिनी लोकांनी लिहिला असेल, तर मला आश्चर्य वाटणार नाही. चिनी लोकांना स्वप्रयत्नांनी जी गोष्ट साध्य करता येत नव्हती, ती त्यांनी अमेरिकेच्याच मदतीने पार पाडली, असा प्रकार आहे हा."

"सर्वंकष युद्धामागे हेच तत्त्वज्ञान आहे. अंतिम विजयासाठी सर्व सिद्धता करून ठेवायची. शत्रू तलवारीचे हात करण्यात हुशार असेल तर त्याला समोरासमोर कशाला भिडायच? त्याला त्याची दुबळी बाजू उघडी करायला लावायची आणि तिथेच हल्ला करायचा."

"नागरी हितांच्या तंत्रज्ञानांचा अस्त्रे म्हणून वापर करण्याव्यतिरिक्त सर्वंकष युद्धाच्या योजनेत आणखी कशाचा समावेश आहे?" हॉर्वाथने विचारले.

निकोलसने आपल्या काळ्या केसांमधून हात फिरवला. "आपल्या संस्कृतीवर हळूहळू घाला घालायचा. अमेरिकन प्रसारमाध्यमांवर दबाव आणायचा. अमेरिकेला गरज असणाऱ्या तेल आणि खनिज पदार्थांसारख्या वस्तू मिळूच नयेत म्हणून संयुक्त राष्ट्रसंघासारख्या आंतरराष्ट्रीय व्यासपीठांवर अमेरिकेने आणलेल्या ठरावांना विरोध करायचा. अमेरिकेची सर्वत्र अडवणूक करायची. अमेरिकेचा आर्थिक कणा मोडण्यासाठी बॅंकिंग, स्टॉक मार्केटमधल्या किमती पाडायच्या. न संपणारी यादी आहे."

"आणि यादीत दहशतवाद असणारच?"

"नक्कीच! शंकाच नाही. पहिल्या गल्फ युद्धात अमेरिकन सैन्यदलांनी सद्दामचा धुव्वा उडविलेला त्यांनी बघितला होता. त्याच लष्कराची सोमालियासारख्या छोट्याछोट्या युद्धांत काय परिस्थिती झाली, तेही त्यांनी बघितले होते. बैरुत, केनिया, टांझानिया येथील अमेरिकन वकिलाती किती सहजपणे उडवल्या गेल्या होत्या, वर्ल्ड ट्रेड सेंटरवरील दहशतवाद्यांच्या पहिल्या हल्ल्यानंतर अमेरिकेमध्ये किती गोंधळ उडाला होता, हे पाहिले होते. उत्तर आयर्लंडमधल्या दहशतवाद्यांनी ब्रिटिशांना जेरीस आणले होते, तर चेचेनमधील दहशतवाद्यांनी रशियावर तशी वेळ आणली होती.

"चिनी लोकांना अमेरिकेविरुद्ध वापरण्यासाठी दहशतवाद हे चांगले अस्त्र मिळाले होते. विध्वंस होतो, आर्थिक नुकसान होते आणि त्या देशातील जनतेला प्रचंड मानसिक धक्का बसतो. इस्लामिक दहशतवादावर ताबा ठेवता आला तर युद्धाच्या रणांगणावर केवढा तरी फायदा मिळणार होता. पुन्हा नामानिराळे राहता आले असते; कारण परकीय दहशतवाद्यांकडून परस्पर काम करून घेता येत होते.

"नऊ अकराच्या हल्ल्यानंतर मुस्लीम जगतात जनता आनंदाने रस्त्यांवर नाचत होती, हे सर्वांनी बघितले आहे; पण अनेक लोकांना ही कल्पना नाही की, चिनी सरकारच्या ताब्यातील प्रसारमाध्यमांनी या पाशवी हल्ल्यांची केवढी तरी स्तुती केली होती. अत्यंत उद्धट अशा देशाचे गर्वहरण झाल्याचे म्हटले होते. दहशतवाद्यांचा उदोउदो करणारी पुस्तके लिहिली होती, व्हिडिओ गेम्स बनवले होते, फिल्म्स बनवल्या होत्या.

"बिन लादेन वर्ल्ड ट्रेड सेंटरवर हल्ला करेल असे भविष्य चीनने वर्तवले होते आणि तेदेखील तीन वर्षे आधी. त्या हल्ल्यांपूर्वी चीनने अफगाण तालिबान आणि अल् कायदा यांना लष्करी शिक्षण दिले होते, हे जेव्हा अमेरिकन इंटेलिजन्स एजन्सींनी शोधून काढले, तेव्हा त्यांना आश्चर्याचा धक्काच बसला होता. इस्लामिक दहशतवाद्यांशी चीन का संबंध ठेवून आहे, हे अमेरिकन लोकांना कळत नव्हते; पण त्याचा संबंधही सर्वंकष युद्धाशी आहे.

"चीनला स्वत:च्या इच्छेप्रमाणे त्याच्या शत्रूंवर, मुख्यत: अमेरिकेवर हल्ले चढवेल असे स्वत:चे इस्लामिक दहशतवाद्यांचे जाळे जगभर उभारायचे होते. अल् कायदाशी संबंध जोडण्यासाठी त्यांनी तालिबानशी घनिष्ठ संबंध प्रस्थापित केले. अमेरिकेच्या इलेक्ट्रिकल नेटवर्कचा जसा त्यांनी नकाशा बनवला होता, तसाच इस्लामिक दहशतवाद्यांच्या, प्रामुख्याने अल् कायदाच्या जाळ्याचा नकाशा त्यांना बनवायचा होता.

"चिनी लोक अत्यंत हुशार विद्यार्थी असतात. स्वत:च्या उद्धटपणाला उदात्त स्वरूप देण्याची त्यांची ताकद तर अमानवी म्हणावी लागेल. ते कोणत्याही विषयाकडे मोकळ्या मनाने बघू शकतात. कोणतीही गोष्ट गृहीत धरत नाहीत.

एखादी गोष्ट माहीत नसली तर सरळ मान्य करतात. त्याने काही फरक पडत नाही. थोड्याच काळात ते त्याबद्दल सर्व जाणून घेतात. त्यांना शिकायला वेळ लागत नाही.

''आपले नवीन ज्ञान ते त्यांना माहीत असलेल्या जगाशी पडताळून बघतात. हजारो वर्षांच्या इतिहासापासून ते शिकत आले आहेत. मग ते त्या ज्ञानाचा उपयोग करतात. त्यांनी अशाच तऱ्हेने अल् कायदाच्या वरताण असे इस्लामिक दहशतवाद्यांचे जाळे उभारले.''

''आणि त्याचा प्रमुख होता आझीम अलीम, बरोबर?'' हॉर्वाथ म्हणाला.

''अगदी बरोबर! तो दहशतवादी जाळ्याचा प्रमुख असला तरी तो चिनी लोकांसाठी काम करतो आहे, याची त्याला कधीही कल्पना आली नाही. त्याची समजूत होती की, तो अल् कायदाच्या पूर्ण संमतीने आणि पाठिंब्याने त्यांची एक शाखा चालवतो आहे. सर्वंकष युद्धाच्या अस्त्रांच्या पेटीमधले तो एक अस्त्र आहे, याची त्याला कल्पनाच नव्हती.''

''पण चिनी लोकांनी यांच्यावरचा ताबा गमावला.''

निकोलसने बोट वर केले. ''तांत्रिकदृष्ट्या त्यांनी तो गमावला नाही, तर तो त्यांच्यापासून *चोरला गेला.* याच मोठ्या रहस्याचा आपण शोध घेतो आहोत.''

हॉर्वाथ आणखी एक प्रश्न विचारायच्या बेतात असताना घंटेसारखा एक आवाज आला. एस.सी.आय.एफ.च्या दरवाजावरचा हिरवा दिवा चमकू लागला. हिस्स् असा आवाज करत तो उघडला आणि म्हातारबुवांनी आत पाऊल टाकले.

## ३६

रीड कार्लटन पुढे आला. साठीमधला असला तरी तो चांगलाच धडधाकट होता. उंच, लक्ष जाईल अशी हनुवटी, पांढरे पडलेले केस.

हॉर्वाथने उभे राहून त्याचे स्वागत केले.

''स्वीडनमध्ये आपलीच पार वाताहत झाली,'' चाकाची खुर्ची पुढे सरकवत तो उद्गारला. खूप उशिराची वेळ होती. तो थकला होता. त्याची मन:स्थितीही पार बिघडली होती. ''काय वाट्टेल ते करायची तयारी आहे माझी. त्या हरामखोरांवर अणुबॉम्ब टाकायलाही हरकत नाही. संरक्षण मंत्रालयाचे उच्चपदस्थही तसेच म्हणतात.''

हॉर्वाथला त्याला खरे काय म्हणायचे आहे, काय हवे आहे ते कळत होते - संपूर्ण विजय. अशा वेळी तो *टाका अणुबॉम्ब* असे म्हणायचा. हॉर्वाथ कधी कामगिरीवर निघाला असला तरी सल्ला द्यायचा, *न्यूक देम.*

अमेरिकन लोक आपला जीव गमावत असले की, अनेक वेळा तो सूचना करत असे की, सबंध मध्यपूर्वच अणुबॉम्बने बेचिराख करायला पाहिजे. अरबांवर नियंत्रण ठेवता येत नाही. त्यांच्यामध्ये सुसंस्कृतपणा शिल्लक नाही. आंतरराष्ट्रीय दहशतवादाचा उगम मध्यपूर्वेतूनच झाला असताना तिथल्या कुणालाही जर त्याबद्दल काही करायचे नसेल, तर आपण एका फटक्यात त्यांचा कायमचा बंदोबस्त का करू नये? ''गेल्या वर्षी मी तपास केला तेव्हा...'' अशी त्याने सुरुवात केली की, ऐकणाऱ्या प्रत्येकाला तो अतिशयोक्ती करतो आहे, हे कळत असे.

जपून शब्द वापरण्याच्या फंदातही तो कधी पडायचा नाही. हॉर्वाथला आवडायचे ते. काम फत्ते करा, कैदी बनवायचा प्रयत्न करू नका, पुढे काय व्हायचे ते होईल. त्याच्यासारखी भूमिका असणाऱ्या लोकांची अमेरिकेला जास्त गरज होती. तो बोलतो आहे ते राजकीयदृष्ट्या योग्य की अयोग्य, याची त्याला चिंता नसे.

निकोलससमोर कॉफीचा कप होता. तो उचलून त्याने कार्लटनकडे बघितले. ''कॉफी?''

"कॉफी प्यायची वेळ निघून गेली आहे," म्हातारबुवांनी उत्तर दिले. "त्यापेक्षा ग्लासभर वाइन का देत नाहीस मला."

*"वाइन?"*

"माझ्या मुला, इथे घडणारी प्रत्येक गोष्ट माहीत असते मला," कार्लटन म्हणाला.

'माझ्या मुला' असे त्याच्याकडे बघून म्हटलेले निकोलसला आवडले. फ्रीजजवळ हॉर्वाथ बसला होता, तेव्हा निकोलसने त्याच्याकडे नजर टाकली.

हॉर्वाथने खुर्ची पुढे सरकवली, बाटली काढून आणि तीन कप उचलून पुन्हा मागे घेतली.

बाटलीत शिल्लक असलेली वाइन त्याने तीन कपांमध्ये ओतली.

"मला वाटले होते की, तुला वाइन नको आहे," निकोलस उद्गारला.

"विचार बदलला माझा," कप हातात ठेवता ठेवता हॉर्वाथ म्हणाला. "तुम्हाला दोघांनाच प्यायला लावायची हे बरोबर वाटत नाही मला."

कार्लटनने आपला कप हातात घेऊन उंच धरला, "ज्यांनी जीव गमावला त्यांच्यासाठी."

आदर दर्शविण्यासाठी हॉर्वाथ आणि निकोलसने तेच शब्द पुन्हा उच्चारले आणि एक एक घोट घेतला. मग ते कार्लटनकडे बघत बसले.

"मी काहीही सांगायची गरज नाही. मी आत शिरलो तेव्हा तुम्ही जिथे थांबला होता, तिथून पुढे बोलणे सुरू करा."

"हो सर," निकोलस म्हणाला आणि त्याने हातामधला कप खाली ठेवला. "मी आधी सांगत होतो त्याप्रमाणे चिनी लोकांनी त्यांच्या सर्वंकष युद्धाचा भाग म्हणून अत्यंत अद्ययावत असे इस्लामिक दहशतवाद्यांचे जाळे उभारले होते; पण त्याची सूत्रे कोणीतरी त्यांच्याकडून चोरली.

"खरे सांगायचे तर फक्त हे इस्लामिक नेटवर्कच चोरीला गेले आहे असे नसून सर्व काही त्यांच्या हातामधून गेले आहे."

"*सर्व काही*? सर्व काही म्हणजे काय सुचवायचे आहे तुला?" हॉर्वाथने विचारले.

निकोलसने जवळच्याच संगणकावरचा उपग्रहाद्वारे घेतलेला एक फोटो दाखवला. "चिनी लष्कराने सर्वंकष युद्धाची संपूर्ण योजना मंगोलियामधील या लष्करी तळावर आखली होती. इतकी गुप्तता राखली होती की, या तळाला नावही नाही. ते या तळाचा उल्लेख फक्त एका तीन आकडी संख्येने करत होते. *साइट २४३*.

"आम्हाला कळले आहे त्याप्रमाणे चिनी लष्कराने फक्त एकाच उद्देशाने या तळाची उभारणी केली होती. अमेरिकेचा सर्व बाजूंनी पूर्ण अभ्यास करायचा आणि

सर्वंकष युद्धाची योजना आखायची. तिथला प्रत्येकजण फक्त इंग्रजी भाषा बोलत असे, अमेरिकन पद्धतीचे अन्न खात असे, अमेरिकन पुस्तके वाचत असे, अमेरिकन टी.व्ही. बघत असे, अमेरिकन व्हिडिओ गेम्स खेळत असे, अमेरिकन राजकारणाचा व शेअर बाजाराचा अभ्यास करत असे. तिथे फक्त अमेरिकन आणि पाश्चिमात्य वेबसाइट्स बघितल्या जात. चिनी छत्राखाली इथेच अमेरिका जास्तीतजास्त जवळ होती.

''सर्वांनी अमेरिकन संस्कृती आत्मसात केली होती आणि ते सर्वसामान्य अमेरिकनांप्रमाणे विचार करायला शिकले होते. त्यातल्या बहुतेकांनी अमेरिकेत काम तरी केले होते नाहीतर उच्च शिक्षण तरी घेतले होते. साईट २४३ वर राहून त्यांनी अमेरिकेचा अभ्यास करायचा होता आणि त्यांच्या कच्च्या दुव्यांचा, कमजोर स्थानांचा शोध घ्यायचा होता.

''त्यांच्यावर एकच कामगिरी सोपवली होती. अमेरिकेला धुळीला मिळवण्यासाठी अभूतपूर्व आणि विनाशक अशा नवनवीन योजना आखायच्या.''

''बगलेत सुरा खुपसायचा,'' हॉर्वाथ म्हणाला.

''हो,'' असे बोलत निकोलसने संगणकावर आणखी एक चित्र दाखवले. ''चिनी कुठल्या उद्योगात व्यग्र आहेत याचा शोध लावून कुणीतरी एका हॅकरकरवी सर्वंकष युद्ध या योजनेचे आराखडे चोरले. मग साइट २४३ वर हल्ला चढवला. कोणाला जिवंत ठेवले नाही की योजनेची एखादी प्रत मागे ठेवली नाही; पण ते तिथेच थांबले नाहीत.

''या योजनेची माहिती असणाऱ्या प्रत्येक लष्करी आणि इंटेलिजन्स अधिकाऱ्याचा माग काढून त्यांनी त्यांचा खातमा केला. ज्यांनी कुणी या योजनेचे आराखडे चोरले होते, त्यांनी फक्त त्यांच्याकडेच त्या आराखड्याची प्रत असेल याची संपूर्ण काळजी घेतली. आता ही योजना फक्त तेच प्रत्यक्षात आणू शकणार होते.''

''आणि ही चोरी कुणी केली, का केली याची आपल्यालाही अजिबात कल्पना नाही, नाही ना?'' हॉर्वाथने विचारले.

निकोलसने नकारार्थी मान हलवली. ''या क्षणाला तरी नाही; पण ज्या हॅकरने सर्वंकष युद्धाची योजना चोरायला मदत केली होती, ती आपल्या ताब्यात आहे. तिची चौकशी झाली आहे. या कामावर तिची नेमणूक कुणी केली होती, त्या व्यक्तीशी किंवा व्यक्तींशी तिची ओळखच नाही असे ती म्हणते. चौकशी अधिकाऱ्यांच्या मते ती खरे बोलत आहे.

''तिच्याकडून आम्हाला एवढेच कळले आहे की, सक्त ताकीद दिलेली असतानासुद्धा तिने चोरी केलेले पॅकेज उघडले आणि काही माहिती तिच्याकडे असलेल्या वेगळ्या ड्राइव्हवर तिने कॉपी केली.''

“आणि ती तू मिळवलीस,” हॉर्वाथ म्हणाला.

“आणि सरळपणे ती अमेरिकेच्या स्वाधीन न करता तू ती अमेरिकन सरकारला परत विकण्याचा प्रयत्न केलास,” कार्लटन म्हणाला.

निकोलसने हात वर केले; “पण शेवटी माझी चूक माझ्या लक्षात आली आणि मी ती ड्राइव्ह या संघटनेला दिली.”

“काय होते त्यावर?” हॉर्वाथने विचारले.

“तुला आठवत असेल तर तू येमेनमध्ये असताना आपण बोललो होतो. ती गाडी...”

हॉर्वाथने हात वर करून त्याला थांबवले. त्याला आठवण करून द्यायची गरजच नव्हती. ती गाडी आणि आझीम अलीम रॉकेट प्रॉपेल्ड ग्रेनेडच्या हल्ल्यात नाहीशी व्हायच्या थोड्या आधी ते बोलले होते.

“त्या ड्राइव्हवर जरा वेगळीच माहिती आहे, असे मी तुला म्हटले होते. आझीमचा एक पुतण्या लंडनमध्ये आहे आणि तो त्याची संगणकासंबंधित सर्व कामे करत असे. त्या हार्डडिस्कवर अत्यंत उच्च सांकेतिक पद्धतीने माहिती लिहिलेली होती. त्यावरूनच सर्वंकष युद्धाची व्याप्ती आम्हाला थोडीथोडी कळायला लागली. प्रश्न असा होता की, तपशील कुठलाच नव्हता. युरोप आणि शिकागोमध्ये अलीकडे घडलेले हल्ले म्हणजे निश्चितपणे येऊ घातलेल्या त्सुनामीची सुरुवातीची छोटी लाट आहे आणि त्सुनामीचा हेतू अमेरिकेचा संपूर्ण विनाश आहे, याचाही अंदाज आला; पण तेवढेच! वेगळ्या दृष्टिकोनातून या माहितीचा विचार करेपर्यंत माझी हीच समजूत होती.”

निकोलसकडे हॉर्वाथ बघत असताना त्याने संगणकावरचे एक बटण दाबले आणि सर्व पडद्यांवर एकच प्रतिमा उमटली. अमेरिकेचा नकाशा. शिकागोवर एक काळा ठिपका उमटला, लागोपाठ न्यू यॉर्कवर एक आणि लॉस एंजेलिसवर एक.

“आपण काय बघतो आहोत?”

“चेस हा आझीमच्या नेटवर्कमध्ये असताना त्याला जी थोडीफार माहिती कळली होती ती लक्षात घेता आम्हाला वाटते की, आपण...”

“लक्ष्य बनविण्यात येणारी शहरे?”

“अगदी बरोबर! आझीम शिकागोमध्ये होता ते आपल्याला ठाऊक आहे. लॉस एंजेलिसवरचा हल्ला पार पाडण्यासाठी तो जाईल तेव्हा चेसने न्यू यॉर्कवरच्या हल्ल्याची जबाबदारी स्वीकारावी, अशी त्याची इच्छा होती. आम्हाला वाटते, ही तीन शहरे म्हणजे त्यांची पहिली लाट आहे.”

“किती लाटांमधील पहिली?”

निकोलसने कार्लटनकडे बघितले. त्याने हळूच मान डोलवली. निकोलस

संगणकाच्या की-बोर्डवरचे आणखी एक बटण दाबत उद्‌गारला, "तू स्वतःच बघ."

क्षणार्धात डल्लासवर एक ठिपका उमटला, मग ह्यूस्टन आणि मायामी. मग फिलाडेल्फियावर एक ठिपका उमटला. मागोमाग नेवार्क आणि सान फ्रान्सिस्को शहरांवर. नंतर इतक्या झपाट्याने पडद्यावर ठिपके उमटायला लागले की, ते कुठल्या शहरांवर उमटत आहेत हे बघायला त्याला वेळ मिळेना. काही शहरांवर एकापेक्षा जास्त ठिपके उमटले होते.

महत्त्वाच्या अमेरिकन शहरांवर तर ठिपके उमटले होतेच; पण दहशतवाद्यांची लक्ष्य बनतील असा विचारही मनात न येणाऱ्या छोट्या छोट्या शहरांवरही ठिपके होते. मॅडिसन, विस्कोन्सिन; कॅस्पर; वायोमिंग; विचिता; कान्सास; हार्टफोर्ड; कनेक्टिकट; जॉन्सन सिटी; टेन्नसी; ब्लूमिंग्टन; इंडियाना; स्प्रिंगफिल्ड; मिसूरी आणि बिलिंग्ज, मोन्टाना.

"अरे देवा," हॉर्वाथ उद्‌गारला. "आहेत तरी किती?"

"दोनशेच्या वर," निकोलसने उत्तर दिले.

"सेल्स?"

"आम्हाला तसेच वाटते. आता पुन्हा लक्ष दे."

निकोलसने दुसरे एक बटण दाबले. सर्व ठिपक्यांचा रंग बदलला.

"रंग का बदलला?"

"आम्हाला वाटते की, प्रत्येक रंग एक विशिष्ट तऱ्हेचा हल्ला दर्शवतो. शिकागोवर लाल, निळा, नारिंगी, चंदेरी आणि तपकिरी रंगांचे ठिपके आहेत."

"म्हणजे शिकागोवर पाच वेगवेगळ्या तऱ्हेच्या हल्ल्यांची योजना आखली आहे?"

"हो."

"आणि फक्त दोन हल्ले थोपवले आहेत आपण?"

"दुर्दैवाने दोनच."

हॉर्वाथ नकाशाकडे बघत बसला आणि वेगवेगळ्या रंगांच्या ठिपक्यांकडे. "चेस शिकागो सेलमध्ये होता. त्याला फक्त आत्मघातकी बॉम्बर्स आणि बेछूट गोळीबार अशा तऱ्हेच्या हल्ल्यांचीच माहिती कळली. म्हणजे त्यांनी संपूर्ण योजना एकालाच माहीत असणार नाही अशी काळजी घेतली आहे की काय? आझीम अलीमने शिकागोवर आणखी तीन वेगवेगळ्या प्रकारांनी हल्ले करायचे ठरवले असूनही चेसला ते कळूच शकले नाही."

"अगदी शक्य आहे," कार्लटन म्हणाला. "एकेकटे काम करणार असतील, नेटवर्कच्या माहितीची गरज नसेल तर नक्कीच! मी असेच केले असते."

शिकागोसारख्या एकाच शहरावर पाच वेगवेगळ्या तऱ्हेने हल्ले चढविणे म्हणजे... आकडा मोठाच वाटत होता; पण अशी अनेक शहरे अशा हल्ल्यांसाठी निवडलेली नकाशावर दिसत होती. नक्की कुठला विचार झाला असेल हे ठरवताना? "नारिंगी रंगाचे ठिपके कसेही उमटलेले दिसत आहेत. तो रंग कुठल्या तऱ्हेचा हल्ला दर्शवत असेल?"

निकोलस खुर्चीमध्ये मागे टेकून बसला आणि त्याने कपामधून एक घोट घेतला. "कल्पना नाही."

"तर्कसुद्धा करता येत नाही?"

"ते तर अनेक आहेत; पण प्रामाणिकपणे बोलायचे तर नारिंगी रंग कुठल्याही तऱ्हेचा हल्ला दर्शवत असेल. न्यू यॉर्क, सान होजे, डल्लास, ॲटलांटा, सिनसिनाटी आणि इतर शहरांवर नारिंगी ठिपके आहेत. चंदेरी आणि सोनेरी रंग तसेच आहेत."

"आणि जांभळे ठिपके? ते फार कमी ठिकाणी आहेत. सर्व बंदरे आहेत. शिवाय न्यू यॉर्क, लॉस एंजेलिस, ह्यूस्टन आणि सिॲटल."

"आमच्याही ते लक्षात आले होते," निकोलसने उत्तर दिले. "सर्व मोठी लोकसंख्या असणारी शहरे आहेत. दुसरे काही साम्यही असू शकेल जे आपल्या लक्षात येत नाही. प्रश्न तोच आहे. आपल्याकडे फार कमी माहिती आहे."

हॉर्वाथने म्हातारबुवांकडे बघितले. "दुसऱ्या काही कल्पना? हे हल्ले तूच आखले असतेस तर?"

कार्लटन मॉनिटर्सकडे बघत होता. "माझ्या डोळ्यांमधून रक्त वाहायची पाळी येईपर्यंत मी या नकाशाकडे बघत बसलो आहे. कुठल्यातरी थोड्याशा माहितीची गरज आहे. तरच हे कोडे सुटेल."

"ज्या शहरांवर ठिपके आहेत त्यांना कोणत्या तऱ्हेच्या धोक्याचा इशारा देता आहात?"

कार्लटनने खांदे उडवले. "एफ.बी.आय. स्थानिक पातळीवर आणि राज्य पोलिसांना दहशतवादी हल्ल्याचा धोका आहे असं कळवतील. निश्चित कोणत्या तऱ्हेचा, असे ते सांगू शकत नाहीत. कळल्यावरच अंतर्गत धोक्याच्या इशाऱ्याची पातळी ते वाढवतील."

"म्हणजे सामान्य जनतेला काहीच कळवले जाणार नाही तर?" हॉर्वाथने विचारले.

"आत्तातरी नाही. आपल्याला काही कल्पना आली आहे हे उघड करण्यात अर्थ नाही. जाहीरपणे सांगितले तर ठरल्यापेक्षा आधीच हल्ले व्हायचे. ज्याने कुणी हल्ल्यांची आखणी केली आहे तो आपल्या सेल्सना हिरवा सिग्नल देऊन टाकेल."

बरोबर होते म्हातारबुवांचे! पण हातांची घडी घालून गप्प बसण्यातही अर्थ

नव्हता. ''हा नकाशा जर अचूक असेल तर निदान कोणत्या शहरांवर त्यांनी हल्ले करायचे ठरवले आहे ते तरी आपल्याला ठाऊक आहे. आणखी काही नाही कळू शकत?''

निकोलसने आपल्या साधनसामग्रीकडे बोट दाखवले. ''मी माझ्याकडून सर्व ते प्रयत्न करतो आहे. अगदी छोट्यांतल्या छोट्या गोष्टीकडेही दुर्लक्ष करत नाही. चेस जेव्हा म्हणाला की, ते हल्ला करायच्या तयारीत असावेत, तेव्हापासून न थांबता प्रयत्न चालू आहेत.''

''चेसने दिलेल्या नावांचे काय? करामी? साबा? कतारचा कुठलातरी शेख?''

''ती नावेसुद्धा ढवळून निघत आहेत. बघू या बाहेर काय पडते ते.''

हॉर्वाथ कार्लटनकडे वळला. ''चेसने त्यांच्या सुरक्षित घरामध्येच ठार मारलेल्यांचे काय? ओळख पटली आहे?''

''काम चालू आहे त्यावर,'' म्हातारबुवा म्हणाले. ''सुरक्षित घरासमोरच्या स्फोटांनी उद्ध्वस्त झालेल्या अपार्टमेंटमधून फोरेन्सिक टीम्सनी काही शोधून काढले आहे का, त्यावरही आमची नजर आहे. या क्षणी स्वीड्स तोंड बंद करून बसले आहेत. या प्रकरणात परकीय इंटेलिजन्स एजन्सींचा त्यांना संशय येतो आहे. नक्की कळेपर्यंत त्यांची कुणाशीच बोलण्याची तयारी नाही.''

''माझी समजूत होती की, त्या बाबतीत तू आधीच त्यांना मदत केली असशील म्हणून.''

''काम चालू आहे. विश्वास ठेव माझ्यावर. कपटनीती ही फारच कौशल्याची गोष्ट आहे. फार धीर धरावा लागतो.''

''पण हे लोक सकाळीच अमेरिकन शहरांवर आतषबाजी सुरू करण्याची शक्यता आहे,'' हॉर्वाथने उत्तर दिले. ''आपल्याला करण्यासारखे काहीतरी असायला हवे.''

''तू घरी जाऊन विश्रांती घेऊ शकतोस,'' म्हातारबुवा म्हणाले. ''काहीही सुगावा लागला तर निघायची तयारी हवी तुझी.''

हॉर्वाथची पार दमछाक झाली होती. त्याला झोपेची गरज होती हे त्याला कळत होते. त्याने कपामध्ये शिल्लक असलेली वाइन संपवली आणि तो उभा राहिला. ''आइसलँडहून मन्सूरची परिस्थिती कळली की, कोणीतरी मला फोन करा. लवकरात लवकर त्याची चौकशी सुरू होण्याची आवश्यकता आहे. तो कुठल्या क्लाउडचा वापर करतो आहे, ते आपल्याला कळायलाच हवे.''

''मधल्या काळात आम्ही सर्व बाजूंनी विचार करत राहणार आहोत,'' कार्लटन म्हणाला.

''येमेनमध्ये आर.पी.जी.च्या साहाय्याने माझ्या गाडीला कुणी लक्ष्य बनविले

होते, त्याबद्दल आपल्याला अजूनही काही कळले नाही का?''

म्हातारबुवांनी मान हलवली. ''नाही. अजूनतरी नाही.''

''अमेरिकेने आझीम अलीमची चौकशी करावी हे कुणाला तरी नको होते, हे तर उघडच आहे,'' निकोलस मध्येच म्हणाला.

''अर्थातच!'' हॉर्वाथने उत्तर दिले. ''आझीमचा खून करायला जो कुणी जबाबदार आहे त्याची इच्छा नव्हती की, आझीमने तो कुणासाठी काम करतो किंवा त्याच्यावर कुठली कामगिरी सोपवली आहे, हे उघड करावे.''

''या सगळ्या प्रकारात एक गोष्ट माझ्या लक्षात येत नाही. ज्या कुणी सर्वंकष युद्धाच्या योजना चोरल्या होत्या, तो चिनी लष्कराने आखून दिल्याप्रमाणे कतारच्या कुठल्यातरी शेखकडून आझीमला आज्ञा देत होता. नेटवर्कच्या सदस्यांशी भेट झालेला शेख हा खराखुरा माणूस आहे की ई-मेल्स आणि टेलिफोनने संपर्क साधणारी एक अमूर्त अशी व्यक्ती?''

''तुला नक्की काय सुचवायचे आहे?'' हॉर्वाथने विचारले.

''आझीम तो कुणासाठी काम करत होता हे उघड करील म्हणून त्याचा खून झाला, हे मला पटत नाही. त्याला नसलेली माहिती तो देऊ शकत नव्हता.''

''तर मग त्याच्यावर कुठली कामगिरी सोपविलेली होती ते त्याने सांगू नये, म्हणून त्याला उडवण्यात आले असणार.''

''तिथेच प्रश्न निर्माण होतो. तू आणि चेस गाडीवर लक्ष ठेवता येण्याएवढ्या थोड्याशा अंतरावर उघड्या कॅफेमध्ये बसला असताना तुझी गाडी उडवली गेली. तू म्हणतोस एक-दोन चौक पलीकडल्या गच्चीवरून ग्रेनेड झाडला गेला होता.''

हॉर्वाथने मान डोलवली.

''पण आझीमला कशासाठी उडवायचे? आर.पी.जी. काही अंश दुसरीकडे वळवून तुला आणि चेसला तुम्ही कॅफेमध्ये बसला असताना का नाही उडवले? नंतर जो प्रचंड गोंधळ उडाला असता, त्या काळात गाडीच्या ट्रंकमधून आझीमची मुक्तता करून त्याला पळवून नेता आले असते. तो पुन्हा नाहीसा झाला असता.''

हॉर्वाथ आणि म्हातारबुवा निकोलसकडे बघतच बसले. त्याने उत्कृष्ट मुद्दा मांडला होता. ''गैरसमज नको,'' तो म्हणाला. ''जो कोणी आझीमला आज्ञा देत होता त्याला आझीमची चौकशी होऊ नये वाटत असणारच; पण तुला ठार मारले असते तर तेच जास्त योग्य होते. तो मेला याचा अर्थ त्याने कुणाचा तरी भयंकर राग ओढवून घेतला होता किंवा त्याची उपयुक्तताच संपली होती.''

''किंवा दोन्ही,'' कार्लटन म्हणाला.

*''किंवा दोन्ही,''* निकोलसने मान्य केले. ''पण आझीम मेल्यामुळे नेटवर्कमध्ये ताणतणाव आहे, अनिश्चितता आहे. मला वाटते, म्हणूनच त्या करामीला मन्सूर

स्वीडनमध्ये यायला हवा होता. शक्य आहे की, कतारमधल्या शेखवर त्याचा विश्वास नाही. शक्य आहे की, मन्सूरकडून त्याला जास्तीतजास्त माहिती काढून घ्यायची होती. हे खरे असेल तर या सर्व गोंधळाचा आपल्याला फायदा उठवता येईल.''

''चांगली कल्पना आहे,'' दोन्ही कुत्र्यांचा निरोप घेताघेता हॉर्वाथने उत्तर दिले. ''पण तसे काही करण्याआधी आपल्याला खूप माहिती काढावी लागेल.''

कार्लटन उभा राहिला आणि हॉर्वाथच्या खांद्यावर हात ठेवत त्याने त्याला दरवाजाच्या दिशेने न्यायला सुरुवात केली. ''घरी जा आणि विश्रांती घे आधी,'' त्याने पुन्हा सांगितले. ''आम्हाला काही कळले तर मीच फोन करीन तुला.''

गराजमधून स्वत:ची गाडी घेऊन तो आय-४९५ वरून घराच्या दिशेने निघाला. यु.एस.१ वर पोहोचेपर्यंत गरम पाण्याचा शॉवर आणि झोप याच विचारांनी त्याचा ताबा घेतला होता.

पाच मिनिटेतरी त्याने अंगावर पाणी पडू दिले आणि मगच टॉवेल हातात घेतला. तो इतका दमला होता की, दाढी करायचा विचारही त्याला सुचला नाही.

बेडरूमची खिडकी उघडून तो आडवा झाला. त्याने डोळे मिटून घेतले. खरेतर ताबडतोब झोप यायला हवी होती; पण नाही आली. स्वीडनमधल्या घटनांनी त्याच्या मनाचा ताबा घेतला. पुन:पुन्हा तेच विचार!

जबाबदारी त्याची होती. त्याच्या टीमच्या सदस्यांच्या मृत्यूने त्याला फार अपराधी वाटत होते. त्याने कुठल्यातरी चांगल्या विचारांकडे मन वळवायचा प्रयत्न केला. रायली टर्नर या क्षणाला काय करत असेल?

तिचा विचारही जास्त काळ करता आला नाही. घडलेल्या घटनांबद्दल जर-तर असे विचार मनात यायला लागले. तो अत्यंत अस्वस्थ झाला. दारू घ्यावी का थोडी, म्हणजे मन बधिर होऊन जाईल? पण त्याने दारू घेतली नाही. स्वत:चा छळ करून घेतला.

दोन तासांनी त्याला कशीबशी झोप लागली. अमेरिकेवर फार मोठे आणि भीषण स्वरूपाचे हल्ले होणार आहेत अशा स्वप्नांनी त्याला झोपेतही घेरले होते.

## ३७

लंडन. शनिवार सकाळ

**रॉ**बर्ट ॲशफोर्डच्या स्वभावात देशद्रोही बनण्याला आवश्यक असा एक दोष होता. आपण इतरांपेक्षा बुद्धिमान आहोत, असा त्याचा समज होता. आपला देश आणि देशवासीय यांच्यासाठी योग्य काय आहे हे फक्त त्यालाच कळते, असा या खूप शिकलेल्या नोकरशहाचा दावा होता आणि म्हणून तो आपल्या देशाचा विश्वासघात करायला सहज तयार झाला होता.

अर्थात, या देशद्रोहासाठी त्याला अफाट पैसा मिळत असला, तरी हे तो पैशासाठी करत नाही, असा त्याचा युक्तिवाद होता. प्रश्न योग्य काय आणि अयोग्य काय हे समजण्याचा होता. इंग्लंड आणि इतर पाश्चिमात्य देशांनी योग्य मार्ग स्वीकारला असता, तर त्याला काही करायची गरजच पडली नसती.

या आत्मविश्वासाने आणि सध्या जग ज्या दिशेने चालले होते त्याबद्दलच्या भ्रमनिरासानेच तो जेम्स स्टँडिंगकडे ओढला गेला.

ॲशफोर्डने या अब्जाधीशाची सर्व पुस्तके वाचली होती. दुसरा एकही माणूस त्याचेच विचार इतक्या संक्षिप्त स्वरूपात आणि स्पष्टपणे मांडू शकला नव्हता. नव्या एकमेव आणि श्रेष्ठ सत्याचा स्टँडिंग हा *हाय प्रीस्ट* होता. एक ऐश्वर्यसंपन्न जहाज प्रवासाला निघत होते. जहाजावर जागा थोड्या असल्या तरी ॲशफोर्डला मागे राहण्याची इच्छा नव्हती. जेम्स स्टँडिंग या जगात जी नवीन पहाट आणणार होता त्यासाठी तो खूप मदत करू शकेल, असा त्याला विश्वास होता.

दोघांनाही ओळखणाऱ्या पार्लमेंटच्या एका वजनदार सदस्याने, त्याने दिलेल्या कॉकटेल पार्टीमध्ये त्यांची ओळख करून दिली होती. स्टँडिंगवर त्याची छाप पडली ती फक्त ॲशफोर्डने केलेल्या त्याच्या पुस्तकांच्या सखोल अभ्यासाने नव्हती, तर तो बघत असलेल्या नवीन जगाच्या स्वप्नाला त्याने स्वत:हून वाहून घ्यायची तयारी दर्शवल्याने होती.

ॲशफोर्ड हा आजन्म ब्रह्मचारी राहिलेला माणूस होता. सुरुवातीला अब्जाधीशाची

कल्पना झाली होती की, तो *गे* असावा. मग त्याच्या लक्षात आले की, एम.आय. ५च्या या माणसाला त्याची करिअर खूप महत्त्वाची वाटत होती. कुटुंबामध्ये किंवा अन्यत्रही अडकाअडकी झाली तर कामात अडथळा येईल, असे त्याला वाटत होते. बायको, मुले, मैत्रीण असे कुठलेच पाश नसल्याने कितीही तास काम केले तरी त्याला बोलणारे, विचारणारे कुणी नव्हते. त्याच्या लष्करी आणि इंटेलिजन्समधल्या पार्श्वभूमीमुळे स्टँडिंग त्याच्यावर जी जबाबदारी टाकणार होता, ती निभावण्यासाठी तो अगदी योग्य माणूस होता.

ॲशफोर्डचे इमान विकत घेता येईल अशी खात्री पटल्यावर स्टँडिंगने त्याला आतल्या गोटात खेचले. आता तो तिथे अडकला होता. स्टँडिंगच्या सापळ्यामध्ये; कधीही सुटणार नव्हता.

ॲशफोर्डचे सर्व सहाध्यायी निवृत्त झाले असले, तरी तो अजूनही हेरगिरीच्या क्षेत्रात होता. त्याला दुसरे काही नको होते आणि तो कर्तबगारही होता; आत्तापर्यंत तरी आणि आता अचानक त्याच्या मनाप्रमाणे काही होईनासे झाले होते.

हॉलिवुडमधल्या निर्मात्याला उडवण्याची त्याने आज्ञा दिली होती; पण नंतर काय झाले ते त्याला कळले नव्हते. बाकीची डोकेदुखी कुणामुळे निर्माण झाली होती, ते त्याला पक्के ठाऊक होते - *अरब.*

ॲशफोर्ड अत्यंत कडवा धर्माभिमानी होता. मुस्लिमांबरोबर काम करणे त्याला नुसते आवडत नव्हते असे नाही, तर त्यातल्या त्यात अरब मुस्लिमांएवढे आळशी कोणी नव्हते. साध्या गोष्टी निर्माण करण्याचीसुद्धा त्यांच्यामध्ये कुवत नव्हती. धर्मवेडाने स्वत:बद्दल विचार करण्याची त्यांची शक्तीही नष्ट झाली होती. स्वत:ला स्फोटकांनी उडवून घेण्याइतकीच अक्कल त्यांच्याकडे होती, असा त्याचा अनुभव होता. त्या धर्मातले थोडेफार बुद्धिमान वाटावेत असे मुस्लीमही त्याला कधी भेटले नव्हते. असलेच तर तो त्याचाच भ्रम असावा.

अलीमच्या दहशतवादी नेटवर्कमध्ये कमांडर म्हणून कुणाला बढती द्यायची, याबद्दलचा त्याचा निर्णय पक्का होत असतानाच मुस्तफा करामीने शेवटी एकदाचा त्याच्याशी संपर्क साधला.

ई-मेलचा जो अकाउंट तो बंद करण्याच्या विचारात होता, त्यातल्या ड्राफ्ट फोल्डरमध्ये त्याला मुस्तफा करामीची ई-मेल सापडली. त्याने ती पटकन ट्रान्स्लेशन प्रोग्रॅममध्ये कॉपी केली. अरेबिकमधला ई-मेल इंग्रजीमध्ये भाषांतर झाल्यावर उपसालामध्ये काय घडले ते कळवणारा त्या माणसाचा संक्षिप्त वृत्तान्त त्याने वाचला.

सुरक्षित घर म्हणून वापरले जाणारे आणि ऑपरेशनल सेंटर म्हणून वापरले जाणारे अशा दोन्ही अपार्टमेंट्सचा कुणीतरी पत्ता लावला होता. करामीच्या मते *प्रोफेशनल मूव्हर्स* अशी बतावणी करणाऱ्यांचा हल्ल्यामागे हात होता. ऑपरेशन्स

सेंटर स्फोटांनी उद्ध्वस्त करूनही त्यामधून दोघे वाचले होते. त्यांनी स्वीडिश सिक्युरिटी सर्व्हिसच्या एजंट्ससारखा गणवेश चढवला होता.

तो आणि साबा दोघेही पळून जाण्यात यशस्वी ठरले होते आणि त्यांनी अशाच आपत्कालीन परिस्थितीत उपयोग करण्यासाठी असलेल्या जागेत आश्रय घेतला होता. सेलच्या इतर सदस्यांचे काय झाले याची त्यांना काहीही कल्पना नव्हती. तो पुढच्या सूचनांची वाट बघत थांबणार होता.

ॲशफोर्डने उत्तर तयार करण्यासाठी काही मिनिटे घेतली. मग त्याआधी ज्याला त्याने 'मुस्लीम मम्बो-जम्बो' हे नाव ठेवले होते ते अल्लाची मेहेरबानी आणि इतर प्राचीन पद्धतीचे अभिवादन वगैरे गोष्टी टाकल्या. फुकट वेळ घालविणे असे त्याचे याबाबतचे मत होते; पण संपूर्ण नेटवर्क चालविण्यासाठी आर्थिक साहाय्य पुरविणाऱ्या रहस्यमय अशा कतारमधल्या शेखचा तो उजवा हात आहे, ही समजूत कायम ठेवण्यासाठी या सर्वांची गरज होती.

बनावट शेख ही चिनी लष्कराची निर्मिती होती. थेट अल् कायदाच्या उच्च पदस्थांकडून आज्ञा मिळवणारा हा शेख नेटवर्कचा प्रमुख होता आणि नेटवर्कचा आर्थिक बोजाही उचलत होता. त्यांनी एकच चूक केली होती. नेटवर्कचा ऑपरेशनल डायरेक्टर आझीम अलीमच्या पलीकडे त्यांनी काही विचारच केला नव्हता. आझीम अलीमची चौकशी करण्यापूर्वी त्याला ठार करणे ॲशफोर्डला भाग पडल्यावर मुस्तफा करामी त्याची जागा घ्यायला तयार नव्हता.

करामीला आझीमकडून आज्ञा घ्यायची सवय झाली होती. तो कधी शेखला भेटलाच नसल्याने त्याचा त्याच्यावर विश्वास नव्हता. करामीला दूर करून नेटवर्कमधल्या पुढच्या माणसाची कमांडर म्हणून नेमणूक करण्याचा मोह त्या वेळी ॲशफोर्डला झाला होता; पण स्टँडिंगने त्याला धीर धरायला सांगितले. करामीला आझीमनेच आपला वारसदार ठरविले होते, त्यालाही कारण होते. त्याचा करामीवर विश्वास होता आणि त्याला काही झालेच तर त्याची जागा घेण्याइतका तो कार्यक्षम होता आणि आता आझीमच्या बाबतीत तसेच काहीतरी घडले होते.

स्कॉट हॉर्वाथ आणि कार्लटन ग्रुपने आझीमला सी.आय.ए.च्या हवाली करण्यापूर्वी ॲशफोर्ड नशिबानेच त्याला गाठू शकला होता.

आझीम ब्रिटिश नागरिक होता. ॲशफोर्डने स्कॉट हॉर्वाथ आणि कार्लटन ग्रुपबरोबर काम करून, आझीमच्या सेलने लंडनमध्ये हल्ले चढविण्यापूर्वी त्यांना रोखले होते. आझीमला पकडून त्याला येमेनमध्ये सी.आय.ए.च्या ताब्यात देण्यात येणार होते, याबद्दलही कार्लटनने ॲशफोर्डला सांगितले होते.

पण आझीमला ठार मारल्या क्षणापासून ॲशफोर्डला माहिती मिळेनाशी झाली होती. कार्लटन ग्रुपने बहुधा प्रत्येकाला गरजेएवढीच माहिती द्यायला सुरुवात केली

होती. एकाच्या कामगिरीबद्दल दुसऱ्याला काहीच कळेनासे झाले होते. माहिती मिळवणे यापुढे जरा कठीण होणार आहे, इतके ॲशफोर्डच्या लक्षात आले. त्याच्याकडे त्यांना देण्यासारखी माहिती आहे असा विश्वास बसायला हवा होता; मग बेसावध क्षणी रीड कार्लटन त्याच्याकडची माहिती देऊन बसला असता.

आत्तातरी करामीकडे लक्ष देण्याची आवश्यकता होती. चंदेरी आणि सोनेरी रंगाचे हल्ले चढविण्याची आज्ञा जेम्स स्टँडिंगने दिली होती.

त्याने काळजीपूर्वक आपल्या तयार असणाऱ्या दहशतवादी सेल्ससाठी संदेश टाइप केला. भाषांतर करून करामीच्या ड्राफ्ट फोल्डरमध्ये टाकून दिला.

आपल्या अकाउंटमधून लॉग आउट होऊन त्याने आपला भाग पुसून टाकला. संगणक बंद केला.

पहिल्या हल्ल्यांची बातमी कधी प्रसारित होईल, याचा त्याने विचार केला. अमेरिकेत गोंधळ माजायला सोळा तासांचा अवधी होता.

# ३८

## दक्षिण कॅलिफोर्निया

स्पेशल ऑपरेशन्समध्ये आयुष्य काढलेल्या सर्वांप्रमाणेच, मग ते विकृत झालेले असतील किंवा नसतीलही; हॅन्क मॅक्ब्राईडसुद्धा कोणतीही वस्तू मिळवण्यात, कुठल्याही अडचणीवर मात करण्यात अत्यंत तरबेज होता. ल्यूक रॅल्स्टनच्या यादीमधील त्याची प्रत्येक गरज त्याने पूर्ण केली. दक्षिण कॅलिफोर्निया म्हणजे नेव्हल स्पेशल वॉरफेअर ग्रुप वनच्या आधिपत्याखालील *सील* टीम्स १, ३, ५ आणि ७ चे घरच होते. हॅन्कने एक किंवा फारतर दोन फोन करून रॅल्स्टनला हव्या असलेल्या सर्व गोष्टी मिळवल्या.

मोटरसायकल लाल रंगाची होती. २००७ची निर्मिती. यामाहा वाय.एफ.झेड. त्याला निवड करायची असती तर एखादे वेळी इतके लक्ष वेधून घेणारी मोटरसायकल रॅल्स्टनने घेतलीही नसती. मग त्याने विचार केला की, दक्षिण कॅलिफोर्नियामधल्या रस्त्यांवर अशा बाइक्सकडे दुसऱ्यांदा कुणी नजरही टाकत नाही. ती वेगवान होती. कशीही, कुठेही चालवता येण्यासारखी होती. रॅल्स्टनला तशीच तर गाडी हवी होती. रहदारीमधून वाट काढायची असेल किंवा पोलिसांपासून पळ काढायचा असेल, तर यामाहा अगदी योग्य गाडी होती. मोटरसायकल वापरायची असल्याने चेहरा झाकणारे हेल्मेट वापरायला लागले असते. स्वत:ची ओळख तो लपवू शकला असता.

हॅन्कचा एक मित्र कायम जे पिस्तूल घेऊन मेक्सिकोला जात असे, तेच त्याने दिले होते. कोल्ट ॲनाकोन्डा. चार इंच लांबीची नळी, पॉइंट ४४च्या गोळ्या. एखाद्या सीलकडून रिव्हॉल्व्हर मिळायची अपेक्षा रॅल्स्टनने धरलीच नव्हती. कुठले तरी पिस्तूल मिळाले यातच त्याला आनंद होता. त्याने ते इतर वस्तूंबरोबर हॅन्कने दिलेल्या बॅकपॅकमध्ये ठेवून दिले.

ॲलिसाची मॅनहॅटन बीचवर घेतलेली भेट हा एक जुगार होता. आता लॉस एंजेलिसला जाणे हा त्याहून मोठा जुगार होता; पण त्याला दुसरा पर्याय नव्हता.

ती कुणासाठी भलतीच मदत मागते आहे कळेपर्यंत ॲलिसाच्या वडिलांनी मदत करायचे नाकारले. ती फार धोकादायक ओळख विचारत होती. ॲटर्नी म्हणून इतरांशी येणाऱ्या कायदेशीर बाबींच्या व्यवहारांशी अत्यंत विसंगत वृत्ती. त्याने आधीच एक मुलगी गमावली होती. अत्यंत हिंसक प्रवृत्तीच्या गुन्हेगारांपासून तो तिचे रक्षण करू शकला नव्हता. आता दुसरी मुलगी गमवायची त्याची अजिबातच तयारी नव्हती.

नाइलाज झाल्यावर ॲलिसाने रॅल्स्टनच्या भेटीची संपूर्ण माहिती वडिलांना दिली. मार्टिन सेवान अत्यंत नाराज झाला. त्याने तिला सांगितले की, रॅल्स्टनला ज्या तऱ्हेच्या मदतीची अपेक्षा आहे त्याबाबत त्याला विचारच करावा लागेल.

दोन तासांनी मार्टिनने ॲलिसाला सांगितले की, रॅल्स्टनला दुसऱ्या दिवशी दुपारी त्याला भेटायला सांग. तो त्याला मदत करायला तयार आहे की नाही याची रॅल्स्टनला कल्पना नव्हती; पण तरीही, त्याने त्याच्या कार्यालयात नाही तर घरी भेटायला बोलावले होते, हे चांगले चिन्ह होते. रॅल्स्टनने संपूर्ण तयारीनिशी त्याची भेट घेण्याचे ठरवले.

ठरलेल्या वेळेच्या दोन तास आधीच येऊन त्याने घरासमोरून फेरी मारली. काळजी करावी असे काही दिसले नाही. त्याने बाइक उभी करायला जागा शोधली आणि घराशेजारच्या एका घळीत दडी मारली. तिथून त्याला मार्टिनच्या आणि त्याच्या शेजाऱ्यांच्या इस्टेटींवर नजर ठेवता येत होती.

ॲव्हाच्या मृत्यूमुळे तिच्या वडिलांच्या मनात वैरभावना आहे का, असलीच तर किती, याची रॅल्स्टनला काहीच कल्पना नव्हती. सापळा रचून त्याला पोलिसांच्या ताब्यात देण्याची योजनाही त्यांनी आखली असण्याची शक्यता होती; पण घरामध्ये आणि आसपास त्याला बागकाम करणारा माळी आणि घराची व्यवस्था बघणारी हाउसकीपर यांच्याव्यतिरिक्त कोणीही दिसले नाही. त्या दोघांशीही त्याची पूर्वी भेट झाली होती.

पावणेबारा वाजता एक काळी ॲश्टन रॅपिड ड्राइव्हवेवर वळली आणि घराच्या दारासमोर उभी राहिली. रॅल्स्टन बघत असताना मार्टिन सेवान गाडीमधून बाहेर पडला, मागच्या सीटवरून त्याने आपली ब्रीफकेस उचलली आणि तो घरात शिरला. सर्व हालचाली शांतपणे, घाई न करता चालू होत्या, त्याने चोरून इकडेतिकडे बघितलेही नाही. पोलीस नीट लपलेले नसले, तर अशा वेळी गोंधळ उडू शकतो. दुपारी घरी जेवायला आलेल्या उद्योगपतीसारखे त्याचे वागणे होते. *अजून तरी सर्व ठीक आहे,* रॅल्स्टनच्या मनात विचार येऊन गेला.

त्याने आणखी थोडा वेळ तो होता तिथेच दडी मारून बसायचे ठरवले. पाच मिनिटांनी एक पांढरी अकुरा ड्राइव्हवेवर वळली आणि मार्टिनच्या ॲश्टनमागेच

उभी राहिली.

गाडीच्या चाकामागून एक जाडा, मध्यमवयीन, काळा सूट घातलेला माणूस बाहेर आला. तो अत्यंत अस्वस्थ दिसत होता. त्याने सावकाशपणे सगळीकडे एक नजर फिरवली आणि मग तो घराकडे निघाला. दारात पोहोचल्यावर घंटा दाबून तो दार उघडण्याची वाट बघत थांबला. त्याचे चित्त मात्र नक्कीच थाऱ्यावर नव्हते.

बारा वाजायला पाच मिनिटे होती. नंतर काहीच हालचाल झाली नव्हती. रॅल्स्टनला आता निर्णय घेणे भाग होते. खरेतर निर्णय आधीच झाला होता. त्याला लपलेल्या जागेमधून बाहेर पडायला हवे होते. आता वळून परत जाण्यासाठी काही तो एवढ्या लांब आला नव्हता. घरात शिरलेला दुसरा माणूस कोण होता, याची त्याला कल्पना नव्हती; पण ते कळलेच असते. त्याला कुठे पोलीस घरावर लक्ष ठेवून आहेत असे दिसले नव्हते, तेव्हा आत जाण्याशिवाय त्याला दुसरा पर्याय नव्हता. घराच्या मागून, स्विमिंग पूलला वळसा घालून तो बाल्कनीजवळ आला. दाराला कुलूप नव्हते. मार्टिन सेवान आणि काळ्या सुटामधला माणूस सेवानच्या घरामधल्या काम करण्याच्या केबिनमध्ये त्याची वाट बघत बसले होते.

"हॅलो, मार्टि," आत पाऊल टाकता टाकता रॅल्स्टन उद्गारला.

सेवान साठीला आला होता. उंचीला थोडासा कमी असला, तरी अत्यंत दणकट होता. काळे केस मागे वळवलेले होते. डोळे मुलींसारखेच हिरवे होते आणि नजर भेदक. त्याने कोट काढून ठेवला होता. शर्टच्या बाह्या भरदार दंडांपर्यंत वर गुंडाळल्या होत्या. ट्रायलनंतर आज प्रथमच ते दोघे समोरासमोर आले होते. "हॅलो, ल्यूक," मार्टिन म्हणाला. "कसा आहेस?"

वकील कधीही उत्तर माहीत नसलेला प्रश्न विचारत नाहीत. "बरा आहे म्हणायला हरकत नाही."

सेवानने त्यावर काही न बोलता काळा सूट चढविलेल्या माणसाशी त्याची ओळख करून दिली. "ल्यूक, हा अलेक्सी लॅव्हरॉव्ह. अलेक्सी, हा ल्यूक."

रॅल्स्टनने लॅव्हरॉव्हशी हस्तांदोलन केल्यावर सेवानने त्यांना बसून घ्यायला सांगितले. "कोणी ड्रिंक घेणार का?" स्वत:साठी ग्लास भरत सेवानने विचारले.

"मला चालेल," लॅव्हरॉव्ह म्हणाला. त्याची इंग्रजी बोलण्याची ढब वेगळीच होती. शर्टाची कॉलर घट्ट होती. या भेटीसाठीच सूट चढवला असला तरी टायची गाठ वर नेऊन बांधली नव्हती. वरचे बटण दिसत होते. त्याला खूप घाम येत होता आणि त्याचे बारीक डोळे रॅल्स्टनच्या नजरेला नजर देत नव्हते.

"ल्यूक?" सेवानने विचारले. "तुला काही देऊ?"

"नको, मार्टि."

लॅव्हरॉव्हसाठीही एक ड्रिंक बनवून सेवान आपल्या मोठ्या टेबलामागे स्वत:च्या

जागी जाऊन बसला. दुसरे दोघे त्याच्या समोरच्या दोन गुबगुबीत खुर्च्यांमध्ये बसले.

रॅल्स्टन काही बोलत नव्हता. ही मार्टिनने जमवून आणलेली भेट होती. पुढे कशा तऱ्हेने बोलणे सुरू करायचे ते त्याने ठरवायचे होते. लॅव्हरॉव्हच्या उपस्थितीमुळे रॅल्स्टनला आशा वाटत होती की, त्याच्याकडे त्याला हवी असलेली माहिती आहे.

"तुझ्या वतीने मी एक-दोन फोन केले होते, ल्यूक," सेवानने सांगितले. "एल.ए.पी.डी.ची तुझ्याशी बोलण्याची खूप इच्छा आहे."

"आज ना उद्या माझे त्यांच्याशी बोलणे होणारच आहे."

"तू बोलशील याची खात्री आहे मला आणि सालोमनचे काय?"

"त्याचे काय?" रॅल्स्टनने विचारले.

"तो ठीक आहे ना? त्याला काही अपाय झालेला नाही ना?"

"थोडासा धक्का बसला आहे एवढेच! सर्व गोष्टींचा विचार करता तो ठीकच आहे. का?"

सेवानने खालच्या ओठावरून जीभ फिरवली. डोळे हलवले. "खात्री करून घेतो आहे फक्त."

"मी ॲलिसाला तो ठीक आहे, हे सांगितले होते."

"तू तसे म्हणाला होतास, असे तिनेही मला सांगितले होते."

"मग तू कशासाठी विचारतो आहेस मला?"

"कारण मी एक ॲटर्नी आहे. माझ्या कामाचा एक भाग इतरांची नीट पारख करणे हा असतो. तू ते सांगत असताना मला ऐकायचे होते आणि त्याहून महत्त्वाचे म्हणजे तू ते सांगत असताना मला बघायचे होते."

आपली कुणी मायक्रोस्कोपखाली तपासणी केलेली रॅल्स्टनला आवडत नसे; पण तो मदत मागायला आला होता. त्याने तोंड बंद ठेवले. "लॅरी सालोमन जिवंत आहे आणि धडधाकट आहे."

"लॉस एंजेलिस पोलीस डिपार्टमेंट अनेक बाजूंनी या घटनेकडे बघते आहे. डिटेक्टिव्हजचा एक अंदाज आहे की, तूच सालोमनचे अपहरण केले आहेस," सेवान म्हणाला.

"मूर्खासारखा केलेला तर्क आहे."

"नक्की?"

"मार्टि, मी जर लॅरी सालोमनचे अपहरण केले असते तर नक्कीच माझे डोके वापरले असते. त्याच्या इस्टेटीवर आणि त्याच्या घरात माझे नाव लिहिलेली कार्डे फेकत गेलो नसतो," रॅल्स्टनने उत्तर दिले.

"योग्य असेल किंवा नसेल; पण तो त्यांचा एक अंदाज आहे. त्यांना वाटते की, तूच त्या तिथल्या सर्वांना ठार मारले आहेस."

"*सर्वांना?* मी घरात शिरलो तेव्हा लॅरी सालोमनचे दोन साहाय्यक आधीच मेले होते. मला जे करणे भाग होते ते मी केले नसते, तर लॅरी सालोमनलाही त्यांनी ठार केले असते."

सेवानने हात वर केले आणि तो कसाबसा हसला. "माझ्यावर गोळ्या झाडू नकोस. मी फक्त निरोप्या आहे."

रॅल्स्टनच्या मनात शंका आली. सेवान त्याला खेळवत नव्हता ना? त्याने सरळ मुद्द्यालाच हात घालायचे ठरवले. "ॲलिसाने मला सांगितले की, तू मदत करू शकशील."

"कमाल झाली. मी तिला एवढेच म्हणालो की, तू अशा तऱ्हेची मदत तिच्याकडे मागायला नको होतीस. मी तिला समजावले होते की, त्या तऱ्हेच्या कामासाठी तुला माझ्याकडे यावे लागेल."

सेवान नक्कीच त्याला खेळवत होता. "तसा मी आलो आहे मार्टि. पोलीस - आणि इतर कोण कोण ते तर देवालाच माहीत - मला शोधत असताना मी इथपर्यंत यावे याची तुला गरज नव्हती. तू ॲलिसाला सांगू शकला असतास की, सांग मला की, तू जहान्नममध्ये जा; पण तू तसे केले नाहीस, तेव्हा मी असे गृहीत धरतो की, तुला स्वत:लाच मला सांगायचे होते की, तू नरकात जा म्हणून किंवा तुला मला मदत करायची आहे. मग यांतले काय करायचे आहे तुला? तू मला मदत करणार आहेस का?"

"त्याआधी मी तुला एक प्रश्न विचारतो," ॲटर्नीने उत्तर दिले. "तुला जर नि:संशय, अगदी शंभर टक्के खात्री असती की, त्या गल्लीमध्ये, त्या रात्री, तेच ते दोघे मादक द्रव्य विकणारे विक्रेते होते तर तू काय केले असतेस? त्याच दोघांनी ॲव्हाचा खून केला आहे याचीही तुला तशीच खात्री असती, तर तू त्यांच्याविरुद्ध साक्ष दिली असतीस?"

"नसती दिली."

सेवानच्या भुवया वर चढल्या. "नसती दिली? का नाही?"

"गल्लीमधल्या त्या दोघांची मला निश्चित ओळख पटली असती तर त्यांच्यावर खटला चालवायचा प्रश्नच आला नसता. मी स्वत:च त्या दोघांचा जीव घेतला असता," रॅल्स्टन स्पष्टपणे म्हणाला.

ॲटर्नी काळा सूट चढवलेल्या माणसाकडे बघून हसला. तो जणू काही त्याला सांगत होता, *बघितलंस लॅव्हरॉक्ह, माझ्याशी काळजीपूर्वक वाग. फार धोकादायक माणसांशी माझी ओळख आहे.* मग तो पुन्हा रॅल्स्टनकडे वळला. "तुझ्या भावना अजूनही खूप तीव्र वाटतात. जवळजवळ खऱ्याखुऱ्या."

"मार्टि, तुझी वायफळ बडबड ऐकण्यासाठी मी इथे आलेलो नाही. ॲव्हाच्या

बाबतीत जे घडले त्याबद्दल तुला जर मलाच जबाबदार धरायचे असेल, मलाच दोष द्यायचा असेल आणि तोसुद्धा मी तिच्यासाठी काय काय केले हे माहीत असूनही, तर तसे स्पष्ट बोलण्याची हिंमत दाखव; पण माझ्या प्रामाणिकपणाबद्दल, ॲव्हाबद्दलच्या माझ्या भावनांबद्दल, तिचा खून पाडणाऱ्या माणसांबद्दल मला काय वाटते याबद्दल एक अक्षरही तोंडातून काढू नकोस.''

सेवान शांतपणे बसून राहिला. लॅव्हरॉव्ह तर त्यांचे बोलणे ऐकून इतका अस्वस्थ बनला होता की, त्याच्या तोंडातून एक शब्दही बाहेर येत नव्हता. तोदेखील गप्प बसून राहिला होता. शेवटी सेवान म्हणाला, ''तुझेच बरोबर होते असे मी म्हणालो तर?''

''कशाबद्दल?''

''गल्लीमधल्या त्या दोन माणसांबद्दल. ॲव्हाच्या खुनाला जबाबदार असणाऱ्या माणसांचा मी माग काढला आहे, असे मी तुला सांगितले तर?''

''मी म्हणेन की, तू खोटे बोलतो आहेस.''

''तू का असे म्हणशील?''

''कारण तू जर त्यांना शोधले असतेस तर आत्तापर्यंत तू त्यांना पोलिसांच्या ताब्यात दिले असतेस,'' रॅल्स्टनने उत्तर दिले.

सेवानने त्याच्यासमोरचा ड्रॉवर उघडला आणि त्याच्यामधून एक पाकीट बाहेर काढून टेबलावर ठेवले. हळूच थोडेसे पुढे सरकवले.

''आता हे काय?'' रॅल्स्टनने विचारले.

''ॲव्हाचा खून करणाऱ्या दोन माणसांची नावे आणि पत्ते.''

रॅल्स्टनने त्याच्याकडे बघितले. ''आणि ही माहिती असून तू नुसता गप्प बसला आहेस?''

''असे म्हणू या की, या माहितीचा न्याय्य उपयोग कसा करायचा हे ठरवण्याचा मी प्रयत्न करतो आहे.''

*डोके फिरले की काय सेवानचे? लॅव्हरॉव्हसमोर ॲव्हाच्या खुन्यांना ठार मारण्याच्या गोष्टी करतो आहे?*

ॲटर्नी बहुधा त्याच्याच मनातले विचार वाचत होता. ''लॅव्हरॉव्हची काळजी करू नको. तो संपूर्ण विश्वसनीय आहे.''

''तुझी सदसद्विवेकबुद्धी तुला कायम टोचत राहील, मार्टि. तुझ्याकडे जी काय माहिती आहे ती तू पोलिसांना दे.''

''त्याचा अर्थ ॲव्हाच्या खुन्यांना फारतर कारावास घडेल किंवा त्याहून वाईट म्हणजे त्यांची सुटका होईल असा होत असला तरी?''

''अरे देवा! तू ॲटर्नी आहेस मार्टि. केवळ सूड उगवायचा म्हणून हे सर्व तू

खिडकीमधून बाहेर फेकून देशील?'' रॅल्स्टनने विचारले. त्याची नजर मार्टिन सेवानच्या ऐश्वर्यसंपन्न केबिनवरून फिरत होती. ''तुझ्या कुटुंबाने याआधीच अ‍ॅव्हाला गमावले आहे. तुलाही गमावणे त्यांना चालणार नाही आणि तूही गाढवासारखा वागू नकोस. ज्या कुणाची नावे त्या पाकिटात आहेत ती तू पोलिसांना दे. आज तू माझ्या नावाने खडे फोडशील; पण एक दिवस तू आभारच मानशील माझे. कधीकधी सूड न उगवलेलाच बरा.''

सेवानने लॅव्हरॉव्हकडे बघितले. ''सांगितले होते ना मी तुला?''

''काय सांगितले होते?'' रॅल्स्टनने विचारले.

सेवानने पाकीट पार रॅल्स्टनपर्यंत पुढे सरकवले. ''उघड ते.''

रॅल्स्टनला पाकीट उघडण्याचा मोह होत होता; पण त्याला कळत होते की, त्यामध्ये असतील ती नावे त्याने वाचली आणि ती माणसे नंतर मेलेली आढळली तर त्याचे नावही प्रमुख संशयितांमध्ये असेल. लॅव्हरॉव्ह सर्व बघतो आहे कळत असल्याने त्याची मन:स्थिती बिघडायला लागली. ''मला ते पाकीट उघडण्याची काडीमात्र इच्छा नाही.''

सेवानच्या भुवया पुन्हा वर चढल्या. ''मला वाटते की, तू ते उघडावेस.''

रॅल्स्टन खुर्चीत मागे रेलून बसला. त्याचे उत्तर स्पष्ट होते.

अ‍ॅटर्नीने लॅव्हरॉव्हकडे बघत म्हटले, ''तू उघड ते.''

लॅव्हरॉव्हने रॅल्स्टनकडे नजर टाकली, पुढे वाकून हळूच पाकीट उचलले. तो एखादा ऐतिहासिक दस्तऐवज हाताळतो आहे असा त्याचा आविर्भाव होता.

''लवकर उघड आता ते,'' सेवानने पुन्हा त्याला टोकले.

लॅव्हरॉव्हने पाकीट उघडले. त्यातून घडी घातलेला एकच कागद बाहेर काढला. पाकीट टेबलावर ठेवले. कागदाची घडी उलगडली आणि रॅल्स्टनला बघता येईल असा तो फिरवला.

## ३९

**मा**र्टिन सेवानने केवळ त्याला नको त्या गोष्टी ऐकवण्यासाठी घरी येणे भाग पाडले होते. रॅल्स्टनचा संशय तरी ताबडतोब फिटला. लॅव्हरॉव्हने हातात धरलेला कागद कोरा होता.

रॅल्स्टन बॅकपॅक हातात घेऊन उभा राहिला. त्याचे डोके फिरले होते.

दरवाजापर्यंतचे अर्धे अंतर त्याने कापले असेल, तेवढ्यात त्याच्या कानावर सेवानचे शब्द पडले. ''परत फिर रॅल्स्टन. पास झालास तू.''

''काय?'' तो वळून रागानेच ॲटर्नीकडे बघत होता.

''ऐकलेस तू. मी म्हटले *पास झालास तू.* येऊन बस आता इथे.''

एक अपशब्द रॅल्स्टनच्या तोंडातून बाहेर पडला.

''तू संतापला आहेस. लक्षात आले माझ्या,'' सेवान मान हलवत म्हणाला. ''आता एखाद्या लहान पोरासारखे वागणे बंद कर आणि खाली बस. बरंच बोलायचं आहे आपल्याला.''

''हा सगळा फार मोठा खेळ वाटतो का तुला, मार्टि?''

ॲटर्नीचा चेहरा गंभीर होता. रॅल्स्टनला पूर्वी कधी बघितल्याचे आठवत नव्हता इतका गंभीर. ''खेळ तर अजिबातच नाही, रॅल्स्टन. माझी करिअर, माझे आयुष्य, माझ्या कुटुंबातल्या माणसांचे प्राण पणाला लागले आहेत. तू ज्या तऱ्हेची माहिती विचारतो आहेस ती मी तुझ्यावर विश्वास ठेवता येईल अशी खात्री पटल्याशिवायच तुला देईन, असे वाटले होते की काय तुला?''

''माझ्यावर विश्वास असायचा काय संबंध आहे यामध्ये?''

''ल्यूक, मी मूर्ख आहे असा समज झाला आहे का तुझा? या शहरात लॅरी सालोमनवर तुझे पोट अवलंबून आहे. आपल्या भाताच्या वाडग्यात दुसऱ्याच कुणी हात घातलेला इतरांनाही आवडत नाही. लक्षात येते आहे ना तुझ्या?''

रॅल्स्टनच्या लक्षात येत असले तरी संभाषणाचा रोख कुठल्या दिशेने वळतो

आहे, हे त्याच्या ध्यानात येत नव्हते.

सेवानने मान हलवली. "हे शहर माणसांना त्यांचा आत्माच विकायला लावते. मला खात्री करून हवी होती की, तू तुझा आत्मा विकलेला नाहीस. तू आजही योग्य आणि न्याय्य गोष्टच करशील हे समजून घेण्याची गरज होती मला."

आता रॅल्स्टनच्या मनात गोंधळ उडाला. "ट्रायलच्या वेळी मी तेच केले म्हणून तू माझा तिरस्कार करत आला आहेस."

"फार कडक शब्द वापरतो आहेस तू."

"शब्दांचे सोड. मी त्या दोघांविरुद्ध साक्ष द्यायचे नाकारले म्हणून तुझ्या कुटुंबाने माझ्याशी असलेले संबंध पार तोडून टाकले होते."

"कुटुंबासाठी फार कठीण काळ होता तो."

रॅल्स्टनने त्याच्या नजरेला नजर भिडवली. "खरंच? पण तुम्ही निदान एकमेकांना धीर देऊ शकत होतात. मी तर एकटाच पडलो. माझे प्रेम होते अॅव्हावर. आजसुद्धा मला तिची इतकी उणीव भासते की, मनाला वेदना होत राहतात. त्याहून वाईट गोष्ट म्हणजे तेच ते विचार कायम मनात घोळत राहतात. मी अॅव्हाकडे लवकर पोहोचू शकलो असतो तर काय झाले असते? अॅव्हाच्या आयुष्याचा प्रश्न आहे तेव्हा तिला या क्षणी दूर घेऊन जायलाच पाहिजे, तू मला कामावरून डच्चू दिलास तरी बेहत्तर असे मी त्या वेळी काम करत असलेल्या निर्मात्याला सांगितले असते तर?"

"मी काय म्हणावे असे वाटते तुला?"

"खरे सांगायचे तर त्याची मला पर्वा नाही. माझे अॅव्हावर प्रेम होते. तुझेही होते; पण तुम्ही एकत्र राहून मलाच दूर ठेवले. मी काय फक्त तिचा मित्र तर होतो. मी तुमच्याकडून कसली अपेक्षा धरायची? तुम्ही माझे काही घेणेदेणे लागत नव्हता."

अॅटर्नीने त्याच्याकडे बघितले. "आम्ही जरा चांगल्या तऱ्हेने परिस्थिती हाताळायला हवी होती. तसे न केल्याचे दुःख होते आहे मला."

तो खेद व्यक्त करत होता? रॅल्स्टनच्या मनात ही अपेक्षा तर कधीच नव्हती. त्याला काय बोलावे तेच सुचेना. सेवानच्या सर्व ध्यानात आले.

"आम्ही केले ते योग्य नव्हते. अॅव्हाच्या मृत्यूचा दोष आम्हाला कुणावर तरी लादायचा होता. गरज होती आम्हाला त्याची. ती दोन जनावरे कोर्टामधून मुक्त सुटल्यावर आम्ही तुझ्यावर राग धरला. काही काळाने आम्हाला जाणीव झाली की, आम्ही चुकीची गोष्ट केली होती; पण तू आमच्या आयुष्यातून नाहीसा झाला होतास आणि दुराभिमान बाळगून आम्ही तुझा शोधही घेतला नाही."

"लॉस एंजेलिस हे खूप छोटे शहर आहे, मार्टि."

"आम्हाला हे सर्व विसरून जायचे होते. सोडून द्यायचे होते. खपली काढत

राहिलो तर जखम नाही बरी होत.''

रॅल्स्टनने डोके हलवले. ''खपली?''

सेवानने दोन्ही हात समोर धरले. ''सत्य एवढेच आहे की, योग्य गोष्टी करायची आज मला संधी मिळाली आहे, म्हणून मी तुला इथे बोलावले आहे.'' मग त्याने लॅव्हरॉव्हकडे हात केला. ''म्हणून मी तुम्हाला दोघांनाही बोलावले आहे.''

रॅल्स्टन पुन्हा आपल्या जागेवर बसला. त्याने काळा सूट चढविलेल्या लठ्ठ माणसाकडे नजर टाकली. रॅल्स्टनने तोंडातून शब्द काढला नाही. बॅकपॅक पायाशी ठेवून, एक डोळा खिडकीवर ठेवून तो त्याच्या बोलण्याची वाट बघत थांबला.

लॅव्हरॉव्हने सेवानकडे बघितले. ॲटर्नीने मान डोलवल्यावर सरळ रॅल्स्टनकडे बघत तो स्वच्छ शब्दांत म्हणाला, ''मला वाटते, तुझ्या मित्राला ठार मारण्यासाठी स्पेट्झ्नॅझ सोल्जर्स कुणी पाठवले ते मला माहीत आहे.''

# ४०

अलेक्सी लॅव्हरॉव्हला रॅल्स्टन अजिबात ओळखत नव्हता. खबऱ्यांची जमात आधीच अविश्वसनीय म्हणून कुविख्यात आहे. त्यात ते दुसऱ्या कुणाचे खबरे असले, तर बोलायलाच नको. विरोधी गटांना एकमेकांविरुद्ध उठवून सूड उगवण्यातही ते पटाईत असतात. मार्टिन सेवानने त्याच्याबद्दल हमी दिली असली, तरी लॅव्हरॉव्ह दुसरा कुठला डाव खेळत असण्याची शक्यता नाकारता येत नव्हती. खात्री पटेपर्यंत रॅल्स्टन जास्त काही बोलणार नव्हता.

नेहमीप्रमाणेच रॅल्स्टनच्या मनातील घालमेल सेवानच्या लक्षात आली. "मला वाटते, पुढे बोलणे सुरू करण्यापूर्वी अलेक्सीने त्याच्याबद्दल थोडी माहिती रॅल्स्टनला दिली तर बरे पडेल."

"त्याने थोडी मदत नक्की होईल," रॅल्स्टनही म्हणाला.

ट्रायलच्या वेळी कशा तऱ्हेने वागायचे याची शिकवण देत असल्याप्रमाणे ॲटर्नीने लॅव्हरॉव्हला खूण करून बोलायची सूचना केली.

त्या धिप्पाड माणसाने कॉकटेलचा मोठा घुटका घेतला. ग्लास परत ठेवला. हाताने तोंड पुसत घसा साफ केला. "मी एफ.बी.आय.च्या लॉस एंजेलिस फिल्ड ऑफिसमध्ये काम करतो. जन्माने रशियन असलो, तरी अमेरिकन नागरिक आहे. रशियन संघटित गुन्हेगारीच्या क्षेत्रात काम करतो."

रॅल्स्टनची नजर पुन्हा सेवानकडे वळली. तो कशामध्ये त्याला गुंतवत होता?

"काळजी करू नको," ॲटर्नी म्हणाला. "तो रशियन संघटित गुन्हेगारीच्या टास्क फोर्सचा *खबऱ्या* आहे. एजंट नाही."

"मी एफ.बी.आय.च्या रशियन समाजामधील माहितीचा स्रोत आहे," लॅव्हरॉव्हने स्पष्ट केले.

"लॅव्हरॉव्हशी तुझा संबंध कसा आला?" रॅल्स्टनने सेवानला विचारले.

"मी त्याचा ॲटर्नी आहे," सेवान म्हणाला. "अलेक्सीविरुद्धचे काही आरोप

मागे घेण्याच्या बदल्यात मीच त्याची एफ.बी.आय.च्या फिल्ड ऑफिसशी गाठ घालून दिली होती.''

''तेव्हा तुझे उपकार होते त्याच्यावर.''

''अलेक्सी हुशार आहे. चांगला वकील आपल्या बाजूला असायला हवा हे कळते त्याला. बरोबर आहे ना अलेक्सी?''

त्याने मान डोलवली.

''मग माझ्यासाठी तू काय आणले आहेस, अलेक्सी?'' रॅल्स्टनने सावधपणे विचारले.

''मिस्टर सेवान म्हणाला की, तुझा मित्र सालोमन याचा खून करण्याचा प्रयत्न करणारी माणसे रशियन होती, असे तुला वाटते. स्पष्टच बोलायचे तर रशियन स्पेट्झनॅझ, बरोबर?''

''बरोबर!''

लॅव्हरॉव्हने आपली हनुवटी खाजवली. ''गैरसमज करून घेऊ नकोस. मला कुणाबद्दल अनादरही दाखवायचा नाही; पण बरेच अमेरिकन चित्रपट बघतात आणि त्यांना वाटते, प्रत्येक रशियन स्पेट्झनॅझच असतो.''

रॅल्स्टनने त्याच्याकडे बघितले. ''मिस्टर सेवानने मी कोण आहे याबद्दल तुला काहीच सांगितले नाही का?''

''तो म्हणाला, तू चित्रपटांमध्ये काम करतोस. गोळ्या कशा झाडायच्या, गाड्या कशा चालवायच्या हे लोकांना समजावून सांगतोस. माझी समजूत आहे की, तू स्टंटमन आहेस - नटांऐवजी अचाट कृत्ये करतोस. बरोबर?''

''थोडेफार बरोबर.'' रॅल्स्टनने उत्तर दिले. त्याच्या भूतकाळाबद्दल सेवानने त्याला सर्वच माहिती दिलेली नव्हती, याचा त्याला आनंदच वाटला. ''मी चित्रपटांचा तांत्रिक सल्लागार म्हणून काम करतो. त्यापूर्वी मी अमेरिकन लष्करात होतो. मी रशियन स्पेट्झनॅझबरोबरही काम केले आहे.''

''मग तू सैन्यदलात कुणीतरी महत्त्वाचा माणूस असणार. रशियन स्पेट्झनॅझना ठार करणे सोपे नाही. ते फार कठीणच आहे. तसा विचार केला तर कुठल्याही रशियन माणसाला ठार करणे सोपे नसते; पण तू चार स्पेट्झनॅझना ठार मारलेस.''

लॅव्हरॉव्हला नसते तपशील सांगण्यात रॅल्स्टनला अर्थ दिसत नव्हता. ''माझ्या शब्दावर तुला विश्वास ठेवणे भाग आहे, अलेक्सी.''

''ते रशियन माफिया - सराईत गुन्हेगार - नव्हते, अशी खात्री आहे तुला?''

आपल्या दंडाच्या आतल्या बाजूला हात दाखवत रॅल्स्टन म्हणाला, ''एका माणसाच्या या ठिकाणी टॅटू होता, क्रिलिकमध्ये. त्याचा रक्तगट टॅटू केलेला होता.''

“मग स्पेट्झनॅझच,” लॅव्हरॉव्हने नाइलाजानेच कबुली दिली. “बरोबर आहे तू म्हणतोस ते.”

“लॉस एंजेलिसमध्ये स्पेट्झनॅझची खुनी टोळी कोण एकत्र करू शकला असता?”

रशियनने क्षणभर त्या प्रश्नावर विचार केला. “रशियन इंटेलिजन्स सर्व्हिसेसमध्ये काम केलेला कुणीतरी असणार. एफ.एस.बी.मध्ये किंवा पूर्वीच्या के.जी.बी.मध्ये. तीच माणसे, तशीच मनोवृत्ती, तेच उद्योग; फक्त नावात बदल. माझ्यासमोर तीन नावे येतात.”

*तीन?* रॅल्स्टनच्या मनात विचार आला. त्याचे काम तर त्याला आखूनच मिळणार होते. “मला त्यांची नावे, पत्ते, त्यांच्याकडे असलेली सुरक्षाव्यवस्था यांची माहिती लागेल.”

लॅव्हरॉव्हने हात वर करून त्याला थांबवले. “त्यांच्यामधला एक उन्हाळ्याच्या सुरुवातीपासून त्याच्या कुटुंबाला भेटण्यासाठी रशियात गेला आहे. दुसरा खूप वृद्ध आहे. नर्सिंग होममध्येच राहतो. या दोघांच्या माहितीची तुला गरज असेल, असे मला वाटत नाही.”

“का नाही?”

“एकजण अमेरिकेत नाही आणि दुसऱ्याला नर्सने जेवण भरवावे लागते. यापेक्षा वेगळी कारणे हवी आहेत तुला?”

इटालियन माफिया दूर राहून त्यांचे इथले उद्योग चालवत, हे त्याला ठाऊक होते. माफियाची काही वयोवृद्ध माणसेच अनेकदा अत्यंत धोकादायक असत. वृद्धत्व आणि विश्वासघात यांचा विचार मनात आल्यावर तो म्हणाला, “हो. एकजण दूर आहे आणि एक वृद्ध एवढ्याच कारणांनी मी त्यांच्याकडे दुर्लक्ष करणार नाही.”

“पहिला माणूस, जो रजा घेऊन रशियात गेला आहे तो के.जी.बी.च्या नाइन्थ डायरेक्टोरेटमध्ये होता. मॉस्को व्ही.आय.पी. सबवेकडे बघायचा. नर्सिंग होममधला फिफ्थ डायरेक्टोरेटमध्ये होता. लेखक आणि चित्रपट निर्मात्यांची सेन्सॉरशिप वगैरे; पण निवृत्त झाल्यावर त्याने हॉलिवुडमध्येच वास्तव्य करावे, याची कमाल वाटते मला.”

लॅव्हरॉव्ह चांगले मुद्दे मांडत होता.

“तिसऱ्या माणसाबद्दल सांग मला,” रॅल्स्टन म्हणाला.

“त्याचे नाव आहे, यारोस्लाव्ह याट्सको. तो रशियन एफ.एस.बी.मध्ये होता. सध्या लॉस एंजेलिसमध्ये रशियन संघटित गुन्हेगारीमध्ये व्यग्र आहे.”

“एफ.एस.बी.मध्ये कोण होता तो?”

"के.जी.बी.मध्ये फर्स्ट चीफ डायरेक्टोरेटमध्ये होता. परकीय देशात हेरगिरी. के.जी.बी.चे एफ.एस.बी.मध्ये परिवर्तन झाल्यावरही कॅलिफोर्नियात येईपर्यंत तो तेच काम करत राहिला होता.''

अशा तऱ्हेच्या माणसांना अमेरिकन सरकार येऊ कसे देते, हेच रॅल्स्टनला कळत नव्हते. "सध्या काय करतो? कशात गुंतला आहे?''

लॅव्हरॉव्हने खांदे उडवले. "खंडणी, प्राचीन कलाकृती, दुसऱ्याच्या नावाचा वापर करून गैरव्यवहार, क्रेडिट कार्ड्सची बनवाबनवी, बनावट नोटा, मेक्सिकोमधून चोरून माणसे आणणे, शस्त्रास्त्रांचा व्यापार वगैरे वगैरे. तू म्हणशील ते.''

"भाडोत्री खुनीही?''

"हिंसा आणि खून यांच्यावरच रशियन संघटित गुन्हेगारी उभी आहे,'' सेवान म्हणाला.

"यारोस्लाव्ह याट्सको मागे राहतो. सर्व उत्पन्न कायदेशीर आहे, हे दाखविण्यासाठी अनेक उद्योगधंदे करतो. आरामात आयुष्य काढतो.''

"पण पैसे घेऊन तो खून करतो असेही माहीत आहे का?'' रॅल्स्टनने पुन्हा विचारले.

"उघडपणे? नाही; पण मेक्सिकोमध्ये त्याने अनेक उच्चपदस्थांचे खून पाडायला मदत केली आहे, अशी रशियन समाजात अफवा तरी आहे. कार्टेल्सचे आपापसातले हेवेदावे, राजकारणी, उद्योगपती यांच्यासाठी केलेले खून.''

"पण ते मेक्सिकोमधले झाले. मी इथले बोलतो आहे. अमेरिकेत पाडले आहेत का?''

लॅव्हरॉव्हने नकारार्थी मान हलवली.

"मग मला नर्सिंग होमचा पत्ताही हवा आहे. मी खूप कामात असण्याची चिन्हे दिसतात मला.''

"एखादे वेळी गरज पडणार नाही त्याची,'' सेवान म्हणाला.

"का?''

"मेक्सिकोत पसरलेल्या अफवांमुळे.''

"काय आहेत त्या?''

"बळी पडलेल्या बहुतेकजणांची सुरक्षाव्यवस्था उत्कृष्ट होती. शरीररक्षक, धोक्याचे इशारे देणाऱ्या यंत्रणा, कुत्रे, श्रीमंत आणि प्रबळ माणसांकडे अपेक्षित असणारी सुरक्षा. निदान तिसऱ्या जगामधल्या मेक्सिकोसारख्या देशात तरी म्हणूनच यारोस्लाव्ह याट्सको कोणतीही सुरक्षायंत्रणा भेदू शकतो, अशी त्याची ख्याती झाली आहे.''

"तो ते कसे काय जमवून आणतो?''

"स्थानिक माणसे कितीही हुशार असली तरी त्यांना दूर ठेवून, तो रशियामधून स्वतःची माणसे आणतो," लॅव्हरॉव्ह म्हणाला. "उत्कृष्ट माणसांचाच वापर करतो. फक्त स्पेट्झनॅझच्या माणसांनाच बोलावतो."

# ४१

## उत्तर व्हर्जिनिया

**त्या**चा सेलफोन वाजला नसता, तर हॉर्वाथ सहज आणखी कित्येक तास झोपला असता. त्याने हाताने नाइट स्टँडवर चाचपडत तो शोधला; सुरू केला आणि कानाला लावला. वेळ काय आहे बघण्यासाठी घड्याळाकडे बघत तो म्हणाला, "हॉर्वाथ."

"स्कॉट?" दुसऱ्या बाजूने येणारा आवाज स्त्रीचा होता. "रायली. झोपेतून उठवले का तुला मी?"

"छे, छे!" तो खोटेच बोलला. बसून तो नीट भानावर यायचा प्रयत्न करत होता. "जेट लॅग घालवायचा प्रयत्न करतो आहे. काय झाले?"

"मला दिलगिरीच व्यक्त करायला पाहिजे."

"कशाबद्दल?"

"मॅसॅच्युसेट्सच्या बाबतीत."

ती कुणाबद्दल बोलत आहे ते त्याला कळत असले, तरी काय ते त्याच्या ध्यानात येईना. "माझ्या लक्षात येत नाही."

"त्याच्या परिस्थितीबद्दल बोलते आहे मी. तुला जे करायची इच्छा होती त्यासाठी टेझर्स डिझाइन केले नव्हते, असे मी तुला म्हटल्याचे आठवते?"

"पण त्यांच्यामुळे काम झाले आपले."

"झाले खरे. मला वाटत होते की, त्यामागे सुदैवाचा भाग आहे किंवा देवाचाच हात असेल; पण टेझर्स वापरून कुणाची हृदयक्रिया चालू करता येईल, यावर माझा विश्वास नव्हता - कितीही वेळा धक्के दिले तरी! पण आम्ही त्याच्या काही चाचण्या घेत होतो, तेव्हा लक्षात आले की, आपल्या रुग्णाला डब्ल्यू. पी.डब्ल्यू. किंवा वुल्फ पार्किन्सन व्हाइट सिन्ड्रोमचा त्रास आहे. हृदयामधील वेगळ्या आणि जादा जोडण्यांमुळे तो होतो. दहा ते पंचवीस या वयात प्रथम त्याची चिन्हे दिसू लागतात; त्यामुळे एकाएकी हृदयाचे ठोके वाढतात आणि गंभीर अवस्था असेल

तर अचानक मृत्यूदेखील ओढवू शकतो.''

"मग त्याचे पुढे काय होणार आहे?''

"आम्ही कॅथेटर - नळी - वापरून त्याची ही समस्या दूर केली आहे.''

"चांगली बातमी आहे,'' हॉर्वाथ म्हणाला. खरोखर मनापासून तो तसे बोलला होता. एखादी तरी चांगली बातमी मिळण्याची गरज निर्माण झाली होती. "त्याच्या मेंदूला काही इजा पोहोचली आहे का?''

"आम्हाला तरी तसे वाटत नाही.''

"मग तू पुन्हा चौकशीला कधी सुरुवात करू शकशील?''

"लवकरच,'' तिने उत्तर दिले.

"चेस कसा आहे?''

"एकूण विचार करता छानच आहे; पण गोळीने त्याच्या ह्यूमरसचा - खांदा आणि कोपर यांच्यामधल्या हाडाचा - तुकडा उडवला.''

"शक्यच नाही. त्याच्या शरीरात ह्यूमरस - विनोदाचा अंश असणारे हाड असणे शक्य नाही.''

"फारच विनोदी आहेस तू.''

त्याला तिच्याबरोबर थट्टामस्करी करायला आवडत असे. डोळे फिरवत असणार ती आत्ता. "जगणार आहे ना पण तो? नक्की?''

"जीवघेणी जखम नव्हतीच त्याची,'' रायली म्हणाली. "दुसऱ्या कशापेक्षा तुझ्या त्या डक्ट टेपच्या ड्रेसिंगमुळेच त्याला जरा धोका निर्माण झाला होता.''

"बहुतेक सर्व डॉक्टरांना माझी डक्ट टेप बॅन्डेजेस खूप आवडतात.''

"त्यांच्या मदतीला बहुतेक परिचारिका असणार. हुशारीची कल्पना असली तरी डक्ट टेप काढणे फार वेदनादायक काम आहे. निदान रुग्णाच्या दृष्टीने.''

"चांगला दणकट आहे तो. विश्वास ठेव माझ्यावर. नेहमी मला तसे सांगत असतो. तू दुखवले नसणार त्याला.''

"तू त्याच्या दुखापतीबद्दल विचारले होतेस,'' तिने संभाषणाची गाडी पुन्हा रुळावर आणण्याचा प्रयत्न केला. "त्याचे मनगट थोडे अधू झाले आहे; पण नियमित व्यायाम केला तर ते ठीक होईल.''

"अधू म्हणजे?''

रायलीने एकदा मोठा श्वास घेतला. "म्हणजे त्याच्या मनगटातला जोर नाहीसा झाला आहे.''

"सांग मला की, तू त्याच्या वैद्यकीय फाइलमध्ये त्याच शब्दांत लिहिणार आहेस म्हणून,'' हॉर्वाथ हसतच म्हणाला.

"यात हसण्यासारखे काहीही नाही.''

''बरोबर! ती फाइल आयुष्यभर पाठपुरावा करेल तुझा.''

तिने त्याच्या बोलण्याकडे दुर्लक्ष केले. ''मला वाटले, तुला आता त्याची परिस्थिती कशी आहे, ते जाणून घ्यायचे होते.''

''तू सांगितल्याबद्दल खूप आभारी आहे मी तुझा.''

''मला वाटते, तेवढेच बोलायचे होते आपल्याला.''

हॉर्वाथ तिचे चित्र डोळ्यांसमोर आणायचा प्रयत्न करत होता. त्याला एवढ्यात तिला जाऊ द्यायचे नव्हते. तिचा आवाजसुद्धा त्याला खूप आवडायचा. त्याने संभाषण थोडे लांबवायचा प्रयत्न केला. ''एकदा चौकशी सुरू झाल्यावर चौकशीचा प्रमुख कोण असणार आहे?''

''मी अजून बघितलेले नाही त्यांना,'' रायलीने उत्तर दिले. ''पण एजन्सीने दोन तज्ज्ञ पाठविले आहेत काल रात्री. डॉक्टरांनी संमती दिली की, ते त्यांचे काम सुरू करतील.''

''चांगली माणसे असतात. उत्कृष्टच. ते त्यांचे काम व्यवस्थित करतील.''

''वाईट तरी असू शकणार नाहीत.''

''कुणापेक्षा?'' हॉवार्थने विचारले.

''चेस.''

''*चेस*? काय बोलतेस तू?'' हॉर्वाथने चमकून विचारले. ''त्याने आधीच चौकशी सुरू करायचा प्रयत्न केला होता?''

''नाही; पण मी किटामीन मिळवू शकते का विचारत होता.''

''पण ते तर घोड्याला शांत करायला वापरतात ना?''

''तो एक उपयोग झाला. माणसांसाठी वापर केला तर किटामीनमुळे वेगवेगळे आभास - भ्रम - निर्माण होतात. चेसकडे अशा कॉन्टॅक्ट लेन्सेस आहेत की, ज्यांच्यामुळे त्या घालणाऱ्यांचे डोळे सैतानासारखे दिसतात. तो रुग्णाला भरपूर किटामीन देऊन एवढे घाबरवून सोडणार होता की, तो घडाघडा बोलायला लागला असता.''

हॉर्वाथ पुन्हा मोठ्याने हसला. ''चौकशीची ती एक पद्धत असेल खरी.''

''तू खरोखर अशा तऱ्हेच्या चौकशीला मान्यता देशील?''

''वझिरीस्तानमध्ये एखाद्या गुहेत राहणाऱ्या तालिबानसाठी नक्कीच! पण या रुग्णासाठी नाही. मला वाटते, चेस चेष्टा करत होता तुझी.''

''त्याच्याकडे खरोखर त्या कॉन्टॅक्ट लेन्सेस नसत्या ना, तर मी एक वेळ तुझ्या बोलण्यावर विश्वास ठेवला असता,'' रायली म्हणाली.

''लहान आहे तो. भलतीच रग आहे त्याच्या अंगात. शिकेल तो.''

''पण मधल्या काळात मी त्याला किटामीनच्या जवळपासही फिरकू देणार नाही.''

"तेच योग्य ठरेल," हॉर्वाथ म्हणाला. त्याला बोलणे संपत आल्याची जाणीव झाली.

"मला परत जायला हवे आता. काही नवीन समजले तर कळवेन मी."

"मलाही सर्व सांगते आहेस त्याचा आनंद वाटतो आहे."

"सांगेनच. काळजी घे स्वत:ची."

"तूही." त्याने फोन बंद करून पुन्हा नाइट स्टँडवर ठेवून दिला.

तिने त्याला फोन करायची गरज नव्हती. चेस किंवा म्हातारबुवांना फोन करायला सांगितला असता, तरी चालले असते. तिने स्वत: त्याला फोन केला याचा आनंदच झाला त्याला.

तो गादीवरच टेकून बसला. आणखी थोडी झोप काढावी का, या विचारात गढून गेला. आतापर्यंत खूप चांगली अशी झोप काही त्याला मिळाली नव्हती, तरी दहा तास झाले होते. त्याला व्यायाम करायला हवा आता.

बिछान्यावरून उठून त्याने शॉर्ट्स चढवली, ॲटॉमिक डॉग टी-शर्ट घातला. सवयीचा गुलाम होता तो. तेव्हा त्याने टॉरस नऊ एम.एम.चे सेमी-ऑटोमॅटिकही कमरेला खोचले आणि तो खाली निघाला.

कॉफीमेकरकडे त्याने बघितलेही नाही. फ्रीजमधून थंडगार पाण्याची बाटली उचलली, पाणी प्यायले आणि धावण्याचे शूज घालून बाहेर पाऊल टाकले. छान दिवस उजाडला होता. सूर्यप्रकाश होता. वाराही होता.

त्याचे घर म्हणजे अठराव्या शतकात बांधलेले एक छोटेसे दगडी चर्च होते. बिशप्स गेट. पोटोमॅक नदीवर, जॉर्ज वॉशिंग्टनच्या व्हर्नान इस्टेटीच्या दक्षिणेला अनेक एकर जागेवर ते बांधले होते.

बिशप्स गेटच्या ॲंग्लिकन रेव्हरंडने ब्रिटिश हेरांना मदत केली होती आणि आश्रयही दिला होता. तेव्हा कलोनिअल सैन्याने चर्चवर हल्ला करून खूप नुकसान केले होते.

यादवी युद्धानंतर अनेक देशांच्या नौदलांनी आपल्या जहाजांवर उच्च तंत्रज्ञानाचा वापर करून त्यांच्या युद्धक्षमतेत खूप मोठा फरक घडवून आणला होता. १८८२ मध्ये ऑफिस ऑफ नेव्हल इंटेलिजन्स किंवा ओ.एन.आय.ने देशाच्या पूर्वेकडच्या भागात नेव्हल अटॅशे, लष्करी अधिकारी व एजंट्सना माहिती गोळा करण्याचे आणि हेरगिरीचे शिक्षण देण्यासाठी गुप्तपणे अनेक ट्रेनिंग सेंटर्स उभारली.

वॉशिंग्टनपासून जवळ आणि तरीही एकाकी जागेत उद्ध्वस्त अवस्थेत असलेले बिशप्स गेट तसेच गुप्तपणे पुन्हा बांधून त्या ठिकाणी ओ.एन.आय.चे पहिले ट्रेनिंग स्कूल उभारले. ते अनेक वर्षे चालल्यानंतर ओ.एन.आय.ची व्याप्ती इतकी वाढली की, बिशप्स गेटची जागा पुरेनाशी झाली आणि ते सोडून दिले गेले. धर्मगुरूला

राहण्यासाठी वेगळे दगडी निवासस्थान - रेक्टरी - असलेले हे चर्च धूळ खात पडले.

नौदलाच्या यादीमध्ये अशा अनेक जागा होत्या. आपला देश सोडून येणे भाग पडलेल्या उच्चपदस्थांना आणि अनेक राजकीय व्यक्तींना आश्रय देण्याची जबाबदारी अमेरिकेवर पडत होती आणि त्या यादीमधल्या राहण्यालायक जागा त्यांच्यासाठी वापरात येत होत्या.

कोणतीही इस्टेट वापरात असो की नसो, तिचे नाव अमेरिकन नौदलाच्या यादीत असले, तर ती जतन करण्याची जबाबदारी नौदलावर असे. तो खर्च अवाढव्य होता. नेव्ही सील असणाऱ्या हॉर्वाथने नाव काढण्यासारखी देशाची सेवा केली होती आणि भूतपूर्व अमेरिकन अध्यक्षांनी सुचविलेल्या एका खास व्यवस्थेसाठी नौदलाच्या सेक्रेटरीची संमती मिळवून देण्यासही मोठाच हातभार लावला होता.

बिशप्स गेट चर्चची इमारत आणि रेक्टरी मिळून चार हजार चौरसफूट जागा असणारे एक छानसे राहण्यासारखे घर होते. चर्च, रेक्टरी, गराज, आजूबाजूची प्रचंड मोकळी जागा हॉर्वाथला नव्याण्णव वर्षांच्या करारावर दरवर्षी फक्त एक डॉलर या नाममात्र भाड्याने दिली गेली. अट एकच- जागेचे ऐतिहासिक महत्त्व लक्षात घेऊन त्याने ती जतन करायची होती आणि अमेरिकन नौदलाने कधीही कोणतेही कारण सांगून किंवा न सांगता परत करण्यासाठी नोटीस दिली तर चोवीस तासांच्या आत जागा रिकामी करायची होती.

अमेरिकन अध्यक्षांच्या वतीने काम केले असले तरीसुद्धा बिशप्स गेटच्या बाबतीत अमेरिकेने फारच दानशूरपणा दाखवला होता.

प्रथम भेटीच्या वेळी रेक्टरीचा पोटमाळा बघत असताना त्याला एक सुरेख, हाताने कारागिरी केलेला लाकडाचा तुकडा मिळाला. त्यावर अँग्लिकन मिशनरीजचे ब्रीदवाक्य होते. हॉर्वाथने शोधलेल्या करिअरसाठी अगदी योग्य! TRANSIENS ADIUVANOS. *मदतीसाठी मी सागरही ओलांडून जातो.* त्या क्षणी हॉर्वाथची खात्री पटली होती की, तो घरी पोहोचला होता.

त्याला आता कित्येक वर्षे झाली होती आणि आता दुसरीकडे कुठे राहण्याची कल्पनासुद्धा त्याला करता येत नव्हती.

घरापुढच्या पायऱ्यांवर उभा राहून त्याने आपला एक एक पाय ताठ केला. धावत माउंट व्हर्नानपर्यंत जायचे आणि परत यायचे असे त्याने ठरविले. खूप अंतर नव्हते. एकदा शरीरातले चलनवलन सुरू झाल्यावर त्याने वेग वाढवला.

कधीही व्यायाम वगैरे केला की, त्याच्या डोक्यातला गोंधळ कमी होत असे. त्याला उत्साह येत असे. आजचा दिवसही त्याला अपवाद नव्हता. त्याने कामाचा विचारदेखील मनात आणला नाही. घरामध्येच त्याला कितीतरी गोष्टी करून

घ्यायच्या होत्या. पोटोमॅक नदीवर जाऊन शिडाच्या छोट्या बोटीतून प्रवास करायचा विचारही त्याच्या मनात येऊन गेला. रायली टर्नरने वॉशिंग्टनला भेट द्यावी यासाठी कुठली युक्ती वापरावी, याचाही विचार तो करत होता.

काही मैल धावल्यानंतर तो माउंट व्हर्नानच्या प्रवेशद्वाराशी वळला आणि परत घराच्या दिशेने निघाला. घराच्या ड्राइव्हवेवर आल्यावर तो थांबला आणि चालतच घराकडे निघाला. आपले शरीर त्याने थोडे थंड होऊ दिले. आज चांगला व्यायाम झाला होता.

किचनमधून जात असताना त्याने पुन्हा कॉफी मशीनकडे दुर्लक्ष केले. पटकन शॉवर घेऊन त्याने पाणी एकदम थंड तापमानावर ठेवले आणि तीस सेकंद तसाच उभा राहिला. एक्स्प्रेसोच्या तीन शॉट्सपेक्षा हे नक्कीच चांगले!

त्याने टॉवेलने अंग पुसले, दाढी केली आणि बेडरूममध्ये जाऊन, कपाट उघडून जीन्स आणि टी-शर्ट घेतला. आज बऱ्याच काळानंतर त्याला स्वत:च्या मनाप्रमाणे वागायला वेळ मिळाला होता. गेले दोन महिने कसे गेले, ते तर कळलेच नव्हते.

शनिवार होता. तो अनेकजणांना ड्रिंक्ससाठी बोलावू शकला असता; पण वॉशिंग्टनला जाण्यासाठी किंवा वॉशिंग्टनमधून बाहेर पडण्यासाठी ही चुकीची वेळ होती. ट्रॅफिक जामच असे आणि कामगिरीवरून परत आल्यावर एक-दोन रात्री बाहेर न पडण्याची त्याची पद्धत होती. आत्ता तो उत्साहात असला तरी दोन तासांनी त्याला अनावर झोप आली असती, याची त्याला खात्री होती. तो स्वत:ला चांगला ओळखत होता. कोणालाही भेटण्यासाठी नंतर केव्हाची तरी रात्रच ठीक राहील. नाहीतरी कधीकधी एखादी संध्याकाळ त्याला एकट्यानेच काढायला आवडत असे.

फ्रीज जवळजवळ रिकामा असल्याने जेवण बनविण्याचा प्रश्नच नव्हता. किल्ल्या घेऊन तो घराबाहेर पडला आणि आपल्या ट्रकमध्ये बसला.

दोन ठिकाणी थांबून वीस मिनिटांनी बिअरचा सिक्स पॅक आणि जॉनी मॅक्स रिब शॅकमधून बार्बेक्यूची एक बॅग घेऊन तो परत आला होता.

गाडी उभी करून तो घरामधून चालत निघाला. बिअरचे चार कॅन्स फ्रीजमध्ये टाकून, बूट फेकून देऊन, कागदी रुमाल हातात घेऊन तो आपल्या आवडत्या कोपऱ्याकडे निघाला.

अधिकृतपणे फॉल सीझन सुरू झाला असला तरी, व्हर्जिनियामध्ये अजून उन्हाळाच सुरू होता. सारखा प्रवास करून हॉर्वाथला कंटाळा आला होता. अशी हवा असली तरी हॉर्वाथ खूश होता.

धक्क्याच्या एका कोपऱ्यावर जाऊन तो एका खांबाला टेकला. रजा सुरू झाली होती. नदीवर खूप बोटी दिसत होत्या. प्रत्येकजण दिवसाच्या शेवटच्या प्रहराची

मजा लुटत होता.

बिअरचा एक कॅन उघडून त्याने मोठा घोट घेतला. आज रात्री घरीच राहायचा त्याचा निर्णय अगदी योग्य होता. बसून तो पोटोमॅक नदीकडे बघत होता. आत्ता तो दुसऱ्या कुठल्या ठिकाणी असता, तर त्याला ते मुळीच आवडले नसते. कितीही प्रवास केला, कितीही काळ लांब राहिला, तरी घराचा विचार मनात आला की, हेच दृश्य त्याच्या डोळ्यांसमोर तरळत असे. बिअरचे दोन कॅन्स आणि हा धक्का. जगातील ही एकच जागा अशी होती की, जिथे त्याला शांतता लाभत असे. त्याचे प्रश्न, म्हणजे बहुतेक सर्व प्रश्न आणि चिंता तो किनाऱ्यावर सोडू शकत असे.

वेटसूटमधल्या एका स्कीअरला ओढत एक बोट समोरून गेली. बोटीमध्ये मॉम, डॅड आणि एक छोटा मुलगा आरडाओरडा करून प्रोत्साहन देत होते. हॉर्वाथच्या चेहऱ्यावर हसू उमटले. तो आयुष्यात जे काही करत होता, ते तो कशासाठी करत होता याची त्याला आठवण झाली. कधीकाळी त्यालाही असेच करता येईल, अशी आशा तो करत होता.

जॉनी मॅकच्या बॅगेत हात घालून त्याने एक पोर्क सँडविच - डुकराचे मांस घातलेले सँडविच - बाहेर काढले. कागदी रुमाल घेतला. आकाशाचा रंग नारिंगी होत असताना तो बघत होता. ती एक उत्कृष्ट संध्याकाळ होती; पण हा आनंद लुटायला त्याच्याबरोबर कोणी असते, तर ती संध्याकाळ यापेक्षा चांगली बनू शकली असती. त्याला जे आनंदाचे क्षण लाभत होते, त्यांचा तो उपभोग घेत होता. त्याला माहीत होते की, अशा क्षणांचा आनंद निमिषार्धात उद्ध्वस्त होत असतो.

# ४२

## दे मोईन्स, आयोवा

तुमचा अगदी पहिला चित्रपट बघण्यासाठी जॉर्डन क्रीकमधले दे सेंचुरी थिएट कॉम्प्लेक्स ही अगदी योग्य जागा होती. तिथे वीस पडद्यांवर चित्रपट दाखवले जात. प्रेक्षकांना बसण्यासाठी पायऱ्यापायऱ्या असणारी वर्तुळाकृती जागा, कमानींची वाट आणि दोन्ही बाजूंनी दुकाने, सवलतीच्या दरात आइस्क्रीम विकणारा काउंटर सर्वकाही होते. जेव्हा पार्किंग लॉटमधून आपल्या आई-वडिलांना ओढतच न्यायला जुळ्या मुलांनी सुरुवात केली, तेव्हा माईक बेन्टले आपल्या पत्नीकडे, शानोनकडे बघून हळूच हसला.

''मॉम, किती हळू चालतेस,'' ट्रेव्हरने तक्रारीच्या सुरातच म्हटले.

''चल, चल लवकर, डॅड,'' टायलर म्हणत होता. ''लवकर, डॅड.''

मुलांना चिडवण्यासाठी त्याचा पाय मुरगळल्याप्रमाणे तो लंगडायला लागला. मुलांनी मग खूपच आरडाओरडा सुरू केल्यावर त्याने नाटक थांबवले आणि सर्वजण झपाट्याने पुढे निघाले.

आजपर्यंत मुलांनी आईच्या मिनिव्हॅनमध्ये डीव्हीडी प्लेअरवरच सिनेमे बघितले होते. चित्रपटगृहात चित्रपट बघण्याची आज त्यांची पहिलीच वेळ असणार होती.

सर्व कुटुंब आनंद लुटू शकेल अशा एका ॲनिमेटेड चित्रपटाबद्दल माईक आणि शानोन यांनी खूप काही ऐकले होते आणि आता या आठवड्याच्या शेवटी तो चित्रपटगृहात प्रदर्शित झाला होता. त्यातील व्यक्तिरेखांवर आधारित अशी सर्व पुस्तके त्यांनी मुलांना वाचून दाखवली होती. मुलांना प्रथमच दाखविण्यासाठी हा चित्रपट अगदी योग्य आहे, असे त्यांचे मत झाले होते. सगळ्यांना बरोबर जाता यावे म्हणून आयोवा स्टेट ट्रूपर असणाऱ्या माईकने आपल्या कामाची पाळीही बदलून घेतली होती. दुपारच्या मॅटिनी शोला गेलो तर बरे पडेल, असे शानोनने सुचवून बघितले होते; पण मुलांनी छातीठोकपणे सांगितले की, दिवसा कुणीही सिनेमा बघायला जात नाही. ''खरा सिनेमा बघायचा तर रात्री अंधार पडल्यावरच जावे लागते,'' मुले

म्हणाली होती. इतक्या गोड युक्तिवादासमोर शानोनला नाही म्हणताच आले नाही.

मुलांनी दुपारी झोप घेतली. त्यांच्या खोलीमधून खाली येताना त्यांनी व्यवस्थित कपडेही चढवले आहेत, हे बघितल्यावर माईक आणि शानोन थक्क झाले. एकसारख्या खाकी पँट्स, पुढे बटणे असलेले पांढरे शर्ट्स, निळे ब्लेझर्स. तो सर्वच प्रकार इतका मनोवेधक होता की, शानोनला स्वत:वर ताबा ठेवणे कठीण गेले. आई-वडिलांनीही छान कपडे घालून तयार व्हायला पाहिजे, असे मुलांनी म्हटल्यावर तर त्यांना काय बोलायचे ते सुचेना.

माईक आणि शानोन यांनी मुलांचे ऐकले. सर्वजण तयार झाल्यावर मिनिव्हॅनमधून ते प्रथम मुलांच्या आवडत्या पिझ्झा हट रेस्टॉरंटमध्ये जेवायला गेले. तिथे असलेल्या इतर अनेकजणांनी मुले किती देखणी दिसतात, असे कौतुकाने म्हटल्यावर माईक आणि शानोन दोघांनाही खूप अभिमान वाटला. शानोनच्या म्हणण्याप्रमाणे तर एका क्षणी माईक चक्क खुदुखुदु हसत होता.

ट्रेव्हर आणि टायलर यांनी आपल्या चांगल्या कपड्यांवर काहीही न सांडता जेवण उरकले. जेवणानंतर फळे, आइस्क्रीम नको म्हटले; कारण थिएटरमध्ये गेल्यानंतर त्यांना पॉपकॉर्न खायचे होते.

तिकिटांचे पैसे देऊन तिकिटे घेतल्यावर माईकने ती मुलांच्या हातात ठेवली. तिकिटे गोळा करणाऱ्या माणसाच्या हातात ठेवल्यावर अर्धी फाडून त्याने ती परत मुलांच्या हातात ठेवली. त्यांना सहा नंबरच्या थिएटरच्या दिशेने जायला सांगितले.

"सिनेमा सुरू होण्यापूर्वी कुणाला व्हिडिओ गेम्स खेळायचे आहेत?" माईकने विचारले.

ट्रेव्हरने त्याच्याकडे बघितले. "डॅड, प्रथम आपल्याला पॉपकॉर्न घ्यायचे आहेत आणि नंतर सीट्स शोधायच्या आहेत."

"बरोबर," टायलरनेही भावाची री ओढली. "लवकर सीट्सवर जाऊन बसले नाही, तर पुढे बसावे लागते आणि मग मान दुखते."

"हे कुणी सांगितले तुम्हाला?"

"ग्रँडपा," दोघे एकदमच म्हणाले.

माईकने बायकोकडे बघत मान हलवली. शानोनचे वडील त्यांच्याबरोबरच राहत असत आणि त्यांना विचारल्याशिवाय मुले काहीही करत नसत. आज रात्री त्यांनीही बरोबर यावे, असा मुलांनी आग्रह धरला होता; पण त्यांना फुप्फुसाचा विकार होता आणि प्राणवायूचा सिलिंडर बरोबर नेण्याची ताकद नव्हती.

स्वत:चेच वडील असल्याप्रमाणे माईकचे त्यांच्यावर प्रेम असले, तरी आज रात्री ते चौघेच आहेत, हेदेखील त्याला खूप आवडत होते.

"कुणाची मान दुखावी अशी माझी मुळीच इच्छा नाही," शानोनला डोळा

मारत तो म्हणाला. "तेव्हा मला वाटते, पॉपकॉर्न घेऊन आपण पटकन आपल्या जागांवर जाऊन बसू या."

कन्सेशन स्टँडवरच्या विक्रेत्याने कुठल्या आकाराच्या खोक्यामधले पॉपकॉर्न हवे, असे विचारल्यावर मुलांनी सर्वांत मोठा आकार निवडला. शानोन त्यांना विरोध करायचा प्रयत्न करत होता; पण त्यांनी आज संध्याकाळच्या खर्चाचा भार उचलण्यासाठी स्वत:च्या पिगी बँकेमधून पैसे काढून आणले होते, तेव्हा तिचा नाइलाज झाला.

"त्यांनी नाही संपवले तर नको संपवू दे," माईक बायकोच्या कानात कुजबुजला.

"आणि घरी परत जाताना त्यांनी गाडीत काही केले तर डॅडीला गाडी स्वच्छ करावी लागेल," ती म्हणाली.

माईकने हसून तिच्या शरीराच्या अशा भागावर चिमटा काढला की, ती ओरडलीच. तिने हसूनच त्याचा हात झटकला. "छोट्या खोक्यात पॉपकॉर्न घेतले तर दोघांना वेगवेगळा खोका देईन," ती मुलांना म्हणाली. मग तर गंभीरपणे वाटाघाटी सुरू झाल्या. शेवटी दोन्ही मुलांना मध्यम आकाराच्या खोक्यांमधले पॉपकॉर्न घ्यायला तिने परवानगी दिली.

हातात पॉपकॉर्नचे खोके आणि थंड पेयांचे ग्लासेस धरून माईक सर्वांना घेऊन सहा क्रमांकाच्या थिएटरकडे निघाला. आत पाऊल टाकताच एवढे मोठे थिएटर बघितल्यावर दोघांचेही डोळे विस्फारले. ग्रॅन्डपांनी काहीही सांगितले असले, तरी आता त्यांना पुढेच बसायचे होते. सेंचुरीसारख्या अद्ययावत सिनेमागृहात खरेतर त्रास होईल, अशी कुठली सीट नव्हतीच म्हणा! थिएटरच्या मध्यावर आणि चालत जाण्याच्या वाटेच्या शेजारीच टायलरला चार रिकाम्या खुर्च्या दिसल्या. माईकलाही बरे वाटले. त्याला स्वत:लाही अशाच सीट्सवर बसायला आवडत असे. तीच आवड मुलांपर्यंत पोहोचली आहे, या विचाराने तोच जास्त खूश झाला.

चित्रपट बघण्यासाठी अनेक कुटुंबे आली होती. थिएटर भरायला लागले होते. अनेकजण येतच होते.

आपल्या जागांवर बसल्यावर चित्रपट सुरू होण्याच्या आधी दाखविल्या जाणाऱ्या जाहिरातींबद्दल मुले प्रश्न विचारायला लागली. मध्येच पडद्यावरच्या कुठल्या तरी दृश्यावर पोरांचे लक्ष खिळले आणि त्यांचे प्रश्न थांबले. माईकने वाकून शानोनच्या ओठांवर ओठ टेकले. आजची संध्याकाळ फार मस्त चालली होती.

दिवे बंद व्हायला लागले आणि मुले इतकी उत्साहात आली की, त्यांनी सीटबाहेर उड्या मारायचेच बाकी राहिले होते. माईकचे सर्व लक्ष आपल्या कुटुंबावर केंद्रित झाले होते. थिएटरमध्ये अंधार पडल्यावर हातात बॅकपॅक घेतलेला एकटाच उत्तर आफ्रिकन थिएटरमध्ये शिरून त्यांच्यापासून चार जागा पलीकडे येऊन बसल्याचे त्याच्या ध्यानातही आले नाही.

# ४३

कुसे अली अतवा कित्येक वर्षे या क्षणाची वाट बघत थांबला होता. किती वेळा त्याला वाटायचे की, त्यांना त्याचा विसर पडला आहे म्हणून; पण त्यांनी खात्री दिली होती की, तसे कधीही घडणार नाही. अमेरिकन समाजात जास्तीतजास्त मिसळून जा आणि वाट बघ, अशा त्यांनी सूचना दिल्या होत्या. त्याने प्रार्थना करायची होती, आपली श्रद्धा सोडायची नव्हती. सर्वांत महत्त्वाची गोष्ट म्हणजे त्याला अमेरिकेत का पाठवले आहे, हे त्याने कधीही विसरायचे नव्हते, कधीही उघड करायचे नव्हते.

याची परतफेड म्हणून कुसेच्या सुदानमधल्या कुटुंबाची पूर्ण काळजी घेतली जात होती. त्यांना दरमहा पैसे मिळत होते. तो खेडेगावात मागे राहिला असता, तर त्यांचे जीवनमान इतके चांगले राहिले नसते. कुसेच्या स्थितीतही खूप फरक पडला होता म्हणा! अमेरिकेतल्या गरिबांतल्या गरीब माणसाची परिस्थितीसुद्धा इस्लामिक जगतामधल्या बहुसंख्य माणसांपेक्षा खूपच चांगली असते. त्यांच्याकडे सेलफोन्स, एअर कंडिशनिंग, फ्लॅट टी.व्ही., सॅटेलाइट सर्व्हिस, अन्न, कपडे, गाड्या, शूज होते. म्हणून तर अमेरिकनांबद्दल द्वेष होता. जगामधील सर्व संपत्ती त्यांनी गोळा केली होती. ईश्वरी कायद्यांपेक्षा मानवांनी केलेले कायदे त्यांना श्रेष्ठ वाटत होते. त्याचा त्यांच्याबद्दलचा द्वेष लपवून ठेवण्यासाठी कुसेला दररोज काम करावे लागत होते.

दे मोईनची निवड त्याने केली नव्हती. ती त्याच्यासाठी केली गेली होती. हिवाळ्यात थंडीचा कडाका असह्य असे. एकावर एक कितीही कपडे चढवले, तरी वर्षातले सहा महिने त्याला हाडापर्यंत पोहोचणाऱ्या थंडीला तोंड द्यावे लागे. तीसएक वर्षे वयाचा तो एक हडकुळा इसम होता. तरुणपणात झालेल्या उपासमारीचे आणि कुपोषणाचे परिणाम त्याच्याकडे बघताच लक्षात येत. डोळे पार खोबणीत गेलेले, गालांची हाडे वर आलेली, कातडी चेहऱ्यावर ओढूनताणून बसवल्यासारखी.

डोके वाकडेतिकडे आणि हातपाय काटकुळे. कोणत्याही क्षणी कटकन तुटतील असे वाटे.

तो दिसायलाच फक्त असातसा होता. त्याचे मन कणखर होते. कट्टर लढवय्यासारखे. त्याचा अल्लावर दृढ विश्वास होता आणि प्रेषित मोहमदांकरवी पाठविलेल्या संदेशांवरही.

पवित्र कुराणातल्या शिकवणुकीप्रमाणे त्याने कोणत्याही ज्यूशी किंवा ख्रिश्चनाशी कधी मैत्री केली नव्हती. लहानपणापासून त्याला शिकवले गेले होते की, ती विकृत मनोवृत्तीची पापी माणसे असतात. त्यांची ईश्वरावर श्रद्धा नव्हती आणि ईश्वरावर श्रद्धा नसणारी माणसे धापा टाकणाऱ्या कुत्र्यांसारखी असतात. अत्यंत तिरस्करणीय; त्यांच्याशी लढा देणे हे त्याचे कर्तव्य होते.

या गोष्टी विसरल्या जाऊ नयेत म्हणून कधीकधी त्याला जास्तच कष्ट घ्यावे लागत. तो ज्या पोल्ट्री प्रोसेसिंग प्लॅन्टमध्ये काम करायचा, तिथे त्याने आश्चर्यकारक दयाळू कृत्ये बघितली होती. कामगारांचे एकमेकांवरचे प्रेम बघितले होते. कधीकधी त्यालाही अनुभव आला होता. हवामान खूप वाईट असताना त्यांनी त्याला आपल्या गाड्यांमधून नेले होते. रजेच्या दिवशी तो मुस्लीम आहे हे माहीत असतानाही घरी येण्याचे आमंत्रण दिले होते. एकदा जेव्हा तो खूप आजारी पडला होता, तेव्हा अनेक स्त्रियांनी आळीपाळीने त्याच्या घरी जेवण पाठवले होते. त्याच्या हलाल पद्धतीच्या नियमांप्रमाणे जेवण बनवले आहे अशी चिठ्ठी लिहून त्यात कशाकशाचा वापर केला आहे, याची यादीही प्रत्येकीने दिली होती. त्याने सर्वांचे अन्न सरळ फेकून दिले होते.

ईश्वरावर अढळ श्रद्धा नसणाऱ्यांनी कितीही चांगली कृत्ये केली, तरी अल्लाच्या नजरेत काही फरक पडत नाही, अशा अर्थाची कुराणामधील वचने आठवून तो स्वत:चे समाधान करून घेत असे. ते जर इस्लाम धर्म स्वीकारणार नसले, तर नरकयातनाच भोगणार होते. त्यांना कधीही मुक्ती मिळणार नव्हती.

कुराणात असेही म्हटले आहे की, इस्लाम सोडून इतर धर्मातल्या लोकांना, नंतरच्या आयुष्यातच नव्हे तर या आयुष्यातही, आज आणि आत्ताच, अत्यंत क्रूरपणे शिक्षा दिली पाहिजे. कोणत्याही मार्गाने इतर धर्मीयांशी इतका काळ लढा द्यायला पाहिजे की, शेवटी इस्लाम हा एकच धर्म शिल्लक राहील. कुसेचे कर्तव्य होते की, इस्लामवर श्रद्धा नसणाऱ्यांना मिळतील तिथे पकडून ठार करायचे. अल्लाची शिक्षा कडक असते. ती इतरांना देत असताना दैवात जे घडणार असेल, ते त्याला मंजूर होते.

फोन येताच त्याला उत्साह आला. त्याला सर्व निरवानिरव करायला सांगितली होती. हल्ला चढविण्यापूर्वी किती काळ आधी त्याने त्याच्या हौतात्म्याचा व्हिडिओ बनवायचा आणि त्याचे काय करायचे हे सांगितले होते. त्यांची योजना इतरांना कळू

नये म्हणून त्याने त्याच्या कामगिरीबद्दल काही बोलायचे नव्हते. कुसेने सूचनेतल्या प्रत्येक शब्दाचे गंभीरपणे पालन केले.

त्याला शिकवल्याप्रमाणे त्याने वेगवेगळ्या स्टोअर्समधून थोडी थोडी साधनसामग्री विकत घेतली. सहज उपलब्ध असणाऱ्या दररोजच्या वापरातल्या वस्तू. कोणी त्या वस्तूंकडे लक्ष दिले नाही की, त्याच्याकडे दुसऱ्यांदा वळून बघितले नाही.

अपार्टमेंटमध्ये परत आल्यावर त्याने योग्य त्या प्रमाणात त्या वस्तू एकत्र मिसळून त्याला दाखवले होते त्याप्रमाणे एक पॅकेज बनविले. या जगामधले सर्व संबंध तोडून टाकत जन्नतमध्ये त्याला काय काय मिळणार आहे, याचा विचार करायला त्याला सांगितले होते. कामगिरीवर निघण्यापूर्वी दोन दिवस आधी त्याला पोस्टाने एक पॅकेट आले. इंटरनेट फार्मसीवरून पाठविलेली गोळ्यांची बाटली अशीच कुणाचीही समजूत झाली असती. त्या गोळ्या कधी आणि कशा घ्यायच्या, याच्या सूचनाही होत्या. त्या गोळ्यांमुळे मनावरचे दडपण कमी होऊन त्याची कामगिरी पार पाडायला मदत होईल, असेही सांगितले होते.

त्याने त्याची कामगिरी यशस्वीपणे पार पाडली नाही, तर त्याच्या कुटुंबाची काय अवस्था होईल, याबद्दलही शेवटचे एकदाच कुसेला स्पष्टपणे बजावण्यात आले. त्याला ते माहीत होतेच म्हणा! त्याने शपथ घेतली की, काहीही झाले तरी तो ही कामगिरी यशस्वीपणेच पार पाडेल. एकदा कुटुंबाशी संपर्क साधता आला असता; वडिलांशी, दोन भावांशी बोलता आले असते तर त्याला खूप आनंद झाला असता. ते शक्य नाही म्हटल्यावर त्याची थोडी निराशाच झाली. कुसेला आशा होती की, त्यांना त्याचा अभिमानच वाटेल.

निघण्यापूर्वी त्याने प्रार्थना केली. कुराण वाचून मनोबल मिळवले. थिएटरच्या पार्किंग लॉटमध्ये आल्यावर त्याने छोट्या नारिंगी बाटलीमधल्या शेवटच्या गोळ्या घेतल्या. वीस मिनिटांनी तिकीट काढून तो मल्टिप्लेक्समध्ये शिरला.

भरगच्च भरलेल्या सहा क्रमाकांच्या थिएटरमध्ये त्याने प्रवेश केला, तेव्हा दिवे आधीच मंदावले होते. त्याच्याकडे किंवा त्याच्या बॅकपॅककडे कुणाचे लक्ष गेले नाही, तेव्हा त्याला जरा दिलासा मिळाला. त्याने शिल्लक राहिलेल्या एका सीटवर बसून घेऊन बॅकपॅक पायांशी ठेवला. मागे टेकून, मान न हलवता, ओठ न हलवता प्रार्थना केली. पोलिसांना अशा गोष्टींकडे लक्ष द्यायला शिकवलेले असते, असे त्याला सांगितलेले होते; त्यांच्यामुळे एक शहीद आता हौतात्म्य पत्करणार आहे, हे त्यांना कळते.

कुसेला दिसत होते त्याप्रमाणे चित्रपटगृहात पोलीस अधिकारी नव्हते. सर्व कुटुंबे होती. आया आणि मुलेच जास्त. काहीजणांचे वडीलही आलेले दिसत होते; पण तुरळकच! एका माणसाबरोबर दोन गोरी मुले बसली होती. सिनेमा सुरू

झाल्यावर बऱ्याच वेळाने तो एकदम वळला; पण नंतर त्याने दोन वेळा वळून त्याच्याकडे पुन्हा बघितले.

औषधांमुळे तो जरा शांत झाला असला, तरी प्रत्येक वेळी त्या माणसाने वळून त्याच्याकडे बघितले की, त्याच्या मनात भीती निर्माण व्हायला लागली. कशामुळे ते कळत नसले, तरी तो इथे कशासाठी आला आहे याचा त्या माणसाला अंदाज आला आहे, असे त्याला वाटायला लागले; पण तसे असते तर त्या माणसाने दुसरे काहीच का केले नाही? कुसेने ठरविले की, आणखी थांबण्यात काही अर्थ नाही.

त्या माणसाने त्याच्याकडे चौथ्यांदा बघितले आणि तो उभा राहिला. कुसेने पॅकेज तयार केले. ''माईक, काय करतो आहेस तू?'' स्त्रीने विचारले. त्याने तिच्याकडे दुर्लक्ष केले.

ओळीमधून बाहेर पडून त्याने कुसेकडे बघत त्याला उभे राहायची खूण केली. कुसे त्याच्याकडे बघत राहिला. त्याच्या हृदयाची धडधड वाढली होती.

त्या माणसाने कुठलातरी बॅज काढला, वर करून दाखवत पुन्हा त्याला मधल्या पॅसेजमध्ये येण्याची खूण केली. आसपासच्या लोकांचे लक्ष चित्रपटावरून उडून यांच्याकडे वळायला लागले होते. काहीतरी वेगळेच घडत होते.

''तू,'' त्या माणसाने स्पष्टपणे म्हटले. त्याने कोट बाजूला करून होल्स्टरमधल्या पिस्तुलावर हात ठेवला होता. ''आयोवा स्टेट ट्रूपर. मला दिसतील असे हात वर कर तुझे.''

या क्षणी चित्रपटगृहामधल्या सर्वांचे डोळे त्याच्यावरच खिळले असल्याची कुसेला जाणीव झाली. त्याच्या मनात त्याच्या कुटुंबाचा विचार आला आणि तो हसला.

माईक बेन्टले आपले पिस्तूल काढत असतानाच कुसे अली अतवाने आपल्या बॅकपॅकमधील स्फोटके उडवली.

# ४४

## उत्तर व्हर्जिनिया

**पू**र्ण अंधार पडला. हॉर्वाथचे जेवणही उरकले. तो धक्क्यावरून घरी परत यायला निघाला. आज ना उद्या म्हातारबुवा त्याच्याकडून लेखी अहवाल मागणारच होते. तो लिहायचाच होता. मग त्यासाठी आजची रात्रही चाललीच असती की.

आपल्या तिजोरीतून लॅपटॉप काढून त्याने तो टेबलावर ठेवला. सुरू केला. इतर वेळी त्याचा कुत्राही त्याच्या पायाशी बसलेला असे; पण तो इतका काळ बाहेर असे की, त्याने कुत्रा मित्राकडेच दिला होता.

पुढचे कित्येक तास त्याने आपला अहवाल तयार करण्यात घालवले. रीड कार्लटनला सगळा तपशील हवा असे. हॉर्वाथ फारच मोठा अहवाल लिहितो, अशी तक्रार त्याने कधी केली नव्हती. हॉर्वाथलाही तशाच तऱ्हेने अहवाल बनवायला आवडत असे. जितका जास्त तपशील आठवत असे, तितके त्याला कुठेकुठे योग्य तेच घडले, हे कळत असे. कुठे चूक घडली, कशाचा पाठपुरावा करणे गरजेचे आहे याची जाणीव होई.

त्याने येमेनपासून सुरुवात केली. अर्धाएक अहवाल लिहून झाल्यावर त्याच्या लक्षात आले की, प्रत्येक गोष्ट लिहून काढेपर्यंत त्याला झोप येणार नाही. तो उठून किचनमध्ये गेला आणि एका मोठ्या भांड्यात त्याने कॉफी बनवली. एका मोठ्यात मोठ्या कपात ती ओतून घेऊन तो परत टेबलाशी आला. पुन्हा कामाला सुरुवात केली.

लिहितालिहिता त्याची स्वत:ची खात्री पटायला लागली की, उपसाला सेलचा प्रमुख करामी अजून स्वीडनमध्येच आहे. जे काही घडले त्यानंतर देश सोडण्यात त्याला धोका होता. सर्वत्र जारीने शोध चालू होता. वातावरण जरा निवळले की, नेटवर्क त्याला बोटीने स्वीडनबाहेर काढू शकले असते. अहवालात त्याप्रमाणे नोंद करून त्याने त्याबाबत म्हातारबुवांशी बोलायचेही ठरवले.

नंतर क्षणोक्षणी काय घडले सांगत त्याने स्फोटामध्ये अपार्टमेंट उद्ध्वस्त होईपर्यंतची माहिती दिली. चेसही त्याच्या वरिष्ठांसाठी असाच अहवाल लिहीत असणार. हॉर्वाथने त्याच्या अहवालाची एक प्रत मिळवून स्वत:कडून काही सांगण्याचे राहिले आहे का, बघायचे ठरवले. तशी नोंद करून ठेवली.

आणि मग कुठे चूक घडली, याचा तो विचार करायला लागला. शिलर आणि त्याची टीम यांनी ज्या स्फोटामध्ये प्राण गमावले होते ते क्षण पुन्हा अनुभवणे दु:खदायक असले, तरी त्याला इलाज नव्हता. अहंकार बाजूला ठेवून, त्याची कुठे चूक घडली असण्याची शक्यता होती, दहशतवाद्यांनी कशा तऱ्हेने त्याच्यापुढे जाऊन विचार केला असेल, ते त्याने स्पष्टपणे लिहिले.

या कामगिरीमध्ये तो स्वत: कुठे कमी पडला याचा तो प्रामाणिकपणे विचार करत होता. त्याच्या हाताखालच्या माणसांनी जीव गमावला होता. त्यांच्यासाठी, त्यांच्या कुटुंबीयांसाठी, स्वत:लाच काळिमा लावू शकेल असा बारीकसारीक तपशीलही, पुन्हा अशा तऱ्हेची घटना कधीही घडू नये म्हणून ते सर्व आठवायचा तो प्रयत्न करत होता.

तो आपल्या कामात इतका दंग झाला होता की, त्याच्या मागे टेबलावर ठेवलेला सेलफोन थरथरतो आहे, हे त्याच्या लक्षातच आले नाही. कुणाचा फोन आला आहे हे बघायचेही तो विसरला आणि हातात घेऊन त्याने तो तसाच कानाला लावला.

''हॉर्वाथ,'' असे यांत्रिकपणे बोलत तो दुसऱ्या हाताने वाक्य टाइप करत होता.

''तुझा टी.व्ही. लावलेला आहे का?'' म्हातारबुवांचा आवाज आला.

क्षणात हॉर्वाथचे अहवालावरचे लक्ष उडाले. ''नाही. का?'' त्याने विचारले. रिमोट हातात घेत त्याने टी.व्ही. लावला. ''काय झाले आहे?''

''आपल्यावर हल्ले झाले आहेत. एकाच वेळी देशामधल्या अनेक शहरांमध्ये.''

''लक्ष्य काय होते?'' हवा तो चॅनल शोधत त्याने विचारले.

''चित्रपटगृहे. निदान वीस ठिकाणी स्फोट झाले आहेत.''

त्याच्या टी.व्ही.वरचा केबल न्यूज नेटवर्कचा जो एक चॅनल होता, तो एकदाचा लागला. ओरेगॉनमधल्या एका थिएटर कॉम्प्लेक्सबाहेरचे थेट प्रक्षेपण चालू होते. फायर ट्रक्स, रुग्णवाहिका दिसत होत्या.

''हजारोजणांनी प्राण गमावले असण्याची शक्यता वर्तवली जाते आहे.''

त्याचे म्हणणे बरोबर असण्याची शक्यता हॉर्वाथला दिसत होती. रविवारची रात्र म्हणजे चित्रपटगृहे भरलेलीच असणार. ''बॉम्बर्सबद्दल काही कळले का?''

''एफ.बी.आय.नेच तपासकार्यात पुढाकार घेतला आहे आणि अनेक ठिकाणी त्यांचे एजंट्स पोहोचलेही आहेत. मी एफ.बी.आय.मधल्या एकाच्या संपर्कात आहे.

त्यांना जे समजेल ते आपल्याला कळवेल तो.''

दुसऱ्या एका थिएटरच्या बॉम्बिंगची दृश्ये आता पडद्यावर दिसायला लागली. त्याच्या मनात उमटत असणाऱ्या भावना तो शब्दांत मांडू शकला नसता. ९/११ला अशाच भावनांनी त्याच्या मनात कल्लोळ उडवला होता. भयंकर संताप आणि जबाबदारी निभावू न शकल्याची खंत. अशा तऱ्हेच्या घटना घडू नयेत ही त्याची आणि त्याच्यासारख्या इतरांची जबाबदारी होती. लांडग्यांना मेंढ्यांच्या कळपापासून दूर ठेवणाऱ्या शिकारी कुत्र्यांसारखे होते ते. आणि ते त्यांच्या कामात अयशस्वी ठरले होते. त्यांना दिवसाचे चोवीस तास आणि वर्षाचे ३६५ दिवस यश मिळण्याची गरज होती. दहशतवाद्यांना फक्त एकदाच यश मिळाले तर चालणार होते. प्रश्न फक्त काळाचाच होता.

तरीही या विचाराने हॉर्वाथला काही खूप बरे वाटत नव्हते. देशभर घडत असलेल्या घटना टी.व्ही.च्या पडद्यावर दिसत होत्या. लांडग्यांनी मेंढ्यांच्या कळपात घुसून हाहाकार उडवला होता. धनगरी कुत्रे निरुपयोगी ठरले होते. हजारो माणसे मरण पावली होती. जखमींचा आकडा या क्षणी सांगताच येत नव्हता.

''या हल्ल्यांमागे कुणाचा हात असू शकेल, याची आपल्याला काही कल्पना आहे?''

''नाही; पण ते आपले नेटवर्क असणार, असे समजायला हरकत नाही,'' कार्लटन म्हणाला.

हे जर खरे ठरले, तर चेसचे म्हणणेच बरोबर होते.

''मी काय करू शकतो?''

''मूनरेसरला वाटते की, त्याला काहीतरी माग लागतो आहे. तू कार्यालयामध्ये किती वेळात पोहोचू शकशील?''

हॉर्वाथने घड्याळात बघितले. ''तासाभरात येतो.''

''घाई कर. हे जर आपले नेटवर्क असेल, तर ही केवळ सुरुवात आहे. ते पुढचे हल्ले चढविणार आहेत आणि ते यशस्वी ठरणार नाहीत, याची मला खात्री करून घ्यायची आहे.''

# ४५

संरक्षण मंत्रालयाशी करार झाला असला, तरी हॉर्वाथ आणि त्याची संघटना यांचे तांत्रिकदृष्ट्या अस्तित्वच नव्हते, तेव्हा रेस्टनपर्यंत लाल आणि निळे दिवे चमकवत आणि सायरन वाजवत तो जाऊ शकत नव्हता. त्या गोष्टी नव्हत्याही म्हणा त्याच्याकडे!

त्यामुळे ॲक्सिलरेटर दाबून आणि पोलीस त्याला गाडी बाजूला उभी करायला सांगणार नाहीत अशी आशा करत, तो जोरात निघाला होता.

तासाभरापूर्वी रस्त्यावर जितकी रहदारी होती तितकी ती आता नव्हती; पण अजूनही मार्ग काढणे कठीणच होते. तो सारखा लेन बदलत होता आणि इतर ड्रायव्हर्सचा रोष ओढवून घेत होता. ते हॉर्नवर हात दाबून बसत होते, नाहीतर हाताचे मधले बोट उंचावत होते. अर्वाच्च शिवी देण्याचाच प्रकार. तो नवी कोरी काळी शेव्ही टॅहो चालवत असला, तरी काही फरक पडत नव्हता. सायरन नसला, चमकणारे लाल-निळे दिवे नसले तर तुमच्यात आणि इतरांमध्ये काहीही फरक नसतो. पण तो स्वतःच्या मनावरचा ताण आणि राग इतरांवर काढत नव्हता. तो कोण आहे, त्याची इतरांना कल्पना नव्हती. त्यांच्या दृष्टीने तो एक घुसखोर ड्रायव्हर होता एवढेच!

भरवेगात रेस्टनकडे जात असताना, तो आपल्या सॅटेलाइट रेडिओवरून स्फोटांनी उडवलेल्या विध्वंसाच्या आणि मृत्यूच्या बातम्या ऐकत होता. सर्व प्रकारच भीषण होता. एक गोष्ट निश्चित होती. मन्सूर अलीमची चौकशी तर आता सुरूच होणार होती. सी.आय.ए. हा हल्ला सहन करणार नव्हती. अध्यक्ष आणि डायरेक्टर ऑफ नॅशनल इंटेलिजन्स आत्तापर्यंत सेंट्रल इंटेलिजन्सच्या डायरेक्टरच्या डोक्यावरच बसले असतील. प्रत्येक पोलीस दल आणि इंटेलिजन्स एजन्सी आपल्या सर्व लोकांना ताबडतोब बोलावत असणार. सर्वचजण कसून शोध घ्यायला सुरुवात करणार होते.

एवढ्यातच मागून लाल-निळे दिवे चमकवत येणारी गाडी त्याच्या नजरेत भरली. त्याने स्वत:ला शिव्या घालतच गाडी बाजूला घेण्याची तयारी सुरू केली; पण दिवे चमकवत जवळ येणारी गाडी अचानक रस्त्याच्या कडेला चढली. ती सबर्बन कुणाची होती, याची त्याला काही कल्पना नव्हती. एफ.बी.आय.चा कुणीतरी घाईघाईने वॉशिंग्टनला निघाल्याचीही शक्यता होती. त्याचाच फायदा घ्यायचे ठरवून हॉर्वाथने आपली गाडीही त्याच्या मागोमाग बाजूला वळवली आणि पाय ॲक्सिलरेटरवर दाबून ठेवला.

स्प्रिंगफिल्डला, वॉशिंग्टनला पोहोचण्यासाठी सबर्बन कॅपिटल बेल्टवेवर वळल्यावर हॉर्वाथने पुन्हा लेन बदलली आणि तो रेस्टनच्या दिशेने निघाला.

त्याला कार्यालयात पोहोचायला वीस मिनिटे लागली आणि तेवढ्या वेळात वॉशिंग्टनच्या दिशेने लाल-निळे दिवे चमकवत जाणाऱ्या कमीतकमी सतरा गाड्या तरी त्याने मोजल्या.

गराजमध्ये पोहोचताच नजरेत आलेल्या पहिल्या पार्किंग स्पेसमध्ये गाडी उभी करून, सर्व्हिस डोअर उघडून तो एलिव्हेटर्सच्या दिशेने निघाला.

पंचविसाव्या मजल्यावर पाऊल टाकताच त्याला दिसले की, कार्लटन ग्रुपच्या प्रवेशद्वारावरच्या सुरक्षारक्षकांची संख्या दुप्पट झाली होती. आज त्यांनी सूट्स चढविले नव्हते. हातघाईच्या लढाईसाठी आवश्यक त्या सर्व शस्त्रास्त्रांनी ते सुसज्ज बनलेले होते. कार्लटन ग्रुपचे सुरक्षेचे नियम ठरलेले होते. अमेरिकन भूमीवर दहशतवादी हल्ला झाला की, सुरक्षायंत्रणा कितीतरी पटीने वाढत होती.

हॉर्वाथला आत घेऊन सांगण्यात आले की, कार्लटन - टॅक्टिकल ऑपरेशन्स सेंटर - टी.ओ.सी. -मध्ये होता.

संगणक, व्हिडिओ मॉनिटर्स आणि अत्यंत अद्ययावत साधनसामग्री असणाऱ्या या कमांड पोस्टमधून कामगिरीच्या काळात टॅक्टिकल टीम्सना सूचना दिल्या जात. या क्षणी सगळ्या मॉनिटर्सवर बातम्या देणारी विविध चॅनल्स सुरू होती. प्रत्येक चॅनल देशभरात उडालेला हाहाकार दाखवत होता.

"आतापर्यंत तीन हजारजण ठार झाले आहेत," हॉर्वाथने टी.ओ.सी.मध्ये पाऊल टाकताच कार्लटनने सांगितले. मान हलवून हॉर्वाथला त्याच्या मागोमाग येण्याची खूण केली.

टी.ओ.सी. सोडून ते एस.सी.आय.एफ.मध्ये निकोलसकडे गेले. हे दोघे आत शिरल्यावर कुत्री हलली नाहीत. गेल्या दोनएक तासांत बहुधा इतक्याजणांनी ये-जा केली होती की, त्यांना त्याची सवय झाली होती.

"आपल्याला हे हल्ले थांबवता यायला हवे होते," निकोलस म्हणाला. "आपण घाईने काम करू शकलो नाही."

"आपल्याला एखाद्या हल्ल्याबाबत ठाम माहिती असती तरी आपण तो वेळेत थांबवू शकलो असतो, याची खात्री देता येत नाही," कार्लटन म्हणाला.

हॉर्वाथने निकोलसच्या फ्रीजमधून एनर्जी ड्रिंक घेतले. "तुझ्या नकाशावरच्या ठिपक्यांशी या हल्ल्यांचा संबंध जोडता येतो?"

आपल्या माउसने क्लिक क्लिक करत निकोलसने संगणकाच्या पडद्यावर अमेरिकेचा नकाशा आणला. "या शहरांमधल्या चित्रपटगृहांवर दहशतवादी हल्ले झाल्याचे खात्रीने कळले आहे," तो म्हणाला. पूर्वेकडून पश्चिमेपर्यंत अनेक शहरांची नावे उमटली. मग निरनिराळ्या रंगांचे ठिपके असणारा नकाशा त्याने या नकाशावर ठेवला.

एका रंगाचे ठिपके सोडून त्याने बाकीचे सर्व ठिपके काढून टाकले. "तेव्हा चंदेरी रंगांचे ठिपके काय दर्शवतात, ते आता आपल्याला कळले आहे."

"सिल्व्हर स्क्रीन्स," हॉर्वाथ म्हणाला. "अशा तऱ्हेच्या हल्ल्यांची किती वर्षे आपण काळजी करत होतो?"

"खूपच वर्षे," म्हातारबुवा म्हणाले.

"एक सेकंद," निकोलसने त्याला अडवले. "अशा तऱ्हेचे हल्ले होणार याची कल्पना होती तुला?"

हॉर्वाथने डोके हलवले. "अल् कायदाला नेहमीच प्रतिकात्मक लक्ष्ये आवडतात. अमेरिकेला चित्रपट उद्योगाची कायमच काळजी आहे."

"मग सरकारने त्या बाबतीत काहीच का केले नाही?"

"म्हणजे नक्की काय करायचे? प्रत्येक चित्रपटगृहाबाहेर रणगाडे उभे करायचे?"

"आत जाताना लोकांची तपासणी तर करता येईल?"

"ती सुरू केली तर थांबणार कुठे आपण?" हॉर्वाथने विचारले. "ग्रोसरी स्टोअर्स, बसेस, लायब्ररीज?"

"काहीच न करण्यापेक्षा हे बरे."

"सरकार गप्प बसलेले नाही. चित्रपट व्यावसायिकांबरोबर ते कित्येक वर्षे काम करत आहेत. चित्रपटगृहे सुरक्षित नाहीत, असे हॉलिवुड कधीच सांगणार नाही."

"*पण ती सुरक्षित नव्हतीच.*"

"आत्तापर्यंत ती पूर्ण सुरक्षित होती."

"आणि आता त्यांना टाळे लावण्याची वेळ येणार आहे," हॉर्वाथ म्हणाला. "अंधारात परक्या माणसांशेजारी बसून समोरच्या मोठ्या पडद्यावर उलगडणारी कथा बघण्याचा अमेरिकन अनुभव संपुष्टात येणार आहे. यानंतर चित्रपटगृहात कोणी पाऊल ठेवणार नाही."

"९/११ नंतरही लोक विमानाने प्रवास करायला लागले आहेत."

"कारण त्यांना पर्याय नाही म्हणून," कार्लटन म्हणाला. "मला स्कॉटचे म्हणणे पटते. ही गोष्ट वेगळी आहे."

"नेटफ्लिक्समधला स्टॉक मालकीचा असेल ना, तर आता त्यांची किंमत कुठल्या कुठे पोहोचेल," हॉर्वाथ उद्‌गारला.

मग गप्प बसून सर्वांनीच पडद्यावरच्या नकाशाकडे बघायला सुरुवात केली.

"बॉम्बर्सची ओळख पटली आहे?" हॉर्वाथने विचारले. "कुठलीही माहिती?"

"ज्या चित्रपटगृहात सिक्युरिटी कॅमेरे बसविले होते त्यांचे फूटेज एफ.बी.आय. बघते आहे," कार्लटन म्हणाला. "मध्यपूर्वेतील माणसे वाटतात. वय अठरा ते पस्तीस. काही आफ्रिकन्स. त्याच वयोगटातले. सोमालिया किंवा सुदानमधले असण्याची शक्यता आहे. सर्वजण बॅकपॅक्स घेऊन चित्रपटगृहात गेले होते."

"काही नावे कळली आहेत? दुसरे कुठले संदर्भ?"

"एकच. अयमान हसन शफीक. अल्बुकर्कमधील एक चित्रपटगृहही स्फोटामध्ये उद्‌ध्वस्त झाले. एफ.बी.आय.च्या एजंट्सबरोबर अल्बुकर्कमधील पोलीस सी.सी.टी.व्ही. फूटेज बघत होते. त्यांनी त्याला ताबडतोब ओळखले. अनेकदा घरच्या भांडणांमुळे त्यांना बोलावले गेले होते; पण प्रत्येक वेळी त्याच्या पत्नीने त्याच्याविरुद्ध आरोपपत्र दाखल करायला नकार दिला."

हॉर्वाथने मान हलवली.

"शफीक मूळचा इजिप्तमधला. नंतर अमेरिकन नागरिकत्व मिळालेला," कार्लटनने माहिती दिली. "बाकी निकोलस सांगेल."

बुटक्या माणसाने खुर्ची फिरवून हॉर्वाथकडे बघितले. "कधी टिपबद्दल ऐकले आहेस? टी.आय.पी.?"

हॉर्वाथने नकारार्थी मान हलवली.

"टी.आय.पी. सॉफ्टवेअर म्हणजे टोटल इंटेलिजन्स पॅरडिम. एका फिनिश कंपनीची अभूतपूर्व निर्मिती. डेटाबेसमध्ये शोध घेताना हा प्रोग्रॅम साम्यस्थळांचा तपास करतो. ते करता करता आर्टिफिशिअल इंटेलिजन्स वापरून शिकतो, विचार करतो. एखादे नाव दिले तर त्या व्यक्तीचे वैद्यकीय किंवा लष्करी रेकॉर्ड्‌स, युटिलिटी बिल्स, फोन रेकॉर्ड्‌स, बँक अकाउंट्‌स, फेसबुकचा, ट्विटरचा, ई-मेलचा वापर, ऑनलाइन खरेदी, क्रेडिट कार्डचा वापर वगैरे कशाचाही शोध घेऊ शकतो. इतका अद्ययावत आहे की, पुराणकालीन म्हणण्यासारख्या डेटाबेसमध्येही कोणताही नवीन प्रोग्रॅम न लिहिता घुसू शकतो. अप्रचलित डेटाही वाचू शकतो.

"नाव दिल्यावर नुसती सगळी माहिती देऊन न थांबता, कुणाच्याही पूर्ण आयुष्याचे चित्र तयार करतो आणि त्यावरून त्या व्यक्तीशी संबंध आलेल्या लोकांची नावेही सांगू शकतो."

“आणि फिन्सनी तुला हा प्रोग्रॅम वापरायला दिला?”

“अगदी तसेच नाही,” निकोलस म्हणाला. “तो वेगळा मुद्दा आहे. महत्त्वाचे हे की, आम्ही अयमान हसन शफीकचे नाव प्रोग्रॅममध्ये घालू शकलो आणि टी.आय.पी. काय माहिती देतो, याची वाट बघितली.”

“काय माहिती मिळाली?”

“पंधरा वर्षांपूर्वी ज्या इजिप्त एअर फ्लाइटने मोहम्मद फहाद नझीफ अमेरिकेत आला होता, त्याच फ्लाइटमध्ये शफीकही होता.”

“पंधरा वर्षांपूर्वीचे फ्लाइट मॅनिफेस्ट्स त्या प्रोग्रॅमने बघितले?”

निकोलसने मान डोलवली.

“आणि नझीफ कोण आहे?”

“टी.आय.पी.च्या माहितीप्रमाणे एफ.बी.आय.ची अत्यंत गुप्त अशी जी चौकशी चालू आहे, त्यामधला तो एक संशयित आहे.”

“एक सेकंद थांब,” हॉर्वाथ उद्गारला. “अत्यंत गुप्त अशा एफ.बी.आय.च्या चौकशीची माहिती टी.आय.पी.ला कशी मिळाली?”

निकोलसने एक दीर्घ श्वास सोडला. डोके हलवले. कार्लटनकडे बघितले. म्हातारबुवांनी संमती दर्शवल्यावर निकोलसने बोलायला सुरुवात केली. तो जे काय बोलत होता, ते काही खूप चांगले नव्हते. खरे सांगायचे, तर फार फार वाईट होते.

# ४६

“टिपच्या निर्मितीपर्यंत इतर देशांबद्दलची गुप्त माहिती गोळा करण्यामध्ये अमेरिकेचा हात कुणीच धरू शकत नव्हते. इनस्ला या नावाच्या अमेरिकन कंपनीने प्रॉमिस - प्रॉसिक्यूटर्स मॅनेजमेंट इन्फर्मेशन सिस्टिम - या नावाचे अतुलनीय सॉफ्टवेअर बनवले होते,” निकोलसने बोलायला सुरुवात केली.

“प्रॉमिसचे हे सॉफ्टवेअर म्हणजे भविष्यकाळाची एक झलक होती. अत्यंत गुंतागुंतीची अल्गोरिदम - संरचना - वापरून, रात्रंदिवस काम करत प्रॉमिसने समाजातील प्रत्येक व्यक्तीचे इतरांशी असणारे संबंध, त्यांच्या राहण्याच्या जागा शोधून काढण्यात यश मिळवले होते. निरनिराळ्या संस्थांची एकूण एक माहिती गोळा केली होती. अत्यंत हुशारीने हे सॉफ्टवेअर बँका, क्रेडिट कार्ड कंपन्या, वीज, पाणी, गॅस कंपन्या यांच्या डेटाबेसेसमधून कोणतीही माहिती सहजपणे काढू शकत होते.

“असे समज की, तुझीच चौकशी चालू आहे. तू जर जास्त प्रमाणात वीज किंवा पाणी वापरायला लागलास तर प्रॉमिसला संशय येतो की, तुझ्याबरोबर इतर कुणीतरी वास्तव्य करायला आले आहे. प्रॉमिस मग तुझे फोन रेकॉर्ड्स, ई-मेल्स धुंडाळायला लागतो. तुझ्याशी संबंधित दुसऱ्या कुणाचा वीज किंवा पाण्याचा वापर कमी झाला आहे किंवा बंदच झाला आहे का, ते शोधतो. सुचवतो की, तेच तुझ्या घरी राहायला आले असावेत. पुरावा म्हणून त्यांनी क्रेडिट कार्ड्सचा वापर करून आगगाडीची, विमानाची विकत घेतलेली तिकिटे, गाडीत भरलेले पेट्रोल यांची बिले दाखवतो.

“मग प्रॉमिस याच लोकांवर लक्ष केंद्रित करतो. त्यांची रेकॉर्ड्स बघतो, गुन्हेगारीचा पूर्वेतिहास आहे का, पूर्वीच्या एखाद्या चौकशीत त्यांचा उल्लेख आहे का बघतो. तुम्ही दोघे एखादा कट करता आहात का, असलात तर कुठल्या स्वरूपाचा याचा विचार करतो. हा प्रोग्रॅम कधीही आपले काम थांबवत नाही. अमेरिकेने त्यांचे मैत्रीपूर्ण संबंध असलेल्या इंटेलिजन्समधल्या सहकाऱ्यांना आनंदाने

तो वापरायची परवानगी दिली.

''मी तर *फारच आनंदाने* असे म्हणेन. त्याचे कारण म्हणजे अमेरिकेने या सिस्टिममध्ये एक चोरवाट ठेवली होती; त्यामुळे हा प्रोग्रॅम वापरून इतर इंटेलिजन्स एजन्सीज जी कुठली माहिती गोळा करत होत्या, ती माहिती सरळ अंकल सॅमकडे पोहोचत होती.

''कमाल म्हणजे अमेरिकेचा दोस्त आणि तिच्या दातृत्वावर उभा असलेला इस्राईल अमेरिकेत फारच हेरगिरी करत असतो. अमेरिकेने तो प्रोग्रॅम त्यांच्या दोस्तांना पुरवण्याआधीच इस्राईलने त्या प्रोग्रॅममध्ये एक चोरदरवाजाच उघडून ठेवला होता; त्यामुळे मोसादला जॉर्डनिअन इंटेलिजन्स ऑपरेशन्सचा खजिनाच हाताला लागला आणि मुख्यत: त्यांना त्रासदायक ठरणाऱ्या पॅलेस्टिनिअन्सची संपूर्ण माहिती उपलब्ध झाली.

''प्रॉमिसच्या कॉपीज शेवटी काळ्या बाजारात आल्या आणि अनेक देशांनी त्या प्रोग्रॅमचा उपयोग प्रस्थापित सरकारच्या विरोधकांचा माग काढण्यासाठी आणि काटा काढण्यासाठी वापरायला सुरुवात केली. प्रोग्रॅम इतका परिणामकारक ठरला की, त्याला *परफेक्ट किलिंग मशीन* असेच नाव पडले.

''एखाद्या इंटेलिजन्स ऑफिसरला किंवा लष्करी कमांडरला प्रॉमिसवरून कळे की, अमुकअमुक विरोधक देशाच्या एखाद्या विशिष्ट भागात आढळला होता. तिथून बस किंवा आगगाडीने तो दुसऱ्या ठिकाणी गेला. तमुक व्यक्तीच्या घरी त्याने रात्र काढली. तो खोट्याच नावाने प्रवास करत असला, तरी फरक पडत नाही. वय, उंची, केस, डोळ्यांचा रंग आणि लक्षात येणारी दुसरी कुठलीही खूण ही माहिती प्रॉमिसला दिली की, त्या माणसाचा शोध लागेपर्यंत प्रॉमिस काम थांबवतच नाही; त्यामुळे जगभर हजारो विरोधकांचे खून पाडले गेले.

''त्या संदर्भात एक कुप्रसिद्ध गोष्टही प्रचलित आहे. वंशभेदाच्या काळात दक्षिण आफ्रिकेत खाण कामगारांचा संप होणार होता. प्रॉमिसने संपाला चिथावणी देणाऱ्यांचा शोध घ्यायला मदत केली आणि ते सर्व नाहीसेच झाले. संप झाला नाही.

''अत्यंत आश्चर्यकारक आणि अत्यंत घातक अशी या सॉफ्टवेअरची रचना आहे किंवा होती.

''फिन्सना जेव्हा प्रॉमिसमधल्या चोरवाटेचा आणि चोरदरवाजाचा शोध लागला, तेव्हा त्यांच्या लक्षात आले की, परकीय सरकारने अं:तस्थ हेतूने पुरविलेल्या सॉफ्टवेअरऐवजी त्यांना स्वत:च बनविलेल्या अशा कुठल्यातरी सिस्टिमची गरज आहे, तेव्हा त्यांनी टिपवर काम सुरू केले आणि तो प्रोग्रॅमच खूप वरच्या पातळीवर नेऊन ठेवला.

''खरे सांगायचे तर त्यांनी कमालच केली. प्रॉमिसची महत्त्वाची वैशिष्ट्ये कायम

ठेवून, खऱ्याखुऱ्या आर्टिफिशियल इंटेलिजन्सद्वारे टिपला काम करणारी बुद्धीच बहाल केली. टिप नुसता विचार करत नाही तर पुढचे अंदाज बांधू शकतो, तर्क लढवू शकतो. आता अमेरिकाच डोके फिरल्याप्रमाणे टिपला तोडीस तोड असे सॉफ्टवेअर बनविण्याच्या अहोरात्र प्रयत्नात आहे. एन.एस.ए.ने गुगलशी केलेली भागीदारी हे त्या दिशेनेच उचललेले पाऊल आहे. गुगलवर दररोज कोट्यवधी लोक कशाचा ना कशाचा तरी शोध घेत असतात. ते कशाचा शोध घेतात यावरून गुगल मानवी प्रवृत्तींचा अभ्यास करण्यात दंग आहे. तुला जर टिप भीतिदायक वाटत असेल, तर गुगल जो प्रोग्रॅम बनविते आहे त्याचा विचार कर.''

हॉर्वाथच्या मनात संशयच नव्हता. अमेरिकेच्या शत्रूंविरुद्ध लढत असताना त्यांच्या वरच्या दर्जाचे तंत्रज्ञान स्वतःकडे पाहिजे, हे तर खरेच होते; पण प्रॉमिस किंवा टिपसारखी सॉफ्टवेअर चुकीच्या हातात पडली तर काय भयंकर परिस्थिती ओढवेल, याची कल्पनाही तो करू शकत होता. ''गुप्त अशी कुठली बाब हल्ली असते का?'' त्याने विचारले.

''अमेरिकेत नाही,'' निकोलसने उत्तर दिले. ''नारस तंत्रज्ञान काय आहे हे कधीतरी तुला समजावून सांगण्याची मला आठवण करून दे. थोडक्यात सांगायचे तर मी एवढेच म्हणेन की, प्रत्येक ई-मेल, टेक्स्ट मेसेज, फॅक्स, फोनवरचे संभाषण हे रेकॉर्ड करून साठवले जाते. चाळणी लावून त्यामधून हवी ती माहिती कशी काढायची, हा एन.एस.ए. समोरचा यक्षप्रश्न आहे. आग आटोक्यात आणताना वापरण्याच्या पाण्याच्या पाइपमधून पाणी पिण्याचा प्रयत्न ठरतो आहे तो. म्हणूनच दहशतवादी हल्ली उच्च तंत्रज्ञान वापरेनासे झाले आहेत. अमेरिका तिच्या तंत्रज्ञानावर फार अवलंबून असते, हे सर्वंकष युद्धाच्या योजना आखताना प्रथम चिनी लष्कराच्या लक्षात आले. त्या तंत्रज्ञानाला शह दिला तर एकुलत्या एक महासत्तेचा पार गोंधळ उडतो. तिच्यावर मात करता येऊ शकते.

''फिन्सनी टिपच्या बाबतीत तेच केले. थक्क करणाऱ्या त्या सिस्टिमने आता अमेरिकेवरच घाला घालायला सुरुवात केली आहे.''

''अमेरिकेच्या किती इंटेलिजन्स एजन्सीमध्ये त्यांनी शिरकाव करून घेतला आहे?'' हॉर्वाथने विचारले. ''त्यांच्याकडची गोपनीय माहिती मिळवली आहे?''

''अद्याप माहिती नाही; पण योग्य त्या माणसांना आपण धोक्याचा इशारा दिला आहे,'' कार्लटनने सांगितले.

''आपल्या ग्रुपचे काय?''

''ते आपल्यालाही ठामपणे सांगता येत नाही,'' निकोलस म्हणाला. ''पण त्यांचा रोख सध्यातरी एफ.बी.आय.; सी.आय.ए.; एन.एस.ए.; डी.आय.ए. या सुप्रसिद्ध एजन्सींकडेच आहे.''

"आणि तू कधीपासून टिपमध्ये घुसू शकला आहेस?"

"हवा तेवढा वेळ नाहीच."

"ठीक आहे. तर तो शफीक आणि अल्बुकर्क यांच्यामध्ये काय संबंध आहे?" हॉर्वाथने अचानक विषय बदलत विचारले. "टिपला नाव पुरवल्यावर तुला कळले आहे की, मोहम्मद फहाद नझीफ या दुसऱ्या एका इजिप्शिअनबरोबर तो अमेरिकेत आला होता आणि मोहम्मद फहाद नझीफची एफ.बी.आय. चौकशी करते आहे. बरोबर?"

"बरोबर."

"आणि एफ.बी.आय.ने त्याच्या चौकशीला का सुरुवात केली?"

माउसने क्लिक करत निकोलस संगणकाच्या पडद्यावरील अमेरिकेच्या नकाशाकडे वळला. "तीन आठवड्यांपूर्वी शिकागो येथील कार्यालयीन विभागातील एका इमारतीच्या बांधकामाला मजबुती देणाऱ्या खांबांना स्फोटके बसविताना मोहम्मद फहाद नझीफच स्फोट होऊन ठार झाला."

"काय?"

"इमारत होती १०० नॉर्थ रिव्हरसाइड प्लाझा. वाहतुकीवर निशाणा साधण्याच्या दृष्टिकोनातून या इमारतीची निवड झाली होती, असा आमचा तर्क आहे. कारण ती ॲमट्रॅक ट्रेन ट्रॅक्सच्या वरच्या बाजूला येत होती."

"तेव्हा निदान एका रंगाच्या ठिपक्यांचा वाहतुकीशी संबंध आहे?"

"आत्तातरी आमची तशी समजूत झाली आहे."

"आपण याबद्दल कसे काय ऐकले नव्हते?"

"एफ.बी.आय.ने स्थानिक प्रसारमाध्यमांकडून वायुगळती, छोटासा स्फोट अशा अर्थाची कथा प्रसारित करून घेतली होती. कार्यालयीन विभाग. रविवारी रात्रीची उशिराची वेळ. नझीफव्यतिरिक्त दुसरे कुणीही ठार झाले नाही की जखमीही झाले नाही."

"तरीसुद्धा आपल्या वाचनात यायला हवी होती ती."

कार्लटनने मान डोलवली. "तू विसरतो आहेस की, तू खासगी क्षेत्रात काम करतोस. एफ.बी.आय.ने आपल्याला काही सांगायलाच हवे असे नाही."

खरे होते ते. ९/११च्या घटनेला दहा वर्षे झाली असूनही एफ.बी.आय. आणि सी.आय.ए. त्यांना मिळालेली माहिती एकमेकांनाही देत नव्हते, तेव्हा एखाद्या खासगी कंपनीला ते कुठलीही माहिती देतील, अशी वेडगळ अपेक्षा बाळगण्यात अर्थ नव्हता. "तेव्हा आपल्याकडे ठार झालेले दोन इजिप्शिअन आहेत. पंधरा वर्षांपूर्वी एकाच फ्लाइटने या देशामध्ये आलेले. दोघांनीही काही आठवड्यांच्या अंतराने स्फोटकांच्या साहाय्याने दहशतवादी हल्ले चढविण्याचा प्रयत्न केला. एकजण यशस्वी ठरला; पण दुसरा नाही. बरोबर आहे ना?"

"जवळजवळ बरोबर,'' निकोलस म्हणाला. "दोघेहीजण ज्यांना ड्युअल इंटेन्ट व्हिसा म्हणतात, अशा व्हिसांवर या देशात आले होते. एकाचा व्हिसा एल-१ होता तर दुसऱ्याचा एच१-बी. व्हिसा कुठल्या तऱ्हेचा होता, याला महत्त्व नाही. महत्त्वाची गोष्ट ही आहे की, ड्युअल इंटेन्ट व्हिसा घेऊन आल्यामुळे इथे काम करत असताना ते ग्रीन कार्ड मिळावे यासाठी अर्ज करू शकले. दोघांचीही विनंती मान्य झाली.''

"मला सांग की, दोघांची जबाबदारी एकाच मालकाने घेतली होती म्हणून,'' हॉर्वाथ म्हणाला.

"दुर्दैवाने नाही. दोन वेगवेगळ्या कंपन्यांनी नावे पाठविली होती; पण स्टेट डिपार्टमेंटच्या डेटाबेसवरून लक्षात आले की, दोघांनीही कैरोमधील एकाच यु.एस. कॉन्सुलर ऑफिसमध्ये काही आठवड्यांच्या फरकाने व्हिसासाठी अर्ज केले होते.''

"बरं,'' हॉर्वाथ म्हणाला. त्याला कळत होते की, निकोलसला आणखी काहीतरी नक्की सांगायचे आहे.

"मग आम्ही इमिग्रेशन अँड नॅचरलायझेशन सर्व्हिस डेटाबेस बघितला. हे दोघे देशाच्या वेगवेगळ्या भागांत राहत होते, वेगवेगळ्या कंपन्यांसाठी काम करत होते; पण ग्रीन कार्ड मिळवण्यासाठी त्यांनी एकाच लॉ फर्मची निवड केली होती.''

"ड्युअल इंटेन्ट व्हिसासाठी अमेरिकन स्पॉन्सर असेल तर अमेरिकेत आल्यावर खूप कसून चौकशीही होत नाही,'' हॉर्वाथ म्हणाला.

"दुसरा अर्थ त्यांची इच्छा असेल तर ते कधीही आपल्या मूळ देशात जाऊ-येऊ शकतात. त्यांच्या खरेपणाची हमी देण्यासाठी त्यांच्यामागे एक कॉर्पोरेशन उभे असते आणि ज्या तऱ्हेचे व्हिसा त्यांनी मिळवले होते; त्यामुळे त्यांच्याकडे विशिष्ट तंत्रज्ञानामध्ये अत्यंत पारंगत असणारे परकीय लोक अशा दृष्टिकोनातून बघितले जात होते.''

"त्या फ्लाइटवर ड्युअल इंटेन्ट व्हिसा असणारे कितीजण होते?''

"शफीक आणि नझीफ धरून आठजण,'' निकोलसने उत्तर दिले.

"म्हणजे आपले बॉम्बर्स सोडून इतर सहाजण होते,'' हॉर्वाथ म्हणाला. त्याला आशा वाटत होती की, त्यांना कसलातरी सुगावा लागत होता. ''या सहाजणांपैकी कितीजणांनी अर्ज केल्यावर त्यांना ग्रीन कार्ड किंवा अमेरिकन नागरिकत्व मिळाले होते?''

निकोलसने डावा हात वर करून अंगठ्याजवळचे एक बोट दाखवले. "फक्त एकच.''

"आणखी एक इजिप्शियन?''

निकोलसने मान डोलवली. "त्याने व्हिसासाठी कधी आणि कुठे अर्ज केला असेल, याचा काही तर्क करता येतो?''

"तेच यु.एस. कॉन्सुलर ऑफिस आणि शफीक आणि नझीफ यांनी अर्ज केले

होते तोच काळ?''

"आणि ग्रीन कार्डासाठीही त्याने तीच लॉ फर्म निवडली होती.''

"हेच हवे होते आपल्याला,'' हॉर्वाथ म्हणाला. "त्या लॉ फर्मची आपल्याला काय माहिती आहे? आणि एकाच वकिलाने या तिघांचेही ग्रीन कार्ड मिळवण्यासाठीचे अर्ज हाताळले होते?''

"लॉ फर्म न्यू यॉर्कमध्ये आहे,'' निकोलसने उत्तर दिले. "शक्य आहे की, एकच अॅटर्नी आपल्या असोसिएट्सना कामे वाटून देत असेल; पण प्रत्येक अर्जावर तरी वेगवेगळ्या वकिलाचे नाव आहे. लीगल फीज् देताना काही साम्य होते का हे तपासण्यासाठी आम्ही त्यांची बिलिंग रेकॉर्ड्स मिळविण्याच्या प्रयत्नात आहोत.''

"आणि आपला तिसरा इजिप्शियन सध्या कुठे आहे?''

"लॉस एंजेलिस. त्याचे नाव आहे तारिक सरहान.''

"त्याची संपूर्ण माहिती हवी आहे मला,'' हॉर्वाथ म्हणाला.

"ती काढायला मी आधीच सुरुवात केली आहे,'' एक मॉनिटर वापरून एक रंगीबेरंगी आलेख पडद्यावर आणता आणता निकोलस म्हणाला.

"हे काय आहे?''

"तारिक हाफीज सरहान या नावाने रजिस्टर केलेल्या घरातील वीज, पाणी वगैरेच्या वापराबाबतची पटकन मिळवलेली माहिती. टिपप्रमाणे गेल्या छत्तीस तासांत त्याच्या घरी खूप पाहुणे आले आहेत. एखादे वेळी सहज म्हणून भेटायला आलेले नातेवाईक असतील किंवा...''

"तो काहीतरी कट रचत असेल,'' हॉर्वाथने उत्तर दिले. मग तो कार्लटनकडे वळून म्हणाला, "हे फक्त आपणच हाताळायला हवे. फक्त आपण.''

"नक्की काय म्हणायचे आहे तुला?''

"एफ.बी.आय. नको. स्थानिक पोलीस नकोत.''

"आत्ताच देशभरात घडलेल्या घटना लक्षात घेता ते अत्यंत अयोग्य ठरेल. नंतर काही भलतेच घडले तर...''

"ते तर आधीच घडले आहे. आपल्या दोन कामगिऱ्यांचा बोजवारा उडाला आहे.''

हॉर्वाथचे म्हणणे बरोबर होते. "काय करायचे आहे तुला?''

"नक्की काय चालले आहे कळेपर्यंत आपण इतरांच्या दृष्टीने नाहीसे व्हायला पाहिजे. सर्व काही फक्त तू, मी आणि निकोलस यांच्यामध्येच राहील. या खोलीबाहेर कुणाला काही कळता कामा नये. गरज नसेल तर संरक्षण मंत्रालयालादेखील काहीही सांगायचे नाही. फुल ब्लॅक! आपण संपूर्ण गुप्तता पाळणार आहोत.''

म्हातारबुवांनी निकोलसकडे बघितले, पुन्हा हॉर्वाथकडे. "ठीक आहे,'' शेवटी तो म्हणाला, "तुला कशाची गरज आहे ते सांग आम्हाला.''

# ४७

## लॉस एंजेलिस

एके काळी एफ.एस.बी. एजंट असलेल्या यारोस्लाव्ह याट्सकोचे घर हॉलिवुड हिल्समध्ये सनसेट बोलीवार्डच्या वरच्या बाजूला होते. घराला फिकट गुलाबी रंगाचा गिलावा लावलेला. रंगीत दगडांच्या छोट्या छोट्या तुकड्यांनी नक्षीकाम केलेला पोहण्याचा तलाव. एका टबमधून गरम पाण्याचा प्रवाह धबधब्यासारखा तलावात पडत होता. बाग कलाकारानेच बनविलेली. हिरवीगार झाडेझुडपे आणि तसेच हिरवेगार मऊशार गवत. संध्याकाळ होत होती. धोक्याचा इशारा देणारी यंत्रणा नादुरुस्त करून, मागच्या बाजूची खिडकी जबरीने उघडून रॅल्स्टन घरात शिरला, ते कुणी बघितलेही नाही.

घर रिकामे असले तरी रशियन सिगारेटच्या धुराचा दर्प घरात दरवळत होता. याट्सको इथे आला होता. मास्टर बेडरूममध्ये बिछान्याजवळ एक बॅग भरून ठेवलेली होती. नक्कीच तो परत येणार होता.

रॅल्स्टनने बॅग धुंडाळली. काही कपडे आणि दाढीचे सामान, कंगवा वगैरेंसारख्या गोष्टी. याट्सको बहुधा पळ काढायच्या तयारीत असावा. पैसे, एखादे पिस्तूल, बनावट ओळखपत्रे आणि त्याच नावांची क्रेडिट कार्ड्स आणि इतर कागदपत्रे लपवून ठेवण्यासाठी घरामध्ये एखादी गुप्त जागा किंवा तिजोरी असावी. रॅल्स्टनला पैशांची फार निकड होती आणि रशियन गुंडाच्या घरातून ती भागवता आली तर आनंदच होता.

लॅव्हरॉव्हने काही फोन करून, कुणाला संशय निर्माण न होता, तो कुठे आहे शोधण्याचा प्रयत्न केला होता. त्याच्या व्यवसायांच्या ठिकाणी तो थोडा थोडा वेळ दिसला आणि मग दुपारी नाहीसा झाला होता. पळ काढण्यापूर्वी त्याला काही काही कामे पार पाडणे भाग होते. रशियन नाहीसा होण्यापूर्वी रॅल्स्टन त्याच्या घरात येऊन पोहोचला होता, हे चांगले घडले होते. आता त्याला फक्त वाट बघत थांबायचे होते.

याट्सकोचा बेसबॉलच्या स्मृतिचिन्हांचा संग्रह छाप पडेल असा होता. त्यातील

एक वस्तू हलवून रॅल्स्टनने जागा केली आणि तो आरामात बसला. दोन तास होत आले असतील आणि त्याला गाडीचा आवाज आला. ड्राइव्हवेवरून ती घराच्या बाजूच्या गराजजवळ येऊन उभी राहिली.

गराजचे दार वर सरकले आणि रॅल्स्टन खिडकीत जाऊन उभा राहिला, एक काळी बी.एम.डब्ल्यू. वळली आणि मागच्या बाजूने गराजमध्ये आत शिरायला लागली. याट्सको एकटाच गाडीत होता. मागची बाजू प्रथम गराजमध्ये शिरेल अशा तऱ्हेने गाडी उभी करण्याला तसा काही अर्थ नव्हता. कुठल्यातरी सुरक्षाव्यवस्थेचा एक भाग असेल तो, असा रॅल्स्टनच्या मनात विचार आला. रॅल्स्टन हॉलवेमध्ये शिरला आणि गराजमध्ये नेणाऱ्या किचनशेजारच्या दाराकडे निघाला. रशियनचे त्याच्याच घरात स्वागत करायला रॅल्स्टन तयार होता.

बी.एम.डब्ल्यू. गराजमध्ये शिरली. गराजचा दरवाजा खाली येता येता इंजिनही बंद झाले. काही क्षणांनी एक दार धाडकन बंद केल्याचा आणि नंतर पावलांचा आवाज. गराजच्या अलार्म पॅनेलवरची बटणे दाबली गेली. घरामधला दरवाजा उघडल्यावर रॅल्स्टनने तो रशियन पूर्णपणे आत येण्याची वाट बघितली आणि मगच हातामधली बेसबॉलची बॅट फिरवली.

गुडघ्यांवर बॅट आदळताच असह्य वेदनांनी किंचाळतच तो खाली कोसळला.

रॅल्स्टनने प्लॅस्टिकचे फ्लेक्सकफ्स काढून त्याचे हात पाठीमागे बांधून टाकले.

"मेलास तू आता," दातांवर दात आवळत याट्सको ओरडला. बोलण्याची ढब चांगलीच लक्षात येत होती. "तू कोण आहेस ते माहीत नाही; *पण मेलाच आहेस तू.*"

"बरोबर," रॅल्स्टन म्हणाला. "मी कोण आहे ते तुला माहीत नाही आणि तू तुझे तोंड बंद ठेवले नाहीस, *तर तूच मरणार आहेस.* तिजोरी कुठे आहे?"

"अरे देवा!" तो कळवळून म्हणाला. "फक्त दरोडा आहे हा?"

रॅल्स्टनने त्याच्या कुशीत लाथ हाणली. "तिजोरी कुठे आहे?"

"बेडरूम."

याट्सको चांगला उभ्याआडव्या अंगाचा माणूस होता; पण त्याची काही पर्वा न करता रॅल्स्टनने त्याला लाकडी जमिनीवरून खेचत बैठकीच्या खोलीपलीकडच्या हॉलवेमध्ये नेले.

"कुठली?"

"शेवटची. डावीकडची."

बेडरूममध्ये खेचत नेऊन रॅल्स्टनने याट्सकोला सोडले. एका मोठ्या घाणेरड्या बेडनेच बेडरूमची फार मोठी जागा व्यापली होती. भिंतीवर कापड लावलेली पॅनेल्स होती.

"कुठे?" रॅल्स्टनने विचारले.

"कुठेही गेलास तरी मी तुला शोधून काढेन," तो गुंड म्हणाला. "वचन देतो मी तुला तसे."

रॅल्स्टनने पुन्हा एकदा बॅट फिरवली आणि आधीच फुटलेल्या उजव्या गुडघ्यावर हाणली. "तुझ्याकडून मला फक्त एकच गोष्ट ऐकायची आहे. तिजोरी कुठे आहे आणि ती कशी उघडायची."

रशियन पुन्हा किंचाळला. त्याच्या डोळ्यांतून अश्रुधारा वाहायला लागल्या.

"दुसरा गुडघा? त्याच्यावरही पुन्हा फटका हाणू मी?"

"कपड्यांच्या कपाटाच्या मागे," तो कसाबसा अडखळत अडखळत म्हणाला.

"काय?"

"कपड्यांचे कपाट," पुन्हा थरथरत्या आवाजात त्याने सांगितले. "तिजोरी कपड्यांच्या कपाटामागे आहे."

रॅल्स्टनने कपाट बाजूला सरकवले. त्याच्यामागे घाणेरडे कपडे असलेले एक पॅनेल दिसत होते. हळूच आत सरकवल्यावर ते उघडले.

"कोड?"

याट्सकोने आकडे सांगितले.

आतमध्ये नोटांच्या थप्प्या, पासपोर्ट्स, पोर्टेबल कॉम्प्युटर ड्राइव्ह आणि त्याची घड्याळे, अंगठ्या वगैरे वस्तू होत्या. गादीवरच्या एका उशीचे कव्हर काढून रॅल्स्टनने घड्याळे, अंगठ्या वगैरे सोडून इतर सगळ्या वस्तू त्यात भरल्या.

पुन्हा याट्सकोची कॉलर धरून तो त्याला खेचत बेडरूमबाहेर घेऊन आला.

"पण माझ्याकडे चोरून नेण्यासारखे दुसरे काहीही नाही," याट्सको काकुळतीने म्हणाला.

"गप्प बस."

रॅल्स्टनने त्याला पुन्हा खेचत नेत किचनजवळच्या हॉलवेमधील, गराजमध्ये नेणाऱ्या दरवाजात टाकले.

"तुला गाडी हवी आहे का माझी?" त्या गुंडाने विचारले. "घेऊन जा. किल्ल्या गाडीमध्येच आहेत."

तो वाटाघाटींचा प्रयत्न करत होता. या घुसखोराला काहीतरी, काहीही द्यायची त्याची तयारी होती. तो दरोडा घालण्याच्या हेतूने आलेला नव्हता, हे हळूहळू त्याच्या डोक्यात शिरायला लागले होते.

"गाडीमध्ये पेट्रोल आहे?" रॅल्स्टनने विचारले.

"हो," याट्सको उद्गारला. त्याला आशा वाटायला लागली.

"ठीक आहे," रॅल्स्टन म्हणाला. त्याने बॅकपॅकमधून डक्टटेपचा रोल काढला,

एक तुकडा फाडून रशियनच्या तोंडावर चिकटवला. ''आपण थोडे फिरून येणार आहोत.''

रॅल्स्टनने लाथ मारूनच गराजचे दार उघडले. याट्सकोला खेचत बी.एम.डब्ल्यू.च्या मागच्या बाजूला घेऊन गेला. मागची ट्रंक उघडताच गुंडाचे डोळे विस्फारले. आत नजर टाकताच का ते रॅल्स्टनला कळले. कचऱ्याच्या पिशव्यांमध्ये गुंडाळून, चिकटवून ममीच्या आकाराचे काहीतरी ट्रंकमध्ये ठेवले होते.

गराजच्या जमिनीवर आडव्या झालेल्या रशियनकडे रॅल्स्टनने नजर टाकली. ''यारोस्लाव्ह, हरामखोर, तू काय केले आहेस?''

खिशामधून चाकू काढून रॅल्स्टनने टेप कापली आणि पिशव्याही. याट्सकोच्या उंचीचा आणि वयाचा एक बेघर माणूस असावा तो. नीट पाहिल्यावर रॅल्स्टनच्या लक्षात आले की, त्या माणसाचा प्रत्येक दात उपटून काढला आहे आणि बोटांची टोके उडवून टाकली आहेत.

ट्रंकमध्ये पेट्रोलचे अनेक कॅन्स होते. रॅल्स्टनने एक कॅन उचलला आणि हलवला. पूर्ण भरलेला होता.

''यारोस्लाव्ह, तू तुझे घर किंवा गाडी या गरीब माणसाला आत ठेवून पेटवून देणार होतास का? दात नाहीत, बोटांचे ठसे नाहीत. तो तू नाहीस असे कोणी म्हणू शकले नसते. तुझ्या एखाद्या शत्रूनेच तुला ठार मारले आहे, अशी समजूत झाली असती.''

रॅल्स्टनने वाकून त्याच्या दोन्ही पायांचे घोटे जवळ घेऊन त्यांनाही डक्टटेप लावून टाकली. कॉलर धरून त्याला उभे केले आणि गाडीच्या ट्रंकमध्ये ढकलून दिले. वर उचललेल्या झाकणावर डोके आपटून तो आतल्या प्रेतावर कोसळला.

रॅल्स्टनने वाकून त्याच्याकडे बघितले आणि तो हसला. ''आता वाळवंटावर जाताना तुला सोबत मिळेल निदान.''

घरामधले स्वतःचे सगळे ठसे पुसून टाकून रॅल्स्टन परत गराजमध्ये आला, बी.एम.डब्ल्यू.मध्ये बसला आणि त्याने इंजिन सुरू केले. त्याला झपाट्याने काम उरकावे लागणार होते. रात्रीचे थोडेच तास शिल्लक होते.

## ४८

**द** पेअरब्लॉसम हायवे हा एक जुना, दोन लेन्सचा, मध्ये दुभाजक नसलेला डांबरी रस्ता होता. दूरदूर अंतरावर लहानलहान घरे दिसत होती. हायवेपासून निघालेले मातीचे कच्चे रस्ते मोहावे वाळवंटातून लास वेगासला जात. कित्येक वर्षांपूर्वी रॅल्स्टनने मोहावेमध्ये स्वतंत्रपणे एका फिल्मवर काम केले होते.

त्याला ज्या रस्त्यावर वळायचे होते, तिथून तो चुकून पुढेच जाणार होता. एवढ्यात त्याला वेडेवाकडे झालेले जोशुआचे झाड आणि इंडियन माणसाच्या चेहऱ्याचा भास करून देणारा खडक दिसला.

खड्डे, उंचवटे, कोरडे पडलेले पाण्यांचे खड्डे यांवर दणके खात, उडतच वजनदार अशी बी.एम.डब्ल्यू. निघाली होती.

शेवटी त्याही रस्त्यावरून रॅल्स्टनने गाडी बाजूला घेतली आणि आजूबाजूला रानटी झुडपे उगवलेल्या एका मोकळ्या जागेत उभी केली. इंजिन बंद करून तो खाली उतरला. हात ताठ वर करून त्याने काही सेकंदच व्यायाम केला. पाठ फार दुखायला लागली होती.

मग त्याने मागच्या सीटवर ठेवलेला बॅकपॅक उचलला आणि आत हात घालून फ्लॅशलाइट शोधला. आकाश स्वच्छ होते. वाळवंटावरचे तारे खूपच चमकत होते; पण अनेक तऱ्हेच्या जीव-जिवाणूंवर पाय ठेवायचीही त्याची इच्छा नव्हती.

गाडीमागे जाऊन त्याने ट्रंक उघडली. फ्लॅशलाइट लावून तो याट्सकोच्या चेहऱ्यावर रोखला. आतमध्ये डोके दाणकन आपटल्याने बहुधा त्याच्या कपाळावर खोक पडली होती.

''आलो इथे,'' असे म्हणत रॅल्स्टनने रशियनला बाहेर काढले आणि खाली पडू दिले.

याट्सको साठ-पासष्ट वर्षांचा होता. रुंद, चपटा चेहरा- फावड्याने वगैरे हाणल्यासारखा. तेलकट, काळेकुट्ट रंगवलेले केस.

आजूबाजूला फ्लॅशलाइट फिरवून रॅल्स्टनने एकदा तो नक्की कुठे आहे याचा अंदाज घेतला. त्या रशियनला गाडीला टेकवून बसवले आणि झटक्यात खांद्यावर टाकले. टनभर तरी वजन असावे त्याचे. चालायला लागल्यावर रॅल्स्टनच्या सर्वांगातून कळा यायला लागल्या; पण त्याला जास्त लांब जायचे नव्हते. झुडपांच्या पलीकडेच कोरडा पडलेला ओढा होता.

तिथे गेल्यावर रॅल्स्टनने याट्सकोला खाली ठेवले आणि बसवले. पँटच्या आत त्याचे गुडघे बास्केट बॉलसारखे सुजलेले त्याला दिसत होते. आत्ता येतानासुद्धा बेसबॉलची बॅट आणावी का, असा विचार त्याच्या मनात येऊन गेला होता; पण त्याने तो डोक्यातून काढून टाकला होता. त्याला गरज पडली नसती. पायाच्या बोटांनी गुडघ्यावर टेकले असते, तरी त्याला असह्य वेदना झाल्या असत्या.

इतक्या वेदना होत असतानाही तो सहकार्य देईल का, हा प्रश्न होताच. त्याने पूर्वी रशियन्सबरोबर काम केले होते. त्यांची वेदना सहन करायची शक्ती अमर्याद असते. नांगराला जोडलेल्या प्राण्यांसारखी आश्चर्यकारक सहनशक्ती असते.

याट्सको काय करेल, हे बघायची वेळ आली होती. खाली वाकून त्याने त्याच्या तोंडावरची डक्टटेप खेचून काढली.

तो ताबडतोब शिवीगाळ सुरू करेल, अशी त्याची अपेक्षा होती. तसे काहीच झाले नाही. रशियन चांगलाच अडकला होता आणि त्याला ते कळत होते. तो आता त्याला पकडणाऱ्या माणसाचा अंदाज घेत होता.

"माझ्या घरातले सगळे पैसे तू घेतलेले आहेस," तो शेवटी म्हणाला. "मी तुला आणखी पैसे देऊ शकतो. खूप पैसे."

"हे सगळे पैशासाठी चाललेले नाही," रॅल्स्टनने उत्तर दिले.

खूप वेदना होत असतानाही पूर्वी एफ.एस.बी.मध्ये काम केलेल्या माणसाच्या चेहऱ्यावर हसू उमटले. "सर्वकाही नेहमी पैशांसाठीच असते."

"रशियामधल्या तुझ्या कारकिर्दीच्या काळात कितीजणांनी तुला पैसे द्यायची तयारी दाखवली होती? मला वाटते, लुबिआन्कामध्ये तरी तसे खूपजण निघाले असतील."

"कोण आहेस तू?"

"मी तसा कुणीच नाही. चुकीच्या वेळी योग्य ठिकाणी होतो एवढेच!"

याट्सकोने त्याच्याकडे बघितले. त्याच्या चेहऱ्याच्या बाजूने रक्ताचा एक ओघळ खाली वाहत होता. "मी ओळखतो तुला?"

"नाही. तू मला ओळखत नाहीस."

"मग तुला ज्याने पाठविले त्या माणसाला मी ओळखत असणार."

रॅल्स्टनने हळूच मान हलवली. "मला कुणीही पाठविलेले नाही."

''मग कोण आहेस तू?'' त्याने रागानेच विचारले. ''मला इथे कशासाठी आणले आहेस?''

''प्रथम मला सांग की, तो ट्रंकमधला माणूस कोण आहे''

''कोणाला माहीत? आणि तुझा त्याच्याशी संबंध नाही.''

रॅल्स्टनने हातामधला फ्लॅशलाइट फिरवला आणि खाडकन त्याच्या चेहऱ्याच्या बाजूवर फटका हाणला.

याट्सकोच्या डोळ्यांसमोर तारे चमकायला लागले. वेदना कमी होऊन त्याला पुन्हा दिसायला लागल्यावर रॅल्स्टनकडे बघत तो थुंकला, तर दोन दात खाली पडले. त्याने एक शिवीही हासडली.

रॅल्स्टनने पुन्हा एक जोरदार दणका ठेवून दिला. ''मला रात्रभर वेळ आहे आणि दुसरीकडे कुठे असायला हवे होते, असेही नाही.''

तो गुंड ताळ्यावर येईपर्यंत थांबून त्याने पुन्हा तोच प्रश्न विचारला.

''आहे कोणीतरी भटक्या,'' रशियन ओरडला. ''तसा कोणी नाही. काडीइतकी किंमत नसलेला माणूस.''

''तू ठार मारलेस त्याला?''

''हो. मीच ठार मारले.''

''का?'' रॅल्स्टनने विचारले.

''तुला आधीच माहीत आहे ते.''

''त्याला जाळून नाहीसा होणार होतास तू.''

याट्सकोने उत्तर दिले नाही. त्याने उत्तर द्यायची गरजच नव्हती.

''आता तुला काम करण्यासाठी कुणी पैसे दिले होते ते सांग,'' रॅल्स्टन म्हणाला.

''कुठले काय?''

रॅल्स्टनने आपला पाय त्याच्या डाव्या गुडघ्यावर ठेवला.

''अरे, कुठल्या कामाबद्दल बोलतो आहेस तू?'' रशियन कळवळून ओरडला.

''तू माझ्या मित्राला ठार मारण्यासाठी एक टीम पाठवली होतीस.''

''मी कुणाला ठार मारायची कामे करत नाही.''

''खरं की काय?''

''इतर अनेक गोष्टी करत असलो, तरी खून नाही,'' याट्सको म्हणाला.

''मग त्या ट्रंकमधल्या माणसाबद्दल काय म्हणशील तू?''

''ते वेगळे आहे.''

''मला सांग की, माझ्या मित्राला ठार मारण्यासाठी कुणी पैसे दिले तुला?''

त्याच्याकडे बघत अगदी सरळ चेहऱ्याने रशियन म्हणाला, ''मला जे माहीतच

नाही, ते मी तुला सांगू शकत नाही.''

रॅल्स्टनला काय करावे ते सुचेना. याच्याइतके खोटे बोलणारा माणूस त्याला यापूर्वी भेटला नव्हता. त्याच्याकडून सत्य वदवून घेण्यासाठी रात्र घालवायची पाळी येणार, असे त्याला वाटू लागले. त्याने जरा घाई करायचे ठरवले.

याट्सकोला एकटाच सोडून तो झुडपांमधून गाडीकडे गेला.

प्रेत बाजूला सरकवून त्याने गाडीच्या ट्रंकमधून पेट्रोलचा एक भरलेला कॅन उचलला आणि ट्रंक लावून टाकली. मग त्याने मोकळ्या जागेच्या आसपास फ्लॅशलाइट फिरवून बघायला सुरुवात केली. रिकामे बिअरचे कॅन्स, वाइनच्या बाटल्या दिसत असल्या, तरी त्याला हवी होती ती वस्तू दिसत नव्हती. मग कित्येक फूट अंतरावर त्याला ती दिसली.

याट्सकोशेजारी परत येऊन त्याने हातामधला टायर त्याच्याजवळ फेकला. पेट्रोलचा कॅन उघडला. ''मी खूप धीर धरणारा माणूस आहे असे तुला सांगायला आवडले असते मला यारोस्लाव्ह; पण मी तसा माणूस नाही.''

रॅल्स्टनकडे बघत तो नक्की काय करतो आहे, हे कळून घ्यायचा तो गुंड प्रयत्न करत होता.

''माझी खात्री आहे की, तू तुझ्या आयुष्यात अनेक वाईट गोष्टी केल्या आहेस. केल्या आहेस ना?''

याट्सकोने उत्तर दिले नाही.

''तू कुणाला *नेकलेस घातला होतास?''*

तो माणूस उत्तर देईल म्हणून रॅल्स्टन थांबला; पण तो गप्पच राहिला.

''फार वाईट मरण येते,'' तो म्हणाला. मग टायर उभा धरून त्याने त्यात पेट्रोल ओतायला सुरुवात केली. नंतर अनेक फूट तो फिरवत नेला. टायरच्या आतल्या भागावर सगळीकडे पेट्रोलचा सारखा थर बसला होता.

याट्सकोने नजर फिरवली.

''आख्यायिकेप्रमाणे हा प्रकार आफ्रिकेत सुरू झाला. काहींच्या मते हैतीमध्ये. ब्राझिलिअन्स म्हणतात, हे त्यांनी सुरू केले. मिक्रोओन्दास म्हणतात त्याला ते; आपण मायक्रोवेव्ह म्हणतो तसेच. खूप गरम होते म्हणतात; पण ताबडतोब तुमचा जीव जाईल इतकेही गरम नाही. ते म्हणतात, त्यासाठी वीस मिनिटे तरी लागतात.''

''मसणात जा,'' याट्सको ओरडला.

''मी तुला प्रथम जाऊ देणार आहे. माझ्यासाठी थोडी पाहणी करून ये,'' रॅल्स्टन म्हणाला आणि त्याने टायर उचलला.

रशियन त्याने तो गळ्यात घालू नये म्हणून हालचालीचा प्रयत्न करत होता; पण बसल्या स्थितीत, दोन फुटलेले गुडघे पुढे आणि हात मागे बांधलेले असताना

त्याला जास्त काही हालचाल करता येण्यासारखी नव्हती.

त्याच्या खांद्यावरून रॅल्स्टन टायर खाली घेत असताना पेट्रोलचा उग्र दर्प त्याच्या नाकात घुसायला लागला.

"तू माझ्या मित्राला ठार करण्यासाठी खुनी माणसांचे टोळके पाठविले होतेस, यारोस्लाव्ह. वाळवंटात दोघेच आहोत आपण. तुझी सुटका करण्यासाठी कुणीही येणार नाही. सगळ्याचा शेवट फार वाईट असेल. तूच काय ते ठरव आता."

"मी मसणात जा असे सांगितले तुला," तो पुन्हा म्हणाला.

*काय हरामखोर असतात हे रशियन्स,* रॅल्स्टनच्या मनात विचार आला. "मला तरी असे जायला आवडणार नाही," असे म्हणत रॅल्स्टनने याट्सकोच्या घरातून आणलेली काडेपेटी बाहेर काढली. एक काडी पेटवून तो पुढे वाकला.

याट्सकोने पेटत्या काडीकडे बघत, फुंकर मारून काडी विझवून टाकली.

रॅल्स्टन हसला. "फार विनोदी प्राणी आहेस तू. शेवटची संधी आता." त्याने दुसऱ्या काडीने एकदम सगळ्याच काड्या पेटविल्या.

त्याने ती जळणारी काडेपेटी टायरच्या वरती अगदी जवळ धरली. रशियनने कितीही फाफू केले, तरी तो सगळ्या काड्या एकदम विझवू शकणार नव्हता. महत्त्वाची गोष्ट म्हणजे थोड्याच वेळात त्या हातात धरून ठेवणे रॅल्स्टनलाही अशक्य होणार होते आणि त्या पेट्रोलने भिजलेल्या टायरवर पडणार होत्या.

आता बोलल्याशिवाय गत्यंतरच नाही, याची त्या पूर्वाश्रमीच्या एफ.एस.बी. एजंटला खात्री पटली. "त्याचे नाव ॲशफोर्ड आहे," तो एकदम म्हणाला. "रॉबर्ट ॲशफोर्ड. तो एम.आय. ५चा ब्रिटिश इंटेलिजन्स ऑफिसर आहे."

"एम.आय. ५?"

"हो."

रॅल्स्टनला काही कळेनासे झाले. स्वतःचा जीव वाचविण्यासाठी रशियन काहीतरी बनवाबनवी करतो आहे, असे त्याला वाटायला लागले. तो खरे बोलतो आहे याची खात्री पटवून घ्यायचे त्याने ठरवले.

जळकी काडेपेटी वाळूत टाकून त्याने ती पायाने विझवली. "कुणाला ठार मारण्याचे काम तू स्वीकारले होतेस?"

त्याच्याकडे सरळ बघत न अडखळता त्याने उत्तर दिले, "लॅरी सालोमन, चित्रपटनिर्माता आणि तो ज्यांच्याबरोबर काम करत होता, ती दोन माणसे."

"तुझ्याचकडे का आले ते?"

"ते मला सांगत नाहीत आणि मी विचारत नाही."

"तू किती माणसांना पाठविले होतेस?"

"चार," रशियन म्हणाला. "ड्रायव्हर माझा माणूस होता. त्याने बाहेरच

थांबायचे होते. इतर तीनजणांना या कामासाठी रशियाहून आणले होते.''

"तू आणले होतेस?''

"हो. मीच.''

"रॉबर्ट ॲशफोर्ड नावाच्या माणसाने, जो एम.आय. ५ साठी काम करतो, त्याने या कामासाठी पैसे मोजून हे काम तुझ्यावर सोपविले होते?''

"मी सांगितले आहे तसे तुला.''

"लॅरी सालोमन आणि डॉक्युमेंटरी बनविणाऱ्या दोघांना एम.आय. ५ का ठार मारेल?''

"तेही मी सांगितले तुला. ते मला सांगत नाहीत आणि मी विचारत नाही.''

अजूनही जळून मरू शकणारा हा माणूस रॅल्स्टनला फार आगाऊ वाटत होता. "काम जरा चमत्कारिक आहे, असे मनात आले नाही तुझ्या?''

"मी ज्या गोष्टी करतो, त्या तू कधीच करू शकणार नाहीस.''

रॅल्स्टनने रोखूनच त्याच्याकडे पाहिले.

"फार प्रश्न विचारतोस तू.''

रॅल्स्टनचे डोके फिरायला लागले होते. "तू त्या खुन्यांना सालोमनच्या घरी पाठवले असशीलही,'' तो म्हणाला. "पण एम.आय. ५चा याच्याशी काही संबंध आहे, असे मला वाटत नाही.''

"मी ते सिद्ध करू शकतो.''

तो पुन्हा वाटाघाटी करायला लागला होता बहुधा; पण रॅल्स्टनची ऐकायची तयारी होती. "कसे काय?''

"माझ्या तिजोरीमधून तू एक पोर्टेबल ड्राइव्ह घेतली आहेस.''

"तिचे काय?''

"त्याच्याशी केलेला पत्रव्यवहार आहे त्या ड्राइव्हवर.''

"खरं की काय?'' रॅल्स्टन कुत्सितपणे म्हणाला, "एम.आय. ५चा एजंट इतका निष्काळजी असू शकतो? काय आहे तुझ्याकडे? या खुनांसाठी त्याने तुला दिलेल्या त्याच्या स्वत:च्या अकाउंटच्या चेकची कॉपी?''

"प्रत्येकजण कधी ना कधी चूक करतो. कधी ना कधी घसरतो.''

"तुझी बडबड ऐकत बसलो हीच माझी चूक झाली. काय वाटेल ते बोलतो आहेस तू.''

याट्सकोने डोके हलवले. "या खेळात बराच काळ काढला की, प्रत्येकजण स्वत:ची काळजी घ्यायला शिकतो. तुला मी नको आहे. या सगळ्या प्रकरणात मी केवळ मध्यस्थ आहे. तुला ॲशफोर्ड हवा आहे; पण त्याच्यापर्यंत पोहोचायचे तर त्या ड्राइव्हवर जे आहे, ते तुला वाचायला हवे; पण माहिती सांकेतिक पद्धतीने

लिहिलेली आहे. ती बघायची तर तुला पासवर्डची गरज आहे.''

''मग सांग तो मला.''

रशियन हसला. ''मी सुरक्षितपणे इथून दूर गेलो की, सांगेन मी तो तुला.''

रॅल्स्टन वळला आणि गाडीच्या दिशेने चालू लागला.

''कुठे निघालास तू?'' रशियनने विचारले.

''काडेपेटी शोधायला.''

''कॉब २-२-४-६.''

''पुन्हा बोल,'' रॅल्स्टनने वळून परत येता येता म्हटले.

''कॉब २-२-४-६. दोन वेळा बी. सी-ओ-बी-बी. टाय कॉब नावाप्रमाणे.''

संगणक जवळ नसताना तो खरे बोलतो आहे की खोटे, ते समजायला वाव नव्हता. रॅल्स्टनने वाकून टायर वर काढला आणि घळीमधून गडगडत पाठवून दिला.

''आता काय होणार आहे?'' याट्सकोने विचारले. ''तू माझी गाडी घेऊन जाणार आणि मला घसपटायला लावणार? शेवटी मला तू माझ्याकडून घेतलेल्या थोड्यातरी पैशांची गरज पडणार आहे.''

खरेच या माणसाकडे धारिष्ट्य होते. त्याच्याकडे बघून रॅल्स्टनने मान डोलवली. ''सालोमनच्या घरामधल्या डॉक्युमेंटरी बनवणाऱ्या दोघांना तुझ्या स्पेट्झनॅझनी ठार मारले आहे. त्यांचा प्रश्न अजून शिल्लक आहे.''

रशियन त्याच्याकडे बघून म्हणाला, ''तू!''

''माझे काय?''

''सालोमनबरोबर रेस्टॉरंटमध्ये तू होतास. तू त्याला गाडीमधून घरी घेऊन गेलास. कोण आहेस तू?''

''आधीच सांगितले आहे तुला. कुणीच नाही.''

''तूच त्यांना ठार मारलेस. मारलेस ना?''

रॅल्स्टन काही बोलला नाही.

''तू मला इथून जाऊ देणारच नाहीस. देणार आहेस?''

''तुझी इच्छा असली तरी तुला चालता येणारच नाही.''

''मला काय म्हणायचे आहे ते कळते तुला,'' रशियन म्हणाला.

''बरोबर,'' रॅल्स्टन म्हणाला आणि त्याने रिव्हॉल्व्हर बाहेर काढले.

याट्सकोचा चेहरा बदलला. त्याच्या नजरेत फक्त द्वेष भरला होता. ''जहान्नममध्ये जा,'' तो ओरडला. ''जहान्नममध्ये जा.''

तो पुन्हा ओरडणार होता; पण गोळी झाडल्याच्या आवाजात त्याचा आवाज विरून गेला.

खून झालेल्या चिप आणि जेरेमी या चित्रपटनिर्मात्यांसाठी त्याने एक एक गोळी मारली. तिसरी ट्रंकमध्ये पडलेल्या त्या बेघर माणसासाठी. मग गोळ्या संपेपर्यंत तो रिव्हॉल्व्हर झाडतच बसला.

रशियनला याहून भयानक काहीतरी करायला हवे होते. त्या टायरलाच आग लावायला हवी होती; पण रॅल्स्टन दुसऱ्या माणसांना मरेपर्यंत यातना देऊ शकणाऱ्या माणसांसारखा नव्हता. मग तो यारोस्लाव्ह याट्सकोसारखा सैतान असला तरी. शेवटी रॅल्स्टनची स्वत:ची अशी काही तत्त्वे होती.

## ४१

निकोलसने हॉर्वाथसाठी शोधलेले घर गहाण पडून नंतर ते सोडवून घेण्याचे अधिकारच नष्ट झालेले होते. महिन्याच्या शेवटी लिलावात विकले जाणार होते. "आता तुझ्या उजव्या हाताला दिसेल बघ ते," हॉर्वाथच्या कानात निकोलसचा आवाज आला.

"दिसले मला," गाडी पुढे जाता जाता हॉर्वाथ उद्गारला. लॉस एंजेलिसच्या कार्यालयीन विभागाच्या जरा पूर्वेला होते.

"आत नजर टाकता येते का?" रेस्टनमधून निकोलसने विचारले.

"मिनिटभरात सांगतो."

तारिक सरहानच्या घरावरून जाताना हार्वाथने वेग कायम ठेवला. डाव्या बाजूला तिसरे घर होते ते. येण्यापूर्वी गुगल स्ट्रीट व्ह्यूवर त्याने ते बघितले होते. एकमजली रॅन्च हाउस. रस्त्याच्या बाजूला उंच फळ्यांचे कुंपण. घरामध्ये दिवे लागलेले नव्हते.

"फार कठीण पडणार आहे," घर मागे पडल्यावर तो निकोलसला म्हणाला. "त्या उंच कुंपणामुळे आतल्या बाजूचे काही दिसत नाही. कुठेतरी एखादा रिमोट कॅमेरा बसवला तरच शक्यता आहे."

"तुझ्याकडे तसे दोन कॅमेरे आहेत. तू एक पुढच्या बाजूला बसवू शकतोस आणि एक मागच्या."

हॉर्वाथने आपल्या घड्याळाकडे नजर टाकली. चार वाजून गेले होते. तीन तासांत सूर्य वर आला असता. त्या घराची नीट पाहणी केल्याशिवाय त्याला त्या घराजवळ जायचे नव्हते. "मला वाटते, मी प्रथम माझ्यासाठी जे नवीन घर शोधले आहे तिथे जातो."

रस्त्याच्या शेवटी उजवीकडे वळून त्याने गाडी कित्येक चौक पुढे नेली आणि मगच तो परत उलटा फिरला.

ज्या घरात त्याचा मुक्काम असणार होता, त्या घराच्या कोपऱ्यावर त्याने गाडी उभी केली आणि गाडीची ट्रंक उघडून आपला वजनदार बॅकपॅक बाहेर काढला. ट्रंक बंद करून गाडी बंद केली. त्याच्या घरात प्रवेश करण्याच्या मार्गातल्या सर्वांत कठीण टप्प्याला तोंड द्यायला तो तयार झाला. मागच्या बाजूने त्याला घरात शिरायचे होते. त्यासाठी त्याला इतर चार घरांच्या मागच्या आवारांमधून पुढे जाणे भाग होते. या चारही घरांमध्ये कुत्रे पाळलेले नसावेत, अशी तो मनात प्रार्थना करत होता.

बॅकपॅक खांद्यावर टाकून त्याने फूटपाथवरून पहिल्या घराच्या हिरवळीवर पाऊल टाकले. गराजजवळ हालचाली लक्षात येतील असे मोशन सेन्सर्स बसविलेले दिसल्यावर तो दुसऱ्या बाजूच्या कोपऱ्यावरून आवाराच्या गेटजवळ आला. त्याने थांबून टेझर हातात घेतला. एखादा कुत्रा त्याच्या प्रॉपर्टीचे रक्षण करण्याचे त्याचे काम इमानेइतबारे करत असेल, तर त्यालाच टेझ करायचे त्याच्या जिवावर आले होते; पण कुणाला कळू न देता त्याला हवे तिथे पोहोचायचे असेल, तर दुसरा पर्याय नव्हता.

कुंपणावरून नजर टाकत त्याने कुत्रे असल्याचे कुठले चिन्ह दिसते का, ते बघितले. हळूच गेट हलवून तो थांबला. काही नाही. मग खिटी वर करून, गेट थोडे उघडून तो आवारात शिरला. घरापासून लांब राहून तो बाजूबाजूने भराभर पुढे निघाला. कोपऱ्यावर पोहोचल्यावर तो खाली वाकला. कुठेही कुत्रा पुढे आला नाही. त्याने दुसऱ्या आवारात उडी मारली. आणखी दोन वेळा सर्व तसेच केल्यावर त्याला ज्या घरात शिरायचे होते, त्या घराच्या कुंपणाजवळ तो पोहोचला होता. नशीब एवढेच की, आत्तापर्यंत कुठल्याही कुत्र्याने त्याला अडवले नव्हते.

शेवटच्या कुंपणावरून त्याने उडी मारली. या आवाराकडे कुणीही लक्ष देत नसल्याने सगळीकडे गवत माजले होते. घराच्या मागच्या बाजूला येऊन किचनच्या खिडकीमधून त्याने आत नजर टाकली. किचनमधल्या सर्व वस्तू नाहीशा झाल्या होत्या. जमिनीवर कचरापट्टी जमा झाली होती. मागच्या दरवाजाजवळ येऊन त्याने दरवाजाला लावलेले कुलूप उघडायची साधने बाहेर काढली. काही वेळातच कुलूप उघडून त्याने आतमध्ये पाऊल टाकले.

प्रथम त्याने पहिल्या मजल्यावर नजर टाकली. कुणी राहत नसणाऱ्या अशा घरांमध्ये अनेकदा घुसखोर वस्ती करतात.

आसपास बघितले तर सर्व घराचीच वाताहत झालेली दिसली. भिंतीमध्ये मोठमोठी भोके पडलेली, कुठल्याही घरात कायम दिसणाऱ्या नळ, विजेच्या तारा अशा वस्तू गायब झालेल्या, तांब्याचे पाइप्सही काढून नेलेले.

पहिल्या मजल्यावर कुणी नाही याची खात्री पटल्यावर परत येऊन त्याने

घराभोवती बॅटरीवर चालणारी एम. सेन्सर वायरलेस *पेरिमीटर सिक्युरिटी सिस्टिम* बसवली. आता घरामध्ये कुणीही प्रवेश केला असता, तर त्याला कळले असते.

मग परत जिन्याकडे वळून तो दुसऱ्या मजल्यावर गेला. गराजवरच्या खोलीमधून सरहानच्या घराकडे बघता येईल, अशी त्याला खात्री वाटत होती.

दुसरा मजला तर पहिल्या मजल्यापेक्षा भयानक अवस्थेत होता. हॉर्वाथने प्रत्येक खोलीत जाऊन तिथे कुणी नाही, याची खात्री करून घेतली. घरामधील प्रत्येक गोष्ट काढून घेऊनही जाताना घराचा इतका विध्वंस करणाऱ्या माणसाची मनोवृत्ती त्याच्या लक्षात येत नव्हती. त्याने कधीच असे केले नसते.

हॉलच्या शेवटी त्याला हवी असलेली खोली दिसल्यावर त्याने पाऊल आत टाकले. त्या मजल्यावरच्या इतर खोल्यांपेक्षा वाईट अवस्थेत नसली, तरी तशी चांगलीही नव्हती. कुणावर तरी पाळत ठेवण्यासाठी म्हणून जगामध्ये कित्येक ठिकाणी तो दबा धरून बसला होता. त्यांच्याशी तुलना करता अगदी रिट्झ हॉटेलसारखी नसली, तरी ही खोली छानच म्हणावी लागली असती. साप नव्हते. किडे-मुंग्या नव्हत्या. डोक्यावर छप्पर होते. सर्व दृष्टींनी जागा चांगलीच आहे, असे त्याने ठरवून टाकले.

स्वत:बरोबर आणलेला नवीन सेलफोन बाहेर काढून त्याने निकोलस आणि म्हातारबुवांना एक संदेश पाठवला. *मी आत शिरलो आहे.*

मग बॅकपॅकमधून एक हेडलँप घेऊन, त्याच्यावर लाल फिल्टर बसवून त्याने तो डोक्यावर चढवला. त्या दिव्याने कसेबसे थोडेफार दिसेल एवढाच प्रकाश पडत होता; पण बाहेरच्या बाजूने कुणी बघितले असते, तर तो प्रकाश लक्षात आला नसता.

बॅकपॅकमधील सर्व सामग्री काढून त्याने ती जमिनीवर व्यवस्थित मांडली. गरज पडेल अशी वाटणारी आणि बॅकपॅकमध्ये मावणारी प्रत्येक वस्तू त्याने आणली होती. पेरिमीटर सिक्युरिटी सिस्टिम, निकोलसने उल्लेख केले होते ते दोन वायरलेस कॅमेरे यांच्या व्यतिरिक्त बॅकपॅकमध्ये एक इन्फ्रारेड केपेबल डिजिटल व्हिडिओ कॅमेरा, इन्फ्रारेड केपेबल स्टिल डिजिटल कॅमेरा, लेझर मायक्रोफोन, हलके तीन पायांचे स्टँड, नाइट व्हिजन मोनोक्युलर आणि इतर अनेक लहानसहान साधने होती.

अंधाऱ्या घरात जास्त प्रकाश पसरू नये म्हणून त्याच्या लॅपटॉपला फिल्टर्ड स्क्रीन बसवलेला होता. सेल्युलर नेटवर्क किंवा सॅटेलाइटद्वारा सर्व काही एस.सी.आय.एफ.मध्ये निकोलसला पाठविता आले असते. हॉर्वाथने तो सुरू केला. सिग्नल चांगला मिळत होता.

आधीच्या भाडेकरूंनी खिडक्यांवरचे पडदे मात्र फाडून टाकले नव्हते. घर जुने आणि घाण झालेले असले तरी खिडक्यांवर पडदे आहेत याचाच हॉर्वाथला आनंद

होता. खिडकीच्या फ्रेमवर मोनोक्युलर नीट ठेवून त्याने पडदे बाजूला केले.

त्याला सरहानचे घर दिसत होते; पण एक झाड मध्ये येत होते; त्यामुळे घराचा बराचसा भाग झाकला जात होता. आत कोणी बोलत असेल तर भिंतीवरचे चित्रही थोडेफार थरथरते. लेझर किरण त्यावर रोखून धरायचा. आतले आवाज ऐकू येणार नाहीत, हे तर हॉर्वाथला कळतच होते. दोन रिमोट कॅमेरे बसविण्यासाठी त्या घराच्या जास्तीतजास्त जवळ पोहोचण्याचा धोका पत्करायचा का, याचा निर्णय ठरेपर्यंत त्याला व्हिडिओही मिळणार नव्हता. रस्ता आणि सरहानच्या घराचा ड्राइव्हवे फक्त त्या मानाने नीट दिसत होता.

खिडकीपासून मागे सरून त्याने मोनोक्युलर बंद केला आणि साधनसामग्रीची आवराआवर सुरू केली. सर्व वस्तू पटकन ओळखता येणार नाहीत अशा तऱ्हेने झाकून खिडकीवर ठेवल्यावर त्याने लॅपटॉपवरची चित्रे किती चांगल्या तऱ्हेने येत आहेत, ते बघितले. मोनोक्युलर त्याला हवा होता त्याप्रमाणे खिडकीवर रोखून धरला. संगणकावर उमटणाऱ्या प्रतिमा रेस्टनला पाठवायला सुरुवात केली.

त्याने निकोलसबरोबर पाळ्या लावून घरावर कायम कुणाचेतरी लक्ष राहील याची खबरदारी घेतली होती. सकाळी निकोलस कुणाच्याही लक्षात येणार नाही अशा तऱ्हेने घराचा वीजपुरवठा चालू करणार होता. कुठलेतरी दिवे आधीच चालू असण्याची शक्यता लक्षात घेऊन त्यांनी दिवस उजाडेपर्यंत वाट बघायचे ठरवले होते. या घरात एकाएकी कुणीतरी राहायला आले आहे असे वाटू नये, अशी त्यांची इच्छा होती.

भिंतीशी रेलून त्याने आरामात बसायचा प्रयत्न केला. किती काळ थांबावे लागेल, याची काहीच कल्पना नव्हती.

५०

**आ**ता लक्ष ठेवायची पाळी निकोलसची होती, तेव्हा हॉर्वाथने डोळे मिटले आणि झोपेच्या अधीन व्हायचा प्रयत्न केला. सकाळ झाली. तो कित्येक तास झोपला असताना त्याचा सेलफोन थरथरायला लागला आणि तो जागा झाला.

त्याने इअरफोन्स कानात घातले. फोन घेता घेता त्याचे लक्ष लॅपटॉपकडे गेले.

''मी जे बघतो आहे, ते दिसते आहे ना तुला?'' रेस्टनमधून निकोलसने विचारले.

दुर्बीण घेऊन हॉर्वाथ खिडकीपाशी गेला. ''आता दिसते आहे.'' एक पांढरी पॅसेंजर व्हॅन सरहानच्या घरासमोर येऊन उभी राहिली होती. त्याने लायसेन्स प्लेट नंबर वाचला.

''शोधतो आता.''

हॉर्वाथने उपकरणांची जुळवाजुळव केली. ड्राइव्हवेच्या दिशेने रोखून धरली.

तेवढ्यात निकोलसचा फोन आला. ''ती व्हॅन कॅलिफोर्नियामधील टॉरन्स येथील पुठ्ठ्याचे खोके बनविणाऱ्या कारखानदाराच्या नावाने रजिस्टर केलेली आहे.''

''टिप प्रोग्रॅममधून त्याच्याबाबत काही अधिक माहिती मिळते का, ते बघ.''

''ठीक आहे.''

हॉर्वाथ आधीच तयार ठेवलेल्या कॅमेऱ्यावरून व्हॅनचे फोटो घेत होता. ड्रायव्हर नीट दिसत नव्हता; पण तो कुणाचीतरी वाट पाहत असावा.

दोन मिनिटांनी मायक्रोफोन्सनी सरहानच्या घराचा दरवाजा उघडल्याचे आवाज टिपले. अरेबिकमध्ये निरोप घेतल्याचे आवाजही आले आणि मध्यपूर्वेमधले असावेत असे वाटणारे दोन तरुण चाकांच्या बॅगा खेचत आले.

वाइड अँगलमधून अनेक फोटो घेऊन हॉर्वाथने त्यांच्या चेहऱ्यांचे जवळून फोटो घेतले. ''ताबडतोब बघ कोण आहेत हे.''

''आधीच सुरुवात केली आहे,'' निकोलसने उत्तर दिले.

ते अगदी साध्या पोशाखात होते. ९/११ चा एक हल्लेखोर मोहम्मद अट्टा याचे एअरपोर्ट सिक्युरिटी फूटेज बघितल्याची हॉर्वाथला आठवण झाली. जे बघत होता त्याच्याबद्दल त्याच्या मनात तत्काळ वाईट भावना यायला लागल्या. ''कुठे चालला आहात तुम्ही दोघे?''

त्या दोघांनी आपल्या वजनदार बॅगा व्हॅनमध्ये माल ठेवण्याच्या जागेत ठेवल्या आणि ते आत चढले. ड्रायव्हरने गाडी सुरू केली.

''ट्रॅफिक कॅम सिस्टिममध्ये तू त्यांच्या पाठलागावर राहू शकशील?'' हॉर्वाथने विचारले.

''हो.''

''म्हातारबुवांना फोन करून काय चालू झाले आहे, याची कल्पना दिलीस तर बरे होईल.''

''ते आधीच केले आहे मी.''

''छान!'' रस्त्याच्या कोपऱ्यावरून वळून व्हॅन दिसेनाशी झालेली बघत हॉर्वाथ म्हणाला. *काय चालले आहे त्या घरात*? तो विचार करत होता. कुठलीतरी बैठक संपवून ते दोघे घरी निघाले आहेत की आणखी काही चालू आहे?

दहा मिनिटांनी गूढ जास्तच वाढले. बॅगा घेतलेली आणखी दोन माणसे घरातून बाहेर पडली आणि येऊन उभ्या राहत असणाऱ्या टॅक्सीत बसली.

पुन्हा एकदा फोटो घेऊन हॉर्वाथने रेस्टनला निकोलसकडे पाठवले.

''आता त्या टॅक्सीचाही पाठलाग करायला पाहिजे. कॅब कंपनी आणि ड्रायव्हरची सगळी माहिती मिळवून ती टिप प्रोग्रॅमला दे.''

निकोलस आपल्या की-बोर्डवरची बटणे दाबत बसला आणि उत्तर मिळायला वेळ लागला. ''स्कॉट,'' शेवटी एकदा त्याचा आवाज आला. ''मी एकाच वेळी दोन वाहनांच्या मागावर राहून माहिती मिळवू शकत नाही.''

''म्हातारबुवांना तुला मदत करायला सांग.''

''मी मदत करतोच आहे,'' कार्लटन म्हणाला. तो एस.सी.आय.एफ.मध्ये निकोलसच्या शेजारी येऊन बसला होता. ''आपल्याला गोष्टी थोड्या उघड कराव्या लागणार आहेत.''

''नाही, अधिकजण नकोत.''

''स्कॉट, ते मी ठरवणार आहे. या बाजूचे सर्व निकोलसच्याच हातात असणार आहे; पण मी टी.ओ.सी.च्या लोकांशी बोलणार आहे. आपल्याला मनुष्यबळाची गरज आहे.''

वाद घालण्यात अर्थ नाही, हे हॉर्वाथला कळत होते. ''त्यांना फक्त एवढेच सांग की, या लोकांवर आम्हाला नजर ठेवायची आहे. सगळे सांगू नकोस.''

"मान्य आहे," असे म्हणत म्हातारबुवांनी कार्यालयाच्या टॅक्टिकल ऑपरेशन्स सेंटरला तयारीत राहायला सांगण्यासाठी फोन करायला सुरुवात केली.

"अजूनतरी ती दोन्ही वाहने उलटसुलट दिशांनी जात आहेत," निकोलस म्हणाला. "शक्य आहे की, ती वेगवेगळ्या विमानतळांकडे निघाली असतील किंवा दोघेजण विमान पकडणार असतील आणि दोघेजण आगगाडी."

"किंवा त्यांच्या पाठलागावर कुणी नाही ना, याची ते खात्री करून घेत असतील," हॉर्वाथ म्हणाला. "तू त्यांच्यावर लक्ष ठेवत राहा. ते शहराबाहेर निघाल्यासारखे वाटतात. कुठे निघाले आहेत ते कळले की, त्यांच्यावर लक्ष ठेवण्यासाठी आपल्याला टीम्स तयार ठेवाव्या लागतील."

"म्हातारबुवांनी टीम्सना सज्ज राहायला सांगितले आहे."

हॉर्वाथ काही बोलणार एवढ्यात आणखी एक टॅक्सी येऊन घरासमोर उभी राहिली. दोन माणसे घरामधून बाहेर पडली.

हॉर्वाथ पुन्हा फोटो घेत म्हणाला, "बघतो आहेस ना हे?"

"हो," निकोलस म्हणाला.

टॅक्सी ड्रायव्हरने ट्रंक उघडली. दोन्ही माणसांनी चाकांच्या बॅग्ज आत टाकल्या, ट्रंक बंद केली, टॅक्सीत बसले. टॅक्सी निघून गेली.

"अर्ध्या तासाच्या आत दोन दोन माणसांच्या तीन टीम्सनी घर सोडले आहे," हॉर्वाथ म्हणाला. "फोटो किंवा गाड्यांबद्दल अजून काहीच नाही कळले?"

"सर्व वाहने रजिस्टर्ड आहेत. ही टॅक्सीसुद्धा."

"आधीची दोन वाहने नक्की कुठे निघाली आहेत याची काही कल्पना येते आहे का?"

"नाही. तू पाठलागाबद्दल म्हणत होतास तेच खरे असेल असे मला वाटू लागले आहे."

"काहीही कर; पण त्यांच्यावरची नजर हलू देऊ नकोस," हॉर्वाथ म्हणाला.

तारिक सरहानच्या फोटोकडे त्याने हजाराव्यांदा तरी नजर टाकली असेल. घरातून निघालेली सर्व माणसे खूप तरुण होती. त्यांच्यापैकी कुणीही नक्कीच तारिक सरहान नव्हता. तो अजून घरातच असणार. तो कुठल्यातरी भानगडीत गुंतला आहे, याबद्दल तर या क्षणी त्याच्या मनात थोडाही संशय नव्हता. हॉर्वाथने ठरवले की, आता जास्त वेळ घालवण्यात अर्थ नाही. शोध घ्यायलाच पाहिजे.

त्याच्या पॉइंट ४५ कॅलिबरच्या एच. अँड के यू.एस.पी. टॅक्टिकल पिस्तुलासाठीची अनेक मॅगझीन्स त्याने उचलली. त्याच्यासाठीचा सप्रेसरही! पिस्तूल पाठीवरच्या होल्स्टरमध्ये आणि बाकी वस्तू कोटाच्या खिशात कोंबून तो निघाला.

"मला लक्ष्यावर जवळून नजर टाकायची आहे, तेव्हा आता माझ्याशी संपर्क

साधू नकोस,'' तो उद्‌गारला.

''जवळून नजर?'' निकोलसने विचारले. ''का त्याला पकडायलाच निघतो आहेस तू?''

''म्हातारबुवांनी विचारले तर सांग त्याला की, माझ्याशी संपर्क होऊ शकत नाही. आले लक्षात?''

''मला वाटत नाही की, तू करतोस ते योग्य आहे म्हणून.''

''नशीब माझं की...'' हॉर्वाथ बोलता बोलता थांबला.

''कृपा करून पुन्हा बोल,'' निकोलस म्हणाला.

''थांब जरा.''

''काय झालं?''

''आता मला एक काळी लिंकन टाउन कार येताना दिसते आहे,'' कॅमेरा घेतलेला हॉर्वाथ म्हणाला. मध्यपूर्वेतले असावेत असे वाटणारे आणखी दोन तरुण चाकांच्या बॅग्ज घेऊन घराबाहेर पडले; पण थोड्या वेळाने तिसरा एकजणही घराबाहेर पडला.

''तिसऱ्या माणसावर कॅमेरा झूम कर,'' निकोलस म्हणाला.

हॉर्वाथला सांगायची गरजच नव्हती. त्याने कॅमेरा झूम करून तारिक सरहानचे फोटो घ्यायला सुरुवात केली. ''हाच आपल्याला हवा होता तो माणूस!''

''तो त्यांच्याबरोबर गाडीत चढतो आहे का?''

''नाही,'' हॉर्वाथने उत्तर दिले. सरहान दोन्ही तरुणांच्या गालाचे मुके घेऊन घराबाहेर उभा राहिला होता. दोघे तरुण गाडीच्या दिशेने निघाले होते.

''मी टाउन कारच्या नंबर प्लेट्सवरून माहिती घेतो आहे.''

''ठीक आहे,'' हॉर्वाथ म्हणाला. तो कॅमेऱ्यामधून सरहानकडे बघत होता. ''थोडा केक माझ्यासाठी राखून ठेवला असशील, अशी आशा आहे, कारण तारिक आपण दोघेच एक पार्टी करणार आहोत.''

''गाडीचे रजिस्ट्रेशन लॉस एंजेलिसमधील एका लिमोझीन कंपनीच्या नावे आहे. संशयास्पद काही नाही. आता आठ माणसे झाली. बरीच माणसे होती की त्याच्या घरात!''

''आता आपण तो नक्की कुठल्या भानगडीत अडकला आहे, ते शोधून काढणार आहोत,'' हॉर्वाथ म्हणाला. ''मी फोन करेन तुला.''

हॉर्वाथने फोन बंद केला. तो खिडकीजवळच उभा होता. टाउन कार निघून गेली. सरहान घराकडे परतला.

टेझर आणि डक्टटेप उचलत हॉर्वाथ त्या छोट्या खोलीतून बाहेर पडला आणि पायऱ्यांच्या दिशेने निघाला. सरहान आता एकटाच आहे की नाही याची त्याला

कल्पना नव्हती; पण त्याचे मन ग्वाही देत होते की, तो एकटाच आहे.

फोटो काढला होता तेव्हापासून हा माणूस खूप म्हातारा झाला होता. अजूनही खूप सडसडीत असला तरी चेहरा खूप म्हातारा झाला होता. केस पांढरे पडले होते. चश्माही वापरायला लागला होता. तो एखाद्या विद्यापीठातील प्रोफेसरसारखा दिसत होता, दहशतवाद्यासारखा नाही. तो कशात गुंतला आहे, ते हॉर्वाथला लवकरच कळणार होते म्हणा!

पेरिमीटर सिक्युरिटी सिस्टिम बंद करून तो मागच्या दाराकडे निघत असतानाच सेलफोन थरथरला. ईअर फोन्स कानात लावून त्याने फोन घेतला. ''मी सांगितले होते की, मला फोन करायचा नाही म्हणून.''

''सरहान निघाला आहे,'' निकोलस म्हणाला.

''काय?'' हॉर्वाथ थांबला. स्वत: वर जाऊन खात्री करावी का अशा विचारात होता.

''जाकीट चढवून तो आत्ताच घराबाहेर पडला आणि त्याने गराजचे दारही उघडले आहे.''

''एकटाच आहे?''

''मला तसेच वाटते.''

हॉर्वाथ वळून पुढच्या दाराच्या दिशेने निघाला. ''त्याची गाडी बघितलीस की सांग मला.''

''आता तो गाडी मागे घेतो आहे,'' निकोलसने उत्तर दिले. ''निळी निस्सान सेन्ट्रा वाटते.'' त्याने लायसन्स प्लेटचा नंबर हॉर्वाथला सांगितला.

''ड्राइव्हवेवरून बाहेर पडल्यावर तो कुठल्या दिशेने जातो, ते सांग मला.''

''ठीक आहे.''

काही सेकंदांनी निकोलसचा आवाज आला. ''दक्षिणेला निघाला आहे. तुझ्या जवळूनच पुढे जाणार आहे.''

खालच्या मजल्यांवरच्या खिडक्यांबाहेर उंच झाडेझुडपे होती. रस्ता दिसणेच कठीण आहे, याची हॉर्वाथला जाणीव होती. ''तो जाईल तेव्हा मला सांग.''

''पंधरा सेकंद.''

हॉर्वाथ थांबला.

''आत्ता तो तुझ्यासमोरून जात असेल.''

हॉर्वाथने पुढचे दार थोडेसे उघडले. सरहानची गाडी जात असल्याचा आवाज आला. रस्त्याच्या कोपऱ्यावर पोहोचेपर्यंत त्याला दहा सेकंदतरी लागतील.

खिशातून गाडीच्या किल्ल्या काढत तो निकोलसला म्हणाला, ''इतर गाड्या बघण्याची जबाबदारी टी.ओ.सी.वर टाक. तू स्वत: माझ्यासाठी सरहानच्या गाडीवर

लक्ष ठेव. लक्षात आले.''

''हो.'' त्या बुटक्याने व्हर्जिनियामध्ये आपल्या संगणकाच्या की-बोर्डवर क्लिक् क्लिक् करायला सुरुवात केली. ''तू काय करणार आहेस?''

हॉर्वाथ फक्त दोनच गोष्टी करू शकत होता. एकतर तारिक सरहानच्या घरात शिरून काही मिळते का बघायचे, नाहीतर स्वत:च त्याच्या मागे लागायचे.

पण हॉर्वाथला माहीत होते की, या क्षणी एकाच गोष्टीला अर्थ आहे.

# ५१

“निकोलस,” हॉर्वाथ फोनवर म्हणाला. “अरे, गाडी कुठेतरी असायलाच हवी. अशी नाहीशी कशी होईल?”

घराबाहेर पडून रस्त्याकडे बघणाऱ्या हॉर्वाथला, तो वळणार आहे असा सिग्नल दिलेली तारिक सरहानची गाडी उजवीकडे वळतानाच दिसली होती. गाडी नाहीशी होताक्षणी हॉर्वाथने धाव घेतली. दीड मिनिटांनी तो त्याच्या भाड्याने घेतलेल्या गाडीजवळ पोहोचला होता.

गाडीत उडी मारूनच त्याने ती सुरू केली आणि तो निघाला. चौकामध्ये चारही बाजूंना जाणारे रस्ते फुटलेले होते. कुठल्याच ट्रॅफिक कॅमेऱ्यावर निकोलसला ती निळी सेन्ट्रा गाडी अजून दिसलेली नव्हती.

“मी अजून शोधतो आहे,” निकोलस म्हणाला.

दक्षिण कॅलिफोर्नियातच जन्म झालेला असल्याने हॉर्वाथला फ्रीवेजच्या जाळ्याबद्दल पूर्ण माहिती होती. या क्षणी तो चार फ्रीवेजनी बनविलेल्या एका चौकोनात होता - उत्तरेला सान बर्नार्दिनो, दक्षिणेला पोमोना, त्याच्या पश्चिमेला लाँग बीच फ्रीवे आणि पूर्वेला सान गॅब्रिएल रिव्हर फ्रीवे. सरहान कुठलाही फ्रीवे पकडू शकत होता.

“आणि इतर चार गाड्या?” त्याने विचारले. काय चालले असेल हे समजून घ्यायचा तो प्रयत्न करत होता. “त्या कुठल्या दिशेने निघाल्या आहेत याचा काही अंदाज?”

“नाही,” निकोलस उत्तरला. “टी.ओ.सी. त्यांच्या मागावर आहे; पण त्या वेगवेगळ्या दिशांनी जाताना दिसतात.”

तो जितका वेळ सिग्नलशी अडकला होता, तितक्या वेळात त्याच्या हृदयाची धडधड वाढायला लागली. त्याने स्टीअरिंग व्हीलवर हात घट्ट पकडले. “बोल, निकोलस, कुठे आहे तो?”

फोनवरची शांतता अत्यंत अस्वस्थ करणारी होती. “पकडला त्याला,” शेवटी

एकदा निकोलसचा आवाज आला. "तुझ्या समोरच्या रस्त्यावर त्याने चार चौक पुढे डावीकडे वळण घेतले आहे."

"चांगले काम केलेस," ॲक्सिलरेटरवर पाय दाबत हॉर्वाथ म्हणाला. "आता त्याला दृष्टिआड करू नकोस."

सरहानही पुन:पुन्हा एकाच रस्त्यावरून सरळ उलटा फिरत होता, वेगवेगळ्या दिशांनी गाडी चालवत होता. दोन वेळा पेट्रोल भरण्यासाठीसुद्धा थांबला. आपल्या मागावर कुणीही नाही याची तो पूर्ण खात्री करून घेत होता, याबद्दल शंकाच नव्हती. निदान पाऊण तास अशा तऱ्हेने घालवल्यावर त्याने बहुधा त्याला खरोखर ज्या ठिकाणी जायचे होते ती दिशा पकडली.

पोमोनावरून सान्ता मोनिका फ्रीवे घेऊन तो पश्चिमेला समुद्राच्या दिशेने निघाला. हॉर्वाथला सान डिएगो फ्रीवेच्या किंवा ४०५च्या पाट्या दिसायला लागल्यावर सरहान आता रस्ता बदलणार की सरळ जाणार, असे विचार त्याच्या मनात यायला लागले. तो निळ्या सेन्ट्रापासून खूप मागे राहत होता. कधीकधी तर ती गाडी त्याच्या नजरेच्या टप्प्यातही नसायची; पण नशिबाने त्याने फ्रीवे सोडला नव्हता आणि निकोलसही त्याच्या मागावर राहू शकला होता.

पण इतर वाहनांच्या बाबतीत तसे म्हणता येत नव्हते. त्या चारांतील दोन गाड्या दिसेनाशा झाल्या होत्या आणि त्यांचा शोध घेण्याचा प्रयत्न जारीने चालू होता. पहिला रॅम्प ४०५ दक्षिण होता. सान डिएगोला जाणारा रस्ता.

"तो लेन्स बदलतो आहे," निकोलस हॉर्वाथच्या सेलफोनवर म्हणाला.

सरहानला पर्याय खूप होते. तो सान्ता मोनिका फ्रीवेवर किंवा १० वर राहू शकत होता. पहिला रॅम्प ४०५-दक्षिण होता. सान डिएगोला जाणारा रस्ता.

"तो पार डावीकडच्या लेनमध्ये आहे. ४०५ घेणार नाही. निदान दक्षिणेला नेणारा रस्ता तरी नाही."

"खात्री आहे तशी?"

"अजून तरी. थांब पण."

४०५ साठीचा एक्झिट जवळ येताना हॉर्वाथ बघत होता. "काय करतो आहे तो?"

"अजूनही डावीकडच्या लेनमध्येच आहे. तरी तयार राहा."

"आहे."

"आता खात्रीने म्हणायला हरकत नाही की..." निकोलसने बोलायला सुरुवात केली आणि तो बोलता बोलता थांबला. मग जोराने ओरडला, "दक्षिण! ट्रॅफिकच्या चार लेन्स दणक्यात ओलांडून तो ४०५चा एक्झिट घेतो आहे."

हॉर्वाथने शिवी हासडून लेन बदलता येते का ते बघितले; पण सर्व बाजूंनी

गाड्या होत्या. गाडी वळवायला जागाच सापडत नव्हती. त्याने गाडी खूप हळू केली. लेन बदलायची संधी शोधत राहिला. खूप वाहने होती. एक्झिट जाता जाता त्याला गाडी वळवायची संधी मिळाली.

४०५ वर पोहोचल्यावर सरहानने अगदी उजवीकडची लेन पकडली आणि इतर गाड्या झपाट्याने जात असताना ताशी पन्नास मैलांचा वेग पकडूनच तो गाडी चालवत राहिला.

त्याच्या मनात तरी काय आहे असे विचारायच्या बेतात हॉर्वाथ असताना निकोलस म्हणाला की, तो बहुधा हॉवर्ड ह्यूजेस पार्कवेसाठीचा एक्झिट घेण्याच्या तयारीत असावा. हॉर्वाथ त्याच्यामागून सुरक्षित अंतरावरून गाडी चालवत होता.

काही क्षणांत निकोलस म्हणाला, "टी.ओ.सी.ने त्या दोन वाहनांचा पत्ता लावला आहे.''

"चांगले झाले,'' हॉर्वाथने उत्तर दिले. "कुठे आहेत?''

"पंधरा आणि बावीस मैलांवर आहेत. इतर रस्त्यांवर.''

"आणि दुसऱ्या दोन गाड्या?''

"एक सेंचुरी फ्रीवेवरून पश्चिमेला निघाली आहे आणि दुसरी हार्बर फ्रीवेवरून आता सेंचुरी फ्रीवेवरच बहुधा निघते आहे.''

हॉर्वाथच्या डोळ्यांसमोर संपूर्ण नकाशाच येत होता. त्या कुठे निघाल्या असणार, याची त्याला जाणीव झाली. "म्हातारबुवांशी फोन लावून दे ताबडतोब.''

काही सेकंदच वेळ लागला असला तरी कित्येक मिनिटे गेली आहेत असे हॉर्वाथला वाटले. शेवटी एकदा कार्लटनची क्लिक ऐकू आली. "बोल.''

"ते कुठे निघाले आहेत ते कळले आहे मला.''

"कुठे?''

"लॅक्स,'' हॉर्वाथने उत्तर दिले.

म्हातारबुवांनी टिचकी वाजविल्याचा आवाज आला. कोणाला तरी नकाशा आणायला सांगितला असणार. "लॉस एंजेलिस इंटरनॅशनल? खात्री आहे तुझी?''

"आता सगळे मरिना देल रेला एकत्र येऊन बोट भाड्याने घेणार नसतील, तर ते तिकडेच निघाले आहेत. सरहानने ४०५ फ्रीवे सोडला आहे. विमानतळावर पोहोचणाऱ्या रस्त्यांवरही पाठलाग होत नाही ना, याची खात्री करून तो तिथेच जाणार आहे.''

"आपल्याकडे प्रत्येक गाडीचे वर्णन आहे, नंबर प्लेट्स माहिती आहेत, त्या कुठे आहेत ते ठाऊक आहे. लॉस एंजेलिस पोलीस डिपार्टमेंटला कळवून त्या विमानतळावर पोहोचायच्या आधीच त्यांना थांबवायचे का?''

खूप कठीण प्रश्न होता. निर्णय घेण्याची संपूर्ण जबाबदारी स्वीकारायची त्याची

तयारी नव्हती. लॉस एंजेलिस आंतरराष्ट्रीय विमानतळ हेच लक्ष्य असेल, तर जितक्या लवकर त्या गाड्या थांबविल्या जातील तेवढे नक्कीच चांगले होते; पण समजा, ते लक्ष्य नसेल, ही माणसे खरोखर आपापल्या शहराकडे परत निघाली असतील तर सर्व गोंधळ उडाला असता. कट उघडकीला आला आहे असे कळल्यावर हॉर्वाथ आणि त्याच्या टीमच्या हातात असलेला एकुलता एक दुवा नाहीसा झाला असता.

"स्कॉट," म्हातारबुवा म्हणाले. "आता सर्व तुझ्यावर अवलंबून आहे. या माणसांवर निशाणा साधायचा असेल तर मी स्वत: एल.ए.पी.डी.ला फोन करेन."

काय करायचे ते हॉर्वाथला नक्की कळत होते. "नको," तो उत्तरला. "त्यांना जाऊ द्यायला पाहिजे आपण."

"आणि विमानतळ हेच लक्ष्य असेल तर?"

"मग त्यांनी तयार असायला पाहिजे. डी.एच.एस.ला फोन करून सांग की, त्यांनी ताबडतोब पाळी बदलायला पाहिजे."

हॉर्वाथ काय सुचवतो आहे ते म्हातारबुवांच्या बरोबर लक्षात येत होते. अमेरिकन विमानतळांना असलेली धोक्याची पातळी उंचावली तर विमानतळावरील सुरक्षा बघणाऱ्या नेहमीच्या टी.एस.ए.च्या सुरक्षारक्षकांना काढून डिपार्टमेंट ऑफ होमलँड सिक्युरिटीची खास प्रशिक्षण दिलेली, पूर्वीचा स्पेशल ऑपरेशन्समधला अनुभव असणारी माणसे पाठविली जात. त्यांचा गणवेश टी.एस.ए. एजंट्ससारखाच असे; पण साम्य तिथेच संपत असे.

एअर मार्शल्स फक्त विमानांची सुरक्षा बघू शकतात; विमानतळांची नाही, हे लक्षात आल्यावर पश्चिम व्हर्जिनियातील हार्पर्स फेरी येथे अत्यंत गुप्त आणि सुरक्षित असे प्रशिक्षण केंद्र उभारण्यात आले होते. त्या ठिकाणी कुठल्याही विमानतळावर आढळणाऱ्या, खऱ्याखुऱ्या भासणाऱ्या टर्मिनल्स, बॅगेज क्लेम एरिआज, विमानतळावरील हॉटेल्स अशा इमारती बांधून दहशतवादविरोधी पथकांचा सराव करून घेतला जात असे. टी.एस.ए.च्या गणवेशात या पथकातील ऑपरेटर्स तर असतच; पण साध्यासुध्या प्रवाशांसारखी दिसणारी अत्यंत घातक अशी तुकडीही असे.

सर्वसामान्य जनतेच्या आणि मुख्यत: दहशतवाद्यांच्याच नकळत सरकारला जेव्हा धोक्याला तोंड द्यायला तयार राहायचे असे, तेव्हा हीच पद्धत वापरली जाई. आज या ठिकाणी प्रश्न होता तो वेळ साधायचा.

"डी.एच.एस. वेळेमध्ये हा बदल घडवून आणू शकणार नाही," कार्लटन म्हणाला.

एक चौक पुढे सरहानची गाडी वळत असल्याचे बघत हॉर्वाथ म्हणाला, "त्यांना सांग की, दुसरा पर्यायच नाही."

# ५२

फिरत फिरत शेवटी सरहानने टर्मिनल एकच्या पार्किंगमध्ये गाडी उभी केल्यावर तो लॉस एंजेलिसच्या आंतरराष्ट्रीय विमानतळाकडेच निघाला आहे, ही हॉर्वाथची समजूत खरी ठरली.

"गराजच्या कॅमेऱ्यांवर येणारी चित्रे बघू शकशील तू?" वेग घेता घेता हॉर्वाथने निकोलसला विचारले.

"काही मिनिटे लागतील," निकोलस म्हणाला.

"घाई कर," असे सांगत हॉर्वाथने आपली गाडी पुढच्या गाडीच्या पुढे काढली आणि ॲक्सिलरेटरवर पाय दाबून धरला. "तो कुठे आहे आणि काय करतो आहे, हे कळायला हवे मला. एखाद्या वेळी तो गाडीच बदलत असायचा."

"मी जास्तीतजास्त वेगाने काम करतो आहे."

सरहानप्रमाणे वरच्या डेकवर एक्झिट क्षेत्रातील पार्किंगमध्ये गाडी नेण्याऐवजी हॉर्वाथने एंट्री क्षेत्रामधील एक प्रवेशद्वार शोधले. यंत्रामधून तिकीट खेचून तो आत शिरला आणि निळी निस्सान गाडी शोधायला लागला.

"कुठे आहे तो, निकोलस."

"जरा थांब. अजून मी कॅमेरा सिस्टिममध्ये शिरू शकलेलो नाही."

गाडी टर्मिनलच्या जास्तीतजास्त जवळ उभी करायची म्हणजे कमीतकमी अंतर चालावे लागेल, ही बहुतेकांची प्रवृत्ती असते. तेव्हा गराजच्या एक्झिटजवळ गाडी उभी करण्यासाठी हॉर्वाथला सहज जागा मिळाली. सरहान जर गाडी घेऊन टर्मिनलबाहेर पडणार असेल तर त्याला हॉर्वाथच्या गाडीशेजारूनच जावे लागले असते.

हा विचार मनात येतो न येतो तर हॉर्वाथच्या ध्यानात आले की, सरहानकडे खरोखरच दुसरी गाडी असेल तर, ती इथल्याच पार्किंगमध्ये उभी असेल असे समजण्याचे काहीच कारण नाही. बराच काळ गाड्या उभ्या ठेवण्याची सोय असलेला एक पार्किंग लॉट दुसरीकडे होता. तिथेच त्याच्यासाठी दुसरी गाडी तयार

ठेवलेली असेल. तो सरळ चालत बाहेर पडेल, शटल पकडेल आणि तिकडे जाईल. फार ओढूनताणून केलेला हा विचार त्याचा त्यालाच फारसा पटला नाही; पण शक्यता होती. काहीही शक्यता होती.

"मला गराज व्हिडिओ दिसतो आहे," निकोलसचा आवाज आला आणि त्याची विचारशृंखला तुटली.

"त्याची गाडी दिसते आहे?"

"नाही. त्याने आधीच ती उभी केली असेल."

"तू फक्त चालत्या गाड्या बघतो आहेस की उभ्या केलेल्याही?" हॉर्वाथने विचारले.

"दोन्हीही; पण शेवटी कॅमेऱ्यांची संख्याही मर्यादितच आहे. प्रत्येक गाडी व्यवस्थित बघता येत नाही."

"विमानतळावरील पार्किंग लॉट्सच्या सर्व अटेंडंट्सना सरहानचा फोटो मिळाला आहे, याची डी.एच.एस.ला खात्री करून घ्यायला सांग. कोणी त्याला बघितलेच तर तो आपल्याला कळवेल याकडे लक्ष दे. त्यांना म्हणावे त्यांनी दुसरे काहीही करावयाचे नाही."

"ठीक आहे," निकोलस म्हणाला. त्याचा आवाज विरत गेला होता. त्याचे लक्ष दुसरीकडेच कुठेतरी वेधले गेले असावे. "मला एक निळी निस्सान सेन्ट्रा दिसते आहे."

"कुठे?"

"दुसऱ्या मजल्यावर."

हार्वाथ गाडीमधून उतरून जवळच्याच जिन्याकडे निघालाही होता. निकोलसने हॉर्वाथला ती गाडी नक्की कुठे आहे, ते नीट स्पष्ट केले.

"लायसन्स प्लेट तीच आहे?" पायऱ्यांसमोरचे दार उघडत त्याने विचारले.

"मला लायसन्स प्लेट दिसत नाही. थोडीशीही नाही."

"तो अजून गाडीमध्येच बसला आहे की खाली उतरला आहे?"

क्षणभराने निकोलसने उत्तर दिले. "तो डुलकी काढत नसेल तर गाडी रिकामी वाटते."

"शोध त्याला. सगळे कॅमेरे बघ. फूटेज मागे करून पुन्हा एकदा बघ. जे काही करण्यासारखे असेल ते सर्व कर."

"आम्ही आता रेकॉर्ड केलेले फूटेज बघण्याचा प्रयत्न करतो आहोत."

"आणि मी सांगेपर्यंत कुणीही सरहानच्या किंवा त्याच्या माणसांच्या मागे जाणार नाही, याची खात्री करून घे."

"तिथे जरा प्रश्न निर्माण होऊ शकतो."

हॉर्वाथ दुसऱ्या मजल्यावरचे दार उघडत असताना थबकला. *"तिथे जरा प्रश्न*

*निर्माण होऊ शकतो म्हणजे काय?''*

"डी.एच.एस.ने माहितीबद्दल कार्लटनचे आभार मानून सांगितले की, ते त्यांच्या अधिकारक्षेत्रात येते. काहीही करण्याचा आपल्याला अधिकार नाही.''

हॉर्वाथच्या तोंडातून एक अपशब्द बाहेर पडला. "सगळा गोंधळ उडवणार आहेत ते. मी जागेवर आहे ते माहीत आहे ना त्यांना?''

"नाही. कार्लटनला ते उघड करायची इच्छा नव्हती.''

त्याने काही फरक पडला असता का, याचीही हॉर्वाथला खात्री नव्हती. डी.एच.एस.साठी त्याने काम केल्याला दोन वर्षे झाली होती आणि तिथला सेक्रेटरीही आता नवीन होता. डी.एच.एस.मधला एक जुना माणूस बहुधा दहशतवाद्यांच्या टोळीच्या मागावर आहे, याची तो पर्वाच करणार नाही. काहीही घडण्यापूर्वी ते त्यांना ताब्यात घेऊ शकले तर वर्तमानपत्रात, जनमानसात आणि मुख्यत: व्हाइट हाउसमध्ये काय नाव होईल त्याचे. हॉर्वाथच्या हे लक्षात यायला हवे होते. अमेरिकन भूमीवर दहशतवाद्यांनी इतके यशस्वी हल्ले केले होते की, त्यांतला एकतरी रोखायची डी.एच.एस.ला गरज होती. त्यांनी योग्य तीच गोष्ट करावी अशी हॉर्वाथची इच्छा असली, तरी अशा कामगिऱ्यांना राजकीय रंग असतोच. शेवटी प्रसिद्धी मिळवून देणारा मार्गच निवडला जातो.

"आणि पाळी बदलण्याबद्दल काही म्हणाले ते?''

"नाही,'' निकोलस म्हणाला.

हॉर्वाथने पुन्हा एक शिवी हासडली. "म्हातारबुवांना यातून काहीतरी मार्ग काढायला सांग. कुठे तरी, कुणाला तरी त्याच्या उपकारांची परतफेड करायची असणार. डी.एच.एस.ने वेळेआधीच काही केले तर सगळा बोजवारा उडेल.''

"तो शक्य आहे ते सर्वकाही करत असणार, याची खात्री आहे मला.''

हॉर्वाथने दार उघडले आणि दुसऱ्या मजल्यावर पाऊल ठेवले. "इतर गाड्या कुठे आहेत?'' त्याने हळूच विचारले.

"पहिली दोन चौक अंतरावर आहे.''

"आपले बोलणे आता आपण कमी करू या. जोपर्यंत...''

"मिळाला,'' निकोलस मध्येच म्हणाला.

"सरहान? कुठे?''

"तो गाडीमधून बाहेर आला; पण कुठूनही बाहेर गेलेला नाही. तो पार्किंग लॉटच्या ईशान्येच्या कोपऱ्यात आहे.''

"दुसऱ्या गाडीत शिरला का?'' हॉर्वाथने विचारले.

"नाही.''

"कुठल्या कॅमेऱ्यावर दिसतो आहे?''

"नाही," निकोलसने उत्तर दिले. "अजून तरी नाही."

"ठीक आहे," हॉर्वाथ म्हणाला. तो निळी निस्सान असलेल्या पार्किंग स्टॉलवर पोहोचला आणि त्याने प्लेटवरचा नंबर निकोलसला वाचून दाखवला.

"बरोबर. तीच गाडी."

खिशात हात घालून हॉर्वाथने एक स्क्रूसारखी वस्तू बाहेर काढली. त्याच्या एका मित्रानेच डिझाइन बनवून ती तयार केली होती आणि नाताळची भेट म्हणून हॉर्वाथसारखी कामे करणाऱ्या मित्रांना भेट म्हणून दिली होती. जे अमेरिकन लोक हेरगिरी करतात असा संशय असे, त्यांच्या गाड्यांच्या टायर्समध्ये परकीय इंटेलिजन्स एजंट्स खिळे किंवा स्क्रू ठोकतात, हे सर्वांना माहीत होते. अनेकदा हे घडलेले बघितल्यावर हॉर्वाथच्या मित्राने आपल्या मशीनिस्ट मित्राच्या साहाय्याने दोन्ही बाजूंनी उघडा आणि आतल्या बाजूने पोकळ असा स्क्रू बनविला होता. इंचभर लांबी असणारे टोक चाकामधून झपाट्याने हवा काढून टाकू शकत असे.

त्याने गाडीच्या आत नजर फिरवली. सरहान नक्की कशात गुंतला आहे हे त्याला समजून घ्यायचे होते. "त्याच्याबरोबर बॅग्ज होत्या?"

"नाही," निकोलस उद्‌गारला. "छोटा लॅपटॉप किंवा आयपॅड मावेल अशी चेन असणारी एक छोटी केस होती."

"त्याचा शोध घेत राहा."

हॉर्वाथने एक टायर निवडला आणि वाकून त्यामध्ये स्क्रू घुसवून तो चालायला लागला.

सरहानला जर विमान पकडायचे नसेल आणि गाडीही बदलायची नसेल तर हॉर्वाथने आत्तापर्यंत जे काही बघितले होते त्यावरून तो फक्त एकाच कारणाने इथे आला होता; विमानतळ हेच लक्ष्य होते.

दोन-दोनजणांच्या चार टीम्स सरहानच्या घरामधून बाहेर पडल्या होत्या. आपला पाठलाग होत नाही याची खात्री करून घेण्यासाठी प्रत्येक टीमने अत्यंत काळजी घेतली होती. सरहानच्या आधी निघूनही तोच सर्वांच्या आधी पोहोचला होता. काय घडणार आहे याबाबत हॉर्वाथच्या मनात असलेला थोडाफार संशयही नाहीसा व्हायला लागला होता.

सरहान या सेलचा कंट्रोलर होता. नजर ठेवण्यासाठी टर्मिनल एकवरचे पार्किंग गराज त्याने निवडले होते. तो उभा असलेल्या जागेवरून त्याला सर्व टीम्स येताना दिसणार होत्या.

आणि दोन-दोनच्या टीम्स का बनवण्यात आल्या होत्या, याचा अर्थही त्याच्या ध्यानात यायला लागला होता. ती विमा पॉलिसी होती. प्रत्येकजण दुसऱ्याला कामगिरी पार पाडायला भरीस घालणार होता. दोघेजण असल्यावर आयत्या वेळी

घाबरून कच खाण्याचा प्रसंग येणार नव्हता. एकाला फारच भीती वाटली तर दुसरा सूत्रे हातात घेऊ शकत होता. दहशतवाद्यांमध्ये कामगिरी पार पाडत असताना अशा तऱ्हेचा कल हल्ली वाढत होता.

सर्व काही योजनेप्रमाणे पार पडते आहे याची सरहानने काळजी घ्यायची होती. सगळा रक्तपात जास्तीतजास्त चित्रित करून ती फिल्म अल् जझीराला पाठविण्याची सूचनाही सरहानला दिली असण्याची शक्यता होती. अल् जझीराने तर अत्यंत आनंदाने ती फिल्म मुस्लीम जगतात प्रसारित केली असती; पण हॉर्वाथनेही निर्धार केला होता की, यातले काहीही घडू द्यायचे नाही.

हातात किल्ल्या घेऊन तो आपली गाडी शोधत असल्याप्रमाणे फिरत होता.

"पहिले वाहन आत्ताच विमानतळावर येते आहे," निकोलस म्हणाला.

"आले लक्षात," हॉर्वाथने चालताचालताच उत्तर दिले.

"त्या वाहनांच्या बाबतीत कुठली एखादी गोष्ट जाणवली तुला?"

"नाही. का?"

"टी.ओ.सी.मधल्या एकाला वाटते की, आत्ता आलेल्या गाडीचा तळ फार खाली गेलेला वाटतो. गाडीमध्ये खूप वजनदार असे काहीतरी भरलेले आहे."

सरहान आणि ते तरुण त्याच्या घरामधून बाहेर पडत असताना हॉर्वाथचे त्यांच्यावरच इतके लक्ष केंद्रित झाले होते की, वाहनांकडे त्याचे दुर्लक्षच झाले होते.

"गाडीमधून कोणी बाहेर पडले नव्हते," इअरबडमधल्या मायक्रोफोनमध्ये तो म्हणाला.

"काय?" निकोलसने विचारले.

"व्हॅनचा ड्रायव्हर. टॅक्सीकॅब्जचे ड्रायव्हर. किंबहुना टाउन कारचा ड्रायव्हरसुद्धा. सरहानच्या घरामधून माणसे येऊन गाडीत चढत असताना एकदाही, एकाही ड्रायव्हरने बाहेर पाऊल टाकले नव्हते."

"मग?"

"त्यांनी बाहेर पडून बॅग्ज आत ठेवायला कशी काय मदत केली नाही?" हॉर्वाथने विचारले.

"त्यांना तशाच सूचना दिल्या गेल्या असल्या तर?"

"कशासाठी?"

निकोलसने क्षणभर विचार केला. "त्यांना दुसऱ्या कुणी बॅग्जना हात लावावा असे वाटत नव्हते."

"शंभर टक्के बरोबर!"

"टी.ओ.सी.मधल्या एजंटचा मला आणखी एक संदेश आला आहे. त्याला त्या पहिल्या वाहनाकडे बघताना भलतीच आठवण येते आहे. इराकमधील व्हेइकल

बॉर्न इम्प्रोवाइल्ड एक्स्प्लोझिव्ह डिव्हाइसेसची.''

हॉर्वाथनेही त्याच्या करिअरमध्ये ती बघितलीच होती. ''ती गाडी कुठे जाते आहे यावर लक्ष ठेव. त्याला म्हणावं इतर गाड्यांकडे बघ आणि तसेच वाटते का सांग.''

''तू काय विचार करतो आहेस?''

''बॅग्ज घेतलेले तरुण आत जातील. स्फोट होतील. वाचलेली माणसे टर्मिनल्सबाहेर धाव घेतील. त्या चार गाड्या स्फोटकांनी भरलेल्या असल्या आणि त्यांचे स्फोट घडवून आणले तर हाहाकारच माजेल.''

''मग डी.एच.एस.ला काय सांगायचे?''

अगदी योग्य प्रश्न! पण हॉर्वाथला उत्तर द्यायचे नव्हते असा. त्यांनी जर आत्ता डी.एच.एस.ला सांगितले की, स्फोटकांनी ठासून भरलेल्या चार गाड्यांमधून आत्मघातकी बॉम्बर्सच्या चार टीम्स विमानतळावर आल्या आहेत, तर खेळच संपणार होता. काहीही घडायची वाट न बघता त्यांनी सबंध विमानतळच बंद केला असता. हॉर्वाथची समजूत बरोबर असेल तर डी.एच.एस.ने अनेक जीव वाचवले असते आणि त्याची समजूत चुकीची ठरली तर सरहान आणि इतरांना, जे त्याच्यासारखेच इतर सेल्सचे कंट्रोलर्स असण्याची दाट शक्यता होती, त्यांना त्यांचा कट फुटला आहे, हे कळले असते. पुढची माहिती मिळवण्याचे सर्व मार्ग खुंटले असते.

एफ.बी.आय. या प्रकरणात गुंतली असती. त्यांनी सी.आय.ए.चे तज्ज्ञ चौकशी अधिकारी वापरले असते तरी सरहान आणि इतरांवर ते जास्त दबाव आणू शकले नसते. पुढची पावले उचलण्याइतकी माहिती ते त्यांच्याकडून काढून घेऊ शकले नसते. एफ.बी.आय.चा संबंध आल्यावर कायद्याप्रमाणे मिळणारे सर्व संरक्षण एफ.बी.आय.ने त्यांना पुरवले असते. त्यांच्या डोक्यावर बुरखे चढवून कोणी त्यांना आइसलँडला किंवा आणखी कुठल्या कुप्रसिद्ध किंवा अज्ञात ठिकाणी घेऊन गेले नसते. अमेरिकन भूमीवर पकडले गेल्याने पद्धतशीरपणे, कोर्टाच्या कायद्यांप्रमाणे सर्व काही झाले असते. - म्हणजे त्यांना ताब्यात ठेवण्याइतका पुरावा एफ.बी.आय.ने मिळवला असता तरच.

हॉर्वाथला ब्यूरोबद्दल आदर नव्हता असे नाही, तो तसा होताच; पण ते या प्रकरणात गुंतले नाहीत तर बरे, असे त्याला वाटत होते आणि निदान या क्षणी डी.एच.एस.ने योग्य वेळेपूर्वीच हालचाल करावी, असे त्याला वाटत नव्हते.

''काही सांगू नकोस त्यांना,'' हॉर्वाथने निकोलसला सांगितले.

''आणि त्या गाड्यांमध्ये स्फोटके भरलेली असली तर?''

हॉर्वाथला कोपऱ्यात एका व्यक्तीची बाह्याकृती दिसली. ओळीने उभ्या केलेल्या गाड्यांमध्ये दडून त्याने एका गाडीचा बाहेरचा आरसा जरा फिरवला.

''दिसला तो,'' हॉर्वाथ हळूच आपल्या मायक्रोफोनमध्ये उद्गारला.

## ५३

"**का**य करतो आहे?" निकोलसने विचारले.

गाडीच्या काचांमधून बाहेर लावलेल्या आरशामधले प्रतिबिंब काही विशेष चांगले दिसत नव्हते. "काँक्रीटच्या अर्ध्या उंचीच्या कट्ट्याला टेकून लॅपटॉप उघडून बसला आहे," हॉर्वाथने उत्तर दिले.

"लॅपटॉपवर काय करतो आहे तो?"

"मला वाटते, तो फक्त देखावा करतो आहे. त्याच्या टीम्स विमानतळावर येताना बघत कामात असल्याचे दाखवतो आहे."

"आता काय?"

हॉर्वाथला स्पष्ट कळत होते की, तारिक सरहानकडून काही उत्तरे मिळवायची असली आणि तीही सटासट, तर प्रश्न विचारायचे काम त्यालाच करावे लागणार होते.

सरहानच्या पलीकडे दोन गाड्या सोडून एक कोरी करकरीत, पांढऱ्या रंगाची कॅडिलॅक एस्केलेड गाडी उभी होती. हॉर्वाथने तिचे वर्णन आणि लायसन्स प्लेट नंबर निकोलसला सांगितला आणि विचारले, "किती वेळ?"

"तीन मिनिटे दे मला," निकोलसने उत्तर दिले.

हॉर्वाथने आपल्या घड्याळाकडे बघितले. "तुला दोनच मिनिटे देऊ शकतो. तेवढ्याच वेळात व्हायला हवे."

नव्वद सेकंदांत निकोलसचा आवाज आला, "तू गाडीच्या चाव्या हरवल्या आहेस हे ऐकून ऑनस्टारच्या लोकांना फार वाईट वाटते आहे, मिस्टर चाफी. तुला ती कधी उघडून पाहिजे ते सांग मला."

"जरा थांब," हॉर्वाथ म्हणाला.

खाली उभ्या केलेल्या आपल्या गाडीच्या चाव्यांचा जुडगा हातात घेऊन हॉर्वाथ गाड्यांच्या रांगेमधून पुढे झाला.

सरहानने लॅपटॉपशेजारी एक पॅड, पेन आणि काही कागदपत्रे ठेवली होती. तो काय करतो आहे असे कुणी विचारले असते तर तो सांगू शकला असता की, तो आत्ताच कुणालातरी सोडून आला आहे आणि तातडीने पाठविण्याचा विक्रीचा अहवाल बनवतो आहे किंवा कुणाला तरी न्यायला आला आहे आणि मध्ये वेळ आहे म्हणून थोडे काम उरकतो आहे. विमानतळावर येणारी प्रत्येक गाडी या ठिकाणाहून दिसते आहे म्हणून त्याने ही जागा धरली आहे, असा संशय कुणालाच आला नसता.

"उघड गाडी आता," सरहानपासून पंधरा फुटांवर असताना हॉर्वाथने सांगितले.

एस्केलेडचे दिवे लागले आणि थम्प असा आवाज झाला. गाडीचे दरवाजे उघडले होते. इजिप्शिअनने वळून एकदा हॉर्वाथवर नजर टाकली आणि तो पुन्हा आपल्या कामाला लागला.

हॉर्वाथने त्याच्याकडे लक्षही दिले नाही. गाडीला वळसा घालून त्याने ड्रायव्हरच्या बाजूचा दरवाजा उघडला आणि तो आत बसला. गाडी वळवायला पुरेशी जागा असती तर त्याने सरळ सरहानला धडक देऊन भिंतीवर दाबून धरले असते. खूप वेळ वाचला असता त्याचा.

तेवढ्यात निकोलसने सांगितले की, पहिल्या वाहनाने दोघांना टॉम ब्रॅडले आंतरराष्ट्रीय टर्मिनलवर उतरवले आहे आणि दुसरी दोन्ही येऊन पोहोचत आहेत. सरहानच्या पार्टीमध्ये घुसण्याची वेळ झाली होती.

खिटी धरून हॉर्वाथने एस्केलेडचा टप उघडला आणि गाडीमधून बाहेर पाऊल टाकले. टप उघडताना सरहान सोडून त्याने आसपास कोणी नाही ना हे बघितले. या क्षणाला तरी कुणी नव्हते. त्याने इंजिनशी खटखट करत शिव्या घातल्या. इजिप्शिअनने पुन्हा एकदा त्याच्याकडे बघितले आणि तो आपल्या कामाकडे वळला. सरहान इथे येण्याच्या आधीपासूनच एस्केलेड तिथे होती; त्यामुळे हॉर्वाथकडून काही धोका आहे, असे त्याला वाटत नव्हते. तो इथे येऊन थांबणार आहे, हे कुणालाच कळण्याची शक्यता नव्हती.

ट्रकपासून बाजूला होत हॉर्वाथ इतक्या झटकन सरहानपर्यंत पोहोचला की, तो जवळ येईपर्यंत त्याला काही कळलेही नाही.

खिशातला टेझर काढून हॉर्वाथने चाप दाबताच काही सेकंदांच्या अवधीत त्याच्या चेहऱ्यावर प्रथम आश्चर्य, मग धक्का आणि नंतर वेदना अशा भावना उमटून गेल्या. त्याची हालचाल बंद झाली आणि तो खाली कोसळला.

हॉर्वाथ भराभरा कामाला लागला. सरहानचे हात मागे बांधून त्याने त्याच्या सगळ्या वस्तू उचलल्या आणि खेचत एस्केलेडजवळ नेले. गाडीच्या मागच्या काचा काळ्या होत्या, तेव्हा तो मागच्या बाजूलाच सरहानची चौकशी करणार होता.

इजिप्शिअनला आत ढकलून हॉर्वाथ त्याच्यामागोमाग आत शिरला. त्याने निकोलसला रिमोटवर गाडी सुरू करायला सांगितली.

सरहानला सीटबेल्ट लावून बसवून, त्याच्या पायांचे घोटे बांधून हॉर्वाथ त्याच्याशेजारी बसला. गाडी सुरू झाल्यावर त्याने मागे हात घालून ऑडिओ कंट्रोल पकडला. १९६०च्या आसपास आफ्रिकन अमेरिकन संगीत रचनाकारांनी निर्माण केलेले; तालबद्ध, ज्यावर नृत्य करता येईल असे; फन्क म्युझिक या नावाने ओळखले जाणारे संगीत वाजवणारे एक फन्क रेडिओ स्टेशन लावले. एस्केलेडमधून बाहेर आवाज जाण्याची काही शक्यता नव्हती. बँकेच्या व्हॉल्टसारखी होती गाडी; पण तरीही इजिप्शिअन किंचाळ्या मारेल ही शक्यता लक्षात घेऊन त्याने बार-केच्या *टू हॉट टु स्टॉप*चा आवाज मोठा केला.

सरहान सुरुवातीला ओरडला नाही. हॉर्वाथ कोण आहे असे त्याने विचारले नाही. तो असे का करतो आहे, हे विचारले नाही. पहिली गोष्ट त्याने कुठली केली असेल तर तो हॉर्वाथच्या तोंडावर थुंकला. हॉर्वाथच्या दृष्टीने हे पुरेसे होते. *सरहान अपराधीच होता.*

हॉर्वाथने कोपर हाणूनच इजिप्शिअनचे नाक फोडले. रक्ताची चिळकांडी उडाली आणि सरहान ओरडला. हॉर्वाथने रेडिओचा आवाज वाढवला.

''आम्हाला माहीत आहे, तारिक. *सर्व काही माहीत आहे.* मी तुला फक्त एक संधी देणार आहे. आम्ही तुझ्या माणसांना परत कसे बोलवू शकतो?''

''नाही बोलवू शकत,'' हळूच हसत तो म्हणाला.

हॉर्वाथने पुन्हा टेझरचा चाप खेचला.

विजेचा प्रवाह अंगातून सळसळत गेला आणि सरहान किंचाळला.

''सांग मला, तारिक. यानंतर वेदना वाढतच जाणार आहेत.''

''मसणात जा,'' तो त्वेषाने म्हणाला.

हॉर्वाथने पुन्हा टेझर उचलताच तो त्या कल्पनेनेच ताठ झाला. मग हॉर्वाथला त्याहून चांगली कल्पना सुचली. त्याने मागे हात घालून सिगारेट लायटर चालू केला. क्षणभरतरी सरहानच्या चेहऱ्यावर भीतीची भावना उमटली; पण तेवढीच!

''चौथे वाहन विमानतळावर पोहोचले आहे,'' निकोलस म्हणाला. ''दुसऱ्या आणि तिसऱ्या वाहनांनी त्यांच्या प्रवाशांना दुसऱ्या आणि चौथ्या टर्मिनलवर सोडले आहे.''

''ठीक आहे,'' हॉर्वाथने उत्तर दिले.

''मला मरणाची भीती वाटत नाही,'' सरहान म्हणाला.

हॉर्वाथ हसला. ''तुला ठार मारण्याची परवानगी मला असती तर मला खूप आनंद झाला असता; पण दुर्दैवाने मी ते करू शकत नाही.''

"तू काहीही करू शकत नाहीस."

"मी अगदी तस्सेच नाही म्हणणार," हॉर्वाथ म्हणाला. सिगारेट लायटर पेटला.

"मला हक्क आहेत," इजिप्शिअन उद्धटपणे म्हणाला.

"मी पोलीसमन असतो तर तुझ्या हक्कांची काळजी केली असती; पण तुझा आजचा दिवस चांगला नाही. मी पोलीस नाही. तांत्रिकदृष्ट्या विचार केला तर मी अस्तित्वातच नाही; पण मी तुला एक वचन देतो. मी कोण आहे हे तू यानंतर कधीही विसरणार नाहीस." उष्णतेने लाल झालेला सिगारेट लायटर त्याने सरहानच्या चेहऱ्याजवळ धरला. "आम्ही तुझ्या माणसांना परत कसे बोलवू शकतो?"

इजिप्शिअन पुन्हा थुंकण्याचा प्रयत्न करत होता; पण हॉर्वाथ बाजूला सरकला. रक्त आणि लाळ यांचा प्रवाह मागच्या खिडकीच्या काचेवर आपटून खाली ओघळायला लागला. हॉर्वाथला जास्त खेळ खेळायची मुळीच इच्छा नव्हती. पकडीत धरावा तसा त्याचा चेहरा पकडून हॉर्वाथने लायटर त्याच्या वरच्या ओठातच घुसवला.

सरहान ओरडायला लागला. भाजलेल्या ओठांमधून धूर यायचा थांबेपर्यंत हॉर्वाथने आपली पकड ढिली केली नाही. जळक्या मांसाचा वास गाडीत दरवळायला लागला.

मग लायटर टाकून त्याने कोटाच्या खालून पिस्तूल बाहेर काढले. कोटाच्या खिशातून सप्रेसर काढून तो गोल गोल फिरवत नळीवर लावायला लागला.

सरहानला विचार करण्याइतकाही वेळ न देता त्याने पिस्तूल त्याच्या गुडघ्यावर टेकवले आणि गोळी हाणली.

सरहान पुन्हा किंचाळू लागला, शिव्या घालायला लागला. हॉर्वाथने कोपराने त्याच्या जबड्यावर असा दणका दिला की, सरहानने आपली जीभ चावली.

इअरबडमधून अचानक रीड कार्लटनचा आवाज आला. "सर्व टीम्स आता टर्मिनल्समध्ये शिरल्या आहेत. आपण काय करायचे?"

हॉर्वाथने सरहानचा सेलफोन खेचून घेतला. त्याचा आवाज बंद केला होता आणि त्याच्यावर चार संदेश होते. प्रत्येक संदेश एकाच तऱ्हेचा होता. *आम्ही ओळीत उभे आहोत.*

एक शिवी हासडून हॉर्वाथने पिस्तूल सरहानच्या कानशिलावर टेकवले. "माझा विचार बदलला आहे. तुझ्या माणसांना परत कसे बोलवायचे हे तू सांगितले नाहीस तर मी तुला ठार मारणार आहे."

इजिप्शिअनने त्याच्याकडे नजर टाकली आणि हसला. नंतर अत्यंत उर्मटपणे म्हणाला, "मसणात जा तू."

पिस्तूल मागे घेऊन त्याच्या कानशिलावर खाडकन हाणत हॉर्वाथ उद्गारला, "आणि तूही."

"डी.एच.एस.ला काय सांगायचे आपण?"

वेळ संपला होता. आता धोका पत्करण्यात अर्थ नव्हता. "त्या सर्वांना ताब्यात घ्या म्हणावे."

"ठीक आहे," कार्लटन म्हणाला.

आणि तेवढ्यात निकोलसचा आवाज आला. "टाउन कार आत्ताच तुझ्या खालच्या मजल्यावर आली आहे. टी.ओ.सी.मधला आपला माणूस म्हणतो आहे की, चारही गाड्या खूप वजनदार बनल्या आहेत. त्याची खात्री आहे की, त्यांत ठासून स्फोटके भरली आहेत."

# ५४

**क्रि**स्ती जेकोब्सनला विमानप्रवास आवडायचा नाही. तिला भीती वगैरे वाटत नसे; पण तो प्रकार फार कटकटीचा वाटे.

१९६०च्या आसपास, विमानप्रवासाचे आकर्षण वाटण्याच्या काळात तिची आई टी.डब्ल्यू.ए.मध्ये स्ट्युअर्डेस म्हणून काम करत असे. ती किती सुरेख आणि मोहक दिसायची, ते तिला आजही आठवत होते. उड्डाणाच्या काळात उत्कृष्ट गणवेश चढवून जावे लागे. विमानतळावर कुणाला आणण्यासाठी जायचे असले, तरी छान कपडे घालून जावे लागायचे.

ती लहान असताना सर्व स्ट्युअर्डेसेस तिला राजकुमारी किंवा फॅशन मॉडेल्ससारख्या भासत असत. छोट्या हॅट्स, पांढरेस्वच्छ ग्लोव्ह्ज आणि मापाबरहुकूम शिवलेला गणवेश. पोलराईड कॅमेऱ्याने तुमचा फोटो काढून आठवण म्हणून प्रत्येकाला देत असत. विमानाने प्रवास ही खास बाब असायची. आता त्यामध्ये खूप बदल झाला होता हेच खरे!

आता विमानप्रवास बसच्या प्रवासासारखा झाला होता. छान छान कपडे घालायची गरज राहिली नव्हती. विमानात मिळणारी वागणूकही वाईट झाली होती. सगळे आकर्षण, मोहकपणा नाहीसा झाला होता.

कंपनीमधले तिचे स्थान बदलण्यापूर्वीचे अनुभव जरातरी बरे होते. गेल्या वर्षापर्यंत ती खूप वेळा विमानप्रवास करत असे. आपोआपच फर्स्ट क्लासचे तिकीट मिळे आणि प्रीमिअर काउंटर्सवर सेवा मिळत असे. आज ती जशी एका मोठ्या रांगेत उभी होती, तसे पूर्वी उभे राहावे लागत नसे.

तिने घड्याळाकडे नजर टाकली. ठरलेले उड्डाण तरी मिळणार आहे की नाही, याची तिला शंका वाटू लागली. साठतरी माणसे तिच्या आधी रांगेत उभी होती. आणि हाताच्या बोटांवर मोजता येतील एवढेच एजंट्स चेक-इनसाठी! स्वयंचलित बूथ असूनही प्रश्न निर्माण होत होते, मदतीची गरज भासत होती.

तिने मागे वळून पाहिले. पार टर्मिनलपर्यंत रांग गेली होती. शेकडो माणसे प्रवास करत होती. आता सिक्युरिटीच्या इथे किती मोठी रांग असेल, याचा तर विचारही तिला करायचा नव्हता. विमानप्रवासातील या एका गोष्टीची तिला सर्वांत जास्त चीड होती. तिने स्तनांच्या कॅन्सरशी सामना देताना दोन आयुष्ये पुरेल इतक्या किरणोत्सर्गाला तोंड दिले होते. टी.एस.ए.ने सुरू केलेल्या फुल बॉडी स्कॅनर्सचा तिला राग होता. त्याला सभ्यपणे नकार दिला की, शरीरावर थोपटून तपासणी होई. स्कॅनर्स जर शू बॉम्बर किंवा अंडरवेअर बॉम्बरला रोखू शकत नसतील, तर ते कशासाठी गरजेचे आहेत हेच तिला कळत नव्हते.

कधीकधी ती विनोदाने म्हणे की, सगळ्यांना नग्नावस्थेत प्रवास करायला लावला, तर आकाशाशी जास्तच घट्ट नाते जडेल. तिला स्वतःला हा विनोद खूप आवडत असला तरी शरीराची तपासणी करणाऱ्यांनी तिला धोक्याचा इशारा दिला होता की, हा विनोद ही खूप चांगली कल्पना नाही.

सुरक्षेच्या या उपायांसाठी ती टी.एस.ए. एजंट्सना मुळीच दोष देत नव्हती. निर्णय त्यांचा नसे. निर्णय झाला की, तो अमलात आणायचे काम त्यांचे असे. प्रवाशांचा प्रवास सुरक्षित होण्यासाठी ते घेत असलेल्या कष्टांबद्दल क्रिस्ती प्रत्येक वेळी न चुकता त्यांचे आभार मानत असे. कुणाला आवडो किंवा न आवडो; ९/११ नंतर प्रत्येकाच्याच आयुष्यात फरक पडला होता.

देशभरात वेगवेगळ्या शहरांमधल्या चित्रपटगृहांमध्ये नुकत्याच घडलेल्या घटनांचा विचार करताना तिला जाणवत होते की, प्रत्येकाच्या आयुष्यात पुन्हा एकदा फरक पडणार आहे. आता स्थानिक मल्टिप्लेक्समधल्या प्रत्येकाची थोपटून तपासणी, स्क्रीनिंग सुरू होणार की काय? बहुधा होईल. पुन्हा असे हल्ले होऊ न देण्यासाठी अमेरिका गंभीरपणे काहीतरी करते आहे, हे दाखविण्यासाठी तरी त्यांची गरज होती.

आपल्या हॉटेलमधल्या खोलीत क्रिस्ती जवळजवळ रात्रभर त्याच बातम्या ऐकत होती. फारच दुःख देणाऱ्या घटना असल्या, तरी ती टी.व्ही. बंद करू शकली नाही. सबंध देशच दुःखात बुडाला होता. हॉटेलमधल्या खोलीत टी.व्ही. बघत असताना तिला इतके एकटेएकटे वाटायला लागले की, तिने नवऱ्याला फोन केला. एकमेकांपासून हजारो मैल दूर असतानासुद्धा एकच चॅनल लावून मग ते बघत बसले होते. दुसऱ्या दिवशी ती घरी परतणार होती, याचा तिला आनंद वाटत होता.

तिला तिच्या नवऱ्याला मिठी मारायची होती, मुलांना मिठी मारायची होती. त्यांना खूप वेळ जवळ घेऊन बसायचे होते. चित्रपट बघणे सर्वांना आवडायचे. नवीन चित्रपट लागला रे लागला की, शनिवारी किंवा रविवारी ते तो बघायला जात. मोठ्या पडद्यावर चित्रपट बघण्याचा अनुभव वेगळाच असतो.

त्यांच्या चित्रपटगृहावरसुद्धा दहशतवादी हल्ला होऊ शकला असता. हल्ल्यांनी तोच संदेश तर दिला होता. कोणीही सुरक्षित नव्हते. मोठमोठ्या शहरांमधल्या चित्रपटगृहांत हल्ले झाले होते, तसेच लहान शहरांतल्या चित्रपटगृहांमध्येही.

आणि बातम्यांमध्ये सांगण्याच्या आधीच तिला या हल्ल्यांमागे कुणाचा हात होता हे माहीत होते; अल् कायदा. त्यांनी परत हल्ले करू अशी धमकी दिलीच होती आणि त्याप्रमाणे त्यांनी हल्ले केलेही होते. प्रथम शिकागोमधील रेल्वे स्टेशन्स, आता चित्रपटगृहे. *आता कुठे?* ती विचारात पडली होती.

ती विमानतळावर तरी सुरक्षित होती ना? तिला रांगेमध्ये थोडे पुढे मध्यपूर्वेतील वाटणारी दोन माणसे उभी असलेली दिसत होती. व्यावसायिक वाटत होती. *दहशतवादी नसतील ना ते?* असतीलही! का ती उगीच संशय घेत होती? दोन दहशतवादी ज्या रांगेत उभे आहेत त्याच रांगेत तीही उभी राहील, हा योगायोग तरी किती वेळा घडू शकतो?

भलतेसलते विचार करण्याबद्दल तिने स्वत:लाच मनातल्या मनात दम दिला. प्रत्येक मुस्लीम दिसला की, तो दहशतवादीच आहे अशा नजरेने तिला त्याच्याकडे बघायचे नव्हते. तसे सिद्ध होत नाही तोपर्यंत तीही इतरांसारखी साधीच माणसे असतात.

इतर कितीजणांच्या मनात तिच्यासारखेच विचार घोळत असतील? सदसद्विवेकबुद्धी असणाऱ्या मुस्लिमांनी एकत्र येऊन प्रकटपणे हिंसाचाराविरुद्ध लढा द्यायला हवा. क्रिस्ती जेकोब्सन आनंदाने त्यांच्या खांद्याला खांदा देऊन उभी राहील.

तिने त्या मध्यपूर्वेतल्या भासणाऱ्या दोघांकडे बघायचेच नाही, असे ठरवले. इतर अनेक लोक तसेच त्यांच्याकडे बघत असणार. त्यांच्यामध्ये तिला स्वत:ची भर घालायची नव्हती. तिने त्यांच्याकडे बघितलेच तर ती हसून बघणार होती. अनेकजण त्यांच्याकडे संशयित नजरेने बघत असताना त्यांच्या फक्त तीच लक्षात राहणार होती.

रांगेमध्ये हालचाल झाली. सर्वजण थोडे पुढे सरकल्यावर ती त्या दोघांपैकी एकाकडे बघू शकली. ठरवल्याप्रमाणे हळूच हसलीही. तत्काळ त्याचा चेहरा रागीट बनला आणि त्याने नजर फिरवली.

पण त्याच्या मित्राच्या लक्षात आले. त्याने तुटकपणाने का होईना पण मान डोलवली. मग वळून तो आपल्या मित्राशी हळू आवाजात बोलायला लागला. काही लक्ष द्यायची त्याची तयारी नव्हती. तो आपल्या ब्लॅकबेरीवर टेक्स्ट किंवा ई-मेल पाठविण्यात दंग झाला होता. आपण मूर्खासारखेच वागलो असे क्रिस्तीला वाटायला लागले.

संस्कृतींमधला फरक आहे हा, तिने स्वत:ची समजूत घातली. ते ज्या देशातून

आले होते त्या देशात स्त्रिया अशा तऱ्हेने परपुरुषाकडे बघून हसत नसतील. तिने त्यांच्याकडे बघायचेही नाही, असे ठरवून टाकले.

रांग अत्यंत हळूहळू पुढे सरकत होती. तिने इकडेतिकडे बघायला सुरुवात केली. तिला आवडायचे अशा तऱ्हेने लोकांचे निरीक्षण करायला. त्यांची पार्श्वभूमी काय असेल, व्यवसाय काय असेल यांची कल्पना करायला.

अनेकजण तशा तऱ्हेने विचार करण्यासारखे होते. जरा वेगळ्या वाटणाऱ्या माणसांच्या बाबतीत असा खेळ खेळायला आवडे तिला. तिने कधीही तशी कबुली आपल्या नवऱ्याकडे दिली नसती; पण जरा वेगळे याचा अर्थ क्रिस्तीच्या बाबतीत देखणे पुरुष असा होता. म्हणजे तिच्यापासून काही पावले मागे उभा असणारा पुरुष होता तसा.

अगदी सरळ रांग करून उभे राहणे शक्यच नव्हते. आजूबाजूला हालचाल करता करता आता तो पुरुष तिच्या अगदी समोर उभा होता. त्याच्याकडे टक लावून न बघणेच खूप कठीण होते. फारच सुस्वरूप होता. सहा फुटांहून उंच, निळे डोळे, लक्षवेधक हनुवटी; अगदी तगडा पुरुष!

त्याच्याकडे बघताबघता पुन्हा तिच्या डोक्यात कल्पना यायला लागल्या. कुठला उद्योग, व्यवसाय करत असेल हा? पूर्वी नक्कीच व्यावसायिक खेळाडू वगैरे असणार. त्यांच्यासारखाच दणकट होता. चाळीस-पंचेचाळीस वय असणार आता त्याचे, पण अजूनही धडधाकट होता. बुश पायलट असेल? बुश पायलट! छान शब्द वाटतात.

टक लावून बघत बसायचे नव्हते म्हणून तिने नजर दुसरीकडे वळवली; पण पुन्हा बघावेसे वाटलेच; पण आता त्याच्या चेहऱ्यावरचे भाव पालटले होते. त्यामुळेच खरेतर ती दचकली. तो तिच्यापासून दूर झाला तेव्हा तो पिस्तूल काढतो आहे, हे तिच्या लक्षात आले.

"हात दाखवा तुमचे!" तो ओरडला. "उघडे तळहात! शरीरापासून दूर! ताबडतोब!"

तो तिच्याशी बोलत नव्हता, तर पुढे असणाऱ्या त्या मध्यपूर्वेतल्या दोन माणसांशी बोलत होता हे कळायलाही तिला क्षणभर वेळ लागला. रांगेमध्ये उभी असलेली निम्मी माणसे जमिनीवर आडवी झाली होती. उरलेले मागे मागे होत गुंडाळण्यासारख्या पट्ट्या आणि छोटे छोटे उभे खांब पाडत होते. ती त्याच्या मध्ये येते आहे याची मनातून जाणीव होताच ती आडवी झाली आणि त्या माणसाने धाडकन गोळी मारली. कानात दडे बसतील असा आवाज आला.

ती ज्या माणसाकडे बघून हसली होती त्याचे डोके फुटले होते आणि हवेत लाल धुके पसरत होते. आजूबाजूला लोक किंचाळत होते.

तिने त्याच्याबरोबरच्या दुसऱ्या मध्यपूर्वेतल्या माणसाकडे बघितले. त्याच्या बॅगेच्या हँडलवर त्याने बोटे दाबून धरली होती.

त्या माणसाने हँडल खाली दाबल्यावर तिला जुन्या तऱ्हेच्या डायनामाइट डिटोनेटर बॉक्सची आठवण झाली.

त्यातल्या त्यात समाधानाची गोष्ट म्हणजे स्फोट इतका जबरदस्त होता की, क्रिस्ती जेकोब्सन व टर्मिनलमधल्या इतरांनाही, थोड्यासुद्धा वेदना झाल्या नाहीत.

# ५५

एस्केलेडच्या ड्रायव्हरच्या सीटमध्ये उडी घेऊन तो तळमजल्याच्या दिशेने अर्धा आला असतानाच हॉर्वाथला स्फोटाचा आवाज आला.

"काय झालं काय?" त्याने विचारले.

"एका आत्मघातकी बॉम्बरने स्फोटके उडवली," निकोलसने उत्तर दिले. "टर्मिनल दोन."

"बाप रे!" तो ओरडला.

"लिंकन टाउन कार निघते आहे."

हॉर्वाथने गाडीचा वेग वाढवला.

"थांब, थांब, थांब," निकोलसने आज्ञा दिली. "तो वरती निघाला आहे."

"वरती? वर कशासाठी जातो आहे तो?"

"मला माहीत नाही."

हॉर्वाथने ती मोठी एस.यु.व्ही. मागे घेऊन ॲक्सिलरेटरवर पाय दाबला. तो तीस एक फूट गेला असेल तोच रिअर व्ह्यू मिररमध्ये अचानक एक गाडी दिसायला लागली. ब्रेक दाबून तो रॅम्पकडे निघाला. "मी असा मागे जाऊ शकत नाही," तो म्हणाला. मागच्या बाजूला सरहान सीटवर उडत होता. "मला वर जाणारा रॅम्पच वापरायला हवा. टाउन कारवर लक्ष ठेव. तो काय करतो आहे ते सांग."

"ठीक आहे."

तो रॅम्पवरून दणक्यात निघाला. मग त्याने गाडीचा वेग थोडा कमी केला. टाउन कारमध्ये संशय असल्याप्रमाणे स्फोटके भरली असतील आणि तो झटक्यात तिच्या दिशेने निघाला तर ड्रायव्हर घाबरून गराजमध्येच स्फोटके उडवून देण्याचा संभव होता. त्या गाडीच्या ड्रायव्हरनेही स्फोटाचा आवाज ऐकला असणारच. हल्ला सुरू झाला आहे हेही त्याला कळले असणार. हॉर्वाथला काळजीच घ्यायला हवी होती. एक चुकीची हालचाल झाली असती तर खेळ खलास झाला असता.

“रॅम्प सोडून तो तिसऱ्या मजल्याकडे वळला आहे,” निकोलसने सांगितले.

*तिसऱ्या मजल्यावरच का?* हॉर्वाथ विचारात पडला.

काही सेकंदांनी निकोलसनेच त्याच्या मनातल्या प्रश्नाचे उत्तर दिले. “तो दारातून वरच्या डेकवरच्या रस्त्यावर घुसण्याचा प्रयत्न करणार आहे.”

“पण तिथे अणकुचीदार खिळे ठोकले आहेत ना?”

“असले तरी त्याला त्याची पर्वा दिसत नाही.”

हॉर्वाथने एस्केलेडचा वेग वाढवला. तो तिसऱ्या मजल्यावरून वरच्या डेकच्या दिशेने निघाला.

“त्याने फूटपाथवरून तिकीट मशीन उडवले आहे! अगदी डावीकडची लेन!” इअरबड्समधून निकोलसचा आवाज आला.

“कुठल्या बाजूला वळतो आहे तो?”

“उजव्या. टर्मिनल दोनकडे निघाला आहे!”

“इतर टर्मिनल्समधल्या बॉम्बर्सना पकडले आहे ना?”

“हो.”

“आणि स्फोटकांनी भरलेल्या गाड्यांचे काय?”

“लॉस एंजेलिस पोलीस डिपार्टमेंट आता त्यांच्याच मागावर आहे.”

टर्मिनल दोनमध्ये स्फोट झाला होता, तेव्हा त्या टर्मिनलबाहेरच्या वरच्या डेकवर या क्षणी प्रचंड गर्दी असणार. “पोलिसांना सांग की, स्फोटकांनी भरलेल्या गाड्यांना टक्कर देऊ नका,” हॉर्वाथने सांगितले. “त्यांनी त्या गाड्यांच्या ड्रायव्हर्सना ठार मारायला हवे आणि टी.एस.ए.ला फूटपाथवरची गर्दी हटवायला सांग.”

स्फोटके भरलेल्या इतर तीन गाड्या निघाल्या आहेत की नाही, याची हॉर्वाथला कल्पना नव्हती; पण टाउन कारच्या बाबतीत फक्त तोच काहीतरी करू शकत होता आणि इतर गाड्यांकडे पोलिसांनाच बघावे लागणार होते. ते वेळेत सर्व काही करतील, अशी आशा बाळगणे एवढेच त्याच्या हातात होते.

प्रवेशद्वाराच्या दिशेने तो वेगात निघालेला असतानाच टाउन कार कुठून बाजूला झाली, हे त्याला दिसत होते. साठ मैल वेगात असतानाच त्याने ब्रेक दाबले आणि उजवीकडे वळून तो पार्किंगबाहेर पडला. चुकीच्या बाजूने गाडी हाकत असताना समोरून येणाऱ्या दोन गाड्यांना बाजूने घासतच तो पुढे गेला. टाउन कार कुठे निघाली आहे हे निकोलसला विचारण्याची गरजच नव्हती. ती टर्मिनल दोनच्या दिशेनेच निघाली असणार; कारण, तिथेच ती भयंकर हाहाकार उडवू शकत होती.

काही सेकंदांतच तो विमानतळाभोवतालून जाणाऱ्या वरील डेकवरच्या रस्त्यावर होता. समोर टर्मिनल दोन दिसत होते आणि टाउन कारही! तो योग्य वेळेत त्या गाडीजवळ पोहोचू शकणार नाही, असे त्याला वाटायला लागले.

एवढ्यात पोलीस अधिकाऱ्यांनी टाउन कारवर गोळीबार सुरू केला. हॉर्वाथ घाबरूनच बघू लागला. ती गाडी सरळ त्यांच्या दिशेनेच निघाली होती.

भेदरलेले नागरिक सैरावैरा कुठेही पळत सुटले. काही रस्त्यावरच आले. धोक्यापासून दूर जायचे एवढा एकच विचार त्यांच्या मनात होता. त्याच्याच दिशेने येणारा एक मोठा गट बघितल्यावर त्याने कशीबशी गाडी वळवली.

स्वत:च्या गाडीवर ताबा मिळवल्यावर त्याला दिसले की, टाउन कारने दोन पेट्रोल कार्सना धडक दिली होती. लॉस एंजेलिस पोलीस खात्याच्या शूर पोलीस अधिकाऱ्यांनी गोळ्या झाडणे थांबवले नव्हते की आपली जागा सोडली नव्हती.

हॉर्वाथने ब्रेक दाबले. एस्केलेड कर्णकटू आवाज करत थांबली आणि हॉर्वाथने बाहेर उडी घेतली. त्याने आपले पाकीट अर्धवट उघडून उंच धरले. त्याच्यापासूनही धोका आहे अशी समजूत करून कोणी गोळी मारलेली त्याला नको होती. मग तो जोरात खोटेच ओरडला. ''एफ.बी.आय.'' आणि पार बाजूला ढकललेल्या पेट्रोल कार्सच्या दिशेने निघाला. कोणताही पोलीस अधिकारी त्याला दिसला नाही.

तो दहाएक फूट अंतरावर असताना टाउन कारचा दरवाजा धाडकन उघडला. पाकीट टाकून हॉर्वाथने पिस्तूल दोन्ही हातांमध्ये धरून वर उचलले. ड्रायव्हरने एक पाऊल गाडीबाहेर टाकले, मग दुसरे. त्याच्या दोन्ही गुडघ्यांमध्ये एक एक गोळी झाडत हॉर्वाथ त्याच्या दिशेने धावत सुटला. आपले पिस्तूल वर उचलून ड्रायव्हरने स्वैर गोळीबार सुरू केला.

स्वत:ला जमिनीवर झोकून देऊन हॉर्वाथने त्याला प्रत्युत्तर दिले. ड्रायव्हरच्या बाजूच्या दरवाजामधून त्याने ड्रायव्हरच्या शरीरावर एकामागोमाग एक गोळ्या झाडल्या.

झटक्यात रिकामे मॅगझीन काढून भिरकावून दिले. कित्येक यार्ड अंतरावरच्या पदपथावर ते आवाज करत खाली पडायच्या आधीच त्याने दुसरे मॅगझीन पिस्तुलात घुसवून खटका सरकवून, नवीन गोळी चेंबरमध्ये आणून पुन्हा गोळी झाडलीही होती.

तो टाउन कारजवळ पोहोचला. ड्रायव्हरने परत गोळीबार सुरू केला नव्हता. हॉर्वाथचे लक्ष प्रथम त्याच्या पायांकडे गेले. मग शरीराकडे. मधल्या हात ठेवण्याच्या दांड्यावरून तो अर्धा पलीकडे कोसळला होता.

''हात,'' हॉर्वाथ ओरडला. ''हात दाखव तुझे.''

जरा डावीकडे सरकून त्याने गाडीत नजर टाकली. ड्रायव्हरचे रिकामे झालेले पिस्तूल खाली पडले होते; पण त्याच्या हातामधील दुसरी गोष्ट बघताच हॉर्वाथचे रक्तच गोठले.

हॉर्वाथने झाडलेल्या पहिल्या गोळीने त्याचा अंगठा उडवला. मग त्याने चार

गोळ्या ड्रायव्हरच्या डोक्यात झाडल्या; पण तरीही तो नक्की मेला आहे याची खात्री न पटल्यामुळे त्याने त्याला आणखी पाच गोळ्या मारल्या.

टाउन कारमध्ये हळूच सरपटत जात हॉर्वाथने जो सेलफोन ड्रायव्हर चाचपडत होता, तो हातात घेतला. स्क्रीनवर एक नंबर दिसत होता. त्याची खात्री होती की, तो नक्की टाउन कारमध्ये कुठेतरी असणाऱ्या सेलफोन डिटोनेटरचा होता. ड्रायव्हर *सेन्ड* बटण दाबू शकला असता, तर टाउन कार प्रचंड स्फोट होऊन पार उद्ध्वस्त झाली असती.

हॉर्वाथने काळजीपूर्वक फोनमधील बॅटरी काढली, दोन्ही वस्तू डॅशबोर्डवर ठेवल्या आणि तो बाहेर आला.

एका पेट्रोल कारची ट्रंक उघडून त्याने मेडिकल किट बाहेर काढले आणि तो कोसळलेल्या पोलीस अधिकाऱ्यांजवळ गेला. दोघेजण आधीच मेले होते आणि इतर जखमी झाले होते. विमानतळावरून गोळीबाराच्या फैरींचे आवाज येतच होते. विमानतळ एक युद्धक्षेत्र बनले होते.

''तू, तू आणि तू!'' जवळच लपलेल्या तिघांकडे बघत तो ओरडला, ''या माणसांना तुमच्या मदतीची गरज आहे.''

नागरिक जवळ आले आणि त्यांनी भराभर व्हॅक्यूम सील्ड पॅकेट्स फाडली. त्याने प्रेशर ड्रेसिंग्ज लावली आणि इस्रायली बँडेजेस. मग त्याने दुसऱ्या एकाला दुसऱ्या पेट्रोल कारमधील औषधे आणायला पाठविले.

पोलीस अधिकाऱ्यांच्या बाबतीत त्यांची प्रकृती स्थिर ठेवण्यासाठी काय करायचे ते सांगून त्याने पोलीस रेडिओवरून पोलीस अधिकारी जखमी झाल्याचा संदेश दिला, जागा सांगितली आणि दुखापतींचे स्वरूप सांगितले.

त्याला तेवढेच करण्यासारखे होते. लढाई तर चालूच होती. तो धावतच एस्केलेडकडे गेला, आपले पाकीट उचलले; गाडीत शिरला आणि तिथून नाहीसा झाला.

## ५६

**टॉ**म ब्रॅडले टर्मिनलच्या दिशेने हॉर्वाथ वेगाने निघालेला असतानाच निकोलसने कळवले की, इथली लढाई तरी संपली आहे. लॉस एंजेलिस पोलीस आणि डी.एच.एस. ऑपरेटर्सनी स्फोटकांनी भरलेल्या गाड्यांपासून असलेला धोका नष्ट केला आहे. सर्व दहशतवादी ठार झाले होते. अर्थात, तारिक सरहान सोडून. तो एस्केलेडच्या मागच्या सीटवर बेशुद्धावस्थेत पडलेला होता.

देशातल्या इतर विमानतळांवर अशा तऱ्हेचे हल्ले होण्याची दाट शक्यता आहे, असे कळविले होते. दोन ठिकाणचे हल्ले ते रोखू शकले होते. दोन महिन्यांपूर्वी जेव्हा दुसरे हल्ले टाळण्यात त्यांना यश आले होते, तेव्हाच निकोलस म्हणाला होता की, ही लाट म्हणजे केवळ एक झलक आहे. खऱ्या त्सुनामीने तर अमेरिकेला अजून धडक दिलेलीच नाही. एक हल्ला थांबवावा तर दुसरा होत होता; कुठे थांबणार होते हे सर्व?

हॉर्वाथने पार्किंगमध्ये जाऊन आपली भाड्याची गाडी शोधली. सरहानच्या गुडघ्याला बँडेज गुंडाळून त्याला ट्रंकमध्ये टाकले. गाडीत चढताना त्याने निकोलसला सूचना दिली की, तो दिसत असणारे विमानतळावरचे सर्व सी.सी.टी.व्ही. फूटेज पुसून टाक.

तो विमानतळावरून बाहेर पडत असताना असंख्य इमर्जन्सी व्हेइकल्स विरुद्ध दिशेने निघाली होती. ती बघताना त्याला आठवण झाली की, त्याला स्वत:साठी आणि सरहानसाठी काहीतरी सोय बघायला हवी. त्याने निकोलसला, कार्लटनशी फोन जोडून द्यायला सांगितले. कार्लटन फोनवर आल्यावर त्याने विचारले, ‘‘आमच्यासाठी सेंटिनल जेट लवकरात लवकर कधी पोहोचू शकेल?’’

‘‘बघतो ताबडतोब,’’ म्हातारबुवा म्हणाले. ‘‘त्याची स्थिती किती वाईट आहे?’’

‘‘त्याने सिगारेट लायटर चोखायचा प्रयत्न केला आणि गुडघ्यात गोळी मारून घेण्यापूर्वी स्वत:ला टेझ पण केले.’’

"कळले. अगदी जवळ कुठले विमान उपलब्ध आहे, ते प्रथम बघतो. विमानतळ नंतर ठरवू. लॉस एंजेलिसचा विमानतळ बंद केला आहे आणि बहुधा काही दिवसतरी तसाच राहील."

"मी राहत होतो त्या घराकडे बघण्यासाठी कुणीतरी लागेल," हॉर्वाथ म्हणाला. "पाळत ठेवण्याची सगळी साधनसामग्रीही मी तिथेच सोडून आलो आहे."

"कुणाला तरी सांगतो त्याबद्दल."

"आणि सरहानच्या घरीही टीम पाठवायला हवी."

"तेही बघतो," कार्लटन म्हणाला. मग त्याने विषयच बदलला. "कुणाला पत्ता लागणार नाही असा फोन अजूनही तुझ्याकडे आहे ना?"

"अर्थातच आहे. का?"

"हॅन्क मॅक्ब्राइड नावाच्या माणसाकडून दोन वेळा फोन आला होता. खूप महत्त्वाचे काम आहे म्हणाला."

हॉर्वाथने तत्काळ नाव ओळखले. हॅन्क त्याच्या वडिलांचा सील टीममधला दोस्त होता. हॉर्वाथ लहान असताना त्याचे वडील जेव्हा कामगिरीवर असत, तेव्हा तो घरी येऊन सर्व ठीक आहे, याची काळजी घेत असे. हॉर्वाथच्या आईशी आजही त्याचे जवळचे संबंध होते. त्याच्या फोनचा एकच अर्थ असू शकत होता. "कशाबद्दल वगैरे काही बोलला?"

"नाही. फक्त फोननंबर देऊन शक्य तितक्या लवकर फोन करायला सांगितले आहे."

हॉर्वाथने फोननंबर घेतला. तो त्याला फोन करेल, असे कार्लटनला सांगितले. मग तो दक्षिणेकडे नेणाऱ्या ४०५ फ्रीवेकडे निघाला. त्याची आई अजूनही सान डिएगोच्या उपसागरापलीकडे कोरोनाडो आयलन्ड्सवर राहत होती.

हॅन्क मॅकब्राइडचा नंबर लावत असताना एका चौकामध्ये लाल सिग्नल असतानाही त्याने गाडी दामटली. दोन गाड्यांशी टक्कर होता होता तो बचावला एवढेच!

"हॅन्क बोलतो आहे," उत्तरादाखल सीलचा आवाज आला.

"हॅन्क, मी स्कॉट," हॉर्वाथने उत्तर दिले. "आई ठीक आहे ना?"

"आई ठीक आहे. काळजी सोड."

"काय झाले?"

"काहीच नाही. मी तुझ्या आईसाठी फोन केला नाही. मला मदत हवी आहे."

हॉर्वाथने गाडीचा वेग कमी केला. "आई नक्की ठीक आहे ना?"

"ती अगदी व्यवस्थित आहे," मॅक्ब्राइडने पुन्हा खात्री दिली. "त्या बाजूला दोन दिवसांपूर्वी गेलो होतो तेव्हा तिला भेटलो होतो. खरेतर छानच आहे ती."

देवाचेच आभार! त्याच्या मनात विचार आला. त्याच्या हृदयाची धडधड कमी झाली. ''हॅन्क, मी आत्ता खूप कामात आहे. नंतर फोन केला तर चालेल?''

''कधी?''

''सांगता येत नाही,'' हॉर्वाथने उत्तर दिले. ''पण नक्की फोन करेन.''

पूर्वाश्रमीचा सील 'नाही' असे उत्तर ऐकणारच नव्हता. ''स्कॉट, काम खूप महत्त्वाचे नसते तर तुझा शोध घेऊन मी तुझ्या कार्यालयामध्ये तुझ्यासाठी दोन निरोप ठेवलेच नसते.''

हॉर्वाथने पुढल्या एक्झिटपर्यंतचा वेळ त्याच्यासाठी देण्याचे ठरवले. ''तुला काय हवे आहे, हॅन्क?''

''मला काहीच नको आहे. मी माझ्या मित्रासाठी फोन केला आहे.''

भूतपूर्व अध्यक्षांसाठी काम केले असल्याने वॉशिंग्टनमधल्या कामासाठी त्याला गळ घालणाऱ्या लोकांचा त्याने अनुभव घेतला होता; तेव्हा तो स्पष्टपणे म्हणाला, ''मी तुझा थोडा वेळ वाचवतो. सध्याच्या सरकारमध्ये माझ्या कुणाशीही ओळखी नाहीत.''

''हे सर्व तशा कामासाठी नाही.''

''मला उद्धटपणा दाखवायचा नाही, हॅन्क; पण मी आता खरोखरच घाईत आहे. मुद्द्याचं बोलशील का?''

हॅन्कने मग अजिबातच वेळ गमावला नाही. ''लॅरी सालोमन कोण आहे ते माहीत आहे तुला?''

''चित्रपटनिर्माता? अर्थातच माहीत आहे.''

''त्याचा काटा काढण्यासाठी कुणीतरी स्पेट्झनॅझ टीम पाठवली होती.''

''कधी?''

''परवा रात्री,'' हॅन्क म्हणाला. ''टी.व्ही.वर सारखे तेच चालू होते. म्हणजे त्या हरामखोरांनी चित्रपटगृहांवर हल्ले करेपर्यंत तरी. अरे देवा, आता काय करणार आहेत ते?''

''टी.व्ही. लाव तुझा. आत्ताच त्यांनी लॉस एंजेलिस विमानतळावर हल्ला केला आहे.''

''काय?''

''मी खूपच कामात असण्याचे ते एक कारण आहे, हॅन्क. सालोमनला मारले का त्यांनी?''

मागचा टी.व्ही. लावता लावता हा जुना सील क्षणभर थबकला. ''त्याच्या सर्व फिल्म्सचा तांत्रिक सल्लागार युनिटमधलाच माणूस आहे, ल्यूक रॅल्स्टन. मित्र आहे माझा. सालोमन घरी गेला, तेव्हा त्याच्याबरोबर तोही होता. ते घरी आले तर

स्पेट्झनॅझ टीम आलेलीच होती. त्या दोघांनी ठार मारले त्यांना.''

''सालोमन आणि युनिटमधल्या माणसाने?''

''हो; पण ती मोठी कथा आहे.''

''जी खरी म्हणजे त्यांनी पोलिसांना सांगायला हवी होती.''

''तोच प्रश्न आहे,'' हॅन्क म्हणाला. ''ते पोलिसांकडे जाऊ शकत नाहीत. अजूनतरी नाही. आता चांगला भाग. ही भाडोत्री खुन्यांची टोळी कोणी पाठवली, हे रॅल्स्टनने शोधून काढले आहे.''

''आणि तरीही तो पोलिसांशी बोलायला तयार नाही? हॅन्क, माझा सल्ला ऐक तू. या सगळ्यापासून दूर राहा. जर ते पोलिसांकडे जायला तयार नसतील, तर काहीतरी गडबड असणार.''

''म्हणून तर मी त्यांना मदत करायचा प्रयत्न करतो आहे, मुला.''

तो लहान असतानाच फक्त हॅन्क मॅक्ब्राइड त्याला मुला म्हणत असे. शाळेत असताना यावरून तो त्याच्याशी भांडलाही होता. आता त्याच्या आवाजाची जरब नाहीशी झाली असली, तरी तो नीट ऐकू लागला.

''तर मग माझ्याकडून काय अपेक्षा आहे तुझी?'' हॉर्वाथने विचारले.

''माझे काय किंवा ल्यूकचे काय, आमचे संबंध स्पेशल ऑपरेशन्समधल्या माणसांशीच येतात. सीक्रेट सर्व्हिसशी आमचा संबंध येत नाही. आमचा विश्वासही नसतो त्यांच्यावर, पण तुझी त्यांच्याशी चांगली घसट आहे.''

''रशियन इंटेलिजन्समधल्या काहींना ओळखतो मी. म्हणजे त्यामुळे मदत होणार असेल तर; पण त्यासाठी आत्ता मला...''

''नाही,'' मॅक्ब्राइडने त्याला अडवले. ''ते शोधले आहे आम्ही. खून करण्यासाठी खास माणसांना लॉस एंजेलिसमध्ये आणणारा माणूस पूर्वीचा एफ.एस.बी. ऑपरेटिव्ह होता; पण तशी आज्ञा देणारा माणूस ब्रिटिश इंटेलिजन्सचा होता.''

*''ब्रिटिश इंटेलिजन्स?''*

''स्पष्टच सांगायचे तर एम.आय.५.''

हॅन्कला नक्कीच चुकीची माहिती मिळालेली असणार. ''आता ब्रिटनच्या अंतर्गत इंटेलिजन्स सर्व्हिसमधल्या कुणालातरी हॉलिवुडच्या कुठल्यातरी निर्मात्याचा खून करायचे कारणच काय?''

''त्याचाच तर आम्हाला शोध लावायचा आहे. कुणाला विचारू शकशील तू?''

हॉर्वाथचे सध्या त्यांच्याशी संबंध होते. लंडनमधील एक दहशतवादी सेल उद्ध्वस्त करून एक मोठा हल्ला टाळण्यासाठी हॉर्वाथने अलीकडेच स्कॉटलंड यार्ड आणि एम.आय.५ ला मदत केली होती.

“मी एका माणसाला विचारू शकतो,” हॉर्वाथ म्हणाला. “त्या हल्ल्यामागचा जो सूत्रधार आहे अशी तुला शंका आहे, त्या एम.आय.५च्या ऑपरेटरचे नाव काय आहे?”

मॅक्ब्राइडने नाव सांगितल्यावर हॉर्वाथचा स्वत:च्या कानांवर विश्वास बसेना.

तो इतका वेळ स्तब्ध होता की, सीलला वाटले फोन बंद झाला आहे. “तू आहेस ना अजून फोनवर?” त्याने विचारले.

“आहे,” हॉर्वाथने उत्तर दिले.

“मग तो कोण रॉबर्ट ॲशफोर्ड आहे त्याच्या बाबतीत तू मदत करू शकणार आहेस का?”

“हा फार गंभीर आरोप आहे. तुला पुरावा द्यावा लागेल. खूप पुरावा.”

“आमच्याकडे तसा पुरावा आहे,” हॅन्क म्हणाला. “तू अचानक वेगळाच भासायला लागला आहेस. काय झाले?”

हॉर्वाथने उत्तर दिले नाही. “तुझ्याकडे असलेला पुरावा बघायचा आहे मला.”

“माझी काहीच हरकत नाही; पण ती अशी गोष्ट नाही की, मी पोस्टाने पाठवू शकेन.”

“तू ती तशी पाठवायची आवश्यकता नाही. मी येईन तुझ्याकडे.”

“तू इथे आहेस?” मॅक्ब्राइडने विचारले. “कॅलिफोर्निया?”

“आत्ता मी फ्रीवे ४०५वर आहे. माझ्याकडे नेहमीचा सेलफोन नाही. मला पत्ता सांग पुन्हा.”

हॅन्कने पत्ता दिल्यावर हॉर्वाथने त्याला सांगितले की, तिथून हलू नकोस आणि कुणाशी बोलूही नकोस. फोन बंद करून तो पुन्हा वेगात निघाला.

म्हातारबुवांना फोन करायचा विचार त्याच्या मनात येऊन गेला. कार्लटननेच त्याची ॲशफोर्डची ओळख करून दिली होती; पण मनात आलेली कल्पना त्याने तत्काळ झटकून टाकली.

येमेनमधल्या कामगिरीच्या योजनांमध्ये रॉबर्ट ॲशफोर्डला सामील करून घेतले होते. कार्लटन सभ्यपणे वागला होता. आझीम अलीम ब्रिटिश नागरिक होता. ॲशफोर्डने लंडनमध्ये कार्लटन ग्रुपला खूप मदत केली होती.

पण येमेनमधील कामगिरी शेवटच्या क्षणी फसली होती. हॉर्वाथच्या मनात भलताच विचार यायला लागला होता. ॲशफोर्डच त्याला कारणीभूत होता का? काय चालू आहे याचा नीट छडा लागेपर्यंत तो कुणालाच फोन करणार नव्हता.

# ५७

हॉर्विथने गाडी हॅन्क मॅक्ब्राइडच्या ड्राइव्हवेवरून मागे घेतली आणि किचनच्या दरवाजासमोरच्या कारपोर्टखाली ती उभी केली.

अनुभवी सीलने हॉर्वाथला मिठी मारत म्हटले, ''आल्याबद्दल आभार!''

''आज सोपे होते ते. छान दिसतो आहेस.''

''खाण्या-पिण्याच्या चांगल्या सवयींमुळे असणार ते.''

तो किती दारू प्यायचा आणि काय खायचा, याची कल्पना असल्याने हॉर्वाथ नुसताच हसला.

''आत ये,'' मॅक्ब्राइड म्हणाला. ''ल्यूक आणि सालोमन उत्सुक आहेत तुला भेटायला.''

''प्रथम मला ट्रंकमधून काहीतरी बाहेर काढण्यासाठी तुझी मदत हवी आहे.''

हॅन्कने त्याच्याकडे बघितले. *काहीतरी का कुणाला तरी?*

हॉर्वाथने त्याला गाडीच्या मागच्या बाजूला नेले. ट्रंक उघडली.

''कोण आहे हा?''

''तो इथे कधीही नव्हता. तू त्याला कधी बघितलेलेही नाहीस.''

''आत्ता लॉस एंजेलिसच्या आंतरराष्ट्रीय विमानतळावर जे काही घडले, त्याच्याशी याचा काही संबंध आहे?''

''मला त्याबाबत काहीही बोलायचे नाही.''

हॉर्वाथने त्याला थांबवायच्या आधीच मॅक्ब्राइडने क्षणार्धात तारिक सरहानच्या नाकावर एक ठोसा हाणला होता.

''हॅन्क! थांबव ते!''

''सांग त्यांना की, गाडीमधून उतरताना पाय घसरून पडला म्हणून.''

''तू मला मदत करणार आहेस की नाही?'' हॉर्वाथने विचारले.

''त्याला सोड आहे तिथेच,'' सील म्हणाला. ''त्याला घरात आणण्याची

गरजच काय?''

"*कस्टडीत असताना अचानक मृत्यू* असे काही ऐकले आहेस तू?''

"म्हणजे ताब्यात असणाऱ्या कुणालातरी पुलावरून खाली फेकून द्यायचे ठरवावे तसे?''

"एखाद्या संशयिताला डक्टटेप लावून छोट्या जागेत कोंडून ठेवले तर मरू शकतो तो,'' हॉर्वाथ म्हणाला.

"सगळा देशच फार नरमाईने वागायला लागला आहे हल्ली,'' मॅक्ब्राइड म्हणाला. "असल्या माणसांना आम्ही दिवसेंदिवस ट्रंकमध्ये ठेवत होतो. माझा तर अनुभव होता की, ते नंतर कुठलेही सहकार्य द्यायला तयार होतात.''

हॉर्वाथने त्याच्याकडे दुर्लक्ष केले. "मला एखादा बांबू वगैरे हवा आहे. न मोडता खूपसे वजन सहन करू शकेल असे काहीतरी आणि एखादी चादरही.''

मान हलवत मॅक्ब्राइड घरात गेला आणि काही मिनिटांत परत आला.

रस्त्यावरून कुणी बघत नाही याची खात्री करून त्यांनी सरहानला ट्रंकमधून बाहेर खेचले आणि काँक्रीटवर पोटावर झोपवले. डक्टटेपने बांधलेले घोटे आणि फ्लेक्सकफ्सनी आणि जास्त मजबुतीसाठी डक्टटेपने बांधलेली मनगटे यांच्यामधून त्यांनी बांबू सरकवला. त्याच्यावर चादर घातली आणि एखाद्या डुकराला उचलून गावात परत येणाऱ्या बुशमेनप्रमाणे त्यांनी त्याला घरात नेले.

किचनमध्ये शिरल्यावर हॅन्कने आपल्या बाजूचे टोक सरळ सोडून दिले. "अरे,'' तो उगीचच म्हणाला.

हॉर्वाथने त्याच्या बाजूचे टोक खाली टेकवले, बांबू बाहेर खेचला आणि चादर काढली.

"त्याला कुठे ठेवायची इच्छा आहे तुझी?'' मॅक्ब्राइडने विचारले.

"आपण त्याला इथेच ठेवू शकतो.''

"तो काय बघेल, ऐकेल याची काळजी नाही वाटत तुला?''

सर्वसाधारणत: हॉर्वाथने तशी पर्वाच केली नसती; पण सरहान शेवटी कुणाच्या ताब्यात जाणार आहे याची त्याला काहीच कल्पना नव्हती, तेव्हा त्याला सर्वच गोष्टींची जितकी कमी माहिती असेल, तितके बरे पडले असते.

"त्याला ठेवू शकू अशी एखादी जागा आहे तुझ्याकडे?'' हॉर्वाथने विचारले.

"मी तर आता भाडे आकारायलाच सुरुवात केली पाहिजे,'' असे मान हलवत बडबडत त्याने हॉर्वाथला त्याच्या मागोमाग येण्याची खूण केली.

हॉर्वाथने पाठीमागून सरहानचा शर्ट धरला आणि लिनोलियम पसरलेल्या जमिनीवरून त्याला खेचत मॅक्ब्राइडच्या मागोमाग एका छोट्या हॉलवेमधून त्याच्या लाँड्री-हॉबी रूमपर्यंत नेले. दारावर ठोकताच दुसऱ्या एका माणसाने ते उघडले.

रॅल्स्टन असणार, हॉर्वाथच्या मनात विचार आला. हॅन्कच्या काम करायच्या टेबलाशेजारी लॅरी सालोमन बसला होता. त्याचा फोटो तर हॉर्वाथने अनेक वेळा बघितला होता.

जमिनीवर डक्टटेप लावलेला, हॅन्कच्याच वयाचा, चिकट झालेल्या काळ्या केसांचा, रुंद चपट्या नाकाचा एक माणूस पडलेला होता.

"जरा उशीर झाला आम्हाला," सरहानला सोडत हॉर्वाथ म्हणाला.

"तुम्हाला किचनमध्ये बोलत बसायला हरकत नाही. मी या दोघांवर लक्ष ठेवतो," हॅन्कने स्वत:हून सांगितले.

रॅल्स्टन आणि सालोमनच्या मागोमाग बाहेर पडतापडता हॉर्वाथने त्याचे आभार मानले. कैद्याशी दंगामस्ती न करण्याची आठवणही त्याला करून दिली. कामाच्या टेबलावरचा हातोडा उचलत तसा विचार त्याच्या स्वप्नातही येणार नाही, अशी हॅन्कने खात्री दिली. मान हलवतच हॉर्वाथ किचनमध्ये पोहोचला.

रॅल्स्टनने स्वत:ची ओळख करून दिली. मग सालोमनची.

"मी तुझ्या चित्रपटांचा मोठा चाहता आहे," हॉर्वाथने निर्मात्याला सांगितले.

"आभार!" तो म्हणाला. "तू आलास त्यामुळेही खूप आनंद झाला."

हॉर्वाथने टेबलाकडे बोट दाखवत दोघांना विचारले, "काय चालले आहे ते सांगणार का आता मला?" हॅन्कने कॉफी बनविलेली दिसल्यावर त्याने स्वत:साठी एक कप कॉफी घेतली. त्या दोघांसाठी कप भरायची तयारी दर्शवली. त्यांनी अगदी सभ्यपणे नकार दिला.

ल्यूक सांगत असताना टेबलाशी बसून तो ऐकत होता. मधला काही तपशील सालोमनने सांगितला.

वीस मिनिटांनी तो आणखी एक कॉफीचा कप संपवत असताना रॅल्स्टन शेवट करत होता, "तेव्हा मग हॅन्कने तुला फोन केला आणि आता आपण इथे बसलेलो आहोत."

आश्चर्यकारक कथा होती खरंच. हॉर्वाथ मागे टेकून विचार करत होता. "नंतरचे माहीत नाही; पण याट्सकोला तू ठार केले नाहीस, हे खूप चांगले केलेस."

"मी शब्द दिला होता," रॅल्स्टनने उत्तर दिले. "पण त्याच्या कानाजवळून गोळ्या झाडल्याने त्याच्या कानाचा पडदा फुटला असेल बहुधा."

"त्याला किंमत मोजायला लावली पाहिजे," सालोमन म्हणाला.

हॉर्वाथने होकारार्थी मान हलवली, "पण तुम्ही दोघांनी योग्य तेच केले आहे." मग त्याने निराळाच प्रश्न केला. "त्याच्या गाडीच्या ट्रंकमधल्या बेघर माणसाचे काय झाले?"

"मी याट्सकोला इथेच सोडून परत लॉस एंजेलिसला गेलो. माझे हातांचे ठसे

पुसून टाकले. गाडी त्याच्या गराजमध्ये ठेवली.''

''आणि हार्डड्राइव्ह कुठे आहे?''

रॅल्स्टनने टेबलाखाली हात घातला. तिथे ती टेपने चिकटवून ठेवली होती. त्याने ती काढली आणि हॉर्वाथच्या हातात ठेवली. वाळवंटामध्ये रशियनने सांगितलेले कोडही दिले.

''तू तिच्यावरची माहिती वाचायचा प्रयत्न केला नाहीस ना?''

रॅल्स्टनने मान हलवली. ''तो त्याचे प्राण वाचविण्यासाठी सौदा करत होता, तेव्हा मला वाटते, त्याने खरा कोडच सांगितला आहे; पण अशा तऱ्हेच्या गोष्टींशी माझा अनेकदा संबंध आला आहे. त्याने मला तशा परिस्थितीतही *किल-कोड,* चुकीचा पासवर्ड दिलेला असायचा; जो मी टाइप केला तर हार्डड्राइव्हरची सर्व माहितीच नष्ट व्हायची.''

''हुशार आहेस,'' हॉर्वाथने उत्तर दिले. ''पूर्व किनाऱ्यावर असलेला आमचा तज्ज्ञ ती माहिती सुरक्षितपणे काढून वाचू शकेल आणि प्रोजेक्ट ग्रीन रॅम्प? तू म्हणाला होतास की, अत्यंत खळबळजनक आणि अनपेक्षित घटना घडवून आणून अमेरिकेचा संपूर्ण विनाश करण्याची ती योजना आहे म्हणून. त्या कोणत्या तऱ्हेच्या घटना असू शकतील, याची काही कल्पना आहे तुला? सध्याचे सर्व दहशतवादी हल्ले त्याच योजनेचा भाग असू शकतील?''

''कोणतीच घटना तशी नसेल असे म्हणून सोडून देण्यात अर्थ नाही,'' रॅल्स्टन खांदे उडवत म्हणाला. ''पण स्टँडिंगसारखी व्यक्ती दहशतवादी असेल असे मला वाटत नाही. तो पैसेवाला माणूस आहे. करन्सी आणि आर्थिक बाबतीत ढवळाढवळ करणारा, पैशांनी कुणावर तरी दबाव आणणारा.''

''त्याने एम.आय.५च्या ऑपरेटिव्हला, मिस्टर सालोमनला ठार मारण्यासाठी भाडोत्री रशियन टीमला आणणे भाग पाडले, असे असू शकेल.''

''तू अशा तऱ्हेने विचार मांडलेस की, सर्व शक्य वाटते.''

नक्की शक्य होते. सर्वंकष युद्ध हा त्याच्या कोड्यातला गायब असलेला दुवा होता. या सर्वच प्रकरणात स्टँडिंगचा हात असण्याची शक्यता हॉर्वाथला दिसायला लागली होती. हॉर्वाथला त्याच्याबद्दल असलेल्या माहितीप्रमाणे तो जो विचार उघडउघड मांडत होता, त्यांचा सरळसरळ अर्थही सध्याची अमेरिकन राज्यपद्धती बदलण्याचाच होता.

''ॲशफोर्ड जर स्वच्छ माणूस नसेल, तर तू त्याचा आणि स्टँडिंगचा संबंध सिद्ध करू शकशील?'' सालोमनने विचारले.

''आम्ही नक्कीच तसा प्रयत्न करू. तू जे काम करतो आहेस त्याच्या प्रती मिळाल्या तर आम्हाला खूप मदत होईल. दुसरीकडे कुठे तू बॅकअप ठेवला आहेस?

का लॉस एंजेलिस पोलीस खात्याने आता चौकशी सुरू केली असल्याने त्यांच्याकडे तो असेल?''

''हल्ल्याच्या वेळी सर्वकाही माझ्या घरातच होते.''

''म्हणजे बॅकअप नाही?''

''तसे नाही. बॅकअप आहे; पण तू तो कसा मिळवणार, ते कळत नाही मला.''

''त्याची काळजी मला करू दे,'' हॉर्वाथने उत्तर दिले. म्हातारबुवा त्या कामासाठी टीमही गोळा करू शकतील. ''कुठे आहे तो?''

''घरीच. बेसमेंटमध्ये एका छोट्या खोलीत हाय कपॅसिटी पोर्टेबल ड्राइव्ह्जची चळत रचून ठेवली आहे. माझे आयुष्यभराचे कष्ट आहेत त्यात. *वेल इन्डाउड* या डॉक्युमेंटरीचे *रफ कट्सही* - पार्श्वसंगीत न दिलेली, एडिट न केलेली फिल्म - आहेत त्यात. पोलिसांच्या नकळत तू घरामध्ये कुणाला घुसवू शकत असशील, तर ती जागा कशी शोधायची आणि ड्राइव्ह्ज कशा मिळवायच्या, ते मी सांगू शकेन.''

रॅल्स्टन आणि सालोमन कोल्डवॉटर कॅनिअनमधील त्यांच्या घराचा आणि आसपासच्या इस्टेटीचा नकाशा बनवत असताना, हॉर्वाथ फोन करण्यासाठी बाहेर पडला.

आतापर्यंत घडलेली प्रत्येक गोष्ट म्हातारबुवांच्या कानावर घालायची गरज होती. पुढे जे करायचे असेल त्याची पूर्वतयारी सुरू करायला हवी होती. रीडला अजिबात आवडणार नसले तरी रॉबर्ट ॲशफोर्डच्या मागे लागण्याशिवाय गत्यंतर नव्हते.

## ५८

हॅन्क मॅक्ब्राइडच्या हर्मोसा बीचवरील घरापासून दक्षिणेला, पंचेचाळीस मिनिटांच्या अंतरावरील लोस अलामितोस जॉइंट फोर्सेस ट्रेनिंग सेंटरवर एक नागरी लॉकहीड एल-१०० विमान हॉर्वाथची वाट बघतच उभे होते.

नेव्हल ॲम्फिबिअस बेस, कोरानाडो येथून हेलिकॉप्टरने आणलेली सील्सची एक तुकडीही होती. सरहान आणि याट्सको यांना पूर्व किनाऱ्यावर नेण्याचे हॉर्वाथने ठरविले आहे म्हटल्यावर त्याला गरज पडली, तर आवश्यक तितकी मदत असावी या हेतूने म्हातारबुवांनी सील्सना आणवले होते.

तळावरील गार्ड्सही हॉर्वाथचीच वाट बघत होते. त्याची गाडी येताच त्यांनी त्याला सरळ आत पाठविले. एल-१०० तीन क्रमांकाच्या हॅन्गरबाहेर उभे होते. मागचा माल चढविण्याचा रॅम्प खाली घेतलेला होता.

हॉर्वाथला बघताच रॅम्पजवळ असलेला एक तरुण सील विमानाच्या दिशेने बघत काहीतरी ओरडला. काही क्षणांत हॉर्वाथची गाडी रॅम्पवरून सरळ या प्रचंड विमानाच्या पोटातच गेली होती.

ही *ब्लॅक फ्लाइट* होती. म्हणजे जे उड्डाण जसे काही झालेले नव्हते, तेव्हा कागदपत्रे किंवा रेकॉर्डच ठेवलेले नव्हते. सील्स साध्या पोशाखात वावरत होते. फक्त पहिली नावे घेऊन एकमेकांशी बोलत होते. हॉर्वाथने बॉब अशी स्वत:ची ओळख करून दिली. त्याचा त्यांच्यावर विश्वास नव्हता, असा भाग नव्हता. हे सगळे त्याला स्वत:च्या भावांप्रमाणेच प्रिय असल्याने त्यांना त्याच्याबद्दल काही माहिती नसणे हेच श्रेयस्कर होते.

त्याची गाडी व्यवस्थित घट्ट बांधून ठेवल्यावर कार्गो रॅम्प बंद झाला आणि विमानाच्या नोकरवर्गाने प्रत्येकाला उड्डाणाची सूचना दिली. सर्वजण आपापल्या जागांवर बसले आणि चार प्रचंड टर्बोप्रॉप इंजिन्स धडधडायला लागली.

हळूहळू हे प्रचंड धूड पुढे सरकू लागले आणि धावपट्टीच्या दिशेने निघाले.

हॉर्वाथ खूप थकला होता. त्याने मागे टेकून काही मिनिटे डोळे मिटून घेतले. हे उड्डाण आरामदायक ठरणार नव्हते. रेस्टनमध्ये असणाऱ्या निकोलसच्या नकाशावर, दहशतवादी हल्ले होणार आहेत असे दर्शवणारे अनेक ठिपके अजून दिसत होते. लॉस एंजेलिस विमानतळावर असताना तो सरहानला त्या वेळी चालू असलेल्या हल्ल्यांबद्दल विचारत होता. आता त्याला सरहानकडून सगळीच माहिती हवी होती. लॉस एंजेलिस विमानतळावर त्याने कुठल्याही तऱ्हेचे सहकार्य दिले नव्हते. आताही तो त्याच्याकडून कुठलीच अपेक्षा धरत नव्हता.

आकाशात झेप घेऊन विमानाने ठरावीक उंची पकडली आणि हॉर्वाथने डोळे उघडले. सील्सच्या प्रमुखाला खूण केली. त्याने त्याच्या माणसांना इशारा करताच सर्वांनी काळ्या बालाक्लावा - रशियन पद्धतीच्या विणलेल्या टोप्या - चेहऱ्यावर ओढून घेतल्या.

हॉर्वाथने गाडीची ट्रंक उघडली. तीन सील्सनी आपले प्रखर फ्लॅश लाइट्स दोन कैद्यांच्या चेहऱ्यांवर रोखले. दुसऱ्या दोघांनी वाकून तारिक सरहानला उचलले आणि हॉर्वाथने दाणकन झाकण लावून टाकले. नंतर याट्सकोची पाळी येणारच होती; पण सध्या त्याला खूप घाबरवून सोडायचे आणि गोंधळून टाकायचे हॉर्वाथने ठरवले होते.

माल ठेवण्याच्या जागेच्या वर असणाऱ्या आधाराच्या बीम्सवरून एक पोलादी केबल खाली सोडली होती. केबलच्या टोकाला एक हूक लावला होता. पोलादी केबल एका विन्चभोवती - रहाटासारख्या यंत्राला - गुंडाळली होती. केबल गुंडाळून किंवा खाली सोडून हूक वरखाली करता येत असे. विन्चवरच्या पिवळ्या रंगाचे पोपडे निघाले होते.

दोघा सील्सनी सरहानच्या काखेखाली हात धरून त्याला उभे धरले. हॉर्वाथने हातापायांना बांधलेल्या टेप्स आणि फ्लेक्सकफ्स कापून टाकल्या. हातपाय सोडल्याचा आनंद दहशतवाद्याला झाला असला तरी तो काही क्षणच टिकला. दुसऱ्या एका सीलने त्याचे हात पुढच्या बाजूला घेऊन पुन्हा टेपने चिकटवून टाकले.

मग पोलादी केबलच्या टोकाचा हूक टेपखाली घेऊन त्याने विन्च ऑपरेटर म्हणून काम करणाऱ्या सीलला केबल वर खेचायला सांगितली. ती ताठ व्हायला लागल्यावर सरहानचे हात डोक्यावर पोहोचले. सरहानच्या पायाची बोटेच कशीबशी जमिनीला टेकतील अशी ठेवून केबल हळूहळू गुंडाळली गेली. हॉर्वाथने थांबायची खूण केली.

सरहानच्या तोंडाला चिकटवलेली डक्टटेप हॉर्वाथने फर्रकन खेचून काढली. त्याच्याबरोबर जळलेल्या, फोड आलेल्या वरच्या ओठावरचे सुकलेले रक्तही निघताच सरहानने मारलेली किंकाळी विमानाच्या इंजिनाच्या आवाजामध्येही सर्वांना

ऐकू गेली.

तो अरेबिकमध्ये शिवीगाळ करायला लागल्यावर हॉर्वाथने खाडकन त्याच्या कानाखाली आवाज काढला.

"तारिक, माझ्या दोस्ता, तुझी परिस्थिती फार वाईट आहे," हॉर्वाथ म्हणाला. "आपण कुठे निघालो आहोत, ते माहीत आहे तुला?"

सरहानने उत्तर दिले नाही. तो उत्तर देईल अशी हॉर्वाथची अपेक्षाही नव्हती.

"माझ्या कैरोमधल्या काही मित्रांना भेटायला आपण चाललो आहोत. मुआबरात तुला भेटायला खूप उत्सुक आहेत."

अत्यंत तिरस्काराने हॉर्वाथकडे बघत तो म्हणाला, "खोटे बोलतो आहेस तू. मुआबरात आता नाहीत. क्रांतीनंतर त्यांना संपवून टाकलेले आहे."

"दुर्दैवाने ते खरे नाही. नवीन सरकारला तर त्यांची जुन्या सरकारपेक्षा जास्त गरज आहे आणि सीक्रेट पोलीस नसतील तर इजिप्तचा कारभार कसा चालणार?

"शक्य आहे की, त्यांचे नाव बदलेल; पण पद्धती तशाच राहणार आहेत आणि ओघानेच आले म्हणून सांगतो. तुझ्यासाठी तुझ्या कुटुंबातल्या कुठल्या सदस्याशी संपर्क साधायला तुला आवडेल, असे त्यांनी मलाच तुला विचारायला सांगितले आहे. जाऊ दे. खरेतर त्या प्रश्नाचे उत्तर देण्याचे श्रम घ्यायची आवश्यकता नाही. ते याआधीच त्यांचा शोध घ्यायला लागले आहेत."

सरहानला ते ऐकून धक्का बसला असला, तरी त्याने तसे दशर्वले नाही.

"आणि मलाही कैरोला जायची इच्छा नाही. मला हवी आहेत ती उत्तरे मिळविण्यासाठी इतका वेळ थांबण्याची तयारी नाही माझी. आधीच अनेक अमेरिकन लोक मरण पावले आहेत. आणखी एखाद्याचाही जीव मला धोक्यात घालायची इच्छा नाही, तेव्हा आपण दोघेच खासगीत बोलणार आहोत. या इथेच तू मला प्रत्येक गोष्ट सांगणार आहेस. तुला ती महत्त्वाची वाटत नसली, फारच छोटी वाटत असली तरीही आणि तू सर्वकाही आत्ताच बोलणार आहेस."

तारिककडे उत्तर तयारच होते. त्याने पुन्हा एकदा हॉर्वाथच्या चेहऱ्यावर थुंकायचा अयशस्वी प्रयत्न केला.

"चुकलास तू," हॉर्वाथ म्हणाला. त्याने विन्च ऑपरेटला मान हलवूनच केबल आणखी ताठ करायला सांगितली.

पुढचे तीन तास हॉर्वाथ सरहानकडे चौकशी करत होता. तिसऱ्या वेळी तो बेशुद्ध पडल्यावर हॉर्वाथने त्याला खाली उतरवले. स्वतःच्या कामगिरीशिवाय त्याला दुसरी काहीही माहिती दिसत नव्हती. इकडल्या-तिकडल्या काही छोट्या गोष्टी कळल्या असल्या, तरी त्यांचा काही विशेष फायदा होणार नव्हता. नेटवर्कने प्रत्येक सेल संपूर्ण वेगळा ठेवला होता. इतर हल्ल्यांच्या योजना, ते कधी होणार

होते, त्यांत कुणाचा संबंध असणार होता यांपैकी काहीच त्याला माहीत नव्हते. ते हल्ले कसे थांबविता येतील, याचीही कल्पना नव्हती.

हॉवर्थला तर वाटू लागले की, दहशतवाद्यांनीच एखादी भलती चूक केली तरच त्यांना ठार करता येईल. त्याला आशा होती की, तशी चूक त्यांच्याकडून आधीच घडली होती. ती म्हणजे रॉबर्ट ॲशफोर्ड.

हॉवर्थच्या सूचनेप्रमाणे यारोस्लाव्ह याट्सकोला गाडीच्या ट्रंकमधून चौकशीसाठी बाहेर काढले असतानाच एका मरीनने येऊन निरोप दिला की, विमान डल्लास विमानतळावर उतरण्याच्या तयारीत आहे. उड्डाणाच्या संपूर्ण काळात विमानाच्या नोकरवर्गाला कॉकपिटमध्येच राहायला सांगण्यात आले होते.

हॉवर्थ आणि सील्सनी दोन्ही कैद्यांच्या डोळ्यांवर गॉगल्स आणि कुठल्याही तऱ्हेच्या संवेदना जाणवू नयेत म्हणून डोक्यावर हेडसेट्स चढवले. कुठल्याही तऱ्हेचे वास नाकात जाऊ नयेत म्हणून सर्जिकल मास्क्स, दिसू नये म्हणून काळे बुरखे घातले. त्यांच्या मनगटांना आणि घोट्यांना साखळ्या बांधून हातात कॅनव्हासचे हातमोजे घातले.

मग पुन्हा हॉवर्थच्या गाडीच्या ट्रंकमध्ये त्यांना पोटावर झोपवून मनगटांवर आणि घोट्यांवर बांधलेल्या साखळ्यांमधून एक छोटी साखळी घातली.

एल-१०० उतरले. विमानतळावरच्या कार्गो सर्व्हिसेस भागात पोहोचले. रीड कार्लटनने तिथेही दोन टीम्स सज्ज ठेवल्या होत्या.

कार्गोसाठीचा रॅम्प खाली घेताच एक टीम विमानात चढली. हॉवर्थच्या गाडीच्या किल्ल्या घेऊन त्यांनी त्याच्या हातात दुसऱ्या किल्ल्या ठेवल्या. ट्रंकमध्ये दोन कैदी असलेली गाडी रॅम्पवरून खाली घेतल्यावर एक काळी चिलखती सबर्बन पुढे झाली. मेरीलँडमध्ये कार्लटन ग्रुपचे एक संपूर्ण सुरक्षित घर होते. दोन्ही गाड्या विमानतळावरून निघाल्या. हॉवर्थला वाटत होते की, कैद्यांना त्या सुरक्षित घराकडेच घेऊन जाणार असावेत.

सील्सचे आभार मानून हॉवर्थ रॅम्पवरून चालत खाली आला. स्वत:ही तिथून नाहीसा झाला. त्याच्यासाठी ठेवलेल्या गाडीत बसला. याट्सकोची हार्डड्राइव्ह त्याला लवकरात लवकर कार्यालयात घेऊन जायची होती. मग संगणकतज्ज्ञांनी तिच्यावर काय आहे, ते बघितले असते. हॉवर्थला म्हातारबुवांबरोबर बोलायचे होते. अगदी स्पष्टपणे. कार्लटनची कित्येक वर्षे रॉबर्ट ॲशफोर्डबरोबर मैत्री होती; पण ॲशफोर्डमुळेच येमेनच्या कामगिरीचा बोजवारा उडाला होता का, हे हॉवर्थला जाणून घ्यायचे होते. म्हातारबुवांच्या डोळ्यांत बघून त्याला खात्री करून घ्यायची होती की, ती गोष्ट सत्य असेल तर जे काही करण्याची गरज असेल, त्यासाठी त्याची पूर्ण तयारी असेल.

त्याने गाडीचे इंजिन सुरू केले. खिडकीची काच खाली केली. अमेरिका एका नवीन हल्ल्याखाली भरडली जात होती. देशातले लोक भयंकर संतापले होते आणि फार धास्तावलेही होते. पुढचा हल्ला कुठून आणि कसा होईल, याची कल्पनाच करता येत नव्हती. हे सर्व थांबले पाहिजे, एवढेच त्यांना कळत होते.

आणि हल्ले थांबले की, त्यांना सूड घ्यावासा वाटणार होता; पण त्या बाबतीत हॉर्वाथ एक पाऊल पुढेच गेला होता.

# ५९

संपूर्ण देशभर कुटुंबे, मित्र, शेजारी टी.व्ही. सेट्ससमोर एकत्र होते. गेल्या दोन दिवसांत दहशतवाद्यांनी उडविलेल्या हाहाकाराचे चित्रण पुन:पुन्हा बघत होते. अनेकजण विचारत होते, *का?* आणखी काहीजणांना प्रश्न पडला होता, *हे हल्ले टाळता आले असते का? पुन्हा हे सर्व घडेल की काय?* असा प्रश्न सर्वांत जास्त लोकांना पडला होता. अत्यंत महान आणि बलवान अशा या अमेरिकेचा *मोठा भाग* पार हतबल झाला होता. मोठा भाग, *सर्व देशच नाही.*

अत्यंत कडक अशा सुरक्षा व्यवस्थेमधून हॉर्वाथ कार्लटन ग्रुपच्या कार्यालयात पोहोचला. आजपर्यंत बघितली नव्हती अशी कामे कार्यालयात चालू होती. प्रत्येक माणूसच जसा काही कार्यालयात हजर होता. पाळ्या नाहीत आणि कामाचे तास नाहीत. सगळेजण जहाजाच्या डेकवर हजर असावेत त्याप्रमाणे कार्यालयात आले होते.

हॉर्वाथ डिजिटल ऑप्सजवळ आला. निकोलसच्या कार्यक्षेत्राबाहेरच्या दारावर त्याने कोड पंच केले. कुलूप निघाल्यावर दार सरकवून तो आत शिरला.

त्याच्या बुटक्या मित्राची अवस्था वाईट दिसत होती; पण हॉर्वाथ काही बोलायच्या आधीच तो म्हणाला, ''इथे कुठेतरी अंगावर उडवून घ्यायचा स्प्रे आहे. मला त्याची गरज असेल, तर सांग मला. तेवढे सोडले तर मी कसा दिसतो याबद्दल माझी काहीही ऐकायची तयारी नाही. गेल्या बहात्तर तासांत मी क्वचितच एस.सी.आय.एफ.च्या बाहेर पडलो आहे. कुत्र्यांना फिरवण्यासाठीसुद्धा कार्लटनने दुसऱ्या कुणाचीतरी नेमणूक केली आहे.''

आपल्या मनात घोळत असलेले विचार ओळखण्याची त्याची शक्ती बघून हॉर्वाथला पूर्वीही अनेकदा जबरदस्त धक्का बसला होता.

वाकून त्याने दोन्ही कुत्र्यांच्या कानांखाली खाजवले. ''प्रत्येकजणच अफाट काम करतो आहे, असे दिसते.''

"खरे आहे," निकोलस म्हणाला. मग चुटकी वाजवत त्याने हात पुढे केला. "ड्राइव्ह."

हॉर्वाथने खिशात हात घालून हार्डड्राइव्ह काढली आणि त्याच्या हातात ठेवली.

निकोलसने बराच वेळ तिचे निरीक्षण केले. आपल्या वर्क स्टेशनवरच्या अनेक केबल्सपैकी एक केबल तिला जोडली.

"पासवर्ड काय आहे म्हणाला होता तो रशियन?"

हॉर्वाथने पासवर्ड सांगितल्यावर निकोलसने आपली चाकाची खुर्ची दुसऱ्या एका की-बोर्डजवळ नेऊन पासवर्ड पंच केला.

हॉर्वाथने मिनीफ्रीजकडे हात केला. "चालेल?"

"घे ना."

फ्रीजचे दार उघडून हॉर्वाथने आत हात घातला आणि एक एनर्जी ड्रिंक बाहेर काढले, झाकण उघडून एका खुर्चीवर बसला. "इतर कुठल्या विमानतळांवर हल्ले झाले?"

"लॉस एंजेलिसच्या आंतरराष्ट्रीय विमानतळावरील हल्ला लक्षात आल्यावर डेन्व्हर, मायामी, जे.एफ.के. न्यू यॉर्क, डी.एफ.डब्ल्यू., डल्लास, बोस्टन आणि सान फ्रान्सिस्को येथील हल्ल्यांच्या योजना आपण उधळून लावल्या. एफ.ए.ए. आणि व्हाइट हाउस यांनी सर्व व्यापारी विमान-उड्डाणे बंद केली आहेत. युनायटेड, डेल्टा, साउथवेस्ट, अमेरिकन या सर्व कंपन्यांनी उद्याची उड्डाणे रद्द केली आहेत. सुरक्षेच्या नवीन पद्धती अमलात येईपर्यंत उड्डाणे बंदच राहतील."

विमानतळांवर हल्ले करणे सोपे होते. विमानतळांवरील अमेरिकन लोकांच्या सुरक्षिततेबद्दल हॉर्वाथला नेहमीच काळजी वाटत आली होती. त्यांना लक्ष्य बनविणे हा फक्त वेळेचाच प्रश्न होता आणि आता दहशतवादी त्यांना लक्ष्य बनवतच होते. कोणत्याही दहशतवादविरोधी यंत्रणेला माहीत होते की, आजचे दहशतवादी नेहमीच कालच्या चुकांपासून धडे घेत असतात. विमानतळांची सुरक्षा ही ज्यांची जबाबदारी होती, त्यांना नेहमीच या हल्ल्यांची भीती वाटत आली होती. अनेक इशारे मिळाले होते.

१९७२ मध्ये जापनीज रेड आर्मीने तेल अवीव विमानतळावर हल्ला केला, तेव्हा दोन डझन माणसे ठार झाली होती आणि अठ्ठ्याहत्तर जखमी झाली होती. त्याच वेळी जगाने जागे व्हायला हवे होते. फक्त इस्रायलींनी धडा घेतला. बाकी सगळे झोपून राहिले.

१९८५ मध्ये मुस्लीम दहशतवाद्यांनी रोम आणि व्हिएन्ना येथील विमानतळांवर हल्ले चढविले. २००२ मध्ये ग्रीन कार्ड असणाऱ्या, लिमोझीनचा ड्रायव्हर म्हणून काम करत असणाऱ्या आणि दहा वर्षे अमेरिकेत राहिलेल्या एका इजिप्शिअनने

लॉस एंजेलिस येथील एल् अल् तिकीट काउंटरवर गोळीबार केला. २००७ मध्ये एका मुस्लीम डॉक्टरने आणि मुस्लीम इंजिनिअरने स्फोटकांनी भरलेली चेरोकी जीप ग्लासगोच्या आंतरराष्ट्रीय विमानतळावरील टर्मिनलमध्ये घुसविण्याचा प्रयत्न केला होता. आता तरी अमेरिकेने खडबडून जागे व्हायला नको होते का?

हॉर्वाथला कल्पना करता येत नव्हती. त्याला एवढेच कळत होते की, जगातल्या सर्वांत श्रीमंत देशामध्ये राहणारे मुस्लीम इंजिनिअर्स आणि मुस्लीम ग्रीन कार्डधारक दहशतवादी हल्ले चढवत होते. तिथे अर्थशास्त्राचा संबंध नव्हता तर विचारधारणेचा प्रश्न होता.

हॉर्वाथला माहीत होते की, विमानप्रवास यापुढे आणखी कठीण होत जाणार होता. अमेरिकन भूमीवरील प्रत्येक दहशतवादी हल्ल्यानंतर अमेरिकन लोक स्वत:चे हक्क सोडून देत होते. हॉर्वाथला बेंजामिन फ्रॅन्कलिनच्या शब्दांची आठवण झाली. तात्पुरत्या सुरक्षेसाठी आपले स्वातंत्र्य गहाण ठेवणाऱ्यांना सुरक्षा आणि स्वातंत्र्य या दोन्ही गोष्टी मिळण्याची पात्रता नसते आणि ते त्या गमावून बसतात. अमेरिकेची घटना लिहिणाऱ्यांची दूरदृष्टी आणि सुज्ञपणा लक्षात आला की, हॉर्वाथ नेहमीच थक्क होत असे.

उधळून लावलेल्या हल्ल्यांच्या योजनांबद्दलच्या अहवालांच्या भेंडोळ्याकडे निकोलसने बोट दाखविल्यावर हॉर्वाथने आपली खुर्ची तिकडे सरकवली.

ते चाळताचाळता हॉर्वाथने विचारले, "आइसलँडमध्ये मन्सूरच्या बाबतीत काही प्रगती?"

निकोलसने नकारार्थी मान हलवली. "त्याची प्रकृती हवी तितक्या झपाट्याने सुधारत नाही. रायलीला वाटते की, एकतर त्याला शस्त्रक्रियेची गरज आहे किंवा त्याच्या मेंदूला थोडीशी इजा झाली आहे आणि कुठे ते त्यांना शोधून काढता येत नाही. सर्व फार सावकाश चालू आहे."

"आपल्याला त्या जेम्स स्टँडिंगकडेही लक्ष द्यायला हवे, तो हेज फंडवाला माणूस. त्या हार्डड्राइव्हमध्ये काय आहे ते कळले की, त्याचे आणि ॲशफोर्डचे नाव टिप प्रोग्रॅममध्ये घाल. बघू काय कळते ते. ठीक आहे?"

"माझ्या कामांच्या यादीत लिहितो मी," तो जे काही करत होता त्यातून मानसुद्धा वर न उचलता निकोलस म्हणाला.

तो आपल्या मित्राची कामातील एकाग्रता ढळवतो आहे, असे हॉर्वाथच्या लक्षात आले आणि त्याने बोलणे थांबवले. तो पुन्हा अहवालांची पाने चाळायला लागला. डी.एच.एस., टी.एस.ए. आणि देशामधल्या प्रत्येक विमानतळावरील सुरक्षा यंत्रणा डोळ्यांत तेल घालून काम करत होत्या. लॉस एंजेलिस विमानतळावर झालेला हल्ला लक्षात घेऊन त्यांना पूर्ण माहिती दिली होती. कोणत्या धोक्यांकडे

लक्ष द्यायचे आणि दहशतवाद्यांना तत्काळ कसे ठार मारायचे, त्यांना कळले होते. ही लढाई तरी अमेरिकेने जिंकली होती. अशा एखाद्या तरी विजयाची फार गरज होती आणि अमेरिकेने हजारोजणांचे प्राणही वाचवले होते.

शेवटचा अहवाल बाजूला ठेवून हॉर्वाथ मागे रेलून कामात गुंग असणाऱ्या निकोलसकडे बघत बसला. त्याची बोटे कितीही झपाट्याने की-बोर्डवर फिरत असली, कितीही वेळा तो माउस एकदा किंवा दोनदा क्लिक करत असला, तरी त्याचा चेहरा अत्यंत शांत असे.

गेल्या अनेक वर्षांत त्याने कित्येक घातपातविरोधी ऑपरेटिव्ह्जबरोबर काम केले होते. त्या सर्वांमध्ये हा एक धागा समान होता. परिस्थिती कितीही धोकादायक असली, तरी प्रत्येक कामगिरी ते निग्रहाने आणि अत्यंत थंड डोक्याने पार पाडत. आपण काय करत आहोत याची पूर्ण जाणीव असूनही संयमाने आणि भावनेचा स्पर्श होऊ न देता ते काम करत, हे सत्यच होते. मनावर ताण वाढायचे प्रसंग आल्यावरही अत्यंत शांतपणे आणि एकाग्रतेने काम करत, प्रत्येकजण त्याच्या त्याच्या विश्वात रममाण असे. या क्षणी निकोलसही तसाच त्याच्या विश्वात होता.

दहा मिनिटे गेली. मग वीस. कामाला सुरुवात केल्यानंतर अर्ध्या तासाने निकोलसने संगणकावरून नजर बाजूला वळवली. त्याच्या चेहऱ्यावरचे भाव बघताच, अवघड शस्त्रक्रिया पार पाडून बाहेर ताटकळत बसलेल्या रुग्णाच्या कुटुंबाला माहिती देण्यासाठी बाहेर पाऊल टाकणाऱ्या डॉक्टरचीच हॉर्वाथला आठवण झाली.

"खूप काही आहे इथे," तो म्हणाला.

"आर्थिक घोटाळ्यांसारखे काही असले तर मला ते नको आहे. ते आपण एफ.बी.आय.वर सोपवू. रॉबर्ट ॲशफोर्डला अडकवण्यासारखे काही सापडले का?"

त्या बुटक्याने एका बाजूकडून दुसऱ्या बाजूपर्यंत मान हलवत म्हटले, "नाव घेऊन काहीही नाही. सर्व कोडमध्ये आहे. अक्षरे आणि आकडे यांचा गोंधळ आहे सर्व."

हॉर्वाथला आश्चर्य वाटले नाही. याट्सको व्यावसायिक गुप्तहेर होता. जुन्या सवयी पटकन जात नाहीत. "म्हणजे काहीच मिळाले नाही."

"मी तसे म्हणणार नाही. अजून एक फाइल आहे. रोझेटा स्टोन ठरू शकेल अशी. पण तीसुद्धा सांकेतिक भाषेतच आहे."

"तिचा तू उलगडा करू शकशील?"

"आवश्यक तेवढा वेळ हाताशी असेल तर मी कुठल्याही सांकेतिक लिपीचा अर्थ लावू शकेन; पण आत्ताच्या परिस्थितीचा विचार करून याट्सकोलाच हाणून का माहिती मिळवू नये?"

"मला वाटते, ते त्याला मेरिलँड येथील घरात घेऊन गेले आहेत. मी

म्हातारबुवांना चौकशी अधिकाऱ्यांना बोलावण्याची सूचना करतो.''

''म्हातारबुवाच तर याट्सकोची चौकशी करणार आहेत.''

''स्वत: रीड? खरंच?''

''*खरंच.* त्या दोघांमध्ये काहीतरी जुने संबंध असावेत. काय ते मला विचारू नकोस. आजपर्यंत मला भेटलेल्या माणसांमध्ये कार्लटनसारखी जुनी रहस्ये माहीत असणारा दुसरा माणूस नाही.''

त्याच्या बोलण्याचा रोख हॉर्वाथला अजिबात आवडला नाही. रॅल्स्टनच्या मताप्रमाणे याट्सको फारच कणखर माणूस होता; पण म्हातारबुवांएवढा कणखर माणूस तर आजपर्यंत हॉर्वाथला भेटला नव्हता. त्या दोघांमध्ये भूतकाळामधले काही संदर्भ असले, तर चौकशी यशस्वी ठरू शकणार होती; पण अशा वेळी भलतेच काहीतरी घडू शकते. अशा भूतकाळामुळेच चौकशीचे फार दु:खदायक पर्यवसान होऊ शकते.

''त्यांनी याट्सकोला मेरिलँडमधील फार्मवर नेले आहे का?''

''*मेरिलँड?*'' निकोलसने विचारले. ''तेवढा त्रास तरी कशाला घ्यायचा? त्यांना ताबडतोब चौकशी सुरू करायची इच्छा होती, तेव्हा त्यांनी याट्सको आणि सरहान यांना इथेच आणले आहे.''

''त्यांना *इथे* आणले आहे?''

''हो. कार्लटनने त्यांना चोवीस तास नजरेखाली ठेवायला सांगितले आहे.''

निकोलसच्या एस.सी.आय.एफ.जवळ खाली उतरणाऱ्या पायऱ्या होत्या. त्या चोविसाव्या मजल्यावर घेऊन जातात, हे निकोलसला माहीत होते. दाराशेजारी असलेल्या की-पॅडवर पंच करावे लागे. आपला कोड दाबून हॉर्वाथ उभा राहिला. पॅडच्या वरच्या बाजूला चमकणारा दिवा लालच राहिला.

त्याने पुन्हा प्रयत्न केला. *उपयोग नाही.*

तो रागानेच काहीतरी पुटपुटला.

म्हातारबुवांनी अनेक वेळा वापरलेले कोड वापरून बघावे असे त्याला वाटले. त्याने की-पॅडवरचे आकडे दाबले. लाल दिव्याऐवजी हिरवा दिवा चमकायला लागला. कुलपे उघडली.

दार उघडून तो पायऱ्या उतरला. चोविसाव्या मजल्यावर पोहोचला. 'कार्यालयाची रिकामी जागा' असेच त्या जागेचे वर्णन त्याने नेहमी ऐकले होते. त्यांची कार्यालये आणि इतर इमारत यांना वेगळे ठेवणारी जागा. भविष्यकाळात कार्लटन ग्रुप मोठा झाला तर त्यांना या जागेचा उपयोग झाला असता, असेही स्पष्टीकरण दिले गेले होते. पायऱ्या उतरताना हॉर्वाथच्या मनात विचार आला की, त्याला तरी पूर्ण सत्य

सांगितले गेले होते का?

काही पायऱ्यांनंतर मोकळी चौकोनी जागा होती. तिथे पोहोचताना त्याला वेगळीच आठवण आली. रॉबर्ट ॲशफोर्डची पहिली गाठ पडली होती तेव्हा तो जे बोलला होता त्याची. एम.आय.५चा हा माणूस त्याला विमानतळावर न्यायला आला होता. कस्टम्स आणि पासपोर्ट कंट्रोलमधून झटक्यात त्याला बाहेर काढताना त्याने म्हातारबुवांबद्दल चौकशी केली होती. अर्थात, ॲशफोर्डचे वय त्याच्याएवढेच असल्याने त्याने म्हातारबुवा असा शब्द वापरला नव्हता म्हणा! कार्लटनच्या हाताखाली काम करणारी माणसेच फक्त त्याचा तसा उल्लेख करत. ॲशफोर्डने रीड म्हटले नव्हते की कार्लटनही. त्याने *पीचेस* असा शब्द वापरला होता.

त्याचा बॉस वागणुकीस गोड आहे म्हणून तसा शब्दप्रयोग केला होता का, असे हॉर्वाथने सहजच विचारले. ॲशफोर्ड मोठ्याने हसून स्पष्टपणे म्हणाला, "नाही."

त्या दोघांनी अनेक वेळा एकत्र काम केले होते. कार्लटनमध्ये गोड असे अजिबात काही नव्हते, असे ॲशफोर्डने सांगून टाकले. शत्रू कितीही वाईटपणे वागला तरी कार्लटन त्याला त्याच्याहून जास्त वाईटपणे वागवू शकत असे. जे करणे भाग असेल त्यापासून कार्लटन कधीही बाजूला झाला नव्हता असे ॲशफोर्ड त्याला म्हणाला होता. तो अत्यंत उद्धटपणे चौकशी करायचा. ॲशफोर्डच्या मते, निर्दयपणेच! म्हणून ते टोपणनाव- पीचेस! त्याच्या काम करण्याच्या पद्धतीला अजिबात न शोभणारे टोपणनाव.

कार्लटनबरोबर बाहेरच्या जगात काम केलेल्या ज्या थोड्याजणांशी हॉर्वाथची भेट झाली होती, त्यांच्यामधला एक ॲशफोर्ड. कार्लटनचा संबंध असणाऱ्या अविश्वसनीय कथा ॲशफोर्डने त्याला सांगितल्या होत्या. कधीकधी तो थक्क होत असे आणि कधीकधी फार अस्वस्थही. काही वेळा चौकशी करताना तो भलत्याच थराला गेला होता आणि कैदी मरण पावले होते, अशाही अफवा होत्या.

आरोपपत्र दाखल झाले नसले, तरी तो आणि सी.आय.ए.चे संबंध दुरावण्याचे तेही एक कारण होते, अशी कुजबुज होती.

अफवांवर जास्त विश्वास ठेवण्यात अर्थ नसतो, हे हॉर्वाथला माहीत होते आणि वॉशिंग्टनमधल्या अफवांवर तर त्याने अजिबातच विश्वास ठेवला नसता. तरीही चोविसाव्या मजल्यावरच्या प्रवेशद्वारावर रीड कार्लटनचा कोड पंच करत असताना या दाराच्या दुसऱ्या बाजूला काय दडले असेल, असा विचार त्याच्या मनात आल्याशिवाय राहिला नाही.

कार्लटन ग्रुपमध्ये आल्यानंतर, एकदा म्हातारबुवांनी एका कैद्याला इलेक्ट्रिक वायरने मारले होते, असे त्याने इतरांना बोलताना ऐकले होते. त्याने म्हातारबुवांनाच

त्याबद्दल विचारण्याची चूक केली आणि त्याने सरळ त्याला त्याची जागा दाखवून दिली. हॉर्वार्थने त्यानंतर पुन्हा त्याला काही विचारण्याची चूक केली नव्हती.

चोविसाव्या मजल्यावर पाऊल टाकल्यावर आपल्याला काय सापडणार आहे, हे त्याला माहीत नव्हते; पण कार्लटन आणि त्याची प्रसिद्धी लक्षात घेता त्याला बहुधा कशाचेच आश्चर्य वाटणार नाही, असा त्याचा समज होता. अर्थात त्याचे ते मत लवकरच बदलणार होते.

# ६०

रिकाम्या कार्यालयीन जागा आणि कॉन्फरन्स रूम्स पार करत शेवटी एकदा इमारतीच्या पश्चिम टोकाला त्याला रीड कार्लटन आणि त्याचा *कैदी* दिसला.

फोर सीझन्समधून उचलून आणून इथे ठेवल्यासारख्या वाटणाऱ्या, उत्कृष्ट सजावटीच्या, काही खोल्यांच्या एका स्यूटमध्ये ते दोघे त्याला दिसले. रुग्णालयात असतात तशा एका कॉटवर यारोस्लाव्ह याट्सको आरामात टेकून बसला होता. त्याच्या जखमा स्वच्छ करून बँडेजेस बांधली होती. शिरेमधून सलाइन लावले होते. पाय ताठ करून दोन्ही गुडघ्यांवर बर्फाच्या मोठ्या पिशव्या ठेवल्या होत्या. कॉटशेजारी खुर्ची ठेवून, हातात वाइनचा ग्लास घेऊन रीड कार्लटन बसला होता.

हॉर्वाथने खोलीमध्ये डोकावून बघितल्यावर मान वर करून त्याने विचारले, "तू काय करतो आहेस इथे?"

याट्सकोची एकूण बडदास्त बघून हॉर्वाथने कुत्सितपणे म्हटले, "सुगंधी फवारा मारायला बहुधा हाउसकीपर विसरली."

"आलोच मी परत," कार्लटनने वाइनचा ग्लास टेबलावर ठेवून याट्सकोला सांगितले आणि हॉर्वाथला त्याच्या मागोमाग हॉलमध्ये येण्याची खूण केली.

एकदा हॉलमध्ये पोहोचल्यावर आणि स्यूटचा दरवाजा लावल्यावर हॉर्वाथने विचारले, "आतमध्ये काय आहे सर्व? अफलातून कलाकृती?"

"यारोस्लाव्हची खूप जुनी ओळख आहे."

"छान जागेमध्ये ठेवले आहेस त्याला. एखादा स्पापण आहे का जवळपास, मला माहीत नाही असा?"

"शांत हो," म्हातारबुवा म्हणाले. "रुग्णालयातील कॉट भाड्याने घेऊन त्याच्यासाठी जुन्या एक्झिक्युटिव्ह ऑफिसमध्ये ठेवली आहे एवढेच."

"का?"

“कारण याट्सकोचे रक्षण करण्याची गरज आहे.”

हॉर्वाथने त्याच्याकडे रोखून बघितले. “मी ऐकले आहे त्याप्रमाणे इतरांचे याट्सकोपासून रक्षण करण्याची गरज आहे. तुझी त्याच्याशी कशी काय ओळख आहे? आणि आपण का त्याची एवढी काळजी घेतो आहोत?”

“पहिली गोष्ट म्हणजे आपण त्याची काळजी वगैरे घेत नाही. त्याचा उपयोग करून घेतो आहोत. त्याने आणि रशियन्सनी आपला तसाच उपयोग करून घेतला असता आणि मी त्याला कसा ओळखतो हे सांगायचं तर पूर्वी अनेकदा आमचा एकमेकांशी संबंध आला आहे.”

“रीड, या माणसाने लॅरी सालोमनचा खून करण्यासाठी भाडोत्री खुन्यांची टोळी पाठवली होती. त्याच्या स्पेट्झनॅझनी दोन फिल्म निर्मात्यांचा खून केला. दोन अमेरिकन चित्रपटनिर्मात्यांचा. पण खरेतर हा आपल्या देशामध्ये चोरून आलाच कसा?”

“तो चोरून आलेला नाही.”

हॉर्वाथने आपल्या बॉसकडे बघितले. “म्हणजे तो इथे आहे हे आपल्याला नेहमीच ठाऊक होते?”

“मी ऐकले आहे त्याप्रमाणे त्याने खूप मदतही केली आहे.”

*“मदत? मदत कशी काय?”* हॉर्वाथने विचारले. “हॉलिवुडमधल्या निर्मात्यांची संख्या कमी केली ही मदत?”

म्हातारबुवांनी मान हलवली. “मेक्सिकोमधील माहिती मिळविण्यासाठी त्याने सी.आय.ए.ला खूप मदत केली आहे. सालोमनवरच्या हल्ल्याची तजवीज करून मात्र त्याने लक्ष्मणरेषा ओलांडली आहे. एजन्सीने खूप पूर्वीच त्याचा गळा पकडून त्याला मागे खेचून धरायला पाहिजे होते.”

“मग? का नाही केले त्यांनी तसे?”

“माझा तर्क विचारणार असशील तर सरहद्दीच्या दक्षिणेला तो जे काही उद्योग करतो, ते अमेरिकेसाठी फायद्याचे ठरतात. त्याची परतफेड म्हणून तो अमेरिकेत करतो त्या गुन्ह्यांकडे लँग्ले दुर्लक्ष करते; पण भाडोत्री खुनी आणून अमेरिकन नागरिकांचे पाडलेले खून ही त्याने केलेली फार मोठी चूक आहे. त्या चुकीला क्षमा नाही आणि त्यालाही ते माहीत आहे. फार लोभ सुटला आहे त्याला.”

“मग त्याच्या बाबतीत काय होईल आता?”

“त्याच्या बाबतीत चांगली गोष्ट ठरेल ती म्हणजे अमेरिकेने ‘त्यांना नको असलेला पाहुणा’ असा शिक्का त्याच्यावर मारायचा आणि त्याला देशाबाहेर काढायचे.”

“आणि वाईट गोष्ट?” हॉर्वाथने विचारले.

"त्याच्यावर खुनाचा खटला भरला जाईल."

"ते त्याला खरोखर निवड करण्याचा हक्क देतील, असे वाटते तुला?"

"ते नाही," कार्लटनने उत्तर दिले. "आपण."

"आणि तो काय करणार आहे आपल्यासाठी?"

"रॉबर्ट ॲशफोर्डला जाळ्यात पकडण्यासाठी मदत करणार आहे आणि त्याला पकडल्यानंतर आपण अमेरिकेचा जेम्स स्टँडिंगबरोबरचा हिशेब चुकता करणार आहोत."

"म्हणजे ॲशफोर्ड आणि स्टँडिंग यांचा दहशतवादी हल्ल्यांशी संबंध आहे, असा तुझा विश्वास आहे?" हॉर्वाथने विचारले. "त्यांनीच चिनी लष्कराकडून सर्वंकष युद्धाच्या योजना चोरल्या होत्या, असे वाटते तुला?"

आपल्या विचारांमध्ये गुरफटून म्हातारबुवा काही काळ गप्प होते. "आपल्याकडे बरेच प्रश्न आहेत, ज्यांची उत्तरे मिळवायला हवीत."

"तर मग तुझा दोस्त याट्सकोपासूनच सुरुवात करू या. कॅलिफोर्नियामध्ये त्याने सांगितलेला पासवर्ड वापरून संपूर्ण हार्डड्राइव्ह वाचता आलेली नाही."

"माहीत आहे मला," असे उत्तर देत कार्लटनने खिशातून एक कागदाचा तुकडा काढला आणि तो हॉर्वाथच्या हातामध्ये ठेवला. "ही त्याची इन्शुरन्स पॉलिसी होती. जीव वाचविण्यासाठी घेतलेली काळजी. ती निकोलसला दे. उरलेली फाइल मग बघता येईल त्याला."

"तो सहकार्य देतो आहे याचा अर्थ आपण त्याच्यावर विश्वास ठेवू शकतो, असा नाही."

म्हातारबुवा हसले. "मला माहीत आहे ते. विश्वास ठेव माझ्यावर. आपल्या या व्यवसायातील ही सर्वांत कठीण गोष्ट असते. प्रत्येकजण जेव्हा कुठलीही गोष्ट करतो तेव्हा त्याचा अंत:स्थ असा काहीतरी हेतू असतो, हे गृहीत धरणे भाग असते."

"अगदी रॉबर्ट ॲशफोर्ड असला तरी?"

"रॉबर्ट ॲशफोर्ड असला तरी," म्हातारबुवांनी कबुली दिली.

"मग आपण त्याच्यापर्यंत कसे पोहोचणार?" हॉर्वाथने विचारले.

"आपण त्याच्याकडे जाणारच नाही. त्याला इथे यायला लावणार आहोत."

"तो कशासाठी येईल आपल्याकडे?"

"कारण त्याला काहीतरी माहिती कळत नाहीये. रॉबर्ट ॲशफोर्डसारख्या माणसाला ते अजिबात आवडत नाही."

"तू नक्की काय सुचवतो आहेस, ते ध्यानात येत नाही माझ्या."

"ॲशफोर्ड निवृत्त झाला नाही त्याला कारण आहे. तो इंटेलिजन्समध्ये आहे.

आणि इंटेलिजन्सचा खेळ म्हणजे इतरांची माहिती गोळा करत राहणे. तुमची ताकद तुमच्याकडे असलेल्या माहितीवर अवलंबून असते.''

''आपल्याला अलीमच्या नेटवर्कची किती माहिती आहे, जास्त की कमी हेच कळत नसल्याने ॲशफोर्डचे डोके फिरले आहे.''

''तुला त्याबद्दल एवढी खात्री का वाटते?''

''कारण उपसालानंतर त्याने माझ्याशी संपर्क साधला होता. त्याने सांगितले की, त्याच्याकडे थोडी माहिती आहे जिचा आपल्याला उपयोग होऊ शकेल. त्याला त्या बाबतीत चर्चा करायची होती.''

''एक सेकंद थांब. उपसालाच्या घटनेमागे आपण आहोत, हे ठाऊक होते त्याला?''

''नाही. तो आपला गळ टाकून बघत होता.''

''तू काय सांगितलेस त्याला?''

''मी सांगितले की, मी खूप कामात आहे आणि नंतर त्याच्याशी बोलेन.''

''तुला असे वाटते, तू त्याला स्वत:हून इथे येणे भाग पाडू शकशील?''

''वाटते तसे. खरेतर तसेच करायला पाहिजे. त्याच्याच देशात त्याच्याविरुद्ध काही करणे आत्तातरी खूप कठीण आहे. इथे आपल्याला परिस्थिती अनुकूल राहील. सर्व आपल्या नियंत्रणाखाली असेल.''

''शिवाय याट्सकोबद्दल आपल्याला काही माहिती आहे, याचीही त्याला कल्पना नाही. तो आपल्याच ताब्यात आहे असा विचार तर त्याच्या मनातही येणार नाही.''

म्हातारबुवा हसले. ''तेव्हा अशाच तऱ्हेने आपण रॉबर्ट ॲशफोर्डला खाली खेचणार आहोत.''

# ६१

## लंडन, सोमवार

सोमवारची सकाळ होती. लंडनच्या नॉटिंग हिल भागातल्या, पोर्टोबेलो रोडवरच्या २२ क्रमांकाच्या आपल्या छोट्याशा, टुमदार रो हाउसमध्ये रॉबर्ट ॲशफोर्ड न्याहारी करत होता. जगभरातील अनेक लोकांप्रमाणे टी.व्ही. लावून तो गेल्या दोन दिवसांत अमेरिकेत झालेल्या दहशतवादी हल्ल्यांचे चित्रण बघत होता. त्याच्यासमोर डायनिंग टेबलवर आंतरराष्ट्रीय आणि ब्रिटिश वृत्तपत्रे उघडून ठेवलेली होती तसेच एम.आय.५ आणि एम.आय.६चे अहवालही!

फोन वाजल्यावर, तो त्याच्या कार्यालयामधूनच आलेला आणखी एक फोन असणार, अशीच त्याची समजूत झाली. तो घरी फक्त स्नान करून, कपडे बदलण्यासाठी आणि काहीतरी पोटात भरण्यासाठी आला होता; पण फोन थांबतच नव्हते. अमेरिकेप्रमाणेच ब्रिटनमध्ये दहशतवादी हल्ले होऊ नयेत, यासाठी एम.आय.५ आणि एम.आय.६ कसोशीने प्रयत्न करत होते.

जे दहशतवादी गट अमेरिकेवर हल्ले चढवत होते त्यांच्यापासून तरी ब्रिटनला अजिबात धोका नव्हता, हे खरेतर ॲशफोर्डला माहीतच होते; पण इतरांप्रमाणेच तो अस्वस्थ आहे, पुढचे हल्ले ब्रिटनवर तर होणार नाहीत ना अशा काळजीत आहे, असे दाखवणे त्याला भाग होते.

पण फोनवरचा आवाज त्याच्या कार्यालयातील कुणाचा नसून अमेरिकेतील रीड कार्लटनचा होता, हे लक्षात येताच तो आश्चर्यचकित झाला.

"अमेरिकेमध्ये घडलेल्या घटनांचे मला खूप दुःख होते आहे," ॲशफोर्ड म्हणाला आणि नंतर त्याने टोस्टचा तुकडा मोडण्यासाठी रिसीव्हर तोंडापासून दूर नेला.

"आभारी आहे, रॉबर्ट. या हल्ल्यांमुळे अमेरिका फार उद्ध्वस्त झाली आहे. मला खात्री आहे की, तिकडच्या टी.व्हीं.वर तेच दाखवत असणार; पण इथल्या परिस्थितीची कल्पनाही तुला करता येणार नाही."

७/७च्या लंडनवरील हल्ल्यांची आठवण काढत, त्या दिवशी त्याच्या मनात

कशा भावना होत्या याचा विचार करत, त्याने अमेरिकन लोकांबद्दल त्याला किती सहानुभूती वाटते, अशी खात्री पटवणाऱ्या आवाजात बोलण्याचा प्रयत्न केला. "भयंकर, फारच भयंकर आहे हे सगळे," तो म्हणाला. "आमच्या पंतप्रधानांनी तुमच्या अध्यक्षांशी बोलून दु:ख व्यक्त केले आणि मदतीचे आश्वासनही दिले, असे माझ्या कानांवर आले आहे."

"बरोबर. खूप दिलासाही वाटला. खरेतर म्हणूनच मी फोन करतो आहे," कार्लटन म्हणाला.

ॲशफोर्ड चहाचा घोट घेण्याच्या बेतात होता; पण त्याचे कुतूहल इतके चाळवले गेले की, विचार बदलून त्याने चहाचा कप खाली ठेवला. "तुला माहीत आहे की, तुमच्यासाठी आम्ही काही करू शकत असलो तर..."

"तीच आशा करतो आहे मी; पण परिस्थिती जरा नाजूक आहे."

*"नाजूक? कुठल्या प्रकारे?"* एन.आय.५चा माणूस एकदम सावध बनला.

"एफ.बी.आय. आणि सी.आय.ए.पेक्षा काही वेगळे असे माग आम्हाला लागत आहेत आणि तुझ्या कार्यालयाचे जरा अनधिकृतपणे सहकार्य मिळाले, तर आम्हाला ते खूप फायदेशीर ठरेल."

"त्याबाबत यापूर्वी कधी प्रश्न निर्माण झालेला नाही. तुझ्या संघटनेशीही संबंध आहेत आमचे आणि अमेरिकेत जे घडले त्याचा संबंध ब्रिटनच्या हिताशी आणि नागरिकांशी येत असेल तर मी खात्री देतो की, आमचे सर्व बळ आम्ही तुझ्या पाठीशी उभे करू."

"आभारी आहे! रॉबर्ट," कार्लटनने उत्तर दिले. "हे ऐकूनसुद्धा खूप आनंद झाला आहे. आत्तातरी फक्त तुला म्हणून सांगतो की, इकडे पार गोंधळ उडाला आहे."

"मी कल्पना करू शकतो त्याची," ॲशफोर्ड म्हणाला. क्षणभर थांबून त्याने विचारले, "तुमच्याकडून मदतीची विनंती येऊ शकेल याचे सूतोवाच करण्यासाठी तू फोन केला आहेस की तुला आत्ताच कशाची गरज आहे?"

"खरे म्हणजे दोन्हीही! गेल्या दोन दिवसांच्या हल्ल्यांपूर्वीच तू म्हणाला होतास की, आम्हाला उपयोगी पडेल अशी काही माहिती तुझ्याकडे आहे आणि आमच्याकडे असलेल्या माहितीचा संबंध आझीम अलीमशी असल्याने तुला ती बघायला आवडेल."

"माझी आजही तशी तयारी आहे."

कार्लटनने ठरविले की, आता गळाला आमिष लावायची वेळ आली आहे.

"आझीमचा एक पुतण्या आहे हे ठाऊक होते तुला?"

"काय? मला काहीच कल्पना नव्हती; पण ही माणसे मोठ्या कुटुंबांमधून

आलेली असतात, तेव्हा तसा धक्का बसण्याचे काही कारण नाही. तो पुतण्याही ब्रिटिश नागरिकच होता का?''

''दुर्दैवाने हो.''

''तू सांगणार आहेस ते बहुतेक मला आवडणार नाही, असे आधीच का वाटायला लागले आहे?'' ॲशफोर्डने विचारले.

''बातमी तशी चांगली आहे आणि वाईटही! वाईट भाग आधी सांगतो,'' म्हातारबुवा म्हणाले. ''संगणकावरची सर्व कामे पुतण्या हाताळत असे. लंडनहून.''

''भूतकाळाचा वापर?'' एम.आय.५चा माणूस म्हणाला. ''म्हणजे आता जिवंत माणसांत त्याची गणना होत नाही असे समजू मी?''

''नाही, तसे नाही. ती माझी चांगली बातमी. तो आमच्या ताब्यात आहे.''

ॲशफोर्डने शांत राहण्याचा प्रयत्न केला. ''तू एका ब्रिटिश नागरिकाला ब्रिटिश भूमीवरून पळवले आहेस हे जर बाहेर पडले, तर खूप चांगली बातमी ठरणार नाही ती.''

''पण आम्ही त्याला ब्रिटनमध्ये पकडलेलेच नाही.''

एम.आय.५च्या माणसालाही मनातून तशीच खात्री होती. ''मग त्या वेळी कुठे होता तो? पाकिस्तान?''

''पाकिस्तानपेक्षा खूपच गोरा प्रदेश असं म्हणेन मी; पण फोनवर मी तपशिलात शिरणार नाही.''

''अर्थातच!''

''आमच्यापुढे प्रश्न असा आहे की, त्याला आधीपासूनच कुठलातरी हृदयाचा विकार आहे आणि आम्ही चौकशी सुरू करताच जरा गुंतागुंतच झाली.''

''काय झाले?'' ॲशफोर्डने विचारले.

''त्याला हृदयविकाराचा झटका आला.''

''त्याच्या परिस्थितीबद्दल काय निदान केले आहे तुम्ही?''

कार्लटनने प्रामाणिकपणेच उत्तर दिले. ''बरा होईल तो. म्हणजे शेवटी बराच होईल तो; पण मधल्या काळात आमचे हात जरा बांधले गेले आहेत. चौकशी करताना जास्त दबाव नाही टाकता येत आम्हाला. लक्षात येते आहे ना तुझ्या? आम्ही काळजीपूर्वक वागलो नाही, तर दुसरा झटका यायचा त्याला आणि मरेल तो.''

''तुमची पंचाईतच झाली आहे म्हणजे?''

''इथे तुझी मदत होईल, अशी आम्हाला आशा आहे. मला माहीत आहे की, सिक्युरिटी सर्व्हिस तुला खूप कामात ठेवत असणार; पण थोडे दिवस जर त्यांनी तुझी गैरहजेरी सहन केली, तर तू इकडे येऊन त्याच्या चौकशीमध्ये आणि आत्ताच

जे हल्ले झाले त्यातल्या काही दहशतवाद्यांच्या पार्श्वभूमीबाबतही आम्हाला मदत करावीस, अशी आमची इच्छा आहे,'' कार्लटन म्हणाला. ''मी अगदी प्रामाणिकपणे तुला सांगतो रॉबर्ट की, आम्हाला काही कळेनासे झाले आहे.''

ॲशफोर्डच्या चेहऱ्यावर हसू उमटले. त्याने कप उचलून चहाचा एक घोट घेतला. ''मी आत्ताच डायरेक्टर जनरलला फोन करतो.''

''आभारी आहे, रॉबर्ट. खूप महत्त्वाचे आहे हे आमच्यासाठी.''

''काळजी करू नकोस, पीचेस. तुला माहीत आहे की, मी तुझ्यासाठी काहीही करेन. शेवटी आपण दोस्त राष्ट्रेच आहोत. आहोत ना?''

मग काही मिनिटे त्यांनी ट्रिपबद्दल बोलण्यात घालवली. कार्लटनने सांगितले की, प्रवासी वाहतूक सध्या बंद केलेली आहे, तेव्हा तो ॲशफोर्डसाठी खास विमान पाठवेल. त्याच्या सूचनेचा आदर करत एम.आय. ५च्या माणसाने सांगितले की, कल्पना खूपच चांगली आहे आणि त्यामुळे अमेरिकनांना ॲशफोर्डच्या मदतीची किती गरज आहे, याबद्दल डायरेक्टर जनरलचीही खात्री पटेल.

कधी निघायचे, कुठे जायचे वगैरेबद्दल थोड्या गप्पा मारून त्यांनी एकमेकांचा निरोप घेतला आणि ॲशफोर्डने फोन खाली ठेवला. चालत अभ्यासिकेत जाऊन त्याने फक्त जेम्स स्टँडिंगशी बोलण्यासाठी वापरत असलेला, ज्याच्यावरचे संभाषण ऐकले तरी कुणाला काही उलगडा होऊ शकणार नाही, असा एन्क्रिप्टेड फोन घेऊन नंबर फिरवला. अमेरिकेत खूप रात्र झाली असली, तरी तो अब्जाधीश खडखडीत जागा होता.

''चांगली बातमी आहे,'' ॲशफोर्ड त्याला म्हणाला.

''त्यामुळे तुझ्याच परिस्थितीत चांगला फरक पडणार आहे. काय बातमी आहे?''

लॉस एंजेलिसवरचा हल्ला जवळजवळ पूर्णत: उधळून लावला गेल्याने आणि इतर विमानतळांवरचे हल्लेही अयशस्वी ठरल्याने त्याची मन:स्थिती पार बिघडली होती. बातम्या ऐकल्यावर ॲशफोर्डला फोन करून त्याने त्याला चांगले धारेवर धरले होते.

''हल्ल्यांवरच्या चौकशीत त्याला मदत व्हावी म्हणून रीड कार्लटनने मला तिकडे बोलावले आहे.''

''छोटीच बॅग घे. तू किती निरुपयोगी माणूस आहे हे त्याच्या लवकरच लक्षात येईल आणि तो तुला घरी पाठवून देईल.''

ॲशफोर्डने त्याचा संताप कसाबसा आवरून धरला. ''आणि आत्ताच मला कळले आहे की, रॅबिट हचवरचा हल्ला कार्लटन ग्रुपनेच केला होता.''

स्टँडिंग क्षणभर गप्प होता. "शेवटी एकदा काहीतरी उपयोगी पडणारे काम केलेस तर! थोडा उशीरच झाला असला तरीही उपयोगीच."

"आभार मानायची काहीच आवश्यकता नाही."

"माझ्याशी जादा शहाणपणाने बोलू नकोस, ॲशफोर्ड. टाळ्या वाजवणारी पोरेच हवी असतील तर क्रिकेटच्या टीममध्ये जा. कामे नीट होण्यासाठी पैसे देत असतो मी तुला. त्यांच्या शोधात तू त्यांना मदत करू शकशील, असा विचार मनात येण्याएवढा कार्लटन मूर्ख आहे तर! आणखी कशासाठी माझा वेळ फुकट घालवायचा आहे तुला?"

"ऑक्सफोर्डचा पुतण्या त्यांच्या ताब्यात आहे."

"आपण त्याची काळजी कशासाठी करायची?"

"कार्लटनच्या म्हणण्याप्रमाणे ऑक्सफर्डने त्याची आपला संगणकतज्ज्ञ म्हणून नेमणूक केली होती."

"हाताला हूक बसविणाऱ्या त्या मूर्खाला कोणी हे करायची परवानगी दिली होती?" स्टँडिंगने विचारले.

आझीमच्या बाबतीत या गोष्टीची त्यांना पहिल्यापासूनच काळजी वाटायला हवी होती. आता मागे वळून बघताना, संगणकावरील कामांच्या बाबतीत मदत करण्यासाठी कुटुंबातील जवळच्या व्यक्तीलाच तो विश्वासात घ्यायचा विचार करेल, हे एवढे अशक्य वाटत नव्हते. वेळच वेळ असणारा दहशतवादी नेता आनंदाने संगणकावर टाइप करायला बसून आपल्या कृत्रिम हातांवर बसविलेल्या हूक्सच्या पोलादी टोकांनी की-बोर्डवरची अक्षरे शोधत मजेत मेसेजेस पाठवत राहील, ही अपेक्षाच चुकीची होती.

"पण चांगली बातमी अशी आहे की, त्यांना अजून त्या पुतण्याकडून कुठलीच माहिती मिळवता आलेली नाही. पकडल्यानंतर त्याला हृदयविकाराचा झटका आला होता."

"पण त्यांनी पकडलेच कसे त्याला? तोदेखील ब्रिटिश नागरिकच असणार असे गृहीत धरतो आहे मी. हा संगणकतज्ज्ञ एखाद्या अरब देशातल्या चिखलाच्या भिंती असलेल्या झोपडीत राहणारा कसा असेल?" स्टँडिंगने रागानेच विचारले.

"ब्रिटिशच आहे," ॲशफोर्डने उत्तर दिले. "कार्लटनच्याच शब्दांत सांगायचे तर त्यांनी त्याला पाकिस्तानपेक्षा खूपच गोरा असणाऱ्या प्रदेशात पकडले."

"उपसाला!"

"गाडीमध्ये मागच्या बाजूला कुणालातरी टाकून एक गाडी निघून जाताना दिसली होती. तो माणूस कोण होता ते मला वाटते, आता आपल्याला कळले आहे."

"त्या पुतण्याला आणखी एक झटका येईल, याची तू आता खात्री करून घे.

मी काय सांगतो ते ध्यानात येते आहे ना? माझी इच्छा आहे की, त्याचे तोंड कायम बंदच राहावे.''

''ते मी बघतो,'' ॲशफोर्ड म्हणाला. ''काळजी करू नको.''

''काळजी काय करू नको? काळजी आहेच. वेळ किती थोडा राहिला आहे, याची थोडीशी तरी कल्पना आहे का तुला?''

त्याला उत्तर हवे आहे की नको, हे ॲशफोर्डला कळेना; पण स्टँडिंगला चांगले ओळखत असल्याने त्याने तोंड बंद ठेवले.

''उद्या आपण ऑरेन्जेस विकत घेणार आहोत,'' स्टँडिंग पुढे म्हणाला.

ॲशफोर्डचा विश्वास बसेना. ''इतक्या लवकर?''

''मी आता जास्त काळ थांबणार नाही. सर्व काही त्या त्या ठिकाणी सिद्ध आहे.''

एम.आय. ५च्या माणसाला माहीत होते की, नारिंगी रंगाचे हल्ले दुसऱ्या कुठल्यातरी रंगाचे कोड असणाऱ्या हल्ल्यांबरोबर एकाच वेळी होणार होते. त्याला एका जुन्या बालगीताची आठवण झाली.

Oranges and lemons,
Say the bells of St. Clement's

Bull's eyes and targets,
Say the bells of St. Marg'ret's

Here comes a candle to light you to bed,
And here comes a chopper to chop off your head

''आपल्याला लेमन्सची गरज भासणार आहे,'' ॲशफोर्ड थांबून म्हणाला. ''पाककृतीप्रमाणे पुढचा घटक पदार्थ तोच आहे. मी आपल्या वाण्याला फोन करू का?''

''तू नको,'' स्टँडिंगने उत्तर दिले. ''मी करतो ते. तू त्या कार्लटनकडे बघ.''

''बघतो. सर्व गोष्टी ठरल्याप्रमाणे होतील, याची काळजी घेतो मी.''

''घ्यायलाच पाहिजे,'' अब्जाधीश म्हणाला. ''आणि रॉबर्ट...?''

''काय?''

''यानंतरचे हल्ले होतील तेव्हा तुलाही प्रचंड धक्का बसला आहे, असे दाखवायला विसरू नकोस.''

ॲशफोर्ड काहीतरी बोलायच्या आत स्टँडिंगने पुन्हा फोन खाली ठेवून दिला.

## ६२

### न्यू यॉर्क शहर

आधुनिक तंत्रज्ञान जेम्स स्टँडिंगला थक्क करून सोडत असे. त्याने आपला लॅपटॉप बैठकीच्या खोलीतल्या टेबलावर ठेवला. काय आश्चर्यकारक साधन होते ते! ते वापरून तो सर्व स्टॉक मार्केट हलवू शकत असे. नवीन कंपन्या स्थापन करण्यासाठी पैसा देऊ शकत असे. राजकीय संघटना स्थापन करू शकत असे. जनमताचा कौल बदलू शकत असे. युद्ध सुरू करू शकत असे आणि शांतताही प्रस्थापित करू शकत असे. या ग्रहावर तो कुठे आहे ते न कळवता सर्व गोष्टी गुप्तपणे करू शकत असे. खरोखर देवाच्याच हातात असावे असे शस्त्र.

अशा या संगणकांसमोर बसून लोक काय उद्योग करतात? व्हिडिओ गेम्स खेळतात, व्हॉट्स ॲप, फेसबुक, ट्विटर, यू ट्यूब सारख्या सोशल मीडियावर वेळ दवडतात, अश्लील फिल्म्स बघतात. बुद्धीला गंज चढू देणाऱ्या मानवजातीचा त्याला अत्यंत तिरस्कार वाटत होता. कारण मानवजातीच्या बुद्धिसामर्थ्याला मर्यादाच नाही, असा त्याचा ठाम विश्वास होता. पृथ्वी हा ग्रह आणि त्यावरचे रहिवासी यांच्यामध्ये भलत्याच उच्च स्थानावर पोहोचण्याची ताकद आहे; पण ते स्वत: त्यांची बुद्धी वापरून त्या स्थानी पोहोचतील अशी अपेक्षा केली, तर ते त्या स्थानाच्या जवळपासही पोहोचणार नाहीत. कारण संकुचित अशा स्वत:च्या स्वार्थापलीकडे त्यांना विचारच करता येत नाही.

ते खरोखर किती विपन्नावस्थेत आहेत, हेच त्यांच्या ध्यानात येत नाही. त्यामधून ते कसे बाहेर येऊ शकतील, हे त्यांना कळत नाही. त्यांचे आयुष्य कसे असू शकते याचे उत्तम चित्र रंगवले, तरी त्यांना त्याचे आकलन होत नाही. थोड्याजणांना होते; पण बाकी मूर्खच असतात, तेव्हा मनुष्यप्राणी आणि समाज सुधारायचा असेल, तर त्यांच्यावर थोडी जबरदस्तीच केली पाहिजे. हात धरून नेऊन त्यांचे आयुष्य सुधारणार नसेल, तर सरकारने त्यांना तिथे खेचत न्यायला पाहिजे. जनावरासारख्याच प्रवृत्तीची जात आहे ही मानवाची.

आणि काहीजण बळजबरी करूनही ऐकायला तयार होणार नाहीत. या समस्येवर एकच उपाय आहे. बदलच नको आहे अशी माणसे जर या जगात नसली, तर जग ही जास्त चांगली जागा असेल. मानवजातीचे अस्तित्व राखायचे असेल, तिला देदीप्यमान अशा भविष्यकाळाकडे न्यायचे असेल तर तिची नुसती प्रगती होऊन चालणार नाही, तर प्रगतीला अडथळा आणणाऱ्यांचा संपूर्ण नि:पात करणे आवश्यक आहे.

मानवाचा स्वर्ग भूतलावरच साकार होईल. अप्रतिम आखीवरेखीव चमकदार शहरे असतील आणि निसर्गाशी जुळवून घेणारी सामाजिक-राजकीय-कायदेशीर व्यवस्था असेल.

*फायनॅन्शिल टाइम्स*ची तरुण वार्ताहर ज्यूलिया विन्स्टन ज्याला समाजवाद म्हणत होती, ती खरेतर एक संधी होती. संकुचित विचार करणाऱ्यांनी पुन:पुन्हा समाजवादावर प्रहार करून त्या विचारांना मागे रेटण्याचा प्रयत्न केला असला, तरी समाजवादाने आपला मैत्रीपूर्ण, दानशूर हात मानवी संस्कृती पुढे नेण्यासाठी कायम समोर केला होता. पूर्वीचे असे प्रयत्न फसले असले, तरी या वेळची परिस्थिती वेगळी होती. त्याचे एकच स्पष्ट कारण होते. पूर्वी असा प्रयत्न करणाऱ्यांच्या हातात नसणारे एक प्रभावी अस्त्र आज तोच प्रयत्न करणाऱ्यांच्या हातात होते. आधुनिक तंत्रज्ञान. या तंत्रज्ञानामुळेच सबंध मानवजात उत्क्रांतीच्या पुढच्या टप्प्यावर पोहोचणार होती.

लॅपटॉप सुरू करून त्याने त्याला आश्चर्यचकित करणारी आणखी दोन साधने वापरायला सुरुवात केली. स्काइप आणि भाषांतर. तो अगदी उत्कृष्ट अरेबिक बोलू शकतो, असाच कुणाचाही समज झाला असता.

*अल्लाची तुमच्यावर कृपादृष्टी असू दे,* मुस्तफा करामीने टाइप केले. धनाढ्य दाताच त्याला लॉग ऑन झालेला दिसत होता. *तुम्हाला सुखशांती लाभू दे.*

कतारमधला शेख अशी बतावणी करणाऱ्या स्टँडिंगने शेखलाच साजेसे उत्तर दिले. *तुमच्यावरही अल्लाची मेहेरनजर असू दे.*

गेल्या दोन दिवसांमधल्या घटनांकडे करामीने त्याचे लक्ष वेधले. *अल्ला महान आहे. जन्नतमध्ये पोहोचलेल्या बंधूंसाठी आम्हाला अत्यंत आनंद होतो आहे.*

*अल्ला महान आहे,* स्टँडिंगने टाइप केले. *अल्लानेच आपल्याला पाठविले आहे आणि अल्लाकडेच आपण परत जाणार आहोत.*

करामीला दोघांकडून आज्ञा मिळाव्यात, ही गोष्ट रॉबर्ट ॲशफोर्डला आवडत नव्हती. ॲशफोर्डला काय वाटेल, याची स्टँडिंगला अजिबात पर्वा नव्हती. कधीकधी तो एखाद्या कामाची संपूर्ण जबाबदारी ॲशफोर्डवर टाकत असला, तरी मध्येच कधीतरी त्यालाही लहर यायची. ते एका मोठ्या संघटनेचा भाग आहेत, अशी

करामीची आणि इतरांची समजूत करून द्यायलाही त्याला आवडत असे. तसे ते होतेही म्हणा!

*अल्लाच्या महान आणि न्याय्य ध्येयासाठी लढा द्यायला आम्ही तयार आहोत,* करामीने लिहिले.

*असणारच तू तयार,* स्टँडिंगच्या मनात विचार आला. *मला मुस्तफाच्या पुतण्याबद्दल का कळवले नाही?* सबंध मुस्लीम जगतात जिहादवर तो जी प्रवचने देत असे; त्यामुळेच आझीम अलीमला मुफ्तीमधला जिहादी असे टोपणनाव पडले होते.

करामीने उत्तर देण्यासाठी थोडा वेळ घेतला; पण तो खोटे बोलला नाही हे विशेष! *तुम्हाला सांगायला हवे होते.*

*अर्थातच सांगायला हवे होते,* असे खरेतर स्टँडिंगला रागाने म्हणायचे होते. पण त्याऐवजी त्याने लिहिले, *आत्ता कुठे आहे तो पुतण्या?*

*आम्हाला माहीत नाही.*

*पोलिसांच्या ताब्यात असेल तर त्याच्यापासून आपल्याला किती धोका आहे? आपल्या कामगिरीवर त्याचा किती परिणाम होऊ शकतो?*

*तेदेखील सांगता येत नाही.*

मग तुम्हाला माहिती तरी काय आहे असे विचारायचा मोह होत असतानाच करामीने पुढे टाइप केले, *मुफ्तीला जे जे माहीत आहे ते सर्व त्याला माहीत असणार, असे आपल्याला गृहीत धरायला पाहिजे.*

वाटत होता तेवढा करामी मूर्ख नाही तर. *मान्य आहे,* स्टँडिंगने टाइप केले.

*आम्ही तयार आहोत,* दहशतवाद्याने पुन्हा स्पष्ट केले.

स्टँडिंगने दोनच शब्द टाइप केले. *नारिंगी* आणि *पिवळा.* आणि *सेन्ड* बटण दाबले.

*कधी?*

*नारिंगी सोमवारी,* स्टँडिंगने उत्तर दिले. पुढचा पिवळा हल्ला कधी करायचा, याबद्दल तो जरा साशंक होता. नारिंगी हल्ल्यांची व्याप्ती मोठी असणार होती आणि प्रसिद्धीही तशीच मिळणार होती; पण यात धोकाही होता. आझीमच्या उद्योगांची पुतण्याला पूर्ण माहिती होती आणि कार्लटन ग्रुप त्याचा प्रतिकार मोडून माहिती काढून घेऊ शकला असता. कुठले हल्ले झालेच तर ते नशीबच म्हणावे लागले असते.

*आणि पिवळे?* करामीने विचारले.

*नारिंगी हल्ल्यांच्या घटना प्रसिद्ध झाल्यानंतर अठ्ठेचाळीस तास थांबून मग पिवळे हल्ले चढवायला लाग.*

*जशी अल्लाची इच्छा! या वेळी आपण जास्त यशस्वी ठरू.*

*अल्लाचीच इच्छा,* स्टँडिंगनेही कबुली दिली. बोलणे बंद करून तो स्काइपमधून बाहेर पडला.

मनामध्ये त्याचाच विचार करून जणू काही चिनी लष्कराने पुढच्या हल्ल्यांची आखणी केली होती. या हल्ल्यांनंतर अमेरिकेमध्ये अविश्वसनीय असा विनाश आणि गोंधळ निर्माण होणार होता. स्टँडिंगकडे त्या परिस्थितीचा फायदा उठविण्याची शक्कल तयार होती. *अमेरिका हा आश्चर्यकारक देश होता खराच!*

## ६३

उत्तर व्हर्जिनिया

कार्लटन ग्रुपची कार्यालये सोडल्यानंतर हॉर्वाथ गाडी घेऊन सरळ घरी गेला.

पटकन दाढी, आंघोळ उरकून बिछान्यावरच आडवा झाला. विश्रांतीची गरज होती त्याला. नाहीतर त्याचा कुणाला कसलाच उपयोग होणार नव्हता.

फोन वाजत राहिला, तसा तो गाढ झोपेमधून जागा झाला. नाइट स्टँडवर आंधळ्याप्रमाणे चाचपडतच त्याने कसाबसा आपला ब्लॅकबेरी उचलला. डोळे न उघडता चालू करून कानाला लावला.

"स्कॉट, मी निकोलस," रेस्टनमधला बुटका उद्गारला. "मला वाटते की, मला काहीतरी सापडले आहे."

"तू झोपला तरी होतास का?"

"नाही; पण आधी ऐक. तू मला स्टँडिंग, अॅशफोर्ड आणि हल्ले यांच्यामध्ये काही परस्परसंबंध आहे का, ते बघायला सांगितले होतेस."

"काय सापडले आहे तुला?"

"शिकागोमधला बॉम्बर आठवतो तुला? कित्येक आठवड्यांपूर्वी अॅमट्रॅक मार्गाच्या वरच्या बाजूला असणारी इमारत उद्ध्वस्त करण्याच्या आधीच ज्याने स्वत:ला उडवून घेतले होते तो आत्मघातकी दहशतवादी?"

"शंभर नॉर्थ रिव्हरसाइड प्लाझा. हो, आठवतो."

"नकाशावरच्या सगळ्या ठिपक्यांकडे मी पुन्हा बघत होतो. त्यांचा अर्थ काढायचा प्रयत्न करत होतो. मग मी स्टँडिंगचे नावही घातले. तेव्हा मला काहीतरी सापडल्यासारखे वाटते."

हॉर्वाथ अजूनही डोळे बंद करूनच बिछान्यावर पडलेला होता. "पुढे बोल."

"सर्वंकष हल्ल्यांची योजना अशी आहे की, भयानक प्राणहानी आणि मालमत्तेच्या नुकसानीबरोबर अर्थव्यवस्थेलाही जबरदस्त फटका बसला पाहिजे. बरोबर?"

"बरोबर."

“जेम्स स्टँडिंगने अमेरिकेची अर्थव्यवस्था ढासळून टाकण्याची हाक दिली आहे आणि तो उघडउघड तसे सांगत असतो. मग माझ्या मनात वेगळेच विचार यायला लागले. या सर्वांमागे त्याचा हात असेल, सर्वंकष योजनांच्या युद्धाचे आराखडे पळविण्यासाठी त्यानेच पैसे पुरविले असतील, तर अमेरिकेवरील या हल्ल्यांमधूनही फायदा मिळवण्याचा प्रयत्न करण्याइतके धारिष्ट्य त्याच्याकडे नसेल कशावरून?”

“स्टँडिंग मूर्खाप्रमाणे वागून श्रीमंत बनलेला नाही.”

“तुझा बँकर्सशी विशेष संबंध आलेला दिसत नाही, हॉर्वाथ,” निकोलस म्हणाला. “पण माझा आला आहे.”

“ते मूर्ख असतात, असे सुचवायचे आहे तुला?”

“मूर्ख नाही, उद्दाम म्हणू या. खूपच उद्दाम! आणि अत्यंत हुशारही. ते कल्पनातीत धोका स्वीकारायला तयार असतात. जेम्स स्टँडिंगही त्यांच्याहून वेगळा नाही. पूर्ण माहितीच्या आधारावर खेळलेला जुगार असतो हा आणि काही वेळा तर चक्क फसवणूक अन् लबाडी.”

“लबाडी,” हॉर्वाथ पुटपुटला.

“हो.”

“मग काय सापडले आहे तुला?”

“मी नकाशावरच्या सगळ्या रंगांच्या ठिपक्यांकडे बघितले; पण यावेळी आर्थिक दृष्टिकोनातून मी स्वत:लाच विचारले की, या हल्ल्यांमधून मी कशा तऱ्हेने फायदा कमावू शकतो आणि माझ्या डोक्यात प्रकाश पडला.”

“शिकागोमधल्या आत्मघातकी बॉम्बरने १०० नॉर्थ रिव्हरसाइड प्लाझा ॲमट्रॅक मार्गाच्या वरच्या बाजूला होती म्हणून ती लक्ष्य बनविलेली नव्हती. तो भाग असलाच तरी तो दुय्यम महत्त्वाचा होता.”

“मग महत्त्वाचे कारण काय होते?”

“त्या इमारतीमध्ये बोइंगचे कॉर्पोरेट हेडक्वार्टर आहे,” निकोलस म्हणाला.

“म्हणजे केवळ बोइंग कंपनीचा विनाश घडविण्यासाठी तो बॉम्बर ती इमारतच उडवायला बघत होता, असे वाटते तुला?”

“तसेच वाटते,” तो छोटा माणूस म्हणाला. “आणि मी फक्त बोइंगबद्दल बोलत नाही. हे सगळे नारिंगी रंगाचे ठिपके दिसतात त्यांच्याबद्दल मी बोलतो आहे. त्यांच्यात एक समान धागा आहे. सर्व ठिपके कनेक्टिकटमधील फेअरफॅक्सपासून कॅलिफोर्नियातील पालो आल्टोपर्यंत पसरलेल्या शहरांत आहेत. या सर्व शहरांमध्ये अशा सर्व कंपन्यांची मुख्यालये आहेत की, ज्यांचा डाऊ जोन्स इंडस्ट्रिअल ॲव्हरेज मोजण्यासाठी उपयोग करतात. या तीस कंपन्यांची मुख्यालये एकाच फटक्यात

उद्ध्वस्त केली गेली तर काय होईल, याची तुला कल्पना तरी करता येईल का? आणि प्रत्येक कंपनीचे अगदी सर्व नाहीत पण बहुतेक सर्व वरिष्ठ पदाधिकारी त्या त्या इमारतीत असतील, अशीच वेळ इमारती उडवताना साधली, तर देशाच्या संपूर्ण अर्थव्यवस्थेवर काय परिणाम होईल, याचा अंदाज तरी बांधता येईल?''

हॉर्वाथचे डोळे आत्तापर्यंत सताड उघडले होते आणि तो पाठ टेकून बिछान्यावर बसला होता. ''भयंकरच परिणाम होईल,'' तो म्हणाला.

''भयंकर परिणाम होईल असे म्हणण्यातही अर्थ नाही. आर्थिक व्यवस्थेचा सर्व डोलाराच कोसळेल. खेळच खलास होईल. डाऊ निर्देशांकाला तसा काही अर्थ नाही, ही बाब जरा बाजूला...''

''काय म्हणायचे आहे तुला? डाऊ हा आर्थिक निर्देशांक आहे. सर्वजण त्यावर अवलंबून व्यवहार करतात.''

''नाही,'' निकोलसने समजावले. ''किरकोळ गुंतवणूकदार यावर अवलंबून आपले खरेदी-विक्रीचे व्यवहार करतात. आश्चर्य म्हणजे डाऊमध्ये समाविष्ट असणाऱ्या तीस कंपन्यांपैकी फक्त एकच कंपनी गेल्या शंभर वर्षांपासून अस्तित्वात आहे. जनरल इलेक्ट्रिक. ही कामगिरी अत्यंत प्रचंड असा मानसिक धक्का देणारी ठरेल. एखाद्या कंपनीचा उद्योग चांगला चालत नसेल तर तिचे नावच डाऊमधून काढून टाकतात, तेव्हा १९१० पासून डाऊचा आलेख चढताच आहे.''

''तो जर केवळ निर्देशांकच असेल, तर तो खाली आल्यामुळे असा काय विशेष फरक पडणार आहे?''

''इंडेक्सबद्दल तुला काय वाटते, ते क्षणभर सोडून देऊ; पण अमेरिकेतील सर्वोत्कृष्ट कंपन्यांच्या यादीत या कंपन्या आहेत. अत्यंत सुव्यवस्थित आखणी केलेल्या दहशतवादी हल्ल्यांमध्ये प्रत्येक कंपनीतील ती ती कंपनी उत्कृष्टपणे चालविण्यास जबाबदार असणारी अत्यंत प्रगल्भ बुद्धिमत्तेची पंचवीस-पंचवीस माणसे जर उडवली गेली, तर प्रथम त्यांच्या स्टॉक्सवर आणि नंतर संपूर्ण आर्थिक व्यवस्थेवर प्रचंड विघातक परिणाम होईल.''

''अमेरिकेचा आर्थिक विनाशच घडवायचा असेल, तर डाऊवरच सरळ हल्ला का नाही करायचा?'' हॉर्वाथने विचारले.

''*जास्तीतजास्त* घबराट आणि गोंधळ माजविण्यासाठी माझ्या मते तर ही फारच अप्रतिम योजना आहे. देशभरातल्या जनतेमध्ये ती कुठेच सुरक्षित नाही अशी भावना निर्माण केली आणि त्यांचे सर्व पैसे काढून घेतले की, सर्व पूर्वपदावर आणण्यासाठी जनता भीक मागायला लागेल. पाठोपाठ आणखी हल्ले चढवायचे. मग कशाचाही त्याग करायला तयार होऊन जो कुणी हे सर्व थांबविण्याचे आश्वासन देईल, त्याच्यामागे जनता उभी राहील. त्या क्षणी आज अमेरिकन जनतेला जी

अमेरिका माहीत आहे, तिचे अस्तित्व नाहीसे होईल; अगदी कायमचे नाहीसे होईल.''

हॉर्वाथने इतिहासाचा अभ्यास केला होता. एकदा का सुव्यवस्थेच्या नावाखाली लोकांनी स्वातंत्र्याचा त्याग केला की, ते स्वातंत्र्य त्यांना कधीही परत मिळत नसते. हे शक्य आहे असा विचारही त्याला मनात आणायचा नव्हता; पण ते शक्य आहे हे त्याला कळत होते आणि ते टाळण्यासाठी काहीतरी मार्ग काढायलाच हवा होता. ''खात्री आहे तुझी की, नारिंगी रंगाचे ठिपके हेच हल्ले दर्शवतात?'' त्याने विचारले.

''*जास्तीतजास्त* खात्री आहे,'' निकोलसने उत्तर दिले. ''आणि मी हे फक्त शहरांच्या आधाराने म्हणत नाही. मला दुसरेही काही सापडले आहे. मी जर जेम्स स्टँडिंग असतो, इतरांपेक्षा हुशार आहे आणि म्हणून मी पकडला जाणार नाही याची मला खात्री असती, तर मीदेखील तेच केले असते.''

''काय ते?''

''डाऊमधील सर्व तीस कंपन्यांच्या शेअर्सची किंमत पुढच्या तीन महिन्यांत पार ढासळणार आहेत यावर सहा आठवड्यांपूर्वीपासून फार मोठमोठ्या रकमेच्या पैजा लावायला सुरुवात झाली आहे.''

''म्हणजे कोणीतरी आपले शेअर्स विकायला काढले आहेत की काय?''

''दिसते तरी तसेच,'' निकोलस म्हणाला. ''९/११च्या हल्ल्यांपूर्वी युनायटेड एअर आणि अमेरिकन एअरलाइन्स या कंपन्यांच्या शेअर्सच्या बाबतीत हेच घडले होते.''

''स्टँडिंग?'' हॉर्वाथने विचारले.

''मी सांगितले होते त्याप्रमाणे स्टँडिंगसारखी माणसे उद्दाम असतात; मूर्ख नाही. या सर्व आर्थिक उलाढालींच्या मुळाशी काही परदेशी होल्डिंग कंपन्या असाव्यात, असा संशय आहे. टिप वापरून मी जास्त तपशील गोळा करण्याचा प्रयत्न करतो आहे; पण मधल्या काळात मला जी भीती आहे, त्याबद्दल काय करायचे?''

''या सर्व कंपन्यांचे वरिष्ठ पदाधिकारी जर एकाच वेळी उडवायचे असतील, तर तू ते कोणत्या वेळी करशील?''

निकोलसने क्षणभर विचार केला. ''ते कोणत्या तरी कामासाठी त्यांच्या गेस्ट हाउसमध्ये असतील तेव्हा किंवा शेअरहोल्डर्सच्या किंवा बोर्ड ऑफ डायरेक्टर्सच्या सभेच्या वेळी.''

''मी तीस कंपन्यांबद्दलची वेळ म्हणतो आहे. एकच वेळ, ज्या वेळी ते बहुतेक सर्वजण आपापल्या कॉर्पोरेट हेडक्वार्टर्समध्ये असतील.''

''सोमवार ते शुक्रवार अशी जर वेळ तुझ्या मनात असेल, तर मी नक्की

सोमवारच म्हणेन.''

हॉर्वाथने आपल्या घड्याळाकडे बघितले. तांत्रिकदृष्ट्या सोमवार सुरूच झाला होता. ''डेलावेअरमधील विल्मिंग्टन येथील ड्युपॉन्ट केमिकल कंपनीचा अजूनही डाऊमध्ये समावेश आहे ना?''

''हो. का? काय विचार करतो आहेस तू?''

''तुझ्या मनात आलेली कल्पना तपासून बघण्याची गरज आहे.''

''फक्त ड्युपॉन्ट?'' निकोलसने विचारले. ''सगळ्यांनाच धोक्याचा इशारा का द्यायचा नाही?''

''आत्ताच झालेल्या हल्ल्यांमुळे सर्व परिस्थितीच ताणतणावाची आहे. या कंपन्या पुढचे लक्ष्य आहेत असे आपल्याला वाटते आहे अशी बातमी जर बाहेर फुटली, तर भयंकर घबराट निर्माण होईल; हल्ले झाल्यामुळे होईल तेवढीच!''

हॉर्वाथचा मुद्दा योग्य होता. ''बरोबर आहे तुझे,'' निकोलस म्हणाला. ''काय करावे अशी इच्छा आहे तुझी?''

''म्हातारबुवांशी बोलला आहेस या बाबतीत?''

''अजून तरी नाही. मला प्रथम तुझ्याशी बोलायचे होते.''

''आइसलँडवरून काही कळले आहे?''

''नाही. काहीच नाही.''

हॉर्वाथ बिछान्यावरून उठलाच होता. ''ठीक आहे,'' तो म्हणाला. ''मी रीडशी बोलतो. तू शोधत राहा.''

''म्हणजे तू ड्युपॉन्टला जातो आहेस.''

''हो.''

''तुला मदतीची गरज भासणार आहे,'' निकोलस म्हणाला. ''मी त्यांच्या मुख्यालयाची चित्रे समोर बघतो आहे. ती इमारत तेरा मजल्यांची आहे. शहराचा एक पूर्ण ब्लॉक व्यापणारी. संपूर्ण इमारतीत तू एकटाच तपास घेऊ शकणार नाहीस.''

''मी एकटा जाणारच नाही,'' हॉर्वाथने उत्तर दिले. ''माझ्याबरोबर माझे काही मित्रही असतील.''

# ६४

**आ**ठ पंखे आणि तीन इंजिनांचे प्रचंड असे सिकोर्स्कि सी स्टॅलिअन हेलिकॉप्टर अटलांटिकवरून अमेरिकेच्या पूर्व किनाऱ्यावरून उत्तरेला मोठा घरघराट करत निघाले होते. व्हर्जिनियातील लिटल क्रीक येथील नेव्ह ॲम्फिबिअस बेसवरील नौदलाच्या एक्स्प्लोझिव्ह ऑर्डनन्स डिस्पोजल (इ.ओ.डी.) ग्रुप टू च्या सैनिकांबरोबर हॉर्वाथ हेलिकॉप्टरमध्ये बसला होता.

सी.इ.आर.एफ.पी. टीम्स या नावाने ओळखल्या जाणाऱ्या रॅपिड डेप्लॉयमेंट यु.एस. सैन्यदलाच्या केमिकल, बायॉलॉजिकल, न्यूक्लिअर, रेडिओलॉजिकल आणि हाय-यील्ड एक्स्प्लोझिव्ह एनहान्सड रिस्पॉन्स फोर्स पॅकेज टीम्स फोर्ट मीड आणि ॲन्ड्रूज एअर फोर्स बेसवरून ब्लॅक हॉक हेलिकॉप्टर्सनी विल्मिंग्टनच्या वाटेवर होत्या. सर्व हेलिकॉप्टर्स ड्युपॉन्ट इमारतीसमोरच्या रॉडनी स्क्वेअरमध्ये उतरणार होती. विल्मिंग्टनच्या पोलीस दलाने त्या भागाला आधीच वेढा घातला होता.

इमारतीमध्ये हॉटेल, चित्रपटगृह, बँक, दुकाने, ड्युपॉन्टचे कॉर्पोरेट हेडक्वार्टर आणि इतरही कार्यालयांच्या जागा होत्या. हॉटेल तीस टक्केच भरलेले होते. पहिले हेलिकॉप्टर उतरले तेव्हा हॉटेलमधले पाहुणे झोपलेलेच होते.

ही प्रचंड हेलिकॉप्टर्स एकामागोमाग एक कानात दडे बसवण्याइतके आवाज करत उतरायला लागल्यावर विल्मिंग्टनच्या कार्यालयीन विभागातल्या काँक्रीटच्या कॉरिडॉर्समध्ये त्यांचे प्रतिध्वनी उमटायला लागले. हेलिकॉप्टर्स जमिनीला टेकताच त्यातून सर्व टीम्स धडाधड आपली साधनसामग्री घेऊन खाली उतरल्या आणि हेलिकॉप्टर्स पुन्हा आकाशात उडून दिसेनाशी झाली.

एक्झिक्युटिव्ह डायरेक्टर रॉन लॅमॅट ड्युपॉन्टचा सुरक्षाप्रमुख होता. देशामधला एक अत्यंत अनुभवी एक्झिक्युटिव्ह प्रोटेक्शन स्पेशालिस्ट. पूर्वी बाल्टिमोर काउन्टीच्या पोलीस दलात मेजर होता. सीक्रेट सर्व्हिसने त्याला शिक्षण दिले होते. एफ.बी.आय. नॅशनल एक्झिक्युटिव्ह इन्स्टिट्यूटचा पदवीधर होता. ड्युपॉन्टच्या उच्चपदस्थांना

आणि त्यांच्या कुटुंबीयांना सुरक्षित ठेवत असे. इतर एक्झिक्युटिव्ह प्रोटेक्शन स्पेशालिस्ट्सना शिकवत असे. आत्तासारख्या आणीबाणीच्या वेळी हॉर्वाथला त्याच्यासारखा कार्यक्षम असा व्यावसायिक सुरक्षाप्रमुख भेटण्याची आशाच नव्हती.

हेलिकॉप्टर्स उतरलेल्या चौकातून हॉर्वाथ आणि त्याच्या टीम्सना घेऊन तो इमारतीमध्ये शिरला. लॉबीमध्ये घाईघाईने जुळवून ठेवलेल्या टेबलांवर इमारतीचे आराखडे तयार ठेवले होते. प्रश्नांची उत्तरे देण्यासाठी आणि कुठल्याही सार्वजनिक अथवा खासगी भागात सहज प्रवेश मिळवून देण्यासाठी बिल्डिंग इंजिनिअर्सना झोपेमधून उठवून इथे आणले गेले होते. सर्व टीम्सना एकमेकांशी संपर्क साधता येण्याच्या दृष्टीने एका भिंतीवरच्या प्लग्जमध्ये अनेक रेडिओ ओळीने चार्ज करत ठेवले होते. त्यांच्या शेजारी लॅमॅटची सर्वोत्कृष्ट अशी चार माणसे कोणत्याही तऱ्हेची मदत द्यायला सिद्ध होती.

हॉर्वाथ सिक्युरिटी चीफशी बोलत होता. इ.ओ.डी. आणि सी.इ.आर.एफ.पी. टीम्सचे प्रमुख कामाची विभागणी करण्याबाबत चर्चा करत होते. एकवाक्यता होताक्षणी एकमेकांशी कसा संपर्क साधायचा हे ठरवून त्या टीम्स आपापल्या कामाला लागल्या.

शिकागो येथील बोइंगच्या इमारतीवरील अयशस्वी हल्ला लक्षात घेऊन त्यांनी ड्युपॉन्ट इमारतीच्या पायाच्या प्रमुख भागांवर लक्ष केंद्रित केले. तिथून तपासाला सुरुवात केली.

अत्यंत अत्याधुनिक साधने आणि मनुष्यबळ असूनही काम फार संथ गतीने चालू होते. पहिल्या मजल्याचा शोध घेण्यासाठीच अर्ध्या तासाहून जास्त वेळ गेला.

दुसऱ्या मजल्यावर जाण्यासाठी निघत असताना रॉन लॅमॅटने हॉर्वाथला बाजूला घेतले.

"मी एखादी सूचना केली तर चालेल का?" त्याने विचारले.

"जरूर," हॉर्वाथ उद्‌गारला.

"हे सर्व तुम्हाला कुणाच्या नकळत करायची इच्छा होती, हे मी जाणून आहे; पण हेलिकॉप्टर्स आणि ती उतरवण्याच्या चौकामध्ये केलेला स्थानिक पोलीस दलाचा वापर यांच्यामुळे मला वाटते, सर्व गोष्टी काही अपेक्षेएवढ्या गुप्त राहिलेल्या नाहीत. हा शोध घेण्यासाठी आपण जर आणखी काही माणसांचा उपयोग केला नाही, तर दुपारच्या जेवणाच्या वेळेपर्यंतही आपला शोध चालूच राहील."

"तुझ्या मनात काय आहे?"

"मी एक-दोन फोन करतो," रॉन लॅमॅट म्हणाला. "बॉम्ब हुडकून काढू शकणारे पंधरा कुत्रे अर्ध्या तासात इथे येतील. एकेका मजल्यावर एक एक कुत्राही शोधाला वापरू. मला वाटते, मग काम लवकर होईल."

ते काय करत आहेत हे कमीतकमीजणांना समजावे अशी हॉर्वाथची इच्छा असली, तरी लॅमॅटचे म्हणणे खरे होते. कुत्रे झपाट्याने कानाकोपऱ्यात पोहोचले असते. "ठीक आहे, कर फोन," तो म्हणाला. "पण त्यांना सांग की, सर्व तुमच्यापाशीच ठेवा."

रिमोट कंट्रोलने स्फोट करता येऊ नये म्हणून टीम्सनी सी-गार्ड आर.एफ. मॅनपॅक आय. इ. डी. जामर्स इमारतीभोवती वापरले होते. लॅमॅटच्या सेलफोनवर सिग्नल मिळेना. तो वरती आपल्या कार्यालयात गेला आणि तिथून वायर लावलेल्या फोनवरून त्याने फोन केला.

पंचेचाळीस मिनिटांनी आपापल्या कुत्र्यांना घेऊन त्यांच्या हॅन्डलर्सनी प्रत्येक मजल्यावरच्या प्रत्येक कार्यालयात शोध घ्यायला सुरुवात केली होती.

चौथ्या मजल्यावरच्या एका कार्यालयात एका प्लास्टरच्या भिंतीसमोर गिना नावाचा शेफर्ड जातीचा बेल्जिअन कुत्रा थांबला आणि आपल्या हॅन्डलरकडे बघत जमिनीवर बसला. ताबडतोब काहीतरी सापडले आहे, ही बातमी सर्वत्र पसरली.

जवळची सी.इ.आर.एफ.पी. टीम धावतच तेथे पोहोचली. त्यांनीही पद्धतशीरपणे त्यांचा शोध घेतला. दहा मिनिटांनी कुत्र्याने दिलेल्या सावधगिरीच्या इशाऱ्यावर त्यांनी शिक्कामोर्तब केले. प्लास्टरच्या भिंतीमागे इमारतीला आधार देणाऱ्या खांबावर स्फोटकांचा मोठा साठा दडवला होता.

हॉर्वाथने संमती दिल्यावर रॉन लॅमॅटने इमारत खाली करण्याचा निर्णय घेतला. सुरुवात अर्थातच हॉटेलमधल्या पाहुण्यांना बाहेर काढण्यापासून झाली. शोध चालूच राहिला.

आणि इमारतीला आधारभूत ठरणाऱ्या चौथ्या मजल्यावरल्या प्लास्टरमागच्या प्रत्येक खांबावर गिनाने स्फोटके शोधली. इमारतीमध्ये इतरत्र शोध घेऊन जेव्हा कुठेही स्फोटके आढळली नाहीत, तेव्हा हॅन्डलर्स आपापले कुत्रे घेऊन निघून गेले. इ.ओ.डी. आणि सी.इ.आर.एफ.पी. टीम्सनी प्रत्येक खांबाशी आपली एक्स-रेची साधने घेऊन कोणत्या तऱ्हेची स्फोटके आहेत, याचा तपास केला. तारांची आवरणे काढून प्लॅस्टिकची स्फोटके सरळ खांबांना लावली होती. सोबत इतर स्फोटकांचा प्रचंड साठा आणि रिमोट कंट्रोलने ती उडवता येतील असे डिटोनेटर्स. इतकी स्फोटके दडवली होती की, ती इमारत तीन वेळा खाली पाडता आली असती. इतर डाऊ जोन्स कॉर्पोरेशन्सना तत्काळ धोक्याचा इशारा देण्यासाठी हॉर्वाथने कार्लटनला फोन करायला हवा होता.

लॅमॅटच्या कार्यालयातील फोनवरून हॉर्वाथने रेस्टनमध्ये असलेल्या रीड कार्लटनला फोन करून संपूर्ण माहिती दिली.

“ती स्फोटके तिथे कशी नेली, किती काळ ती तिथे आहेत, याची काही कल्पना?” कार्लटनने विचारले.

“या क्षणी आम्हाला माहीत नाही,” हॉर्वाथने उत्तर दिले. “इमारतीमधील सर्व भाडेकरूंची यादी आणि आपल्याला उपयोगी वाटणाऱ्या माहितीची ई-मेल सध्या रॉन तयार करतो आहे.”

“ती सरळ मला धाडायला सांग.”

“ठीक आहे. आणखी काही?”

“नाही,” कार्लटन म्हणाला. “आणि तुला तिथे करण्यासारखे सर्व काही तू केले आहेस. स्फोटके काढायचे काम टीम्स करतील. मला तुझी इथे गरज आहे; कारण ॲशफोर्डचे विमान थोड्याच वेळात इथे उतरणार आहे.”

# ६५

रॉबर्ट ॲशफोर्डचे विमान डल्लास विमानतळावर उतरत असताना हॉर्वाथ त्याची वाट बघत लँडमार्क एव्हिएशनशेजारी थांबलेलाच होता. एम.आय.५ चा ऑपरेटिव्ह येत असल्याची सूचना कस्टम्स आणि इमिग्रेशन दोघांनाही गेली असल्याने त्यांनी विमानापाशीच सर्व आवश्यक त्या गोष्टी पार पाडल्या. हॉर्वाथ त्याला धावपट्टीवर भेटला.

हस्तांदोलन झाल्यावर ॲशफोर्डने विचारले, ''त्यांच्याकडे पाण्याची बाटलीही नसणारच. कॅटरर उड्डाणासाठी पेयांच्या बाटल्याही भरायला विसरला होता.''

हॉर्वाथला तिथेच त्याचे थोबाड फोडायचा मोह होत होता; पण त्याने राग आवरून धरून त्या परिस्थितीत शक्य तितक्या सभ्यतेने वागायचा प्रयत्न केला. त्याला पार्किंग एरियाकडे नेत तो म्हणाला, ''कदाचित माझ्या ट्रकमध्ये पाणी असेल.''

शोध घेऊनही पटकन पाणी सापडले नाही, तेव्हा हॉर्वाथने खेद व्यक्त करून ॲशफोर्ड अजून थोडा वेळ धीर धरू शकेल का, असे विचारले. त्या ब्रिटने मान डोलवली. ट्रकचा गिअर टाकून हॉर्वाथ विमानतळावरून बाहेर पडला.

''रीड खरेतर स्वतःच तुला उतरवून घेण्यासाठी येणार होता,'' डल्लास टोलरोडच्या दिशेने गाडी काढत हॉर्वाथ म्हणाला. ''पण तुला कल्पना असणारच म्हणा. कार्यालयात पार गोंधळ माजला आहे.''

''अर्थातच. तूसुद्धा खास माझ्यासाठी इतका लांब आला नसतास, तर चालले असते. कॅब घेऊन आलो असतो मी,'' ॲशफोर्डने उत्तर दिले.

ॲशफोर्डचे तोंड कोरडे पडले होते आणि तो अस्वस्थही बनला होता. ''यायला आणि जायलाही फारतर दहा दहा मिनिटे लागतात. विशेष काही नाही,'' हॉर्वाथ म्हणाला. ''आणि तुझी सर्व कामे सोडून आम्हाला मदत करण्यासाठी आला आहेस, त्याबद्दलही आभार!''

“तुमचा तपास कसा काय चालू आहे?”

“विशेष काही चांगला नाही,” टोलरोडवर गाडी घेता घेता हॉर्वाथने उत्तर दिले.

“मलाही तसेच कळवले होते. आमची काही मदत होईल, अशी आशा आहे. तुमच्या देशात जी मनुष्यहानी झाली, ती फारच दु:खदायक आहे.”

हॉर्वाथने विषय बदलला. “रेस्टनमधल्या एका हॉटेलमध्ये तुझ्यासाठी एक जागा राखून ठेवली आहे; पण प्रथम तू सरळ कार्यालयात येशील, अशी बॉस आशा बाळगून आहे. आम्ही आत्तापर्यंतची माहिती तुला सांगू आणि मग कुणीतरी तुला हॉटेलवर सोडेल. चालेल तसे?”

“नक्कीच,” त्याने उत्तर दिले आणि मग तो मूळपदावर आला. “आझीम अलीमच्या पुतण्याची परिस्थिती कशी काय आहे? काय नाव म्हणाला होतात तुम्ही?”

“मन्सूर अलीम. काही बदल नाही; पण आम्ही आशा बाळगून आहोत.”

“तुम्ही कुठे पकडले होते त्याला? कुठेतरी स्कँडिनेव्हियात, असे धरून चाललो आहे मी.”

“स्वीडनमध्ये, खरेतर.”

“उपसालामध्ये जे घडले त्याच्यामागे तुमचा हात होता तर. स्वीड्सना वाटते की, फ्रेंचांचा संबंध होता.”

“त्यांची तशी समजूत व्हावी अशीच बॉसची इच्छा होती.”

“फारच हुशार माणूस आहे, तो पीचेस,” ॲशफोर्ड म्हणाला.

“खरोखरच फार हुशार आहे,” हॉर्वाथनेही मान्य केले.

“आणि सर्व सोडून उपसालामध्ये कशासाठी गेला होता, हा मन्सूर अलीम?”

“आम्हाला इकडूनतिकडून मिळालेल्या माहितीप्रमाणे येमेनमध्ये आझीमला ठार मारण्यात आल्यानंतर नेटवर्कमधल्याच नवीन कमांडरला बढती देण्यात आली. त्याचे नाव मुस्तफा करामी आणि तो उपसालामध्ये लपलेला होता. कतारमधला शेख असे स्वत:ला म्हणवणाऱ्या कुणाचीतरी माहिती मिळविण्यासाठी करामीने मन्सूरला स्वीडनमध्ये बोलावून घेतले होते. काही आठवते आहे?”

हॉर्वाथला ब्रिटच्या चेहऱ्यावरचे भाव बघायचे होते; पण गाडीत अंधार होता.

“कतारमधल्या कुठल्यातरी शेखबद्दल ऐकल्याचे मला आठवत नसले, तरी आमच्या फाइल्समध्ये त्याच्याबद्दल काही असू शकेल. इथे कुठे संगणक मिळाला की, मी माझ्या कार्यालयाला मेल धाडतो. ते तपास सुरू करतील.”

“आभारी आहे.”

“उपसालामधल्या अपार्टमेंटमधून कोणातरी एका तरुण अरबाला गाडीमध्ये घालून निघून जाताना काही साक्षीदारांनी बघितले होते. तो तरुण म्हणजे मन्सूर

अलीम होता तर!'' ॲशफोर्ड म्हणाला.

''नाही. तो आमचा माणूस होता. आम्ही त्याला दहशतवादी सेलमध्ये घुसवण्यात यशस्वी झालो होतो.''

या वेळी हॉर्वाथला त्या ब्रिटचा चेहरा बघायची आवश्यकताच नव्हती. एम.आय.५च्या माणसाने ''खरंच?'' असे विचारले, तेव्हा त्याच्या आवाजातच आश्चर्य होते.

''हो,'' हॉर्वाथ म्हणाला. ''तो शिकागोमधील त्यांच्या सेलमध्ये शिरकाव करून घेण्यातही यशस्वी ठरला होता; त्यामुळेच शिकागोमधल्या हल्ल्यांचे परिणाम तेवढे भयानक झाले नाहीत. नेटवर्कबद्दलही आम्हाला बरीच माहिती मिळवता आली आहे.''

''इंग्लंडमध्ये आमच्याही उपयोगाला येईल असे काही?''

''कितीतरी.''

चिनी लष्कर, साइट-२४३, सर्वंकष युद्धाची योजना यांच्याबद्दल मिळालेली सर्व माहिती हॉर्वाथ सांगत असताना ॲशफोर्ड कान देऊन ऐकत होता.

कार्लटन ग्रुपच्या कार्यालयीन इमारतीच्या जमिनीखालील पार्किंग स्पेसमध्ये गाडी आणून उभी करत असतानासुद्धा हॉर्वाथ बोलतच होता. प्रथमच वरच्या दिव्यांच्या प्रकाशात त्याला ब्रिटचा चेहरा नीट दिसला. चेहऱ्यावर उमटून गेलेली भावना क्षणभरच असली तरी, हॉर्वाथच्या नजरेला पडलीच ती. तो माणूस थक्क झाला होता आणि तो परिणाम सर्वंकष युद्धाच्या योजनांच्या व्याप्तीमुळे झालेला नव्हता, तर रीड कार्लटन आणि त्याच्या ग्रुपने किती माहिती गोळा केली होती, त्या धक्क्यामुळे होता.

आपली टॅहो पार्क केल्यावर हॉर्वाथ गाडीबाहेर पडला. ॲशफोर्डही. ''पूर्वी कधी कार्यालयात आला होतास?'' हॉर्वाथने विचारले.

''नाही,'' ॲशफोर्ड म्हणाला. ''ही पहिलीच वेळ आहे माझी. योग्य अशी जागा शोधण्यासाठी खूप वेळ लागला, असे म्हणाला होता तो. जागेमध्ये केलेले बदल बघून मी चाटच पडेन, असेही म्हणाला होता.''

हॉर्वाथने हातामधल्या रिमोटचे बटण दाबून काचेचे दरवाजे उघडले आणि ते एलिव्हेटर्सजवळ पोहोचले. एम.आय.५च्या माणसाला प्रथम आत शिरायला देऊन मगच तो आत शिरला. त्याने चोविसाव्या मजल्याचे बटण दाबले.

''रिमोट? सुरक्षिततेसाठी एवढीच व्यवस्था?'' ॲशफोर्डने कुत्सितपणेच विचारले. ''का माझ्या नजरेमधून काही निसटते आहे?''

हॉर्वाथ कसाबसा हसला. ''काय म्हटले जाते, ते माहीत आहे ना तुला? सुरक्षेचा प्रश्न आला की, जे काही दिसते ते महत्त्वाचे नसते. दिसत नाही तीच खरी सुरक्षा.''

“अगदी बरोबर,” ब्रिट म्हणाला.

चोविसाव्या मजल्यावर एलिव्हेटर थांबला. हॉर्वाथने प्रथम आपल्या पाहुण्याला बाहेर पडू दिले आणि मगच तो बाहेर पडला. एका मोठ्या दारावर करड्या रंगात लिहिलेले नाव होते. *पार्सन्स, चारिंग्टन आणि ओब्रायन.*

“कायद्याची फर्म?” एम. आय. ५च्या माणसाने विचारले.

“नाही. अकाउन्टिंग फर्म,” किल्ल्या काढत हॉर्वाथने उत्तर दिले.

“आता युनिव्हर्सल एक्स्पोर्ट्स अशा कुठल्या तरी नावापेक्षा छान नाव वाटते नाही?”

दार उघडून हॉर्वाथने पुन्हा एकदा चेहऱ्यावर हसू आणायचा प्रयत्न केला. आपल्या पाहुण्याला आत येऊ दिले. त्यांच्या मागे दार बंद झाल्यावर ॲशफोर्डपासून एक पाऊल बाजूला जात त्याने स्वागत कक्षाकडे हात केला. “आश्चर्य वाटले की नाही?”

एम.आय. ५चा माणूस रिकाम्या जागेकडे बघत हा विनोद तर नाही ना, असा विचार करत होता.

“आता तरी?” असे म्हणत हॉर्वाथने आपली वळलेली मूठ खाडकन त्या वयस्कर माणसाच्या पोटात मारली.

# ६६

लाथा-बुक्क्या मारून ॲशफोर्डचा जीव घेता आला असता तर हॉर्वाथला मनापासून आनंद झाला असता; पण त्याला कुठे मारायचे, किती जोराने मारायचे याबद्दल म्हातारबुवांच्या सूचना स्पष्ट होत्या. एखाद्या वेळी त्याचा उपयोग करून घ्यायची पाळी आली असती; तेव्हा डोक्यावर, मानेवर, चेहऱ्यावर मारायचे नव्हते.

पोटात मारलेल्या एकाच ठोशाने एम.आय. ५च्या ऑपरेटरची हवा निघून गेली होती. त्याच्या खिशामधल्या सगळ्या गोष्टी काढून घेऊन हॉर्वाथ त्याला खेचत एका अरुंद हॉलमधून पुढच्या खोलीपाशी घेऊन गेला. त्याच खोलीमध्ये त्याची चौकशी करायची होती. काम घाईघाईने उरकणेही महत्त्वाचे होते.

त्याला विचार करायलाच ते वेळ देणार नव्हते. ते इतके धडाधड प्रश्न विचारणार होते की, खोटेनाटे, ठरवून बोलणे त्याला अशक्यच व्हावे. लाथ मारूनच हॉर्वाथने खोलीचे दार उघडले आणि ॲशफोर्डला आत खेचले.

एम.आय. ५च्या या ऑपरेटिव्हबद्दल रीड कार्लटनला एक महत्त्वाची गोष्ट माहीत होती. चौकशी यशस्वी करण्यासाठी त्याला तेवढा एकच मुद्दा पुरेसा होता.

हॉर्वाथने ॲशफोर्डला कैद्याला जखडून ठेवतात तशा एका खुर्चीत बसवले. जणूकाही ती हॅनिबाल लेक्टरसाठीच डिझाइन केली होती.

फुप्फुसात पुन्हा हवा भरायला लागल्यावर त्याने कसेबसे दमेकऱ्याच्या आवाजात बोलल्यासारखे विचारले, "काय चालवले आहेस तू?"

हॉर्वाथने पुन्हा त्याच्या पोटात एक दणका ठेवून दिला. त्याची धडपड थांबली. त्याच्या तोंडातून शब्द फुटेना.

हॉर्वाथने भराभर सर्व पट्टे बांधून टाकले. एम.आय. ५च्या ऑपरेटरला हात, पाय, धड, डोके यापैकी काहीही आता हलवता येणार नव्हते.

कोपऱ्यातल्या एका टेबलावर एक मोठी काळी बॅग ठेवलेली होती. त्यातून

चॉकलेटसारख्या भासणाऱ्या मूठभर वस्तू काढून हॉर्वाथने आपल्या खिशात भरल्या आणि पुन्हा चालत जाऊन ॲशफोर्डसमोर उभा राहिला.

"कशासाठी हे सर्व चालवले आहेस तू?" ॲशफोर्डने पुन्हा एकदा विचारले.

हॉर्वाथने खिशातून अमोनियाची एक छोटी कुपी काढून ती ॲशफोर्डच्या नाकाखाली धरून फोडली.

त्या ब्रिटचे डोळे खाडकन उघडले. अमोनियाचा उग्र दर्प नाकात घुसू नये म्हणून त्याने डोके हलवायचा प्रयत्न केला; पण ते हलवता येणारच नव्हते. हॉर्वाथने क्षणभर थांबून दुसरी कुपी त्याच्या नाकाखाली धरली आणि फोडली.

"थांब," ॲशफोर्ड ओरडला; पण खिशात भरलेल्या सर्व कुप्या फोडेपर्यंत हॉर्वाथ थांबला नाही.

"रीडला आण इथे, ताबडतोब," ॲशफोर्ड म्हणाला.

हॉर्वाथने त्याच्याकडे थोडेसुद्धा लक्ष दिले नाही. त्याने तीन मोठे स्ट्रोब लाइट्स आणून एम.आय. ५च्या ऑपरेटिव्हच्या चेहऱ्यापासून एक फूट अंतरावर स्टँड्सवर ठेवले.

"मी कोण आहे याची थोडीफार तरी कल्पना आहे तुला?" ॲशफोर्ड आता किंचाळूनच बोलू लागला होता. "कुठल्या भानगडीत स्वत:ला अडकवतो आहेस, हे कळते आहे तुला? कळते आहे?"

हॉर्वाथ हळूच हसला. त्या ब्रिटचे डोके व्यवस्थित फिरायला लागले होते. त्याने पुन्हा टेबलावरच्या बॅगेत हात घातला आणि लांबलचक वायर जोडलेले स्टिरिओ हेडफोन्स बाहेर काढले. हेडफोन्स ॲशफोर्डच्या कानांवर ठेवून त्याने ती वायर टेबलाखाली ठेवलेल्या बूम बॉक्समध्ये घातली.

ॲशफोर्डला अधूनमधून अर्धशिशीचा त्रास व्हायचा. कार्लटनने आज जाणूनबुजून ती निर्माण करण्याचा घाट घातला होता. म्हणूनच लंडनहून निघालेल्या विमानात पाणी किंवा शीतपेयांच्या बाटल्यासुद्धा ठेवलेल्या नव्हत्या. शरीरात पाण्याची कमतरता निर्माण झाली - डिहायड्रेशन - तरी अर्धशिशी उपटू शकते. हॉर्वाथला तर त्याचा छळच करायचा होता.

मनावरचा ताण, उग्र दर्प, प्रखर दिवे, ढाण ढाण आवाज करणारे संगीत या सर्व गोष्टीही तशाच होत्या. बूम बॉक्स सुरू करून आणि आवाज जास्तीतजास्त मोठा करून हॉर्वाथने स्ट्रोब लाइट्स लावले.

ॲशफोर्डने पुन्हा ओरडायला सुरुवात केल्यावर हॉर्वाथने डक्टटेपचा रोल काढला आणि एक तुकडा फाडून त्याच्या तोंडावर चिकटवला.

मग आपल्या डफेल बॅगमधून चॉकलेटचा एक बार आणि पाण्याची बाटली घेऊन तो शांतपणे बाहेर पडला. चौकशी अधिकाऱ्यांनाही अधूनमधून हक्काची

छोटीशी सुटी असते.

दहा मिनिटांनंतर हॉर्वाथने पुन्हा जेव्हा खोलीत परत पाऊल टाकले, तेव्हा डोळ्यांमधून वाहणाऱ्या अश्रुधारांनी ॲशफोर्डचा चेहरा भिजला होता. हॉर्वाथने प्रखर दिवे हळूच बंद केले, शांतपणे संगीत बंद केले आणि ॲशफोर्डच्या कानांवरचे हेडफोन्स काढून घेतले. त्या माणसाच्या तोंडावरची चिकटपट्टी खेचून काढली. स्टँडवरून दिवे खाली घेतले आणि सर्व वस्तू टेबलावर नेऊन ठेवल्या.

काही क्षणांतच डाव्या हातामध्ये एक लाल रंगाची फाइल घेऊन रीड कार्लटन खोलीत शिरला.

''हॅलो, रॉबर्ट!'' तो हळूच आपल्या जुन्या दोस्ताला म्हणाला.

''का, का करतो आहेस तू हे ?'' एम.आय. ५च्या माणसाने अडखळत विचारले.

''कसे वाटते आता, रॉबर्ट?''

''कसे वाटत असणार, हरामखोर माणसा?''

कार्लटनने स्वत:साठी एक खुर्ची आणण्याची हॉर्वाथला खूण केली. ॲशफोर्डसमोर ती कित्येक फूट दूर अंतरावर ठेवून तो खुर्चीवर बसला.

''त्याचे डोके असे जखडून ठेवायची काही गरज नाही,'' म्हातारबुवा म्हणाले.

हॉर्वाथने ॲशफोर्डमागे उभे राहून डोक्याला बांधलेला पट्टा सोडला.

''बरे वाटते ना आता, रॉबर्ट?'' कार्लटनने विचारले.

ॲशफोर्डने एक अत्यंत अर्वाच्य शिवी हासडली.

कार्लटनने त्या अपमानाकडे काडीमात्र लक्ष दिले नाही. ''रॉबर्ट, या सर्व प्रकाराची तुला पूर्ण माहिती आहे. मी तुला आता अनेक प्रश्न विचारणार आहे. एकदाच आणि फक्त एकदाच. तू खोटे बोललास तर सर्व खेळच संपणार आहे. लक्षात येते आहे ना तुझ्या?''

''मला थोडे पाणी मिळेल का?''

''माझ्या प्रश्नांची उत्तरे दे मग मी आनंदाने तुला थोडे पाणी देईन आणि यातील एक गोळीसुद्धा देईन,'' कार्लटन म्हणाला. ॲशफोर्डच्या खिशातल्या वस्तू काढताना मिळालेल्या गोळ्यांच्या बाटलीकडे त्याने बोट दाखवले.

''आणि नंतर काय? इथल्या पोलिसांच्या ताब्यात देणार की इंग्लंडमधल्या?''

कार्लटनने नकारार्थी मान हलवली. ''यातले काहीच घडणार नाही. आपले संबंध खूप जुने आहेत. मी काय करू शकतो, हे तुला माहीत आहे. चांगले आणि...'' तो क्षणभर थांबला, ''कमी चांगले. तेव्हा निवड करायचा हक्क मी तुलाच देतो. तू सहकार्य केलेस तर तुला एम.आय. ५ आणि ब्रिटनही सोडावे लागेल; पण नवीन ओळख निर्माण करून मी कुठेतरी तुझे पुनर्वसन करेन. तू निवृत्त

होशील. मला यानंतर तुझ्याकडून काही ऐकायची इच्छा नाही की भेटायचीही.''

''आणि मी सहकार्य नाही दिले तर?''

''तू कधीही कुणाच्या दृष्टीस पडणार नाहीस. तुझ्याबद्दल कुणी काही ऐकणारही नाही.''

''मी एम.आय. ५ सोडणार नाही.''

''मी तुझ्याशी सौदा करण्यासाठी इथे आलेलो नाही. मी तुझ्यासमोर दोन पर्याय ठेवले आहेत. निवड तू करायची आहेस. तुला पूर्ण माहिती आहे की, तू कोणताही पर्याय निवडलास, तरी मी माझा शब्द खरा करू शकतो.''

ॲशफोर्डने उत्तर दिले नाही. त्याचे डोके भयंकर ठणकत होते. कुणीतरी कुऱ्हाड हाणून त्याच्या डोक्याची दोन शकले उडवल्याची भावना मनात निर्माण होत होती. ''तुला माझ्याकडून काय हवे आहे, ते मला कळत नाही.''

कार्लटनने आपल्या हातातील फाइल उघडली. ''लॅरी सालोमनवर भाडोत्री खुन्यांनी केलेल्या हल्ल्यापासूनच बोलायला का सुरुवात करत नाहीस?''

''कोण?''

म्हातारबुवांनी नाइलाज झाल्याप्रमाणे मान हलवली, फाइल बंद केली आणि उठून निघून जायला सुरुवात केली.

ॲशफोर्डने त्याच्याकडे बघितले. ''कुठे निघाला आहेस तू?''

''शेवट अशा तऱ्हेने व्हावा याचे वाईट वाटते मला, रॉबर्ट.''

''मी सांगितले तुला. मला कुणी लॅरी सालोमन माहीत नाही. तू हे करू शकत नाहीस. मला सरळ ठार मारू शकत नाहीस. तसे मारणारही नाहीस.''

कार्लटन परत आपल्या खुर्चीकडे वळला. फाइल खुर्चीवर ठेवून त्याने एम.आय. ५च्या माणसावर उडी मारूनच त्याचे केस पकडले आणि डोके मागे वळवले. ''हजारो अमेरिकन लोक मरण पावले असताना मी काय तुझ्याशी खेळ खेळत बसणार आहे, असे वाटते तुला?''

''माझा दहशतवादी हल्ल्यांमध्ये काहीही हात नाही! तू का हे सर्व करतो आहेस, रीड? तू कशाबद्दल बोलतो आहेस तेच कळत नाही मला. कोण तुला हे करायला भाग पाडतो आहे?''

म्हातारबुवांनी ब्रिटचे डोके आणखी मागे वाकवले. ''नेहमीचा शिरस्ता तर मलाही माहीत आहे, रॉबर्ट. आधी नाही, नाही; नाही म्हणत राहायचे आणि सरळ दुसऱ्यांवर आरोप करत सुटायचे. काही फायदा होणार नाही, रॉबर्ट. तुझी लायकी नसताना जिवानिशी सुटण्याचा, कोणी विश्वास ठेवणार नाही असा पर्याय मी तुझ्यापुढे ठेवला आहे. मूर्खासारखा वागू नकोस. हो म्हण.''

''पण माझ्या बाबतीत तू हे का करतो आहेस, तेच मला कळत नाही. मी काही

केलेलेच नाही.''

कार्लटनने हॉर्वाथकडे बघितले आणि म्हटले, ''घेऊन ये त्याला.''

''कुणाला घेऊन ये म्हणतो आहेस तू?'' हॉर्वाथ निघून गेल्यावर अॅशफोर्डने विचारले.

''गप्प बस तू.''

''रीड, तू आणि मी मित्र आहोत.''

अॅशफोर्डचे शब्द कार्लटनच्या कानातही शिरत नव्हते. ''कशामुळे बदललास तू, रॉबर्ट? पैसे? हे सगळे त्यासाठीच केलेस?''

''तू काय बोलतो आहेस, त्याचा अर्थच मला लागत नाही.''

''थोडीतरी सभ्यता दाखव रॉबर्ट. नाहीसे होऊन निवृत्त होण्याचा पर्याय देतो आहे मी तुला. स्वीकार तो.''

''पण मी काही केलेलेच नाही,'' एम.आय. ५चा माणूस आपले म्हणणे सोडायला तयार नव्हता. ''मी कोणा लॅरी सालोमनला ओळखत नाही. या भयानक दहशतवादी हल्ल्यांशीही माझा संबंध नाही. मला एवढेच समजते की, तुझ्याकडे कणभर जरी पुरावा असता ना, तर तो तू दाखवला असतास.''

त्याचे वाक्य संपले आणि व्हीलचेअरमध्ये बसलेल्या याट्सकोला ढकलत हॉर्वाथ खोलीत शिरला.

''हॅलो, रॉबर्ट,'' रशियनने अभिवादन केले.

# ६७

“एम.आय. ५ माझ्या शब्दावर नाही, तर या पूर्वाश्रमीच्या के.जी.बी. ऑपरेटिव्हच्या शब्दावर विश्वास ठेवेल, असा विचार तुझ्या मनात आलाच कसा? जो कबूल करतो आहे की, तो पैशांसाठी इतरांचे खून पाडतो; या अशा माणसाचा शब्द? तू तर त्याच्याहून चक्रम आहेस!”

कार्लटनने फाइल उघडून ॲशफोर्डला त्याच्याकडे काय आहे ते दाखवले. “तुमचे दोघांचे संबंध तर फार जुने आहेत आणि त्याने फार बारीकसारीक तपशीलही लिहून ठेवला आहे.”

“समजा, मी इतक्या फडतूस माणसाशी संपर्क ठेवलाच असता, तर तो माझ्यापर्यंत माग काढता येईल अशा ई-मेलवर केला असता, इतका मी मूर्ख आहे असे प्रामाणिकपणे वाटते तुला?” ब्रिटने विचारले.

“याट्सकोला कोणकोणत्या बँकांमार्फत पैसे दिले गेले होते, ती माहितीही आहे आमच्याकडे.”

“मी पुन्हा तेच विचारेन. मी किती मूर्ख आहे असे वाटते तुला?”

“आणि येमेनचे प्रकरण तर आहेच,” म्हातारबुवा म्हणाले.

येमेनचा उल्लेख होताच क्षणार्धात ॲशफोर्डच्या चेहऱ्यावरचा मुखवटा गळून पडला. क्षणभर तरी तो घाबरल्यासारखा वाटला. दुसऱ्या क्षणाला त्याच्या चेहऱ्यावर कुठलेच भाव नव्हते.

“आलं लक्षात, मूर्खा? येमेनच्या प्रकरणात तर तू पुरा फसला आहेस,” हॉर्वाथ म्हणाला.

फाइल बंद करून कार्लटनने एम.आय. ५च्या ऑपरेटिव्हकडे बघितले. “सुटकेचा मार्ग नाही, रॉबर्ट. वेळही संपत आली आहे. आम्हाला सर्व काही कळलेले आहे. एकाच कारणासाठी आपण इथे बोलत बसलो आहोत. तुला सुटकेची संधी द्यावी, अशी माझी इच्छा होती; पण ती खिडकी आता बंद झाली आहे. एकतर माझा

प्रस्ताव स्वीकार, नाहीतर खाली मी एक व्हॅन आणि एक टीम तयार ठेवली आहे, जी तुला शहराबाहेर दूर घेऊन जाईल आणि तुझ्या डोक्यात गोळी घालून एका थंडगार आणि एकाकी जागेत तुझे दफन करेल.''

याट्सकोला त्याच्या खोलीत सोडून हॉर्वाथ आधीच परत आला होता. तो आता ॲशफोर्ड काय करणार आहे, याकडे लक्ष ठेवून होता. त्यांना येमेनबद्दल पूर्ण माहिती नव्हती. त्यांनी ॲशफोर्डची फसवणूक केली होती. हॉर्वाथचा आग्रह होता की, त्याच्याविरुद्ध त्यांच्याकडे भक्कम पुरावा आहे, असा ॲशफोर्डचा विश्वास पटायला हवा. त्याची करिअर हेच त्याचे जीवन होते. करिअर संपली तर त्याच्या आयुष्याला अर्थ राहणार नव्हता. मनाने खचल्यावरच त्याला पटले असते की, फक्त कार्लटनच त्याला तारू शकेल.

''आणि तू शब्द देतोस की, तू माझे पुनर्वसन करशील? संपूर्ण नवीन ओळख? नवीन जीवन? सर्व काही?'' ॲशफोर्डने विचारले.

''सध्याची आर्थिक परिस्थिती बघता तू वॉल-मार्टमध्ये खोकी रिसायकल करत बसण्याचीच शक्यता वाटते,'' म्हातारबुवा म्हणाले. ''पण मी माझा शब्द देतो.'' ॲशफोर्डला थोडे पाणी दे अशी त्याने हॉर्वाथला खूण केली.

हॉर्वाथने पाण्याचा ग्लास ॲशफोर्डपुढे केला.

कार्लटनने टेबलावरच्या गोळ्यांच्या बाटलीमधील एक गोळीही ॲशफोर्डला दे अशी हॉर्वाथला खूण केली. ''आता तू ज्याच्यासाठी काम करतोस तो माणूस हवा आहे मला.''

काही क्षण ॲशफोर्ड अगदी गप्प होता. शेवटी तो म्हणाला, ''मी साक्ष देणार नाही. ती मृत्युदंडाचीच शिक्षा ठरेल. ट्रायल सुरू होईपर्यंत मी जिवंत राहणार नाही.''

''ट्रायलची काळजी आम्हाला करू दे.''

''आणि मला पैसेही हवेत. तुला माझ्या मदतीची गरज असेल, तर किंमत मोजावी लागेल.''

''आपण याला सरळ ठार मारू या का?'' हॉर्वाथने मध्येच सुचविले.

कार्लटनने फक्त हात वर करून त्याला थांबवले. ''मी माझ्या अटीत बदल करणार नाही, रॉबर्ट. स्वीकार नाही तर दे सोडून असा प्रस्ताव आहे माझा. तू एकतर माझ्या नवीन रीड कार्लटन विटनेस प्रोटेक्शन प्रोग्रॅममध्ये असशील, नाहीतर न्यू इंग्लंडमधील कुठल्या तरी शेतातल्या खड्ड्यात.''

पुन्हा एकदा एम.आय. ५चा ऑपरेटिव्ह बराच वेळ गप्प राहिला. बोलायला सुरुवात केल्यावर तो म्हणाला, ''त्या बाटलीतल्या दोन वेदनाशामक गोळ्या दे मला; नाहीतर तीन दे. मग मी तुला हवी ती माहिती देईन.''

“मी फक्त एकच गोळी देण्याचा विचार करतो आहे,” हॉर्वाथला खूण करत कार्लटन म्हणाला. “तीसुद्धा तू आम्हाला हवी ती माहिती द्यायला सुरुवात केल्यावर.”

ॲशफोर्डने त्या दोघांकडे पाहिले. त्याच्या डोळ्यांमधून पुन्हा अश्रुधारा वाहायला लागल्या होत्या. त्याने सर्व आशा सोडली होती. सर्व प्रतिकार संपला होता. त्यांनी त्याला पार उद्‌ध्वस्त केले होते. “मी कुठून सुरुवात करावी, अशी तुझी इच्छा आहे?”

हॉर्वाथ पुढे झाला. बाटली उघडून त्याने एक गोळी हातात घेतली. ॲशफोर्डने तोंड उघडल्यावर हॉर्वाथने ती त्याच्या जिभेवर ठेवून थोडे पाणीही दिले.

“तू कुणासाठी काम करतोस, तिथूनच सुरुवात करू या.”

“तुला ते आधीच माहिती आहे,” ॲशफोर्ड म्हणाला.

“तरी ते तुझ्या तोंडून मला ऐकायचे आहे.”

“जेम्स स्टँडिंग.”

“युरोप आणि शिकागोमधल्या ज्या दहशतवादी हल्ल्यांच्या बाबतीत तू आम्हाला मदत केली होतीस, त्यामागे कुणाचा हात होता?”

“जेम्स स्टँडिंग.”

“आणि आत्ताच अमेरिकेमधल्या चित्रपटगृहांवर झालेले हल्ले?”

“जेम्स स्टँडिंग.”

“विमानतळांवरील हल्ले?”

“स्टँडिंग,” ॲशफोर्डने आणखी एकदा तेच नाव घेतले.

“मला दहशतवादी नेटवर्क्सबद्दल सांग,” कार्लटन म्हणाला.

एम.आय. ५च्या माणसाने त्याच्याकडे बघितले. “सर्वंकष युद्धाच्या योजना आखताना चिनी सैन्यानेच ते नेटवर्क उभारले होते. स्टँडिंगने पैसा पुरवून त्या योजना चिनी लष्कराकडून चोरल्या. त्या योजना आखण्यात भाग असणाऱ्या प्रत्येकाचा खून पाडला.”

“अमेरिकेत किती दहशतवादी सेल्स आहेत?”

ब्रिटला थोडा विचार करावा लागला. “शेकडो सहज आहेत. शेकड्यांनी. तुमचा सर्व देशच पोखरला गेला आहे.”

“त्या सेल्सशी कसा संपर्क साधता?”

“माझ्यावर खरोखरच कुठल्याही तऱ्हेचा खटला भरला जाणार नाही, असे हमीपत्र मला लिहून हवे आहे.”

हॉर्वाथ पुढे झुकला. “त्याऐवजी तू तीन स्पेट्झनॅझ सोल्जर्सच्या मृत्यूला जबाबदार आहेस अशी पाटी तुझ्या गळ्यात अडकवून तुला आम्ही रशियन सेंटर ऑफ स्पेशल ऑपरेशन्सबाहेर फेकून दिले तर काय होईल?”

कार्लटनने हॉर्वाथला मागे होण्याची खूण केली. ''वाटाघाटी कधीच संपल्या आहेत, रॉबर्ट. मी माझा शब्द दिला आहे तुला. आता तू मला सांग की, त्या सेल्सशी तुम्ही कसा संपर्क साधता?''

''कमांडर्स नेमण्यासाठी परंपरागत शिडी आहे,'' ॲशफोर्ड शेवटी म्हणाला. ''आझीम अलीम मारला गेल्यानंतर...''

''म्हणजे *तू त्याला मारल्यानंतर,*'' हॉर्वाथने स्पष्ट केले.

''हो, मीच. मी आझीम अलीमला मारल्यानंतर मुस्तफा करामीला त्याच्या जागी बढती मिळाली. मी किंवा स्टँडिंग त्याला आज्ञा पाठवत होतो. मग ई-मेल्स, चॅट रूम्स, सांकेतिक भाषेमधले टेलिफोनवरचे बोलणे इत्यादींच्या साहाय्याने तो संबंधित सेल्सशी संपर्क साधत असे. चिनी सैन्याने स्वत:चे साधन म्हणून त्या नेटवर्कची उभारणी केली असली, तरी प्रत्यक्षात आज ते संपूर्ण इस्लामिक दहशतवाद्यांचेच नेटवर्क बनले आहे.''

''आझीमला का ठार मारले गेले?''

''ते उघड नाही? सी.आय.ए.ने त्याची चौकशी केली असती, तर सर्व नेटवर्कच उद्ध्वस्त झाले असते.''

''आणि या सगळ्यातून तुम्हाला काय साधायचे आहे? तुझे ध्येय काय होते? तुझे आणि स्टँडिंगचेही? हे सर्व दहशतवादी हल्ले घडवून आणण्यामागे तुमचा कुठला हेतू आहे?''

ॲशफोर्ड जरा दु:खानेच हसला. ''जग ही जरा चांगली जागा बनवणे.''

''खून पाडून? निरपराध स्त्री-पुरुष-मुलांचे खून करून?''

''सर्व जगाच्या कल्याणाच्या दृष्टीने. काहीतरी चांगले घडविण्याच्या हेतूने.''

''आणि एकदा ध्येय ठरले की, त्यासाठी कोणताही मार्ग वापरायला तुम्ही मोकळे?''

ॲशफोर्डने मान डोलवली. या ब्रिटला ठोकूनठोकून त्याचा पार चेंदामेंदा करायची हॉर्वाथला खूप इच्छा होती. सर्व जगाचे कल्याण करणार काय? हॉर्वाथचे डोके भडकायला लागल्याचे म्हातारबुवांच्या नजरेतून सुटले नाही. त्यांनी पुन्हा त्याला शांत राहण्याची खूण केली.

''या हल्ल्यांमुळे जग कसे काय चांगली जागा बनणार होते?'' कार्लटनने विचारले.

''अत्यंत संकुचित अशा दृष्टिकोनातून उभारले गेलेले देश आणि राज्ये ही संकल्पना मोडीत काढली, तरच जगाला आशा आहे. फक्त स्वत:ची काळजी असणाऱ्यांनी समाजावर राज्य करण्यात काही अर्थ नाही. त्यांना दुसऱ्या कुणाची पर्वा नसते.''

"तेव्हा देश आणि राज्ये हा पायाच उद्ध्वस्त करण्याचा हल्ल्यांचा हेतू होता?"

"फक्त अमेरिकेच्या बाबतीतच. एकदा अमेरिकेतील राज्यव्यवस्था कोसळवता आली की, बाकी जगाला..."

"सहज संपूर्ण विनाशाकडे नेता येईल," हॉर्वाथने मध्येच त्याला अडवले. "अमेरिका नाही तर शांतता नाही, शांतता नाही तर समृद्धी नाही."

ब्रिटने डोके हलवले. "अमेरिका नसेल तरच न्याय असेल."

कार्लटन आपल्या पूर्वीच्या मित्राकडे रोखून बघत बसला. "कम्युनिस्टांशी लढता लढता तूच कसा काय कम्युनिस्ट बनलास?"

"मी डोळे उघडून जगाकडे बघितले, रीड. भयानक दु:खाने भरलेले आहे हे जग. मग मी माझ्या मनाची दारे उघडली. उत्तरे शोधू लागलो."

"अमेरिकेशिवाय जग कसे असेल, याची कल्पनादेखील नाही तुला," हॉर्वाथ म्हणाला.

"दिसणार आहे ते लवकरच."

"खरं की काय? मग या नवीन जगावर कोण राज्य करणार? स्वत:ला श्रेष्ठ समजणारे बुद्धिवादी? त्यांचे सरकार उलथून पडलेले अमेरिकन जनता सहन करणार नाही."

ॲशफोर्ड हसला. "अर्थातच ती ते सहन करेल. सुरुवात झालीच आहे."

"विश्वास ठेव माझ्यावर. तुमच्या या हल्ल्यांनी सर्व अमेरिकन लोक जास्तच जवळ येतील."

"मी दहशतवादी हल्ल्यांबद्दल बोलत नाही. ते अंतिम टप्प्याचा एक भाग आहेत फक्त. गेली कित्येक दशके अमेरिका उलथवली जात आहे. एका रात्रीत अमेरिकन सरकार उलथवण्याचा प्रयत्न केला, तर जनता बंड करून उठेल; म्हणून तर सर्व हळूहळू, कुणाच्या लक्षात न येता करणे भाग होते आणि यासाठी बाहेरच्या मदतीबरोबर अमेरिकेमधूनही मदत मिळाली, हे महत्त्वाचे! तुमच्या देशासमोर आ वासून उभे राहिलेले प्रचंड आर्थिक, राजकीय, सामाजिक प्रश्न एकाएकी, अपघाताने अक्राळविक्राळ स्वरूप धारण करायला लागलेले नाहीत. त्यामागे एकाच उद्देशाने आखलेली योजना आहे."

हा माणूस ठार वेडा झाला होता. "आणि या जागतिक राज्याची सोनेरी पहाट जेव्हा उगवणार असेल तेव्हा तिच्याकडे दुर्लक्ष होऊ नये असे वाटत असेल, तर मी कुठल्या खुणांकडे बघत राहायला पाहिजे?" हॉर्वाथने विचारले. "निळी शिरस्त्राणे चढविलेले संयुक्त राष्ट्रसंघाचे सैनिक अमेरिकेतल्या प्रमुख रस्त्यांवर संचलन करत असतील? की पटकन समजणार नाही असे काहीतरी घडेल?" हॉर्वाथने विचारले.

“तुला कशाकडेही बघत बसण्याची आवश्यकता नाही,” ॲशफोर्डने उत्तर दिले. “सर्व अवतीभोवतीच आहे. वर्षानुवर्षे दिसत असूनही तुमच्या काही लक्षातच येत नाही. अजूनही तुमच्या देशाचे नाव आहे, ध्वज आहे. यामुळे हळूहळू तुमच्या स्वातंत्र्यावर घाला घातला जात असूनही तुम्हाला वाटते, तुमचे स्वातंत्र्य अबाधित आहे. तुमचे प्रजासत्ताक अजून शिल्लक आहे; पण तो केवळ एक आभास आहे. तुमचे सर्व घर एक एक वीट करत नव्याने बांधले जाऊनही कुणाच्या लक्षातसुद्धा आलेले नाही. कोणी त्याबद्दल काहीही केले नाही.”

“आम्ही ते कसे थांबवू शकतो?” कार्लटनने विचारले.

“मला वाटत नाही तुम्ही हे थांबवू शकाल म्हणून,” ॲशफोर्डने उत्तर दिले.

“स्टँडिंगला देशाला एकदा कड्यावरून खाली ढकलून द्यायचे आहे. परत उभा राहणारच नाही अशा तऱ्हेने. अशा तऱ्हेचा धक्का देण्यासाठी त्याने मनात काहीतरी आखणी केलीच असणार. काय आहे त्याच्या मनात? आणखी किती हल्ले चढवणार आहे तो?”

“या क्षणाला, निदान दोन तऱ्हेच्या हल्ल्यांच्या आज्ञा त्याने दिल्या आहेत, हे मला माहीत आहे; पण त्याच्याकडे निवड करण्यासाठी हजारो योजना आहेत. सर्वंकष युद्धाची व्याप्ती महाभयंकर आहे.”

“ते दोन हल्ले कुठले?” ॲशफोर्ड खरे बोलतो आहे की नाही, हे जाणून घ्यायची कार्लटनला उत्सुकता होती.

“हल्ल्यांसाठी सांकेतिक कोड म्हणून रंगांची नावे दिलेली आहेत. पुढचे दोन हल्ले नारिंगी आणि पिवळ्या रंगांशी संबंधित आहेत. नारिंगी रंगाचे हल्ले डाऊ इंडस्ट्रिअल ॲव्हरेजच्या यादीतील कंपन्यांच्या कॉर्पोरेट हेडक्वार्टर्सवर होणार आहेत. काही कंपन्यांच्या स्वत:च्या कार्यालयीन इमारती आहेत. काही मोठ्या भागात पसरलेल्या आहेत. काही इमारती पूर्णत: उद्ध्वस्त करण्याच्या आणि काहींच्या कार्यालयात, बोर्डरूम्समध्ये आणि उच्चपदस्थांच्या डायनिंग रूम्समध्ये स्फोटके उडविण्याच्या योजना आहेत.”

अजून तरी ॲशफोर्ड खरे बोलत आहे, असे कार्लटनला वाटले. “आणि हे हल्ले कधी होणार आहेत?”

“आज.”

“आणि पिवळ्या रंगाचे हल्ले?”

“पहिल्या हल्ल्यांमधून सावरण्याआधीच हे दुसरे हल्ले चढवायचे. महत्त्वाच्या प्रसारमाध्यमांवर. प्रसारमाध्यमे उद्ध्वस्त झाली की, देशभरात होणारे बातम्यांचे प्रसारण ठप्प होईल. स्थानिक बातम्याच दिल्या जातील. हल्ले एकाच योजनेचा भाग आहेत, हे कुणी सांगू शकणार नाही.”

“एवढेच?”

ॲशफोर्डने नकारार्थी मान हलवली. “अगदी एवढेच असे म्हणता येणार नाही. नेटवर्क सुरक्षित राहिलेले नाही, अशी स्टँडिंगला काळजी वाटते आहे. आर्थिक अराजक माजले की, लोक फारच धास्तावतील, कारण त्यांचा थेट संबंध येतो. म्हणूनच डाऊचे हल्ले त्याने निश्चित केलेल्या वेळेच्या आधीच करायचे ठरवले आहे.”

“पण शक्य झाल्यास माझ्या मते, तो आणखी एक प्रकारचा हल्ला चढवेल. अंगवळणी पडलेल्या पायाभूत सुविधा नष्ट करण्याचे त्याला खूप आकर्षण आहे. तो त्यासाठी अंतिम हल्ला चढवेल.”

“कुठल्या सुविधा?”

“इंटरनेट आणि वीजपुरवठा या दोन सुविधा नष्ट करण्याची तो कधीपासून स्वप्ने बघतो आहे. देशाची हालचालच थांबवायची. अक्षरश: अंधार पाडायचा. त्याच्यासाठी तो अगदी निर्णायक विजय ठरेल.”

“कधी? किती लवकर?”

“आम्ही चर्चा करत असताना तो म्हणाला होता की, यासाठी सर्वोत्कृष्ट वेळ असेल ती सर्व तऱ्हेच्या पिकांची कापणी होण्यापूर्वीच. तेलाचा पुरवठा बंद झाला की, ट्रॅक्टर्स चालू होणार नाहीत, ट्रक्स जिथे असतील तिथेच उभे राहतील; सर्व अन्नधान्य शेतांमध्ये कुजून बाजारात येणारच नाही. कोट्यवधी लोक उपासमारीने मरतील आणि तेवढेच थंडीने गारठून मरतील.”

हॉर्वाथने कार्लटनकडे बघून हॉलवेच्या दिशेने खूण केली. खुर्चीत जखडून ठेवलेल्या ॲशफोर्डला तसेच सोडून ते खोलीबाहेर पडले आणि त्यांनी दार लावून घेतले.

“आपल्याला दहशतवादी नेटवर्कचा संपूर्ण नकाशाच मिळवण्याची गरज आहे. नावे, फोटो, टेलिफोन नंबर्स, पत्ते, संपर्क साधण्याची साधने, अगदी सर्व काही,” हॉर्वाथ म्हणाला. “मग बाहेर बातमी फुटू न देता, देशभरातून एकाच वेळी त्यांना कसे ताब्यात घ्यायचे, हे कुणालातरी ठरवावे लागेल.”

“याचा अर्थ सर्व पोलीस दलांना कमालीच्या सहकार्याने काम करावे लागणार आहे,” कार्लटनने उत्तर दिले.

“आणि सर्वंकष युद्धाच्या योजनाही आपल्याला ताब्यात घ्यायला हव्यात. ॲशफोर्डकडे जर त्याची प्रत असेल - आणि तशी ती असणार असे गृहीत धरायला काही हरकत नाही - तर ती तत्काळ काढून घेऊ या. त्या योजनांबद्दलची पूर्ण माहिती मिळाली की, आपल्याला सुरक्षिततेची आणि प्रतिहल्ल्यांची नीट आखणी करता येईल.”

“आणि जेम्स स्टँडिंगकडेही बघावे लागेल.”

कोड्याचे सर्व तुकडे त्यांनी नीट जुळवले आहेत याची मनात खात्री करून घ्यायचा प्रयत्न करत क्षणभराने हॉर्वाथ म्हणाला, “ॲशफोर्ड आणि स्टँडिंग नेटवर्क चालवत असतील आणि ॲशफोर्ड जर आपल्या ताब्यात आहे, तर आज्ञा देण्यासाठी स्टँडिंगच राहील.”

“बरोबर.”

“एका कोणत्या तरी क्षणी त्याला ॲशफोर्डशी संपर्कच साधता आला नाही तर काहीतरी गडबड आहे, असे त्याच्या ध्यानात येईल. डाऊ जोन्सचे हल्ले झाले नाहीत तर नेटवर्कमध्ये बाहेरच्या कुणीतरी शिरकाव करून घेतला आहे, असा त्याला संशय येईल.”

“आणि तो काहीही पर्वा न करता उरलेले सर्व तऱ्हेचे हल्ले चढवून टाकेल.”

“तेव्हा आपण ताबडतोब नेटवर्कचा सध्याचा कमांडर करामी आणि स्टँडिंगकडेसुद्धा लक्ष द्यायची वेळ आली आहे,” हॉर्वाथ म्हणाला. “ते करता आले तर नेटवर्क निष्प्रभ बनेल आणि सर्व दहशतवाद्यांना पकडेपर्यंत वेळही मिळेल.”

“खरा प्रश्न एकच आहे,” कार्लटन म्हणाला. “करामीसारख्या एखाद्या परकीय दहशतवाद्याचा काटा काढणे ही एक गोष्ट आहे आणि अत्यंत उच्च वर्तुळात वावरणाऱ्या, दानशूर जेम्स स्टँडिंगच्या मागे लागणे ही फारच वेगळी कामगिरी ठरू शकते.”

“मान्य आहे,” हॉर्वाथने उत्तर दिले. “आणि आपण काय करायला हवे तेदेखील ठाऊक आहे मला.”

## ६८

### मॅनहॅटन

जेम्स स्टॅंडिंगच्या न्यू यॉर्कमधल्या घराचा कच्चा आराखडा आणि त्याच्या सुरक्षा व्यवस्थेची अचूक माहिती रॉबर्ट ॲशफोर्डने हॉर्वाथला दिली होती. रात्रपाळीसाठी फक्त चार सुरक्षारक्षक तैनातीला असत. एकजण डोअरमनबरोबर लॉबीमध्ये असे. दुसरा अपार्टमेंटच्या प्रवेशद्वाराबाहेर असे. अपार्टमेंटमध्ये किचनजवळच्या एका खोलीमध्ये क्लोज्ड सर्किट टी.व्ही.वरील चित्रांकडे बघत तिसरा बसलेला असे. चौथा सर्वत्र फिरत असे. त्याच्यामुळे इतरांना कामातून थोडीशी सुटका मिळे आणि आवश्यक ते विधी करायला सवड मिळे. गरज असेल तेव्हा तो ड्रायव्हरचेही काम करत असे.

हॉर्वाथने शेजारच्या इमारतीच्या छपरावरून या इमारतीमध्ये प्रवेश मिळवला. इमारतीच्या आतल्या भागातून काढलेल्या जिन्याने स्टॅंडिंगच्या अपार्टमेंटच्या मागच्या बाजूला येऊन दरवाजामधून त्याने एक फायबर-ऑप्टिक सर्व्हेलन्स कॅमेरा आतमध्ये सरकवला. भिंग डोळ्याला लावून त्याने सावकाशपणे किचनची पाहणी केली.

कॅमेऱ्याचा कोन लक्षात घेता त्याला सिक्युरिटी रूममध्ये बघता येणे शक्य नव्हते; पण एक एजंट सी.सी.टी.व्ही.वरची चित्रे बघत आत बसलेला असणार याबद्दल त्याच्या मनात थोडीही शंका नव्हती. कॅमेरा बाहेर खेचून हॉर्वाथने तो आपल्या पॅकमध्ये टाकला. पॅकमधून एक पारदर्शक ट्यूब गुंडाळलेला छोटासा ॲल्युमिनिअमचा सिलिंडर आणि चेहऱ्यावर घट्ट दाबून बसविण्याचा श्वास घेण्याचा रेस्पिरेटर बाहेर काढला.

रेस्पिरेटर डोक्यावर चढवून त्याने सील चेहऱ्याभोवती घट्ट बसले आहे, याची खात्री करून घेतली. सिलिंडरभोवती गुंडाळलेली ट्यूब सोडवून घेऊन तिचे टोक त्याने दाराखालून आत सरकवले.

व्हॉल्व्ह उघडताच थोडासा स्स् स्स् असा आवाज आला. आणि त्याने सिलिंडरमधला वायू किचनमध्ये सोडायला आरंभ केला.

श्री-मिथाइल फेन्टानल किंवा ३ एम.एफ. या नावाने ओळखले जाणारे औषध. ते कुठल्या तऱ्हेच्या रसायनात मिसळले जाते त्यावर अवलंबून मॉर्फिनपेक्षा चारशे ते सहा हजार पटीने ताकदवान ठरू शकते. त्याने किचनच्या दरवाजाखालून ट्यूब आत घातली. त्यातून ढकलला जाणारा वायू जास्तीतजास्त भागात परिणामकारक ठरेल या तऱ्हेने ती पुढे सरकवली.

२००२ मध्ये मॉस्कोमधील थिएटरमध्ये दहशतवाद्यांनी ओलिसांना पकडून ठेवले होते तेव्हा रशियन्सनी याच पदार्थाचा वापर केला होता. वापरायला तसा धोकादायक असणारा पदार्थ. कमीतकमी वापरला तरी माणूस कित्येक तास शुद्धीवर येत नसे. त्याहून जास्त वापर झाला तर मृत्यू ओढवू शकत असे. थोडासा वापरला तर चांगला परिणाम होतो म्हणून जास्त वापरला तर त्याहून चांगला परिणाम होईल, हा मोह टाळणे खूप महत्त्वाचे होते. मॉस्कोमध्ये रशियन्सकडून जरुरीपेक्षा जास्त वापर झाला आणि दहशतवादी आणि ओलिसांचेही बळी गेले.

तेव्हा हॉर्वाथची नजर घड्याळावर होती. ठरावीक वेळेनंतर त्याने खाली वाकून व्हॉल्व्ह बंद केला.

ट्यूब दाराखालून खेचून घेऊन त्याने ती सिलिंडरभोवती गुंडाळली आणि सिलिंडर पॅकमध्ये ठेवून दिला. मग लॉक-पिक गन काढून काही सेकंदांत सराईतपणे दाराचे कुलूप उघडले. पॅक खांद्यावर टाकून त्याने सायलेन्सर लावलेले पिस्तूल हातात घेतले.

हळूच दार उघडून, आत पाऊल टाकून, आवाज न करता त्याने पुन्हा ते बंद केले. किचनमध्ये एका कपाटाखाली लावलेल्या दिव्याचा मंद प्रकाश पडला होता. या अर्धवट अंधाऱ्या प्रकाशाला सरावायला डोळ्यांना क्षणभर वेळ लागला.

कोपऱ्यापुढून टेलिव्हिजन मॉनिटर्सचा प्रकाश बाहेरच्या अरुंद कॉरिडॉरमध्ये पडत होता. सावधपणे हॉर्वाथ पुढे सरकला.

स्टँडिंगचा एजंट सिक्युरिटी रूम म्हणून वापरण्यात येणाऱ्या त्या छोट्या खोलीमधल्या टेबलावर डोके ठेवून पडला होता. लॅटेक्स ग्लोव्ह्ज चढविलेल्या हाताने हॉर्वाथने नाडीचे ठोके लागतात का, ते बघितले. अजून जिवंत होता. मॉनिटर्सकडे बघत राहून त्याने स्टँडिंगचे इतर तीन सुरक्षारक्षक शोधले. सर्वजण खाली होते.

सिक्युरिटी रूममधून तो किचनमध्ये आला. प्रथम त्याने एक खिडकी उघडली. बोर्दो या महागड्या वाइनच्या बाटलीवरचे लाल आवरण कचऱ्याच्या डब्यात टाकून त्याने वाइनचा एक ग्लास शोधला. मगच तो मास्टर बेडरूमच्या दिशेने निघाला.

निदान दहा हजार चौरस फुटांचे तरी अपार्टमेंट आहे, असा हॉर्वाथने तर्क केला. किचनपासून सुरक्षित अंतर पुढे गेल्यावर त्याने रेस्पिरेटर काढून टाकला.

पर्शियन रग्ज पसरलेल्या, भिंतींवर रेशमी पडदे सोडलेल्या हॉलच्या शेवटी जेम्स स्टँडिंगच्या बेडरूमचे दार होते. त्याने पुन्हा आपला फायबर ऑप्टिक कॅमेरा दाराखालून आत सरकवला. सगळीकडे नीट नजर फिरवली.

स्टँडिंग एकटाच बेडवर आहे, झोपलेला आहे याची खात्री झाल्यावर त्याने कॅमेरा पॅकमध्ये टाकून काळजीपूर्वक बेडरूमचे दार उघडले.

त्याला हवी असलेली जागा स्टँडिंगच्या अवाढव्य बेडच्या पलीकडे तीस फुटांवर तरी होती. बेडजवळ कुठेतरी पॅनिक बटण असणार, याचीही त्याला खात्री होती; तेव्हा त्याने झटपट, आवाज न करता खोली ओलांडली.

मास्टर बाथरूममध्ये शिरल्यावर त्याने पॅकमधून अनेक वस्तू काढून नीट मांडून ठेवल्या. पाणी वाहून जाण्याच्या ठिकाणी बूच लावून टब पाण्याने भरायला सुरुवात केली.

पाण्याच्या आवाजानेच जेम्स स्टँडिंगला जाग आली. प्रथम त्याला वाटले की, त्याला बहुधा स्वप्न पडते आहे; पण पाण्याचा आवाज चालूच राहिल्यावर त्याची खात्री पटली की, तो खरा होता आणि त्याच्याच बाथरूममधून येत होता.

*पण टबमध्ये आत्ता कशासाठी पाणी भरायचे?* अर्धवट झोपेतच पांघरूण काढून त्याने पाय जमिनीला टेकले. स्लीपर्समध्ये पाय सरकवून बेडरूममधून चालत तो बाथरूमच्या दिशेने निघाला. आत्ता पाण्याचा आवाज का यावा, हे त्याच्या ध्यानात येत नव्हते.

बाथरूम जवळ यायला लागली, तसा पाण्याचा आवाज वाढू लागला आणि त्याची पावले झपाट्याने उचलली जाऊ लागली.

दार उघडून त्याने दिवे लावले. खरोखरच टब पाण्याने भरत होता. *कसे शक्य होते हे?*

चकचकीत संगमरवरी जमिनीवरून चालत तो टबजवळ पोहोचला आणि त्याने नळ बंद करण्यासाठी हात पुढे केला. एवढ्यात मागून त्याच्या कानावर आवाज आला, "भरू दे टब."

त्या आवाजाने तो इतका दचकला की, त्याचे हृदय बंदच पडायचे. तो मागे वळल्यावर त्याला संपूर्ण काळा पोशाख चढवलेला माणूस, हातामधले सायलेन्सर लावलेले पिस्तूल त्याच्यावरच रोखून उभा राहिलेला दिसला.

"कोण आहेस तू? आणि माझ्या अपार्टमेंटमध्ये काय करतो आहेस?"

"रॉबर्ट ॲशफोर्डने मला पाठवले आहे," हॉर्वाथ म्हणाला. स्टँडिंगच्या चेहऱ्यावरचे भीतीचे भाव आणखी गडद झाले.

"मी फक्त ओरडलो तरी माझी सुरक्षा टीम हजर होईल इथे."

“कोण? खाली असलेले तिघेजण की किचनमधला चौथा, ज्याची मी आधीच काळजी घेतली आहे?”

त्या भांडवलदाराने काहीच उत्तर दिले नाही.

“तुझी इच्छा असेल तर ओरड तू; पण तुझे ओरडणे कुणालाही ऐकू जाणार नाही.”

स्टँडिंगचा बहुधा अगदी तेच करायचा विचार होता; पण त्याने आपला विचार बदलला. “काय हवे आहे तुला? तू काय मला अटक करायला आला आहेस?”

हॉर्वाथने खिशामधून एक गोळ्यांची बाटली काढली आणि त्याच्याकडे फेकली. “गोळ्या खा.”

“गोळ्या खायच्या? कसल्या आहेत त्या?”

“रेचक आहे ते.”

“आणि मी कशासाठी या सगळ्या गोळ्या खायच्या?”

“कारण आता तू दूरच्या सहलीला निघणार आहेस आणि मध्ये बाथरूमला जाता येणार नाही,” हॉर्वाथने उत्तर दिले.

“काय करतो आहेस तू? पळवून नेणार आहेस मला? त्या मूर्ख ॲशफोर्डने सांगितले आहे तुला असे करायला?”

“मी तुझ्यावर मेहरबानी करतो आहे समज. गोळ्या चघळायला लाग.”

स्टँडिंगने बाटली उघडून बऱ्याच गोळ्या हातात घेतल्या, त्यांच्याकडे बघितले आणि त्या हॉर्वाथच्या दिशेने भिरकावल्या. “जहान्नममध्ये जा.”

हॉर्वाथ हसला. त्याने पिस्तूल पाठीशी खोचले. टॉयलेटच्या वर हात घालून स्टँडिंगच्या नावाची आद्याक्षरे असलेला टॉवेल खेचला आणि तो त्याच्याकडे निघाला.

त्या धनाढ्य माणसाने आपोआपच पाऊल मागे घ्यायला सुरुवात केली आणि हॉर्वाथने उडी मारूनच त्याच्यावर झडप घातली.

त्याच्या डोक्याभोवती टॉवेल गुंडाळून हॉर्वाथने त्याला पुढे खेचताच त्या म्हाताऱ्याचा तोल गेला आणि तो पडायला लागला. हॉर्वाथने त्याला टबच्या दिशेने नेल्यावर तो धपकन पाण्यात पडला.

तो पाण्यात पडताच काळजीपूर्वक टॉवेलवर सर्व बाजूंनी सारखा दाब देत त्याने स्टँडिंगला पाण्याखाली दाबून धरले. हॉर्वाथला स्टँडिंगच्या शरीरावर कुठेही खूण उमटू द्यायची नव्हती.

वयाच्या मानाने स्टँडिंग खूप धडधाकट होता आणि त्याने धडपड करायला सुरुवात केली. काही सेकंदांनी हॉर्वाथने त्याला सोडले. डोके पाण्याबाहेर येताच त्याने भराभरा खूप श्वास घेतले.

"मी एक गोष्ट स्पष्टच सांगतो," हॉर्वाथ उद्‌गारला. "त्या गोळ्या तू घेणार आहेस. लक्षात आले?"

स्टँडिंगने उत्तर दिले नाही. हॉर्वाथच्या दांडगाईनेच त्याला फार मोठा धक्का बसला होता. टब जवळजवळ भरत आलेला दिसल्यावर हॉर्वाथने नळ बंद केला.

पडतापडता स्टँडिंगच्या हातामधून सगळी बाटलीच उपडी झाली होती. मूठभर गोळ्या गोळा करून हॉर्वाथने त्याच्या हातात दिल्या आणि पुन्हा तीच आज्ञा दिली. "खा."

या वेळी स्टँडिंगने आज्ञा पाळली. तो बसला. त्याचा पायजमा पाण्याने पार थबथबला होता. हॉर्वाथने आपल्या पॅकमधून वाइनची एक बाटली काढली आणि बूच उघडले. ग्लास भरून वाइन ओतून तो टबजवळ गेला आणि त्याने तो ग्लास स्टँडिंगच्या हातात दिला. "पी," तो म्हणाला. "तांबड्या वाइनमुळे परिणाम लवकर होतो."

त्याने का-कू करतच ग्लास हातात घेतला. एकाएकी त्याला वाटू लागले की, हा माणूस त्याच्याशी खोटे बोलतो आहे.

"पी," हॉर्वाथने पुन्हा सांगितले. "सगळी पी."

ग्लास वर करून त्याने वाइन संपवताना काही ओघळ त्याच्या हनुवटीवरून पाण्यापर्यंत पोहोचले.

हॉर्वाथने पुन्हा ग्लास भरला. या वेळी पुन्हा आज्ञा द्यायची आवश्यकता पडली नाही. तो ग्लासही संपवायला पाहिजे, हे त्याला कळत होते.

दुसरा ग्लास साधारण अर्धा संपला असताना हॉर्वाथने त्याला थांबायला सांगितले. तो माणूस स्थिर नजरेने कुठे बघू शकत नाही, हे हॉर्वाथच्या लक्षात आले होते. त्याला जे सांगायचे होते, ते आत्ताच सांगणे भाग होते; कारण काही वेळाने त्या माणसाला काही कळेनासेच होणार होते.

हॉर्वाथने टबच्या कडेवर बसून, तो जे बोलणार होता ते जेम्स स्टँडिंगला नीट ऐकता यावे म्हणून, वाकून बोलायला सुरुवात केली.

"मी काय सांगतो आहे ते नीट ऐक, हरामखोर माणसा. त्या काही पोट साफ करण्याच्या गोळ्या नव्हत्या. तुझ्या हृदयक्रियेचा वेग हळूहळू कमी होतो आहे. आवश्यक तेवढे रक्त पम्प करून हृदय ते शरीरात पाठवू शकत नाही आता. मिनिटभराने तुझ्या लक्षात येईल की, फुप्फुसांना हवी तेवढी हवाही खेचून घेता येत नाही. श्वास घेण्यासाठी तुझी तडफड सुरू होईल; पण तुला श्वासही घेता येणार नाही.

"तू आयुष्यभर जे करण्याचा आटापिटा करत होतास, ते तुझे सर्व श्रम धुळीला मिळाले आहेत. तू स्थापन केलेली प्रत्येक संघटना, कंपनी, फाउंडेशन अगदी सर्व

काही. तू कशा तऱ्हेचा राक्षस होतास, हे सर्व जगाला कळणार आहे. तुझे नाव कायम सैतानाशीच जोडले जाणार आहे.''

स्टँडिंगने बोलायचा प्रयत्न केला, काहीतरी उत्तर देण्याचा प्रयत्न केला; पण त्याला उत्तर देता येईना. तोंडातून शब्दच फुटेनात.

''तू पैसा पुरवून, घडवून आणलेल्या हल्ल्यांमध्ये ज्या ज्या कुटुंबांनी आपले आप्तस्वकीय गमावले आहेत, ते तुझ्या इस्टेटीतून भरपाई मिळविण्यासाठी दावा दाखल करतील. तुझ्याकडून प्रत्येक पेनी काढून घेतील. ज्यांनी तुझा उदो उदो केला होता, तेच तुझा उपहास करतील. तुझे नाव घेताच चरकतील.

''आणि तुझ्या बाबतीत जे घडणार आहे ते जगातील सर्व संपत्तीसुद्धा थांबवू शकणार नाही. तुझ्या हल्ल्यांमध्ये बळी पडलेल्या प्रत्येकाच्या वतीने मी आशा करतो की, तू कायम नरकयातना भोगत राहशील.''

हॉर्वाथने उभा राहून स्टँडिंगच्या हातामधून ग्लास घेतला आणि टबशेजारी ठेवला. अर्धी रिकामी झालेली वाइनची बाटलीही शेजारी ठेवली. जीव नाहीसा होत जाणाऱ्या त्याच्या बोटांचे ठसे एका वस्तऱ्यावर घेतले आणि तो टबमधल्या पाण्यात टाकला. मागोमाग टॉवेलही.

बरोबर आणलेल्या शॅमीने - मृगाजिनच्या तुकड्याने - त्याने टबशेजारची जमीन पुसली आणि आपल्या सर्व वस्तू उचलून तो बाथरूमबाहेर पडला.

बेडरूममधून जाता जाता तो एका मोठ्या फ्लॅट स्क्रीन टी.व्ही.जवळ थांबला. खाली ठेवलेल्या डी.व्ही.डी. प्लेअरमधल्या ट्रेमधून त्याने डिस्क बाहेर काढली आणि निकोलसने दिलेली डिस्क आत घातली. सर्व चालू करून तो किचनमध्ये आला. एव्हाना सर्व वायू निघून गेला होता. त्याने खिडकी बंद करून सिक्युरिटी मॉनिटर्सवर शेवटची नजर टाकली. अपार्टमेंट आणि इमारतीमधूनही ज्या मार्गाने तो आला होता, त्याच मार्गाने बाहेर पडला.

तो सेंट्रल पार्क ओलांडत असताना क्षितिजावरून सूर्य वर येत होता. त्याने सेलफोन हातात घेतला, इअरबड्स कानात घातले आणि कार्लटनला फोन केला.

म्हातारबुवांनी फोन उचलल्यावर, ''झालं काम,'' एवढेच शब्द तो बोलला.

''छान!'' कार्लटन म्हणाला. ''घरी परत ये.''

## ६१

### एक आठवड्यानंतर

जेम्स स्टँडिंगच्या *आत्महत्येने* जगभर खळबळ माजली. हाँगकाँगपासून हार्टफोर्डपर्यंत सर्वांच्या ओठांवर एकच प्रश्न होता. का? ज्या माणसाकडे सर्व काही होते, त्याने स्वत:चे आयुष्य का संपवावे?

त्या प्रश्नाचे उत्तर काही दिवसांनी *'न्यू यॉर्क पोस्ट'च्या* पहिल्या पानावर झळकलेल्या कथेने मिळाले. त्यांच्या *पेज सिक्स गॉसिप एडिटरकडे* काही फोटो आणि कागदपत्रे पाठविली गेली होती. न्यू यॉर्क पोलीस दलाच्या डिटेक्टिव्हने किंवा फोरेन्सिक इन्व्हेस्टिगेटरने बातमी फोडली असावी, असा तर्क होता. झोपेच्या गोळ्या खाऊन आणि वर वाइनही पिऊन जेम्स स्टँडिंग बाथटबमध्ये कसा उतरला आणि त्याने नंतर वस्तऱ्याने आपली मनगटे कापायचाही प्रयत्न कसा केला, याचा तपशील दिला होता; पण मनगटे कापण्याआधीच तो मेला होता. टबमधले पाणी काढून टाकल्यानंतरच वस्तरा सापडला होता.

पोलिसांना सापडलेली त्याच्या बेडरूममधील डी.व्ही.डी. हे त्याच्या आत्महत्येमागचे कारण असावे. *वेल इन्डाउड* ही डॉक्युमेंटरी डी.व्ही.डी.वर चालू होती. त्या फिल्मप्रमाणे त्याच्या अनेक हेज फंड क्लाएंट्सचा नफा वापरून त्याने *प्रोजेक्ट ग्रीन रॅम्प* नावाचा अमेरिकन सरकार उलथून पाडण्याचा मोठाच कट रचला होता. फिल्ममध्ये दोन माणसांच्या चौकशीचे फूटेजही होते. त्यांचे चेहरे मुद्दामच अस्पष्ट केले होते. *पोस्टने* म्हटले होते की, चांगल्याच रशियन ढबीमध्ये बोलणारा एक माणूस कबूल करत होता की, फिल्मनिर्माता एक्झिक्युटिव्ह प्रोड्यूसर लॅरी सालोमन, डायरेक्टर चिप मार्क्स, असोसिएट प्रोड्यूसर जेरेमी ॲन्ड्रूज या क्रिएटिव्ह टीमचा खून पाडण्यासाठी त्याला पैसे देण्यात आले होते. जेम्स स्टँडिंगचा संबंध लॉस एंजेलिसमधल्या खुनांशी असू शकेल, असे केवळ सूचित झाल्यामुळे प्रसारमाध्यमे चेतावली होती.

दुसऱ्या माणसाच्या चौकशीचे फूटेज म्हणजे तर एक बॉम्बगोळाच होता.

ब्रिटिश नागरिक असणारा तो माणूस सांगत होता की, अमेरिकेवर पुन:पुन्हा झालेल्या ज्या दहशतवादी हल्ल्यांमध्ये शेकडो निरपराध माणसे मारली गेली होती, त्यांची योजना जेम्स स्टँडिंगने बनवली होती आणि त्यासाठी सर्व पैसाही त्यानेच पुरवला होता.

*'न्यू यॉर्क पोस्ट'*मध्ये ही कथा छापून येताच काही तासांमध्ये जस्टिस डिपार्टमेंटने चौकशीचे आदेश दिले.

रॉबर्ट ॲशफोर्डने दिलेल्या आणि आइसलँडमधील मन्सूर अलीम याने पुष्टी दिलेल्या माहितीवरून अमेरिकेतील सर्व दहशतवादी सेल्सच्या नेटवर्कची तपशीलवार यादीच तयार करून एफ.बी.आय.ला देण्यात आली. एफ.बी.आय.ने यु.एस. मार्शल्स सर्व्हिस आणि स्थानिक पोलीस यांच्याशी संगनमत करून देशभरात छापे घालून सर्व संशयित दहशतवाद्यांना ताब्यात घेतले. अत्यंत आश्चर्यकारक म्हणण्यासारखीच कामगिरी यशस्वी केली.

शॉन चेस आणि पॅट मर्फी आइसलँडहून पुन्हा स्वीडनला गेले. ॲशफोर्डने सांगितल्याप्रमाणे मुस्तफा करामी आणि साबा स्टॉकहोममधील कुंटणखान्याच्या परिसरातील एका छोट्या अपार्टमेंटमध्ये राहत होते. चेसला डावा हात वापरणे भाग पडले तरी त्याने एकाच फटक्यात करामीला ठार मारले. पॅट मर्फी याने आपल्या टीममधील सहकाऱ्यांच्या वतीने साबाला यातना भोगायला लावल्या. त्याने प्रथम त्याच्या दोन्ही गुडघ्यांमध्ये गोळ्या मारल्या आणि मग हळूहळू तो वर सरकत गेला. मग त्यालाच सर्व संपवावेसे वाटले आणि शेवटची गोळी त्या राक्षसाच्या कपाळावर मारली. प्रेत खाली कोसळले.

लॉस एंजेलिसमध्ये मार्टिन सेवानने पोलीस डिटेक्टिव्ह्ज आणि लॉस एंजेलिस काउन्टी डिस्ट्रिक्ट ॲटर्नी यांची गुप्तपणे एक एकत्रित बैठक बोलावली आणि लॅरी सालोमन आणि ल्यूक रॅल्स्टन यांना बरोबर घेऊन तो तिथे पोहोचला. लॅरी सालोमनच्या घरी जे खून पडले होते, त्यांच्या संदर्भात त्यांची नावे संशयितांच्या यादीतून काढून टाकण्यात आली.

मार्टिन सेवान याची इच्छा होती की, ते प्रकरणच बंद व्हावे म्हणून. त्याच्या दोन्ही पक्षकारांना आपली आयुष्ये पुन्हा नव्याने जगण्याची इच्छा होती. *वेल इन्डाउडला* वर्तमानपत्रांत अमाप प्रसिद्धी मिळाली होती आणि लॅरी सालोमनला फिल्मचे एडिटिंग, डबिंग, पार्श्वसंगीत ही कामे संपवायची घाई होती.

प्रथम त्याला कळत नव्हते की, या फिल्मचे थोडे भाग जेम्स स्टँडिंगला कसे काय मिळाले? मग जेव्हा त्याला कळले की, त्याबरोबर दोन माणसांच्या चौकशीचे फूटेज आहे आणि त्यातला एकजण रशियन आहे, तेव्हा त्याच्या लक्षात आले की, यामागे स्कॉट हॉर्वाथचा हात होता.

हॉर्वाथबद्दल कुठे न बोलण्याची तंबी त्याला मिळालेली नसली, तरी त्याच्या

यामागच्या संबंधात तो स्वतःच कुठे काही बोलला नाही. न बोलणेच योग्य हे त्याचे त्यालाच पटत होते; पण म्हणूनच आता प्रत्येकाला *वेल इन्डाउड* बघायची प्रचंड उत्सुकता निर्माण झाली होती. अनेक नामांकित चित्रपट महोत्सव संयोजकांनी फिल्म न बघताच तिचा पहिला शो दाखवायची तयारी दर्शवली होती.

सालोमनच्या मनात मात्र वेगळीच कल्पना घोळत होती. ज्या ज्या शहरांमधल्या किंवा गावांमधल्या चित्रपटगृहांवर दहशतवादी हल्ले झाले होते, तिथल्या जनतेची तयारी असेल तर त्याला ती फिल्म त्या शहरात किंवा गावात प्रदर्शित करायची इच्छा होती. बाहेर, उघड्यावर ही फिल्म प्रथम बघण्याचा हक्क होता त्यांचा.

त्या शहरांनी किंवा गावांनी फक्त हो म्हणायचे होते. त्याला त्यांच्याकडून दुसऱ्या कशाचीही अपेक्षा नव्हती. सगळा खर्च तो करणार होता. त्यांचे दुःख कमी करायला त्याला हातभार लावायचा होता.

काय सांगावे, एखाद्या वेळी त्याचे दुःखही यामुळे हलके झाले असते. फिल्मच्या प्रदर्शनानंतर त्याने इस्त्राईलला भेट देण्याचे ठरविले होते. त्याच्या मनाला शांतता हवी होती. राचेलच्या संदर्भात जे काही घडले होते त्याचा स्वीकार करून त्याला मनःशांती मिळवायची होती. त्याच्यासाठी आणि राचेलसाठीही. तो राचेलच्या मृत्यूपूर्वी जसा होता तसेच त्याला बनायचे होते. त्यासाठी अनेक गोष्टींचे मनावरचे ओझे त्याला फेकून द्यायचे होते. या फिल्मचे प्रदर्शन आणि गेलेला काळ त्याला या बाबतीत मदत करतील, अशी तो आशा करत होता.

मार्टिन सेवानच्या सल्ल्याप्रमाणे त्यांची पोलिसांबरोबर भेट झाली आणि पुन्हा एकदा औपचारिकपणे सर्व प्रश्नांची उत्तरे दिल्यावर त्यांची सुटका झाली.

ल्यूक रॅल्स्टनने बाहेर पाऊल टाकले तर ॲलिसा सेवान त्याची वाट बघत होती. लॅरी आणि मार्टिनशी बोलणे झाल्यावर ते आपापल्या गाड्यांकडे वळले आणि तो अलीच्या दिशेने निघाला.

“प्रकरण संपले?” तिने विचारले.

“प्रकरण संपले,” त्याने उत्तर दिले. तिला बघून त्याला आश्चर्यच वाटले होते; पण ती बाहेर सर्वांची वाट बघत थांबलेली दिसल्यावर तिच्या वडिलांच्या चेहऱ्यावरची रेषाही हलली नव्हती, याचे त्याला जास्तच आश्चर्य वाटले होते. “तू काय करते आहेस इथे?”

“मनात आले की, आपण बरोबर जेवण घ्यावे.”

“दुपारचे जेवण?”

“आपण काही गोष्टींबद्दल बोलायची गरज आहे.”

रॅल्स्टनला खरेतर काय बोलावे तेच सुचत नव्हते. “तू इथे आहेस हे ब्रेन्टला माहीत आहे?” तो तिच्या नवऱ्याबद्दल बोलत होता.

"मला बोलायचे आहे त्यातला तो एक विषय आहे," तिने उत्तर दिले आणि आपला डावा हात वर केला.

समुद्रकिनाऱ्यावर भेट झाली होती तेव्हा बहुधा त्याच्या ध्यानात आले नव्हते; पण लग्नाप्रीत्यर्थ घालतात ती अंगठी बोटात नव्हती.

त्याच्या चेहऱ्यावरचे भाव बघून ती म्हणाली, "घटस्फोट घेऊन सहा महिने झाले."

"पण मी त्याच्याबद्दल विचारले तेव्हा तू म्हणाली होतीस, तो मजेत आहे म्हणून."

अली हसली. "मी खरे तेच सांगितले होते. वकील आहे, तेव्हा व्यावसायिकदृष्ट्या मी खोटे बोलू शकत नाही."

रॅल्स्टनही हसला. "तुझीच गाडी घ्यावी लागेल आपल्याला. माझी बराच काळ गराजमध्ये असणार आहे."

या प्रकरणामधील छोटीमोठी कामेही संपत आली, तेव्हा म्हातारबुवांनी हॉर्वाथला पॅरिसला पाठवले. रीड कार्लटनचे इस्रायली इंटेलिजन्सशी नेहमीच चांगले संबंध होते. ते तशाच तऱ्हेने चालू राहावेत, या हेतूनेच हॉर्वाथची पॅरिसला रवानगी झाली.

त्याच्याकडे एक फाइल होती. अमेरिकेची वाताहत झाल्यावर जेम्स स्टँडिंगची नजर इस्राईलकडे - जगामधल्या इतर थोड्या खऱ्याखुऱ्या लोकसत्ताक राज्यपद्धती असणाऱ्या देशांमधला एक देश - कशी वळणार होती, हे सर्वकाही त्या फाइलमध्ये होते.

तो अब्जाधीश इस्राईलला त्याच्या शेजाऱ्यांशी युद्ध करायला भाग पाडणार होता आणि त्याच वेळी अमेरिका त्यांच्या मदतीला जाऊ शकणार नाही, याची काळजीही घेणार होता.

इस्राईलला जेव्हा अमेरिकन मदतीची खरी गरज भासणार होती, तेव्हा स्टँडिंग कागदोपत्री असा पुरावा सादर करणार होता की, ज्यामुळे अलीमचे दहशतवादी नेटवर्क इस्राईलनेच निर्माण केले होते असा समज झाला असता. या लबाडीमुळे अमेरिकन जनतेला वाटणार होते की, अमेरिकन जनमतावर आणि परराष्ट्रीय धोरणावरच इस्राईलने प्रभाव टाकण्याचा प्रयत्न केला आहे. त्या कागदपत्रांमध्ये असाही आरोप केला जाणार होता की, अमेरिकेने इस्राईलच्या मदतीला धावून जावे म्हणून इस्राईलने मुद्दाम असे कारस्थान रचले आहे आणि त्यामुळे अमेरिकेची खात्री पटेल की, दोघांचाही समान शत्रू दोघांच्या देशांवर हल्ले चढवतो आहे.

हॉर्वाथला भेटलेल्या इस्रायली इंटेलिजन्स अधिकाऱ्याने या माहितीबद्दल हॉर्वाथचे मनापासून आभार मानले.

मोहपारनास येथील ल क्लोसरी दे लिला या बारमधील भेट संपतासंपता

इस्रायलीने एक पाकीट हॉर्वाथसमोर सरकवले.

हॉर्वाथ एकदम गोंधळला. "हे काय आहे?" निघून जाण्यासाठी इस्रायली उभा राहिलेला दिसल्यावर त्याने विचारले.

"आपले काम संपल्यावर तुला द्यायला सांगितले होते."

तो बारमधून बाहेर पडल्यावर हॉर्वाथने ते छोटे पाकीट उघडले. आतमध्ये एका कागदावर म्हातारबुवांच्या हस्ताक्षरात असलेला पॅरिसमधल्या सहाव्या विभागातला एक पत्ता होता.

कार्लटनने सांगितले होते की, हॉर्वाथसाठी पॅरिसमध्ये दुसरेही एक काम आहे; पण तो जास्त काही बोलला नव्हता. बहुधा कार्लटन ग्रुपच्या पॅरिसमधल्या नव्या सुरक्षित घराचा पत्ता असणार आणि तो त्या ठिकाणी पोहोचल्यावर त्याला पुढच्या सूचना मिळणार असतील.

कार्लटन कधीकधी असा गूढ वागायचा. प्रत्येकाला त्याचे त्याचे काम द्यायचे आणि ते देतानाही गरज असेल तितकीच माहिती उघड करायची सवय होती त्याची. रॉबर्ट ॲशफोर्डच्या सहकार्याची परतफेड म्हणून म्हातारबुवांनी त्याच्यासाठी कुठली नवीन ओळख आणि नवीन आयुष्य ठरविले आहे, याचा ॲशफोर्डला अंदाजही करता आला नसता. जेम्स स्टँडिंगचा उल्लेख करताना 'जगामधील सर्वांत धोकादायक शिकार' असे शब्द वापरून त्याने चूक केली होती आणि तिथेच त्याचे भवितव्य ठरले होते.

अलास्कामध्ये त्याचे पुनर्वसन करणार आहेत म्हटल्यावर ॲशफोर्डचे डोकेच कामातून गेले होते. त्याचा नवीन व्यवसाय फेअरबँक्स येथील वॉल-मार्टमध्ये खोकी रिसायकल करत बसण्याइतका कंटाळवाणा नाही, हे कळल्यावर एम.आय. ५च्या माणसाच्या चेहऱ्यावर जे भाव उमटले असतील, त्याची हॉर्वाथ कल्पना करू शकत होता.

*रॉहाइड* ही अलास्कामधील अलूशन बेटांच्या समूहातील अनालास्का बेटावरच्या डच बंदरामधून निघालेली खेकडे पकडणारी ब्याण्णव फुटी नौका होती आणि रॉबर्ट ॲशफोर्ड तिच्यावरचा नवीन डेकहँड होता.

म्हातारबुवांनी शब्दही पाळला होता आणि त्याच वेळी ॲशफोर्डला सक्तमजुरीची शिक्षाही दिली होती. कार्लटनने ॲशफोर्डला स्वच्छपणे असेही सांगितले होते की, त्याने पळायचा प्रयत्न केला तर त्याला ठार मारायची आज्ञा जारी केली होती आणि हॉर्वाथ स्वत: ती अमलात आणेल.

मग त्यांनी यारोस्लाव्ह याट्सकोला सी.आय.ए.च्या ताब्यात दिले. ते त्याला अमेरिकेमधून हाकलून देऊन मुक्तच करतील अशी दाट शक्यता असली, तरी

एजन्सीचे कार्लटन ग्रुपबद्दल थोडेफार चांगले मत बनण्याची कार्लटनला गरज होती. हॉर्वाथची इच्छा होती की, दोन फिल्म निर्मात्यांच्या खुनाला कारणीभूत झाल्याबद्दल आणि लॅरी सालोमनचा खून करण्याचा प्रयत्न केल्याबद्दल त्याच्यावर खटलाच भरायला पाहिजे; पण कार्लटनने त्याला सी.आय.ए.च्या हवाली करण्याचा निश्चयच केला होता.

पण म्हातारबुवांनी रॅल्स्टन आणि सालोमनच्या वतीने सी.आय.ए. लॉस एंजेलिस पोलिसांकडे रदबदली करेल, याची मात्र व्यवस्था केली आणि हॉर्वाथला खूप समाधान वाटले.

बारमधून बाहेर पाऊल टाकताच हॉर्वाथने कोटाची कॉलर वर केली. गारठून टाकणारी थंडी पडलेली होती; पण तरीही हॉर्वाथने चालत निघायचे ठरवले आणि तो निघाला.

पॅरिस हे व्हेनिससारखे शहर नाही. मुक्त भावनांना वाव देणारे शहर; पण एकट्याने फिरत असतानासुद्धा आपण काही वेगळे करतो आहोत, असे वाटू न देणारे शहर.

चालताचालता त्याला तो गेल्या वेळी पॅरिसमध्ये आल्याची आठवण झाली. एका कॅफेमध्ये बसला होता. आपले करिअर सोडून, ज्या एका स्त्रीबरोबर सारे आयुष्य काढता येईल असे त्याला वाटत होते, त्या स्त्रीला लग्न करशील का? असे तो विचारणार होता; पण नाही जमले. तो पुन्हा त्याच्या त्याच आयुष्यात खेचला गेला.

तसा काही त्या गोष्टीला खूप काळ लोटला नसला, तरी सबंध आयुष्य गेले आहे असे त्याला वाटत होते. मधल्या काळात फारफार घटना घडल्या होत्या. बदल झाले होते.

फूटपाथवरून जोडपी चालली होती. ती एकमेकांत इतकी गुरफटली होती की, त्याचे अस्तित्व कुणाच्या लक्षातही येत नव्हते. त्याच्याकडे कुणी बघतही नव्हते. हॉर्वाथने मान हलवली आणि पुढे चालायला सुरुवात केली.

आपण कुठे निघालो आहोत याचा तो विचार करत होता आणि म्हातारबुवांनी त्या इस्रायलीकरवी त्याला हा पत्ता का दिला होता, याचाही.

सहाव्या विभागात पोहोचल्यावर आपल्या मागावर कुणीही नाही, याची खात्री करून घेतल्यावरच तो कागदावर लिहिलेल्या पत्त्यावर आला.

तो इमारतीसमोर उभा राहिला. दर्शनी भाग चुनखडीच्या दगडांचा होता. जुन्या काळातल्याप्रमाणे घडीव लोखंडाच्या छोट्या छोट्या काळ्या बाल्कनी. तळमजल्यावर एक पॅस्ट्री आणि केक विकणारे दुकान होते. एक वाइनचे दुकान. दोहोंच्या मध्ये

एक बंद दरवाजा. तिथूनच वरच्या निवासस्थानांकडे जाता येत असावे.

हॉर्वाथने पुन्हा चिठ्ठी बघितली. फक्त पत्ताच लिहिलेला होता. नाव नव्हते.

त्याने म्हातारबुवांना फोन करण्यासाठी सेलफोन बाहेर काढला तर तो थरथरू लागला. टेक्स्ट मेसेज आला होता. क्लिक करून त्याने तो बघितला. कार्लटनकडूनच आलेला. 'खोली नं. ७ ची बेल दाब' एवढाच! हॉर्वाथ पाटीजवळ पोहोचला. खोली नं. ७ समोर बॉन्डेली असे नाव लिहिलेले होते. त्याने बटण दाबले.

काही क्षणांतच खट् असा आवाज करत दार उघडले.

त्याने लॉबीमध्ये पाऊल टाकले. अठराव्या शतकात बांधली असावी. पिंजऱ्यासारखा छोटा एलिव्हेटर. भोवतालून डाग पडलेल्या संगमरवरी फरशांचा जिना.

छोटे एलिव्हेटर हॉर्वाथला आवडायचे नाहीत. त्यापेक्षा जिन्याने चढत जाणे त्याला पसंत होते.

चौकात आल्यावर त्याने दिव्याचे बटण शोधले आणि लावले. हॉलमधून जाता येईल एवढा प्रकाश पडला.

जुने दरवाजे बघत पुढे जाताना त्याच्या मनात पुढची कामगिरी कशा तऱ्हेची असणार आहे, याचाच विचार येत होता.

प्रत्येक अपार्टमेंटमधून फ्रेंच भाषेतल्या कार्यक्रमांचे आवाज येत होते. तो ७ नंबरच्या अपार्टमेंटजवळ पोहोचला. लाकडाच्या मोठ्या दाराआडून संगीत ऐकू येत होते. ते पावरोतीचे वाटत होते.

त्याने हात पुढे घेऊन दारावरची पितळी मूठ फिरवली. आत घंटेचा आवाज आला. तो वाट पाहत थांबला.

संगीताचा आवाज कमी झाला. दाराच्या दिशेने चालत येणाऱ्या पावलांचे आवाज आले. कोणीतरी दाराच्या भोकामधून बाहेर बघितले.

जुन्या पद्धतीचे धातूचे दाराचे अंगचे कुलूप उघडल्याचा आवाज आला. करकरतच दार उघडले.

आतमध्ये जीन्स आणि पांढरा शर्ट घातलेली स्त्री उभी होती. लालसर तपकिरी रंगाचे केस खांद्याच्या खालपर्यंत आलेले होते. हॉलमधल्या अंधूक प्रकाशातसुद्धा तिचे निळे डोळे चमकत होते. हॉर्वाथ आश्चर्यानेच थक्क झाला.

"हॅलो स्कॉट" स्मितहास्य करत ती हलकेच म्हणाली.

वाकून तिच्या ओठांवर ओठ ठेवण्याच्या विचारात असतानाच त्याला मागे पायऱ्यांवर हालचाल जाणवली.

दारावर गोळ्यांचा वर्षाव होत असतानाच तो ओरडला, "पिस्तूल!" आणि त्याने रायली टर्नरला धक्का देऊनच अपार्टमेंटमध्ये ढकलून दिले.

◆